பதேர் பாஞ்சால

விபூதிபூஷண் பந்தோபாத்யாய

தமிழில் : ஆர். ஷண்முகசுந்தரம்

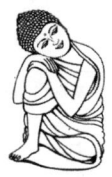

நற்றிணை பதிப்பகம்

பதேர் பாஞ்சாலி * நாவல் * விபூதிபூஷண் பந்தோபாத்யாய : தமிழில்: ஆர். ஷண்முகசுந்தரம் * முதல் பதிப்பு: நவம்பர் 2023 * வெளியீடு: நற்றிணை பதிப்பகம் (பி) லிமிடெட் * எண். 136, தரைத் தளம், சோழன் தெரு, ஆழ்வார்திருநகர், சென்னை-600 087.

* மின்னஞ்சல் : natrinaipathippagam@gmail.com
* தொலைபேசி : 044 - 4273 2141
* அச்சாக்கம் : தி பிரிண்ட் பார்க், சென்னை - 600 117.

1

நிச்சிந்தாபுரம் கிராமத்திலே வடகோடியில் ஹரிஹர ராயினுடைய சின்னஞ்சிறு வீடு இருந்தது. ஹரிஹர ராய் சாதாரணமான ஒரு குடும்பஸ்தன். தாத்தா காலத்திய நிலம் கொஞ்சம் இருந்தது. அதிலிருந்து சிறிது வருமானமும் வந்தது. அதோடு இவரும் நாலைந்து வீட்டுக்குப் புரோகிதம் செய்து வந்தார். அதிலிருந்து கிடைக்கும் வருமானத்தைக் கொண்டு எப்படியோ குடும்பம் என்கிற வண்டி தள்ளாடித் தத்தளித்துக் கொண்டு சென்று கொண்டிருந்தது.

இதற்கு முந்திய நாள் ஏகாதசி. ஹரிஹர ராயினுடைய தூரத்து உறவினளான பெரிய அக்கா இந்திரா அதிகாலையிலே அரிசிக் கஞ்சியைக் கூடத்தில் உட்கார்ந்தபடி காலை ஆகாரமாகக் குடித்துக் கொண்டிருந்தாள். ஹரிஹரனுடைய ஆறு வயதுப் பெண் பேசாமல் அருகில் உட்கார்ந்து கொண்டிருந்தாள். பாத்திரத்திலிருந்து எடுத்துச் சாப்பிடுவதைப் பரிதாபமாகப் பார்த்துக் கொண்டிருந்தாள். அருகில் இருந்த பெரிய பாத்திரம் காலியாகிக் கொண்டிருப்பதை ஏமாற்றத்துடன் பார்த்தாள். இரண்டொரு தரம் என்னவோ சொல்ல வந்தவள் பேசாமலிருந்து கொண்டாள்.

இந்திரா பாத்திரத்தைக் காலி செய்துவிட்டுப் பெண்ணைப் பார்த்து, "அடடா! உனக்குக் கொஞ்சங்கூட வைக்கவில்லை பார்!" என்றாள்.

பெண் கருணையுடன் பார்த்துக் கொண்டு, "எனக்கு வேண்டாம் அத்தை! நீயே சாப்பிடு" என்றாள்.

இந்திரா தன்னிடமிருந்த இரண்டு வாழைப்பழங்களில் ஒன்றை எடுத்து அதில் பாதியைப் பெண்ணின் கையில் கொடுத்தாள். பெண்ணின் முகம் இப்போது மலர்ந்தது. அவள் அத்தையிடமிருந்து வெகுமதி பெற்றதும் ருசித்துச் சாப்பிடத் தொடங்கினாள்.

பக்கத்து அறையிலிருந்து பெண்ணின் தாயார் கூப்பிட்டாள், "நீ மறுபடியும் அங்கு போய் உட்கார்ந்து கொண்டாயா? எழுந்து இங்கே வா!" என்றாள்.

"இருக்கட்டும் அம்மா! என்னோடுதான் உட்கார்ந்து கொண்டிருக்கிறாள். பேசாமல்தான் இருக்கிறாள்" என்றாள் இந்திரா.

ஆனாலும் தாயார் மகளை அதட்டியபடி, "சும்மா இருப்பது இருக்கட்டும்! சாப்பிடும்போது எதற்காகப் போய் உட்கார்ந்து கொண்டிருக்க

வேண்டும்? எனக்கு இதெல்லாம் பிடிக்காது. பேசாமல் எழுந்து வந்து விடு” என்றாள்.

பெண் பயத்துடன் எழுந்து போய்விட்டாள்.

ஹரிஹர ராய்க்கு இந்திரா ரொம்பத் தூரத்து உறவு ஆகிறது. ஹரிஹர ராயினுடைய பூர்வீகமான கிராமம் அருகிலுள்ள ஜஸ்டா விஷ்ணுபுரம். ஹரிஹர ராயினுடைய தந்தை ராமச்சந்திர ராய் சிறு வயதிலேயே மனைவியை இழந்துவிட்டார். தன்னுடைய தந்தை தனது மறு விவாகத்தைப் பற்றி மூச்சுக்கூட விடாமலிருக்கிறாரே என்று துக்கப்பட்டுக் கொண்டிருந்தார். ஒரு வருஷம் மட்டும் எப்படியோ வெட்கத்துக்குப் பயந்து கொண்டு தன்னை அடக்கிக் கொண்டிருந்தார். ஆனால், தந்தையோ கொஞ்சமாவது இதைப் பற்றிச் சிந்தித்ததாகத் தெரியவில்லை. ஆகையால் ஏமாற்றமடைந்து பலவிதமான அஸ்திரங்களைப் பிரயோகிக்க ஆரம்பித்தார். மத்தி யான வேளைகளில் உடம்பு ஒன்றுமில்லாவிட்டால் கூட சாப்பாட்டுக்குப் பிறகு படுக்கையில் படுத்துக்கொண்டு புலம்புவார். யாராவது வந்து ‘என்னப்பா விஷயம்’ என்று கேட்டால் உடனே ராமச்சந்திர ராய், “நின்றால் நெடுஞ்சுவர் விழுந்தால் குட்டிச் சுவர்! இப்போது என்னைக் கவனிப்பதற்கு யாரிருக்கிறார்கள்? மனைவி போனவுடனேயே எல்லாம் போய்விட்டது! இனி இருந்தாலும் செத்தாலும் யார் கேட்கப் போகிறார்கள்?” என்று பிரலாபிக்கத் தொடங்கிவிடுவார்.

இதன் பலனாக நிச்சிந்தாபுரத்தில் ராமச்சந்திர ராய்க்கு இரண் டாவது திருமணம் நடந்தேறியது. கலியாணம் ஆன கொஞ்ச நாளைக்குப் பிறகு தந்தை இறந்துவிடவே அவர் விஷ்ணுபுரத்தை விட்டு இங்கேயே வந்துவிட்டார். அப்போது அவர் ரொம்பச் சிறுவயதுடையவராக இருந்தார்.

இந்தக் கிராமத்துக்கு வந்த பிறகு அவர் மாமனாரின் மேற்பார் வையில் பள்ளியில் சமஸ்கிருதம் படிக்கத் தொடங்கினார். அதன் பிறகு அந்தப் பிராந்தியத்திலேயே குறிப்பிடத்தகுந்த பண்டிதரானார். ஆனால், அவர் எப்போதும் வேலை வெட்டிகளில் மனதைச் செலுத் தியது கிடையாது. ஆனால், அதற்கெல்லாம் அவர் தகுதியானவர் தானா என்றும் சொல்லிவிட முடியாது. அவருடைய குழந்தைகளெல் லாம் வருஷத்தில் ஒன்பது மாதம் மாமனார் வீட்டிலேயே விழுந்து கிடந்தன. அவரும் தன் தெருவிலுள்ள பதிராம் முகர்ஜி வீட்டிலேயே ஜமாவேோடிருப்பார். அவர் இரண்டு வேளையும் சாப்பாட்டுக்கு மாமனார் வீட்டுக்குப் போய்விடுவார். யாராவது, “பண்டிதரே! உங்களுக்கும் குழந்தை குட்டிகளிருக்கின்றன. அவர்களுடைய எதிர் காலத்தையும் கவனிக்க வேண்டாமா?” என்று கேட்டால், “அதைப் பற்றி யோசிக்க வேண்டியதே இல்லை. விரஜ் சக்கரவர்த்தியின் நெற்களத்தில் சிதறிக் கிடப்பதைப் பொறுக்கித் தின்றாலே போதும்.

இன்னும் இரண்டு தலைமுறைக்கு வேறு ஒன்றும் வேண்டியதில்லை" என்பார்.

இதைக் கூறிவிட்டு அவர் பேசுபவனை எப்படி மட்டம் தட்டுவது என்ற சிந்தனையிலேயே மூழ்கிவிடுவார்.

விரஜ் சக்கரவர்த்தியின் களத்துமேட்டை நம்பியிருந்தது எவ்வளவு பேதைமை என்பது, மாமனார் காலமானவுடனேயே வெளிப்பட்டு விட்டது. இந்த ஊரில் அவருக்கு நிலமும் கிடையாது. கையில் பணமும் கிடையாது. இப்படியும் அப்படியும் புரோகிதம் செய்ய நாலைந்து வீடுகளைப் பிடித்தார். எப்படியோ குடும்பம் நடக்கத் தொடங்கியது. குழந்தைகளையும் காப்பாற்றத் தொடங்கினார். இதற்கு முன்பே அவருடைய தூரத்து உறவினன் ஒருவனுக்கும் அவருடைய மாமனார் வீட்டிலேயே கலியாணம் ஆகியிருந்தது. அவரும் கலியாணத்துக்குப் பிறகு இங்கேயே தங்கிவிட்டார். அவரால் ராமச்சந்திர ராய்க்கு மிகுந்த உதவி கிடைத்தது. அந்தச் சகோதரனுடைய மகன் நீலமணி ராய் வேலையிலிருந்தார். வேலையின் நிமித்தம் அவர் எப்போதும் வெளியூரிலேயே வசித்து வந்தார். கிழத் தாயாரையும் தான் வேலை பார்க்கும் இடத்திற்கே அழைத்துக்கொண்டு போய்விட்டார். இப்போது அவருக்கு இங்கு யாரும் கிடையாது.

கிழக்கே எங்கோ ஒரு பிரசித்தி பெற்ற பிராமணனுக்கு இந்திராவைக் கலியாணம் செய்து கொடுத்தார்களாம். அவ்வளவு சிறந்த பிராமணனாக இருந்தும்கூட வருஷத்தில் ஆறு மாதத்திற்கு ஒருதரம் இந்தக் கிராமத்திற்கு வருவாராம். ஒரு அரை இரவை இங்கு கழித்துவிட்டு வழிச்செலவிற்கும் சுத்தமான பிராமணனுடைய மாமூலையும் பெற்றுக்கொண்டு அடுத்த நம்பர் மாமனார் வீட்டுக்குப் புறப்பட்டு விடுவாராம். ஆகையால், இந்திராவுக்குக் கணவனைப் பற்றிக்கூட நன்றாக ஞாபகம் இல்லை. தாய் தந்தையர் இறந்ததற்கு பிறகு அவள் சகோதரனுடைய பாதுகாப்பில் வசித்து வந்தாள். ஆனால் அவளுடைய துரதிர்ஷ்டம் சகோதரனும் சிறு வயதிலேயே காலமாகி விட்டான். ஹரிஹரனுடைய தந்தை ராமச்சந்திர ராய் கொஞ்ச நாளைக்குப் பிறகு இங்கு வீடு கட்டினார். அப்போதிருந்து இந்திரா இந்த வீட்டின் அங்கத்தினளாகி விட்டாள். இது இன்றைய விஷயமல்ல. அதற்கப்புறம் ஒரு யுகம் கடந்துவிட்டது.

அதன்பின் எத்தனையோ வருஷங்கள் கழிந்துவிட்டன. ஷாங்காரி குளத்தில் எத்தனையோ தடவை மலர் மலர்ந்து அழிந்தது. சக்கரவர்த்தி குடும்பத்துக்குச் சொந்தமான மைதானத்தில் சீதாநாத் முகர்ஜி மாந்தோப்பு பயிராக்கினார். இப்போது அந்த மரங்களெல்லாம் பெரிதாகிவிட்டன. எவ்வளவோ புது வீடுகள் கட்டப்பட்டன. எவ்வளவோ பழைய வீடுகள் அழிந்தன. எத்தனையோ கோலோக் சக்கரவர்த்திகளும், விரஜ் சக்கரவர்த்திகளும் மாண்டு மடிந்தனர்.

இச்சமாதி நதியின் தெள்ளிய நீரோட்டம் பெரும் வெள்ளமாக மாறி எத்தனையோ மாளிகைகளையும் குடியானவர்களையும் நுரையைப் போல அடித்துக் கொண்டு சென்றது. ஆனால், இந்திரா மட்டும் பழையபடியே இருக்கிறாள்.

1834 ஆம் ஆண்டு பிறந்த அந்த சுந்தரி இப்போது 75 வயது டைய கிழவியாகிவிட்டாள். கன்னம் ஒட்டிப்போய்விட்டது. இடுப்பு கொஞ்சம் வளைந்திருக்கிறது. தூரத்திலுள்ள பொருட்கள் இப்போது முன்போல நன்றாகத் தெரிவதில்லை. ஏதாவது காலடி ஓசை கேட்டால் அவள் கையினால் கண்ணில் ஒளி படாமல் மறைத்துக் கொண்டு, “யாரது? நளினாவா? பிஹகாரியா? இல்லையா? சரி நீ ராஜுவா?” என்று விசாரிப்பாள்.

இந்திராவின் கண்ணெதிரிலேயே எத்தனை மாறுதல்கள் நிகழ்ந்துவிட்டன! இப்போது வனாந்திரமாகக் கிடக்கும் விரஜ் சக்கரவர்த்தியின் நிலத்திலே சரத் பௌர்ணமியன்று லட்சுமி பூஜைக் காகக் கிராமத்திலுள்ள அனைவரும் இலைபோட்டு விருந்து சாப்பிடு வார்கள். மைதானத்திலே காலையும் மாலையும் எத்தனையோ பேர் சொக்கட்டான் ஆடுவார்கள். இப்போது அங்கே மூங்கிற் புதர்கள் தானிருக்கின்றன. பூச மாதத்தில் சித்திரான்னம் படைப்பார்கள். தினுசுதினுசான மிட்டாய்கள் செய்வார்கள்.

கண்ணைமூடினால் போதும், இந்திராவுக்கு எதிரில் இந்தக் காட்சிகள் எல்லாம் தென்படும். ராய் குடும்பத்தைச் சேர்ந்த நடு மருமகள் எல்லோரையும் போல நெல் குத்துவாள். தங்க வளையல்கள் அணிந்த அவளுடைய அழகிய கரங்கள் உலக்கையைப் பிடித்தபடி மேலும் கீழும் போய் வரும். மாதா ஜகதாத்திரிபோன்ற அழகுடைய வள். அவள் குணமும் அப்படிப்பட்டதுதான்.

இந்திரா விதவையான புதிதில் ஒவ்வொரு துவாதசி நாள் காலையிலும் அவள் கையாலேயே காலைச் சாப்பாடு தயார் செய்து கொண்டு வந்து போடுவாள். அவர்களெல்லோரும் இப்போது எங்கே போய் விட்டார்கள்? அந்த யுகத்தைச் சேர்ந்தவர்கள் யாருமே இப்போது கிடையாது. எவரிடம் இப்போது சுகதுக்கங்களைப் பற்றிப் பேச முடியும்?

அதற்குப் பிறகு இந்த வீட்டில் தனக்கு அடைக்கலம் கொடுத்த ராமச்சந்திர ராயும் காலமாகிவிட்டார். அவருடைய மகன் ஹரிஹரன் நேற்று பிறந்த பையன்! அவன் தண்ணீர் துறையில் விளையாடிக் கொண்டிருந்த பையன். ஒரு தடவை அவன் துவர் புளியங்காய் சாப்பிடுவதற்காக முகர்ஜி வீட்டுப் புளியமரத்திற்குப் போயிருந்தான். மரத்திலிருந்து விழுந்து கைகால் முறிந்து இரண்டு மூன்று மாதம் படுக்கையில் படுத்தபடி கிடந்தான். இதெல்லாம் அப்போது நடந்த விஷயம். சிறு வயதிலேயே அவனுக்குத் தடபுடலாக விவாகம்

நடந்தது. தந்தை காலமானதும் பத்து வயதுடைய தன் புது மணப் பெண்ணை அவளுடைய தாய்வீட்டில் விட்டுவிட்டு எங்கோ மாயமாய் மறைந்துவிட்டான். பத்து வருஷம் வரையிலும் அவனைப் பற்றி ஒரு தகவலும் தெரியவில்லை. கிழவிக்கு எப்போதாவது ஒரு கடிதமோ அல்லது நாலைந்து ரூபாய்க்கு ஒரு மணியார்டரோ வரும். எத்தனையோ நாள் இந்த வீட்டில் சாப்பிடுவதற்கு இன்றி அக்கம்பக்கத்தில் வாங்கிச் சாப்பிட்டு நாளைக் கழித்திருக்கிறாள்.

ரொம்ப நாளைக்குப் பிறகு இந்த நாலைந்து வருஷங்களாகத்தான் ஹரிஹரன் குடும்பம் நடத்துகிறான். அவனுக்கு ஒரு பெண்ணும் பிறந்தது. இப்போது அதற்கு ஆறு வருஷங்களாகின்றன. சிறு பிராயத்தில் தொடங்கிய தன் குடும்ப வாழ்க்கை மீண்டும் ஆரம்ப மாகிவிட்டது என்று கிழவி நினைத்தாள். மீதியுள்ள தன் வாழ்க்கை யில் அவள் வேறு எந்தச் சுகத்தையும் விரும்பவில்லை. வேறு சுகங் களும் இருக்கின்றன என்பதைக்கூட அவள் நினைத்துப் பார்த்த தில்லை. துக்ககரமான தன் வாழ்க்கையில் சிறிது மூச்சுவிடச் சந்தர்ப்பம் கிடைத்தாலோ அல்லது கொஞ்சம் நிமிர்ந்து உட்காரச் சந்தர்ப்பம் கிடைத்தாலோ அவள் பெரும் பாக்யமாகக் கருதுவாள். அவள் கனவு கண்ட பெரும் சுகம் இதுதான்.

அவள் ஹரிஹரனுடைய சின்னஞ்சிறு பெண்ணை ஒரு நிமிஷம் கூட விட்டுப் பிரியமாட்டாள். அவளுக்கும் கூட ஒரு பெண் இருந் தாள். அவளுடைய பெயர் விஸ்வேசுவரி. சிறு வயதிலேயே மண மாகியது. கலியாணமாகிச் சில நாளைக்குள் இறந்துவிட்டாள். ஹரி ஹரனுடைய மகள் நாற்பது வருஷத்துக்குப் பிறகு மரணத்தின் அக்கரையிலிருந்து விஸ்வேசுவரியாகத் தன் அனாதைத் தாயின் மடிக்கு வந்தது போலிருந்தது. நாற்பது வருஷ காலமாக அணைந்து போயிருந்த, தூங்கிப் போயிருந்த அவளுடைய தாய்மை இந்தப் பெண்ணின் மூலம் புத்துயிர் பெற்றது. திடீரென அந்தப் பசி கோர ரூபம்கூட எடுக்கத் தொடங்கியது. இந்தப் பெண்ணின் கள்ளம் கபடமற்ற சிரிப்பிலே கொஞ்சம் கொஞ்சமாக நாணம்கூட வெளிப் படத் தொடங்கியது. பிறந்ததின் மூலம் மற்றவர்களைக் கஷ்டத்தில் ஆழ்த்திவிட்டதற்காக நாணப்படுவது போலிருந்தது. அதற்காக மிகவும் துக்கப்பட்டாள்.

ஆனால், அவள் விரும்பியபடி நடக்கவில்லை. ஹரிஹரனுடைய மனைவி பெரிய சண்டைக்காரி. கிழவியை அவளால் நல்ல கண் கொண்டு பார்க்க முடியவில்லை. ‘இவள் என்ன சொந்தம்? யார் இவள்? சோற்றுக்குக் கேடாக இங்கு வந்து விழுந்து கிடக்கிறாளே’ என்று நினைத்தாள்.

அவள் தினசரி சின்னச் சின்ன விஷயத்திற்குக்கூட கிழவியிடம் சண்டையிடுவாள். அநேகம் தடவை சண்டை முற்றியதும் கிழவி

தன் பித்தளைச் செம்பை எடுத்துக் கக்கத்தில் வைத்துக் கொண்டு துணி மூட்டையைத் தூக்கிக்கொண்டு, "அடி அம்மா! இதோ நான் போகிறேன். இனி இந்த வீட்டில் காலடி எடுத்து வைத்தால் என்னை...."

கிழவி வீட்டை விட்டுக் கிளம்பி கோபத்துடன் மூங்கில் புதருகில் போய் நாள் முழுதும் உட்கார்ந்து கொள்வாள். சாயங்காலம் ஹரி ஹரனுடைய பெண் ஓடிப்போய் அவளுடைய முந்தானையைப் பிடித்து இழுத்துக் கொண்டு, "வா அத்தை! உன்னைத் திட்ட வேண்டாமென்று அம்மாவிடம் சொல்லுகிறேன். வா அத்தை!" என்று கூறுவாள்.

கிழவியும் சிறுமியின் கையைப் பிடித்துக்கொண்டு மாலை இருளில் வந்து சேர்வாள். சர்வஜயா முகத்தைத் திருப்பிக் கொண்டு, "வந்தாச்சா! போறது என்றால்தான் எங்கு போக முடியும்? இந்த இடத்தை விட்டால் வேறு கதி இல்லை. இப்படி இருந்து கொண்டு பண்ணுகிற அட்டகாசமோ பொறுக்க முடிகிறதில்லை" என்பாள்.

இப்படியேதான் பலமுறை நடந்து வருகிறது.

ஹரிஹரனுடைய வீட்டுக்குக் கீழ்ப்புறத்தில் ஒரு புல்வேய்ந்த கூரை வீடொன்று ரொம்ப நாளாகப் பழுதுபார்க்கப்படாமல் இருந்தது. அந்த வீட்டில்தான் கிழவி இருந்து வந்தாள். மூங்கில் சட்டத்தில் கட்டியிருந்த தூக்கில் இரண்டு கிழிந்த புடவைகள் தொங்கிக்கொண்டிருந்தன. அவற்றில் ஒட்டுப் போடாத இடமே கிடையாது. இப்போது கிழவியின் கண்ணுக்கு ஊசி தெரிவதில்லை. ஆகையால், புடவை கிழிந்து போனால் முடிச்சுப் போடத் தொடங் கினாள். ஒரு பிரம்புப் பெட்டியில் சிவப்புக் கரை போட்ட சில புடவைத் துணிகள் அமுக்கி வைக்கப்பட்டிருந்தன. இது கிழவியி னுடைய மகள் விஸ்வேசுவரியின் ஞாபகார்த்தமாக இருக்கிறது. ஒரு பித்தளைச் செம்பு, அதோடு மண்சட்டி ஒன்றும் இரண்டு பானைகளும் இருந்தன. பித்தளைச் செம்பில் வறுத்த அரிசி இருந்தது. சிறிய மண்பானையில் கொஞ்சம் எண்ணெய் இருந்தது. வேறொரு சட்டியில் கொஞ்சம் பனைவெல்லம் இருந்தது. சர்வ ஜயாவிடம் ஏதாவது கேட்டால் கொடுக்கமாட்டாள். ஆகையால், இவை எல்லாம் எங்காவது ஒளித்து வைத்திருப்பாள்.

சர்வஜயா இந்த அறைக்கு வரவேமாட்டாள். ஆனால், மாலை வேளையில் அவளுடைய மகள் இந்த அறைக்குள் நுழைந்து, கிழிந்து போன படுக்கையில் படுத்துக்கொண்டு அத்தையிடம் வெகுநேரம் வரையிலும் கதை கேட்டுக்கொண்டிருப்பாள். சிறிது நேரம் அதையும் இதையும் கேட்டுக் கொண்டிருந்துவிட்டு, "அத்தை! கொள்ளைக் காரர்கள் கதை சொல்லு" என்பாள்.

கிராமத்தில் ஐம்பது வருஷத்துக்கு முன் ஒரு வீட்டைக் கொள்ளைக்காரர்கள் கொள்ளை அடித்தார்களாம். அந்தக் கதை

தான் இது. இதற்கு முன் அந்தக் கதையைப் பலதடவை சொல்லியிருக் கிறாள். ஆனால், சில நாளைக்குப் பிறகு மறுபடியும் அந்தக் கதையைச் சொல்லச் சொல்லிக் கேட்பாள். பெண் சொல்லாமல் விடமாட்டாள். அதற்கப்புறம் அத்தையிடமிருந்து கிராமியப் பாட்டுகளைக் கேட்பாள். இந்திராவுக்கு அந்தக் காலத்திய பாட்டுக்கள் அநேகம் தெரியும். இந்திரா சிறுவயதில் அநேகம் பாடல்களைத் தன்னோடொத்த சிறுமியருடன் சேர்ந்துகொண்டு பாடுவதுண்டு. அப்போதெல்லாம் இவள் பாடுவதைத் தோழிகள் விரும்பிக் கேட்பார்கள்.

அதற்கப்புறம் இவ்வளவு தைரியமான ரசிகை வேறு யாரும் அவளுக்குக் கிடைத்ததில்லை. எங்கு சண்டை ஆரம்பமாகிவிடுமோ என்ற பயத்தால் தனக்குத் தெரிந்த பாடல்கள் அனைத்தையும் மாலை நேரத்தில் மருமகளிடம் பாடிக்காட்டத் தொடங்கிவிடுவாள்.

பாட்டுப் பாடிய பிறகு புன்முறுவலுடன் மருமகளைப் பார்ப் பாள். பெண் உடனே அதற்கப்புறம் என்று கேட்கத் தொடங்கி விடுவாள்.

அத்தை தான் பாடிய பாட்டை மறந்துவிட்டாலோ அல்லது பத்துப் பதினைந்து நாளைக்குப் பாடாவிட்டாலும் கூட மருமகள் அடி எடுத்துக் கொடுத்துப் பாடச் சொல்லுவாள்.

இரவு வந்தபிறகு தாயார் சாப்பிடக் கூப்பிட்ட பிறகுதான் குழந்தை எழுந்து போகும்.

2

ஜஸ்டா விஷ்ணுபுரத்துப் பழைய ஜமீன்தார் சௌத்திரி குடும்பம் பல பிராமணர்களுக்கு இனாம் நிலமளித்து அங்கு குடியேறச் செய்தனர். அவர்களில் ஹரிஹரனுடைய முன்னோரான விஷ்ணு ராம்ராயும் ஒருவராவார்.

இன்னும் ஆங்கில ஆட்சி வேரூன்றாத காலம். போக்குவரத்து அபாயகரமான நிலையிலேயேயிருந்தது. வழிப்பறியும் படகில் கொள்ளை அடிப்பதும் சர்வ சாதாரணமாக இருந்தது. இந்தக் கொள்ளைக்காரார்கள் பெரும்பாலும் க்லாலே, பாக்தி, பாவுரி சாதியைச் சேர்ந்தவர்களாக இருந்தார்கள். இவர்கள் கம்பு வீசுவதிலும் மல்யுத்தம் செய்வதிலும் நிகரற்று விளங்கினர். இன்றும்கூட அநேக கிராமங் களின் எல்லையில் இவர்களால் ஸ்தாபிக்கப்பட்ட காளி கோயில்கள் பாழடைந்து கிடப்பதைக் காணலாம். இவர்கள் பகலில் யோக்யமான மனிதர்களைப் போலிருப்பார்கள். இரவில் காளி பூஜை செய்த பிறகு கொள்ளை அடிக்கப் புறப்படுவார்கள். அந்தக் காலத்தில் நல்ல ஸ்திதியில் இருப்பவர்கள்கூடக் கொள்ளைக்கு ஆள் சேர்த்துக் கொண்டு போவதுண்டாம். இம்மாதிரி கொள்ளை அடிக்கப்பட்ட

வைரங்கள் பெரிய ஜமீன்தார் வீடுகளில் இருக்கின்றன என்பது வங்காள சரித்திரம் தெரிந்தவர்களுக்குப் புதிதல்ல.

விஷ்ணுராம் ராயினுடைய மகன் பீறாராய் இம்மாதிரி காரியங்களில் ஈடுபட்டவன் என்று சொல்லுவார்கள். அவரிடம் அநேக கம்புவீசும் வேலைக்காரர்கள் இருந்தார்கள். நிச்சிந்தாபுரத்துக்கு வடக்கில் ஒரு ஒற்றையடிப்பாதை சுடாங் வழியாக நவாப்கஞ்ச் போகிறது. அதன் ஓரத்திலே ஒரு பெரிய மைதானம் இருக்கிறது. அதை சோனாடாங் மைதானம் என்று சொல்லுவார்கள். அந்தக் காலத்தில் அந்த மைதானத்தில் நாத்தனார் குளம் என்று ஒரு குளம் இருந்ததாம். குளக்கரையிலே ஒரு பெரிய ஆலமரம் இருந்ததாம். அந்த ஆலமரத்தடியில் கொள்ளைக்கூட்டம் ஒன்று இருந்து வந்ததாம். சமயம் பார்த்து வழிப்போக்கர்களைக் கொள்ளை அடிப்பார்களாம். இவர்கள் கொள்ளை அடிப்பதே ரொம்ப விசித்திரமாக இருந்தது. இவர்கள் வழிப்போக்கர்களை ஒரே அடியில் அடித்துக் கொன்றுவிடுவார்களாம். அதற்கப்புறம்தான் அவரிடம் ஏதாவது பொருளிருக்கிறதா என்று தேடுவார்களாம். வழிப்போக்கனைக் கொன்ற பிறகு அவனிடம் தம்பிடிகூட இல்லாமல் போவதுண்டாம். அந்தப் பிணத்தைக் குளத்தில் மறைத்துவிட்டு அடுத்த வேட்டைக்குத் தயாராக இருப்பார்களாம். கிராமத்துக்கு வடக்கே இன்றுகூட அந்த ஆலமரம் இருக்கிறது. இப்போது அந்தக் குளம் கிடையாது. ஆனாலும், அருகிலுள்ள ஒரு பள்ளமான பூமியை நாத்தனார் குளம் என்று சொல்லுகிறார்கள். குளம் இப்போது தூர்ந்துவிட்டது. இப்போது குடியானவர்கள் இங்கே விவசாயம் செய்கின்றார்கள். சில சமயங்களில் ஏர் உழும்போதே, அரை மண்டையோடு வெளிப்படுவதுண்டாம்.

கிழக்கேயிருந்து ஒரு கிழ பிராமணன் தன் சிறுவயது மகனுடன் காளிகஞ்சிலிருந்து ஸ்ரீர்பூர்பக்கம் தன் கிராமத்தை நோக்கிப் போய்க் கொண்டிருந்தானாம். கார்த்திகை முடிந்துவிட்டது. அவன் தன் மகள் கலியாணத்திற்காகப் பொருள் தேட வெளியூர் சென்றிருந்தான். ஆகையால், கொஞ்சம் பணமும் மற்ற பொருட்களும் அவனிடம் இருந்தன. ஹரிதாஸ்பூர் கடை வீதியிலுள்ள சத்திரத்தில் நன்கு சாப்பிட்டுவிட்டுக் கவலையின்றி மத்தியானத்திற்குமேல் கிளம்பி வந்தார்கள். ஐந்து மைல் போய்விட்டால் நவாப்கஞ்ச் சத்திரத்தில் இரவைக் கழித்துக்கொள்ளலாம் என்று எண்ணமிட்டிருந்தார். இந்த வழி அபாயமற்றது என்று அவர் எண்ணிவிடவில்லை. ஆனால், கணக்கிட்டதில் கொஞ்சம் தவறு நேர்ந்துவிட்டது. கார்த்திகையில் பகல் கொஞ்சந்தானே! நவாப்கஞ்ச் போவதற்கு முன்பே சோனாடாங்கா மைதானத்திலேயே சூரியன் மறைந்துவிட்டான். அவர்களிருவரும் வேகமாக நடக்கத் தொடங்கினர். நாத்தனார் குளத்தை அடைந்ததும் அவர்களைத் திருடர்கள் சூழ்ந்து கொண்டார்கள்.

கொள்ளைக்காரர்கள் பிராமணன் தலைக்குமேலே தடியைத் தூக்கவே அவன் பயந்துபோய்க் கூச்சலிட்டுக் கொண்டே மைதானத்தை நோக்கி ஓடினான். பையனும் தந்தைக்குப் பின்னால் ஓடினான். பிராமணனோ வயதானவன். பையனோ பாலகன்! இவர்கள் கொள்ளைக்காரர்களிடமிருந்து தப்ப முடியுமா? கொஞ்ச நேரத்தில் கொள்ளையர்கள் வேட்டையாடச் சூழ்ந்து கொண்டார்கள். அப்போது பிராமணன், "கொல்லுவதாக இருந்தால் என்னைக் கொன்றுவிடுங்கள் என் மகனைக் காப்பாற்றுங்கள். எங்கள் குலவிளக்கு இவன் ஒருவன் தான்" என்று வேண்டினான். அன்று பீறாராயும் கொள்ளையர் களோடிருந்தார். கிழவன் அவரை அடையாளம் கண்டு கொண்டான். அவனுடைய காலைப்பிடித்துக் கொண்டு பையனையாவது காப்பாற்றும் படி வேண்டினான். அந்த ஏழை பிராமணனுக்குத் தன் குலவிளக்கு அணைந்து போவதால் மற்றவர்களுக்கு என்ன என்பது புரியவில்லை. அவன் உயிருடனிருந்தால் கொள்ளைக்காரர்களுக்குத்தானே ஆபத்து! மாலை இருளில் தந்தையையும் மகனையும் கொன்று பிணத்தை நாத்தனார் குளத்துச் சகதியில் மறைத்து விடும்படி உத்தரவிட்டு விட்டுப் போய்விட்டான்.

இந்தச் சம்பவம் நடந்து ரொம்ப நாளாகிவிடவில்லை. அதே வருஷம் தசராவின்போது நடந்ததைச் சொல்லுகிறோம். பீறாராய், ஹலூது பேடாவிலிருந்து தன் குடும்ப சகிதம் படகில் வந்து கொண்டிருந்தான். நகீபூருக்கருகில் காரி நதியைக் கடந்தால் மதுமதி நதியை அடையலாம்; அப்புறம் அந்த நதியில் வெள்ளத்தோடு இரண்டு நாள் சென்றால் தெற்கு ஸ்ரீபுரத்தை அடையலாம்; அதற்கப் புறம் படகு இச்சமாதியைச் சேரும். அங்கிருந்து அவனுடைய கிராமத்திற்கு நான்கு நாள் பயணம் போகவேண்டும்.

பகல் முழுதும் பிரயாணம் செய்த பிறகு மாலை டாக்கி துறையைப் படகு அடைந்தது. துர்கா பூஜை செய்ய வேண்டியிருந்தது. ஆகையால், டாக்கி கடைவீதிக்குப் போய்ச் சாமான்கள் வாங்கிவந்தனர். இரவு அங்கேயே தங்கிவிட்டுக் காலையில் புறப்பட்டனர். இரண்டு நாளைக்குப் பிறகு ஒரு இடத்தில் புயலை எதிர்பார்த்துப் படகை நிறுத்திவிட்டு சாப்பாடு தயாரிக்கத் தொடங்கினார்கள். திறந்த மைதானத்தில் நாணல் புற்கள் ஆங்காங்கே வளர்ந்திருந்தன. வேறு மரம் மட்டைகள் ஒன்றும் கிடையாது. ஒரு பக்கத்தில் படகோட்டி களும் இன்னொரு பக்கத்தில் பீறாராய் மனைவியும் அடுப்பை மூட்டினார்கள். எல்லோரும் சந்தோஷத்துடனிருந்தனர். இன்னும் இரண்டு நாளில் ஊருக்குப் போய்விடலாமல்லவா? அதோடு துர்கா பூஜையும் சமீபித்துவிட்டது. அதுவும் மகிழ்ச்சியான விஷயம்தானே!

சந்திர ஒளி சிதறிக் கிடந்தது. காரி நீர் மின்னிக் கொண்டிருந்தது. காற்று பலமாக வீசியது. நாணல் பூக்கள் நிலத்தை வெண்மையாக்கிக்

கொண்டிருந்தன. திடீரென ஏதோ ஒரு சத்தத்தைக் கேட்டுச் சமையல் செய்து கொண்டிருந்த படகோட்டிகள் இங்குமங்கும் பார்த்தனர். நாணல் புதரில் யாரோ அலறுவது கேட்டது. யாரோ பயத்துடன் சத்தமிட்டனர். பிறகு அதுவும் அடங்கிவிட்டது.

படகோட்டிகள் ஆவலுடன் சென்று பார்த்தனர். ஏதோ ஒன்று தரையிலிருந்து தண்ணீரில் குதிப்பது தெரிந்தது. திடீரெனச் சத்தம் கேட்டது. கரையோரம் அமைதியாக இருந்தது. ஒன்றும் கண்ணுக்குப் புலப்படவில்லை.

விஷயம் என்ன என்று கண்டுகொள்வதற்கு முன்பே பட கோட்டிகளும் ஜமீன்தாரிணியும் அங்கு கூடிவிட்டனர். சத்தத்தைக் கேட்டுப் பீறாராயும் வந்தார். அவருடைய முக்கிய வேலையாளும் வந்தான். பீறாராயின் ஏக புத்திரன் படகில் இருந்தவன் எங்கே? படகோட்டிகள் கையிலிருந்து பறவை பறந்துவிட்டது. சமையலாக இன்னும் கொஞ்சம் நேரம் ஆகுமென்று பையன் கரையோரமாக நிலவொளியில் உலாவப் போனானாம். இந்தக் காரி நதியில் கரையோரத்திலுள்ள நாணல் புதர்களில் முதலை பதுங்கியிருக்கும் என்பது படகோட்டிகளுக்கு உடனே விளங்கிவிட்டது. அது பீறாராயின் மகனை நீருக்குள் இழுத்துக்கொண்டு போய்விட்டது.

அப்புறம் நடக்கிறபடி நடந்தது. படகின் மூலம் இங்குமங்கும் இரவு நெடுநேரம் வரையிலும் தேடினான். அதற்கப்புறம் அழுது புலம்புவது ஆரம்பமாகியது. ஒரு வருஷத்திற்கு முன் நாத்தனார் குளத்தில் நடந்ததற்கு இந்த வருஷம் இச்சமாதி திறந்த மைதானத்தில் எவரோ கண்ணுக்குத் தெரியாத நீதிபதி நீதி வழங்கிவிட்டார். இந்தக் கண்ணுக்குத் தெரியாத நீதிபதிக்கு நாத்தனார் குளத்தில் கோரைப் புற்களுக்கு மத்தியில் ஒளித்து வைத்தது எப்படியோ தெரிந்து போய்விட்டது. அதற்கேற்பத் தண்டனை இருளில் கூட வழி தெரிந்து வந்து சேர்ந்துவிட்டது.

பீறாராய் அதற்குப் பிறகு அதிக நாள் உயிரோடிருக்கவில்லை. இவ்விதம் அவர் குடும்பத்தில் ஒரு விசித்திரமான விஷயம் ஆரம்ப மாகியது. அவருடைய வம்சம் மறைந்து போனாலும்கூடத் தம்பிக்குக் குழந்தைகளிருந்தன. ஆனால், குலத்தில் மூத்த பிள்ளை அதிக நாளிருப்பதில்லை. சிறு வயதிலேயே ஏதோ ஒரு நோயால் மரணம் அடைந்துவிடுவான். பிராமணனுடைய சாபம் அந்த வம்சத்தையே பிடித்துக்கொண்டது என்று ஜனங்கள் பேசிக் கொண்டார்கள். ஹரிஹரனுடைய தாயார் தரிசனத்திற்காக தாரகேசுவரம் போனாள். அங்கே ஒரு சந்நியாசியிடம் அழுது தொழுது ஒரு தாயத்து வாங்கி வந்தாள். தாயத்தின் பலன் என்று வைத்துக் கொண்டாலும் சரி; அல்லது இரண்டு தலைமுறைக்குள் பிராமணனுடைய சாபம்

கற்பூரத்தைப் போல மறைந்துவிட்டது என்று வைத்துக் கொண்டாலும் சரி, ஹரிஹரர் இவ்வளவு வயதாகியும் உயிரோடுதானிருக்கிறார்.

3

கொஞ்ச நாளைக்குப் பிறகு:

மகள் மாலை நேரத்திற்குப் பிறகு தூங்கிக் கொண்டிருந்தாள். வீட்டில் அத்தை இல்லை. ஏறக்குறைய இரண்டு மாதங்களுக்கு முன் தாயாருடன் மனத்தாங்கல் பட்டுக்கொண்டு பக்கத்துக் கிராமத்தில் உள்ள உறவினர் வீட்டில் போய் இருந்து வந்தாள். தாயாருக்கும் கொஞ்ச நாளாக உடம்புக்குச் சரியில்லாதிருந்தது. அவளைக் கவனித்துக் கொள்வதற்கு வேறு யாரும் கிடையாது. இப்போது தாயார் பிரசவ அறைக்குள் இருந்தாள். ஆகையால், மகள் சாப்பிட்டாளா தூங்கினாளா என்பதைக் கூடக் கவனிக்க முடியவில்லை.

மகள் படுக்கையில் படுத்தபடி தூக்கம் வரும் வரையிலும் அத்தையை நினைத்துக் கொண்டு அழுது கொண்டிருந்தாள். இப்படி அழுவது தினசரி ஒரு காரியமாகிவிட்டது. இரவு நெடு நேரத்திற்குப் பிறகு பேச்சுக் குரல் கேட்டு விழித்துக் கொண்டாள். குடினியின் தாயார் சமையல் வீட்டுத் தாழ்வாரத்தில் நின்று கொண்டு பேசிக் கொண்டிருந்தாள். பக்கத்து வீட்டு நேடாலின் அக்கா, இன்னும் யாரெல்லாம் கூடியிருந்தார்கள். எல்லோரும் கவலைப்பட்டுக் கொண்டிருப்பது போலிருந்தது. அவள் சிறிது நேரம் விழித்துக் கொண்டிருந்துவிட்டு மறுபடியும் தூங்கிவிட்டாள்.

மூங்கில் வீட்டில் காற்று சர்சர் என வீசிக் கொண்டிருந்தது. பிரசவ அறைக்குள் விளக்கு எரிந்து கொண்டிருந்தது. யார் யாரோ பேசிக் கொண்டிருந்தார்கள். வாசலில் சந்திர ஒளி பட்டுக் கொண்டிருந்தது. அவள் சிறிது நேரத்திற்குள் குளிர்ந்த காற்றில் தூங்கிவிட்டாள். கொஞ்ச நேரத்திற்குப் பிறகு ஒரு தீனக் குரலையும், அதைத் தொடர்ந்து எழுந்த கலவரத்தையும் கேட்டு விழித்துக் கொண்டாள். பெண்ணின் தந்தை தன் அறையிலிருந்து பிரசவ அறைப்பக்கம் எழுந்துபோய், “சித்தி, எப்படியிருக்கிறது? என்னாயிற்று?” என்றார்.

பிரசவ அறைக்குள்ளிருந்து வேதனை தோய்ந்த குரல் வெளிப் பட்டுக்கொண்டிருந்தது. அது தாயாரின் குரல்தான். தூக்கக் கலவரத்தில் அவளுக்கு ஒன்றும் புரியாமல் சிறிது நேரம் உட்கார்ந்து கொண்டிருந்தாள். அவளுக்குக் கொஞ்சம் பயமாகக்கூட இருந்தது. அம்மா ஏன் அப்படிச் செய்ய வேண்டும்? அவளுக்கு என்ன நேர்ந்தது?

அவள் மேலும் கொஞ்ச நேரம் வரையிலும் உட்கார்ந்து கொண்டிருந்தாள். ஒன்றும் புரியாமல் போகவே மறுபடியும்

படுத்துக்கொண்டாள். சிறிது நேரத்தில் தூங்கிவிட்டாள். எவ்வளவு நேரத்திற்குப் பிறகு பூனைக்குட்டி கத்துவது போல மியாவ் மியாவ் என்ற சத்தத்தைக் கேட்டு அவள் விழித்துக் கொண்டாளோ தெரிய வில்லை. அவள் அன்று மாலை அத்தையின் அறையிலுள்ள இடிந்து போன அடுப்புக்குள் பூனைக்குட்டியை ஒளித்து வைத்தது நினை விற்கு வந்தது. சின்னஞ்சிறு அழகான குட்டி. இன்னும் கண்கூட விழிக்கவில்லை. பக்கத்து வீட்டுப் பூனை வந்து குட்டியைத் தின்கிறதோ என்று நினைத்தாள்.

அந்த அரைத் தூக்கத்திலேயே அவள் அவசரமாக எழுந்து போய் அடுப்பில் கை விட்டுப் பார்த்தாள். பூனைக் குட்டி சுகமாகத் தூங்கிக் கொண்டிருந்தது. பூனையைக் காணோம். அவள் திடுக் கிட்டுப் போய் மறுபடியும் படுத்துத் தூங்கிவிட்டாள்.

அவள் மறுபடியும் பூனைக்குட்டியின் மியாவ் மியாவ் சத்தத்தைக் கேட்டுத்தான் கண் விழித்தாள்.

அடுத்த நாள் காலை அவள் எழுந்து கண்ணைத் தேய்த்துக் கொண்டிருந்தாள். அப்போது குடினியின் தாயார் அருகில் வந்து, “நேற்று இரவு உனக்கு ஒரு தம்பி பிறந்திருக்கிறான்.

அவனைப் பார்க்கவில்லையா?... நேற்று இரவு எத்தனை அமர்க்களப்பட்டது! நீ எங்கிருந்தாய்? அவனுக்கு காலபூர் தர்க்காவில் சர்க்கரை ஓத வேண்டும்! நேற்று இரவு பிழைத்துக் கொண்டார்கள்” என்றாள்.

மகள் ஒரு குதியில் பிரசவ அறை முன் போய் நின்று கொண்டு எட்டிப் பார்க்கத் தொடங்கினாள். அவளுடைய தாயார் பிரசவ அறைக்குள் ஈச்சம் பாய் மீது படுத்துத் தூங்கிக் கொண்டிருந்தாள். ரொம்ப அழகான சின்னஞ்சிறிய கண்ணாடி பொம்மையைவிடக் கொஞ்சம் பெரிதுதான். ஒரு ஜீவன் பழைய துணி மீது படுத்துக் கொண்டிருந்தது. அதுகூடத் தூங்கிக் கொண்டுதானிருந்தது. அறைக்குள் நெருப்பு எரிந்து கொண்டிருந்தது. அந்தப் புகையில் நன்கு தெரியவில்லை. அவள் நின்று கொண்டிருந்த சிறிது நேரத் திற்குள் அந்த ஜீவன் கண்ணை விழித்துப் பார்த்துக் கொண்டிருந்தது. அது கையை ஆட்டிக் கொண்டு ரொம்ப மெலிந்த குரலில் அழுதது. அவளுக்கு இப்போதுதான் இரவு பூனைக்குட்டியின் சத்தம் என்று நினைத்தது தவறு என்பது புரிந்தது. பூனைக்குட்டியின் சத்தத்திற்கும் இதற்கும் கொஞ்சங்கூட வித்தியாசம் கிடையாது. அதுவும் தூரத்தி லிருந்து கேட்டால் அதேபோலத்தானிருக்கிறது. திடீரெனத் தன் தம்பியைப் பற்றிப் பெருமைப்பட்டாள். நேடாவின் அக்காளும் குடினியின் தாயாரும் தடுத்தபடியால் அவள் அறைக்குள் போக வில்லை.

தாயார் பிரசவ அறையை விட்டு வெளியேறியதும் தம்பிக்கு எத்தனையோ பாடல்களைப் பாடிக் காட்டினாள். எவ்வளவோ மாலை வேளைகளில் அத்தையை நினைத்து, அவள் கூஜாவிலிருந்த தண்ணீரில் கொஞ்சம் குடித்தாள்.

ஒரு ஆள் வந்தான். அவன் அந்தக் கொய்யா மரத்துக்குக் கீழே மாலை வேளையில் வந்து நின்று கொண்டிருந்தான். மாமனார் வீட்டிலிருந்து வந்திருந்தான். கையில் ஒரு கடிதம் இருந்தது. கடிதத்தைப் படிப்பதற்கு எந்த ஆளையும் காணோம். கோலோக் அண்ணா இருந்தார். அவரும் சென்ற வருஷம் காலமாகிவிட்டார். ஆகையால், பெரிய சித்தப்பா வீட்டுக்குப் போனாள். அன்று நடந்த விஷயம் இன்றுகூட நினைவிலிருக்கிறது. விரஜ் சித்தப்பா, பதித்ராயின் அண்ணாயதுராய், கோலோக்கின் சித்தப்பா பஜஹரி முதலிய எல்லோரும் அங்கிருந்தனர். அவர் ஆச்சரியத்துடன், "இந்திரா! இந்தக் கடிதத்தை யார் கொண்டு வந்தார்கள்?" என்றார்.

அதற்கப்புறம் இந்திரா வீட்டுக்கு வந்து மாங்கல்யப் பெண்களின் சின்னமான கைவளையலை, அதாவது வாலிபப் பருவத்தின் ஆரம் பத்தில் அணிந்ததைக் கழட்டினாள். நெற்றிக் குங்குமத்தை நதியில் மூழ்கி அழித்தாள். இது எத்தனை நாளைக்கு முன் நடந்த விஷயம். எல்லாம் கனவுபோல இருக்கிறது. இருந்தாலும் நேற்றுத்தான் நடந்தது போல நெஞ்சைவிட்டு நீங்காதிருக்கிறது.

நிவாரணனைப் பற்றி ஞாபகம் எழுகிறது. விரஜ் சித்தப்பாவின் மகன்தான் நிவாரணன். பதினாறு வயதுடைய வாலிபன். எவ்வளவு அழகிய முகம். அவன் உட்காருமிடத்தை இன்று காடு கபளீகரம் செய்துவிட்டது. மூங்கில் புதர்கள் அந்த இடத்தைச் சூழ்ந்து கொண்டன. இவை எல்லாம் சூழ்ந்திருந்த அவனது அறைக்குள் கடும் நோயால் பீடிக்கப்பட்டுப் படுத்துக் கொண்டிருந்தான். இரண்டு மூன்று நாள் வரையிலும் இப்போது போய்விடுவான், பிறகு போய்விடுவான் என்றுதானிருந்தது. அந்தப் பையன் அடிக்கடி, தண்ணீர் தண்ணீர் என்று கதறினான். ஆனால் ஈசான் வைத்தியர் தண்ணீர் கொடுக்கக்கூடாது என்று சொல்லியிருந்தார். சோம்பை ஈரத்துணியில் நனைத்து அதை உறிஞ்சச் சொன்னார். நிவாரணன் நாலாம் நாள் இரவு இறந்து விட்டான். இறப்பதற்குக் கொஞ்சம் முன்வரையிலும் அவன் தண்ணீர் தண்ணீர் என்று துடித்தான். ஆனால், அவனுக்கு ஒரு சொட்டுத் தண்ணீர்கூடக் கொடுக்க வில்லை. அவன் இறந்த பிறகு நான்கு நாள் வரையிலும் பெரிய சித்தி தண்ணீர் கூடக் குடிக்காமலிருந்தாள். ஐந்தாவது நாள் பெரிய மைத்துனர் ராமச்சந்திர சக்கரவர்த்தி தம்பி மனைவியின் அறைக்குள் போய் கைகூப்பிக் கொண்டு, "அம்மா! நீயும் போய்

விட்டால் என் கதி என்னாவது? இந்த வயோதிக நிலையில் நான் எங்கு போவேன்?" என்றார்.

பெரிய சித்தி பெரிய பணக்காரக் குடும்பத்தைச் சேர்ந்த பெண். ஜகதாத்திரி போன்ற அழகிய முகம். இந்தப் பிராந்தியத்திலேயே அம்மாதிரி அழகு படைத்த பெண் கிடையாது. அவள் கணவனுடைய பாதத்தைக் கழுவிக் குடிக்குமுன் பச்சைத் தண்ணீர்கூடக் குடிக்க மாட்டாள். அந்தக் காலத்திய குடும்பப் பெண் சமையல் செய்து வீட்டிலுள்ளவர்களுக்கும் உறவினர்களுக்கும் படைப்பாள். பிற்பகல் எளிய உணவை மட்டும் உட்கொள்ளுவாள். தானதருமங்களிலும் பூஜை புனஸ்காரங்களிலும் மாதா அன்னபூரணியைப் போன்றவள். அவள் தானே சமைத்து மற்றவர்களுக்குப் போடுவதை விரும்பினாள். ஆகையால் மைத்துனர் பேச்சு அவள் உள்ளத்தில் எங்கோ ஒரு கோமளமான பாகத்தைத் தீண்டிவிட்டது. அதற்கப்புறம் அவள் எழுந்தாள். தண்ணீர் குடித்தாள். ஆனால், அதற்கப்புறம், அவள் அதிக நாள் உயிரோடிருக்கவில்லை. மகன் இறந்து ஒன்றரை வருஷத்துக்குள் அவளும் காலமாகிவிட்டாள். "அம்மா! கொஞ்சம் தண்ணீர் கொடு! கொஞ்சம் கொடம்மா!" "தண்ணீர் குடிக்கக் கூடாதப்பா! வைத்தியர் குடிக்கக்கூடாதென்று சொல்லியிருக்கிறார். தண்ணீர் குடிக்கவேண்டாம்."

"அம்மா! கொஞ்சம் கொடம்மா! ஒரு சொட்டுத் தண்ணீர். நான் உன் காலைப் பிடிக்கிறேன்."

***

மத்தியான வேளையில் மர நிழலில் இளைப்பாறிக் கொண்டிருக்கும் பறவைகளின் கலவரம் கேட்டது. அக்கரையில் மூங்கில்தான் காற்றுக்குப் படபடவென அடித்துக் கொண்டது. "அத்தை! உனக்குத் தூக்கம் வந்துவிட்டது. தூங்கப்போகலாம் வா" என்று மகள் கூறினாள்.

கிழவி கையிலிருந்த அரிவாளை எடுத்துக்கொண்டு, "இதோ பார். தூக்கமயமாகத்தானிருக்கிறது. ரொம்ப நேரமாகிவிட்டது. சரி இதோடு நிறுத்திக் கொள்ளலாம். இன்னும் கொஞ்சம் பெரிய அரிவாளை எடுத்து வரவேண்டும்" என்றாள்.

குழந்தைக்கு ஏறக்குறைய பத்துமாதம் ஆகிவிட்டது. சின்னஞ் சிறிய அழகான குழந்தை. கீழ்வரிசையில் இரண்டு பற்கள் முளைத்தன. அந்தப் பாலகன் இஷ்டமானபோது அந்த இரண்டு பற்களையும் காட்டிக் கொண்டு சிரிக்கத் தொடங்கியது. 'உன் குழந்தையின் சிரிப்பை விலைமதிக்க முடியாது' என்று அனைவரும் கூறுவர்.

4

குழந்தையைக் கொஞ்சம் தூண்டினால் சிரிக்க ஆரம்பித்துவிடும். பைத்தியம்போலச் சிரித்துக் கொண்டே இருக்கும். அதனுடைய தாய், "கண்ணு! வேண்டாம். இன்று ரொம்ப சிரித்துவிட்டாய். நாளைக்குக் கொஞ்சம் இருக்கட்டும்" என்பாள்.

குழந்தை இரண்டு வார்த்தைகளைக் கற்றுக்கொண்டிருந்தது. அது மகிழ்ச்சியுடனிருக்கும்போது, 'ஜே! ஜே! ஜே!' என்று பால் பற்களைக் காட்டிக்கொண்டு சிரிக்கும். துக்கப்படும்போது 'ந! ந! ந!' என்று கத்திக்கொண்டு அழத்தொடங்கும். எந்தப் பொருள் கைக்குக் கிடைத்தாலும் தன்னுடைய இரண்டு பற்களாலும் சோதித்துப் பார்க்கும். மண்ணாங்கட்டியாக இருந்தாலும், மரக் கட்டையாக இருந்தாலும், தாயாரின் முந்தானையாக இருந்தாலும் பதம் பார்க்கும். பால் வார்க்கும் போது பால் சங்கை ஆனந்தமாக அந்தப் பற்களால் பற்றிக்கொள்ளும். குழந்தையின் தாயார் கலகல வெனச் சிரித்துக் கொண்டு, "அடே கண்ணா! பால் சங்கை ஏன் பிடித்துக்கொண்டாய்? விடு! விடு! இதென்ன வேலை? இருப்பதே இரண்டு பற்கள், அதுவும் விழுந்துவிட்டால் எப்படிச் சிரிப்பாய்?" என்பாள்.

ஆனால், கண்ணு அதைக் கேட்காது. தாயார் குழந்தையின் வாயில் விரலை விட்டுச் சங்கை வெகு பிரயாசைப்பட்டு மீட்பாள்.

குழந்தையை இனி நம்பமுடியாது. சமையல் வீட்டுக்கு முன் உள்ள கூடத்தில் சுற்றிலும் மூங்கில்களை வைத்துத் தடுத்து, அதற்குள் குழந்தையை விட்டுவிடுவாள். குழந்தை அதற்குள் கைதியைப் போல நின்றுகொண்டு தனக்குத் தானே சிரிக்கும். என்னவெல்லாமோ பேசிக்கொள்ளும். அத்த மூங்கில்களைப் பிடித்துக்கொண்டு வெளியில் எட்டிப் பார்க்கும். குழந்தையின் தாயார் ஆற்றிலிருந்து குளித்துவிட்டு ஈரப் புடவையோடு வருவாள். அப்போது ஈரப்புடவை சரக் சரக்கென ஒரு சத்தம் எழுப்பும். அந்தச் சத்தத்தைக் கேட்டுக் குழந்தை எழுந்து நின்றுகொண்டு நாற்புறமும் பார்க்கும். தாயாரைப் பார்த்ததும் சிரிக்கும். பிறகு, மூங்கில்களைப் பிடித்துக்கொண்டு நின்று கொள்ளும். "இதென்ன? இப்போதுதானே முகத்தைக் கழுவிவிட்டுப் போனேன்? அதற்குள் முகத்தை இப்படிப் பண்ணி வைத்துக் கொண்டாயோ? வா, இங்கே வா" என்று தாயார் கூறுவாள்.

தாயார் உடனே குழந்தையின் கண் மையைத் துடைத்து விடுவாள். குழந்தையின் முகம் சிவந்து போய்விடும். குழந்தை சந்தோஷம் தாங்காமல் 'ஜே! ஜே! ஜே!' என்று கும்மாளமிடும்.

அதற்கப்புறம் தாயாரின் கையில் துடைக்கும் துண்டைப் பார்த்தவுடன் மண்டியிட்டுக் கொண்டு தவழ்ந்து ஓடப்பார்க்கும்.

 நற்றிணை பதிப்பகம் ✶ 17

சர்வஜயா குளித்து விட்டு வந்து, "கண்ணு! என்ன சொல்கிறாய்? டூ... ஊ....ஊ! கண்ணு தொட்டிவாடுவான்! தொட்டிவாடுவான்" என்பாள். குழந்தையும் குஷியுடன் பாட்டுப் பாடத்தொடங்கும்.

"சரி, இனி நிறுத்திக்கொள் இதுபோதும்."

சர்வஜயா வேலை செய்துகொண்டிருக்கும்போது குழந்தை யிடமிருந்து ஏதாவது சத்தம் வருகிறதா என்று உன்னிப்பாகக் கவனிப்பாள். ஒருவித சத்தமும் வராவிட்டால் அவள் இதயம் துடிப்பதே நின்றுவிடும். எங்காவது நரி வந்து தூக்கிக்கொண்டு போய்விட்டதா? அவள் நாலுகால் பாய்ச்சலில் ஓடிவருவாள். குழந்தை அந்த மூங்கில் வேலிக்குள் ஷண்பக மலர்போலக் குப்புறப் படுத்துக் கொண்டிருக்கும். நாற்புறமும் ஈக்கள் பறந்து கொண்டிருக்கும். தூங்கும்போதுகூடக் குழந்தையின் சிவந்த உதடுகள் நடுங்கிக் கொண்டிருக்கும். அது எச்சிலை விழுங்கிக் கொண்டு பலமாக மூச்சு விட்டுக் கொண்டிருக்கும். ஆனால், திடீரென மூச்சுவிடும் சத்தம் கூடக் கேட்காது.

காலையிலிருந்து மாலை வரையிலும், மாலையிலிருந்து இரவு நெடுநேரம் வரையிலும் மூங்கில் காட்டோரத்திலுள்ள இந்த வீடு பத்துமாதக் குழந்தையின் இன்ப விளையாட்டுகளில் மூழ்கியிருக்கும்.

தாய் குழந்தையிடம் அன்பு செலுத்துகிறாள். குழந்தையை மனிதனாக்குகிறாள். ஆகையால், யுகயுகமாந்திரமாக தாய்மை கௌரவமாகப் போற்றப்படுகிறது. ஆனால், குழந்தை தாயாருக்கு அளிப்பது எந்தவிதத்திலும் குறைந்ததல்ல. குழந்தையிடம் தம்படி கூடக் கிடையாதுதான். அதனுடைய மனமோகனப் புன்னகையும், குழந்தை விளையாட்டும், சந்திரனைப் போன்ற முகமும், மழலை மொழியும், அதனுடைய கோபத்திற்கும் உலகத்தில் ஈடு இணை உண்டா? அது ஒரு கையில் கொடுத்துவிட்டு மறுகையில் பெற்றுக் கொள்கிறது. பிச்சைக்காரனைப் போல் அது வெறும் கையை நீட்டுவதில்லை. ஹரிஹரன் கடைக்கணக்கு எழுதிக் கொண்டிருக்கும் போதோ படிக்கும் போதோ சர்வஜயா வந்து, "கொஞ்சம் குழந்தையைப் பார்த்துக்கொள்ளுங்கள். மன்னி தண்ணீர்த் துறைக்குப் போய் விட்டார்கள். நான் குளிக்கப் போவதா? இதற்குக் காவலிருப்பதா?" என்பாள்.

ஹரிஹரன் உடனே, "முடியாது! முடியாது! எனக்கு ரொம்ப முக்கியமான வேலை இருக்கிறது" என்பார்.

சர்வஜயா கோபத்துடன், குழந்தையைக் கொண்டுவந்து முன்னால் உட்கார வைத்துவிட்டுப் போய்விடுவாள். ஹரிஹரன் கணக்கு எழுதிக்கொண்டே, குழந்தை செருப்பைக் கடிப்பதைப் பார்ப்பார். ஹரிஹரன் செருப்பைப் பிடுங்கிக்கொண்டு, "இது என்னடா தொந்திரவு! வேலை கிடக்கிறதோ!" என்பார்.

திடீரென ஏதாவது குருவி வாசலில் வந்து உட்காரும். குழந்தை அதைக்காட்டிக் கொண்டு ஆச்சரியத்துடன் 'ஜே! ஜே!' எனச் சத்த மிடும்.

ஹரிஹரனுக்கு இதைக் கண்டு அளவு கடந்த கோபம் வந்து விடும்.

ரொம்ப நாளைக்கு முன் இரவு நடந்த சம்பவம் நினைவிற்கு வருகிறது.

மேற்கேயிருந்து வந்தவுடன் கிராமத்தாரின் உதவியுடன் மாமனார் வீட்டிலிருந்து மனைவியை அழைத்துவர ஹரிஹரன் நிச்சயம் செய்துகொண்டார். மத்தியான வேளைக்குப் பிறகு மாமனார் ஊருக்குப் படகு போய்ச் சேர்ந்தது. கலியாணத்திற்குப் பிறகு அவர் ஒரே ஒரு முறைதான் அங்கு போயிருக்கிறார். வழி தெரியவில்லை. ஆகையால், வழியை விசாரித்துக் கொண்டே மாமனார் வீடு போய்ச் சேர்ந்தார். அவர் அழைக்கும் சத்தத்தைக் கேட்டு ஓர் அழகிய யுவதி யார் என்று பார்க்க வந்தாள். அவரைப் பார்த்தவுடன் அவள் உள்ளே போய்விட்டாள். இந்தப் பெண் யார் ஹரிஹரன் யோசிக்கத் தொடங்கினார். மனைவியா? அல்லவா? அவள் இம்மாதிரி யுவதி யாகி விட்டாளா?

இரவுதான் உண்மை விஷயம் வெளிப்பட்டது. சர்வஜயா ஏழ்மையினால் தன் தாயாரின் சிவப்புக்கரை போட்ட சேலையைக் கட்டிக்கொண்டு இரவு வெகு நேரத்திற்குப் பிறகு வந்தாள். ஹரிஹரன் அவளைப் பார்த்ததும் ஆச்சரியமடைந்தார். பத்து வயதுச் சிறுமிக்கும் இந்த யுவதிக்கும் எவ்வித சம்பந்தமும் இருப்பதாகத் தெரியவில்லை. இவளை இப்படி உருமாற்றியது யார்? இப்போது முகத்திலே அந்தக் குழந்தைத்தன்மை இல்லை. அந்த இடத்திலே இப்போது அழகு பொங்கி வழிகிறது. இதை உடனேயே ஹரிஹரன் புரிந்து கொண்டார். கை கால்கள், நடவடிக்கை அனைத்திலுமே புதுமை மிளிர்கிறது. எங்கும் எவ்விதக் குறைப்பாட்டையும் காணோம்.

அறைக்குள் நுழைந்ததும் சர்வஜயா கொஞ்சம் தயங்கினாள் என்னதான் பெரியவளாகப் போயிருந்தாலும் கணவனுடன் இது வரையிலும் சேர்ந்து வசித்ததில்லை. புதுப்பெண்ணின் வெட்கம் மறுபடியும் அவளை ஆட்கொண்டது. ஹரிஹரன்தான் முதலில் பேசினார். அவர் மனைவியின் வலது கரத்தைப் பிடித்துப் படுக்கை யில் உட்கார வைத்துவிட்டு, "வா, வந்து உட்கார்! சௌக்கியம்தானே?" என்றார்.

சர்வஜயா புன்முறுவல் செய்தாள். வெட்கம் கொஞ்சம் குறைந்தது. "இத்தனை நாளைக்குப் பிறகு ஞாபகம் வந்ததா? இவ்வளவு நாளாக எங்கு மறைந்திருந்தீர்கள்?" என்றாள்.

மறுபடியும் சிரித்துக்கொண்டு, "என் மீது என்ன குற்றம்? சொல்லுங்கள்?" என்றாள்.

மனைவியின் பேச்சிலே கிராம்யவாடை வீசுவதை ஹரிஹரன் நன்கு அனுபவித்தார். அவளுடைய கைகளிலே அரக்கு வளையலைத் தவிர வேறு ஒன்றையும் காணோம். ஏழை வீட்டுப் பெண் கொடுப்பதற்கும் யாரும் கிடையாது. இத்தனை நாளாகத் தன்னைப் பற்றி எவ்வித தகவலும் தெரிவிக்காமல் பெருத்த அநீதி செய்திருக்கிறார். சர்வஜயாவும் கணவனை உற்றுப் பார்த்துக்கொண்டிருந்தாள்.

இன்று பகல் நாலைந்து தடவை கணவனை மறைவிலிருந்து பார்த்தாள். ஹரிஹரனுடைய ஆரோக்கியமான உடலிலே வெளிப்பட்ட இளமையும் கம்பீரமும் பெரும்பாலும் வங்காளக் கிராமங்களிலே காண முடியாது. தன் கணவன் மேற்குப் பக்கத்திலிருந்து பெரும் பண்டிதனாக வந்திருக்கிறான் என்று பெற்றோர்கள் பேசிக் கொண்டதைக் கேட்டிருக்கிறாள். அதோடு கொஞ்சம் பணமும் சம்பாதித்து வந்திருக்கிறானாம். கடவுளே இத்தனை நாளைக்குப் பிறகு அவளிடம் இரக்கம் கொண்டார் போலும்! கணவன் சந்நியாசி யாகி விட்டான். இனித் திரும்பி வரமாட்டான் என்று அனைவரும் சொன்னார்கள். அவள் இதை மனப்பூர்வமாக நம்பவில்லை என்றாலும் கணவன் திரும்பி வருவது என்பது நடக்க முடியாத ஒன்று என்று தான் எண்ணி வந்தாள். எத்தனையோ இரவுகள் இதைப்பற்றியே யோசித்துக் கொண்டிருந்திருக்கிறாள். அவள் கிராமத்தில் நடக்கும் கல்யாணம், காட்சிகளில் பங்கு எடுத்துக் கொள்வதில்லை. அனைவரும் அவளைப் பார்த்து இரக்கப்பட்டனர்; அனுதாபப்பட்டனர். கவலையால் அவள் கண்களில் நீர் நிறைந்துவிடும். இத்தனை நாளாக இளமையின் பொற்கனவுகள் அமைதியான ஆழ்ந்த இரவுகளில் கண்ணீர்த் துளிகளாக மாறி உருண்டோடின. அவள் யாரிடமும் வாய் திறந்து ஒன்றும் சொல்லியது கிடையாது. தாய் தந்தையர் இருக்கும்போதே குடும்பம் இந்த நிலையிலிருக்கிறதே, அவர்களும் மறைந்தபிறகு யாரிடம் அடைக்கலம் புகுவது என்று நினைப்பாள்.

இத்தனை நாளைக்குப் பிறகு அவள் சுழலிலிருந்து விடுபட்டுக் கரையை அடைந்துவிட்டாள்.

ஹரிஹரன் சிரித்துக்கொண்டு, "ஆமாம், என்னைக் கதவுக்கு வெளியில் பார்த்தவுடன் அடையாளம் கண்டுகொண்டாயா?" என்றார்.

சர்வஜயாவும் சிரித்துக்கொண்டு, "கண்டுகொள்ளாமல் என்ன? முதலில் சரியாகத் தெரியவில்லை. ஆனால், உடனே.." என்றாள்.

"அனுமானித்திருப்பாய்?"

"அதெல்லாம் ஒன்றுமில்லை. அனுமானிப்பதென்ன? அப்போதே நான் முக்காட்டை இழுத்துவிட்டுக்கொண்டு வீட்டுக்குள் போய் விட்டதை நீங்கள் பார்க்கவில்லையா?"

இதைக் கூறிவிட்டு அவள் சிறிது நேரம் மௌனமாக இருந்தாள். அவள் மறுபடியும், "என்னை நீங்கள் அடையாளம் கண்டு கொண்டீர் களா? உண்மையைச் சொல்லவேண்டும்" என்றாள்.

பலவிதமான விஷயங்களை இரவு முழுவதும் பேசிக் கொண்டி ருந்தார்கள். பெரிய அண்ணாவைப் பற்றிப் பேசும்போது சர்வஜயா வின் கண்களில் கண்ணீர் பெருக்கெடுத்தது. "வீணாவுக்கு எங்கே கலியாணமாயிற்று?" என்று ஹரிஹரன் கேட்டார்.

அந்தச் சின்ன மைத்துனி பெயர் அவருக்குத் தெரியாது. இன்று தான் மாமனார் சொல்லித் தெரியும்.

"வினோதப்பூருக்குக் கலியாணம் செய்து கொடுத்தார்கள். ஒரு பெரிய ஆறு ஓடுகிறதே அதன் பெயர் என்ன? மதுமதியா? மதுமதி யின் கரையில்தான் வினோதப்பூர் இருக்கிறது."

ஒரு கேள்வி சர்வஜயாவின் உள்ளத்தில் வட்டமிட்டுக் கொண்டே யிருந்தது. கணவன் அவளை அழைத்துப் போவானா, மாட்டானா? சந்தித்த பிறகு மறுபடியும் காசி வாக்கில் போய் விடுவாரோ? இந்தக் கேள்வி பலமுறை அவள் நுனிநாவு வரையிலும் வந்தது. ஆனால், அவளால் வாய்விட்டுக் கேட்க முடியவில்லை.

அவள் மனத்திற்குள் யாரோ எதிர்வாதம் செய்தார்கள். அழைத்துக் கொண்டு போகாவிட்டால் போய்க் கொள்ளட்டும். இதைக் கேட்டு எதற்காக அவமானப்பட வேண்டும்?

ஆனால், ஹரிஹரன் புதிரை அவிழ்த்தார். "நாளை உன்னை அழைத்துப் போகிறேன். நிச்சிந்தாபுரத்தில்..." சர்வஜயாவின் மனத்தி லிருந்த சந்தேகம் மறைந்தது. பயம் நீங்கியது. "நாளையே எதற்கு? இத்தனை நாளைக்குப் பிறகு வந்திருக்கிறீர்கள். நாலைந்து நாளைக்கு ஓய்வு எடுத்துக் கொள்ளுங்கள். அப்பாவும் அம்மாவும் உங்களை இவ்வளவு விரைவாக விடமாட்டார்கள். அதோடு என் சிநேகிதி மௌலஸ்ரீ உங்களுக்கு விருந்து வைக்கப்போகிறாள்."

"உன் சிநேகிதி மௌலஸ்ரீ யார்?"

"இந்த ஊர்தான். இதே ஊரில்தான் கலியாணமாயிற்று. இதே தெருவில் தானிருக்கிறாள்" என்று கூறிவிட்டுச் சிரித்தபடி, "நாளை காலை உங்களைப் பார்க்க வருவாள். அப்படித்தான் சொல்லிவிட்டுப் போயிருக்கிறாள்" என்றாள்.

சம்பாஷணைகள் இந்த ரீதியில் போய்க்கொண்டிருந்தது. இரவு கழிந்து கொண்டிருந்தது. வீட்டோரமுள்ள முருங்கை மரத்திலிருந்து ஒரு பறவை விசித்திரமாகக் கத்தியது. வங்காளத்திலே, மூங்கில்

காடுகளால் சூழப்பட்ட ஒரு சின்னஞ்சிறு அழகிய கிராமத்து வீட்டில் தன்னுடைய வரவுக்காக ஏங்கி ஒரு சிறிய இடம் அலங்கரித்து வைக்கப்பட்டிருந்த வேளையில்தான் எதையோ தேடிக்கொண்டு மலைப்புறத்திலும் பாலைவனப் பிரதேசத்திலும் நாடோடியைப் போல அலைந்து கொண்டிருந்தோமே என்று நினைத்தான். அந்த இரவு நேரம் பறவை இனிமையாகக் கத்திக்கொண்டு சென்றது. வெளியில் பிரகாசித்துக் கொண்டிருந்த சந்திர ஒளி மங்கிக் கொண்டிருந்தது.

ஒரு விதத்தில் அவருக்கு இந்த இரவு அளவிட முடியாத ஆனந்தத்தை அளித்தது. அவன் இழந்துவிட்ட வாலிபத்தின் புதுப் பாதைக்கு இன்று வழி தெரிந்தது போலிருந்தது. இந்த யாத்திரை எப்படியிருக்குமோ யார் கண்டார்கள்! வாழ்க்கைத் தோணியின் பீடத்தில் என்னென்ன சமர்ப்பிக்க வேண்டும் என்று நியமித்திருக் கிறாளோ?

இருவர் உள்ளத்திலும் ஒரே பாவம்தான் படிந்திருந்தது. மௌன மாக ஜன்னலுக்கு வெளியே நிலா இரவையே பார்த்துக் கொண்டி ருந்தார்கள்.

அதற்கப்புறம் எத்தனையோ நாட்கள் கழிந்துவிட்டன. அப்போது இந்தச் சிசுவைப் பற்றி ஒரு தகவலும் கிடையாது.

5

இந்திரா திரும்பி வந்து ஆறேழு மாதங்களாகிவிட்டன. இதற் கிடையில் சர்வஜயா ஒருநாள்கூட அவளிடம் நல்ல வார்த்தை பேசியதில்லை. அவளுடைய பெண், ஏழு தலைமுறையை எடுத்து விழுங்கி ஏப்பமிட்டுக் கொண்டிருக்கும் இந்தக் கிழட்டுப் பேயை அதிகமாக நேசிக்கிறாள் என்பதும் சர்வஜயாவுக்குத் தெரியும். பொறாமையாக இருந்தது. கோபமும் வந்தது. இந்தப் பச்சிளங் குழந்தையையும் கெடுத்துவிட்டாள். அவள் தினமும் இரண்டு வேளைகளிலும் கிழவியைத் தனி வழியைப் பார்த்துக்கொண்டு போகச் சொல்லி சாடை காட்டுகிறாள். ஆனால், அந்த வழி எங்கே இருக்கிறது என்பது இந்த எழுபது வயதுக் கிழவிக்கு இன்னும் தெரியவில்லை. இனிமேல் அந்த வழி எங்கே தெரியப்போகிறது. இதைக் கிழவி யோசித்துக் கூடப் பார்ப்பதில்லை.

மழைக்காலம் முடியும் தறுவாயிலிருந்தது. கிழவிக்கு ஒரு யோசனை உதித்தது. ஆறு மைலுக்கு அப்பால் பண்டார் ஹாடியில் அவளுடைய மாப்பிள்ளை வசித்து வந்தான். அவனுடைய பெயர் சந்திரமஜும்தார். இன்னும் உயிருடன் தானிருந்தான். சந்திரமஜும் தார் ரொம்ப வசதியானவன். மகள் இறந்த பிறகு மாப்பிள்ளை

உறவு அறுந்துவிட்டது. இன்றைக்கு ஐம்பது ஐம்பத்தைந்து வருஷத்துக்கு முந்திய விஷயம். அதற்கப்புறம் சந்தித்ததே கிடையாது. எவ்விதப் போக்குவரத்தும் கிடையாது. அவள் அங்கு போய்விட்டால் மாப்பிள்ளை அவளுக்கு அடைக்கலம் கொடுக்காமல் போகச் சொல்லிவிடுவானா?

மாலை நேரம், பண்டார் ஹாடிக் கிராமத்தில் மாட்டுவண்டி ஒரு பெரிய வீட்டுக்கு முன் போய் நின்றது. இருபது இருபத்தைந்து வயதுள்ள ஒரு வாலிபன் வண்டியருகில் வந்து, "எந்த ஊர் வண்டி?" என்றான்.

அவனுக்குப் பின்னால் ஒரு கிழவர் வீட்டுக்குள்ளிருந்து வெளியில் வந்து, "ராகு! யார் அது? எங்கிருந்து வருகிறார்கள் என்று கேள்" என்றார்.

கிழவி கண்டுகொண்டாள். இதுதான் மாப்பிள்ளை சந்திரம ஜும்தாரா என்று ஆச்சரியப்பட்டாள். இரட்டை நாடியான வாலிபனுக்கும் ஒடிந்து விழுந்து விடுபவர் போலிருக்கும் இந்த நரைத்த கிழவனுக்கும் எத்தனை வித்தியாசம்! கிழவி மனத்திற்குள் நம்பிக்கை இழந்தாள். அவளுடைய உள்ளத்தில் எத்தனையோ உணர்ச்சிகள் எழுந்தன. அவள் திடீரென அழத் தொடங்கினாள். ரொம்ப நாளைக்குப் பிறகு அழும்போது மகளுடைய பெயரும் வெளிப்பட்டது.

வியப்பிலாழ்ந்த சந்திரமஜும்தாருக்கு முதலில் ஒன்றும் புரிய வில்லை. என்னவெல்லாமோ யோசித்துப் பார்த்துவிட்டு, தன் மாமியார் என்று தெரிந்தவுடன் பாதத்தைத் தொட்டு வணங்கினார். மாமியாரும் தன்னைச் சமாளித்துக் கொண்டு முக்காட்டை இழுத்துவிட்டுக் கொண்டு, "அப்பா! உன்னிடம் நான் உதவிக்காக வந்திருக்கிறேன். இன்னும் எத்தனை நாளைக்கு இருக்கப் போகிறேன்? இந்த உலகத்தில் எனக்கு வேறு யாருமே கிடையாது. இந்த வயதில் சாப்பாட்டுக்கும் துணிக்கும்..."

மஜும்தார் வண்டியிலிருந்து சாமான்களை இறக்கச் சொன்னார். அத்துடன் மாமியாரையும் வீட்டுக்குள் அனுப்பினார். இரண்டாவது மனைவிக்கு ஒரு பெண் இருந்தாள். அவள் இப்போது விதவையாக இருந்தாள். அவளும் மூத்த மருமகளும்தான் வீட்டு எஜமானிகள். அதோடு மூன்று மருமகள்கள் இருந்தார்கள். அப்புறம் பேரன் பேத்திகளுமிருந்தனர். பனை மரத்துச் சட்டங்களால் உறுதியாகக் கட்டப்பட்ட இரண்டு பெரிய அறைகளிருந்தன. பெட்டி படுக்கை முதலிய சாமான்களால் அவை நிறைந்திருந்தன. கால் வைப்பதற்குக் கூட அங்கு இடம் கிடையாது. மஜும்தாரின் விதவைப் பெண்ணின் பெயர் ஹேமவதி. மிகவும் நல்ல பெண். அவள் தன் கையாலேயே பலகாரங்கள் கொண்டு வந்து உபசரித்தாள்.

பல விஷயங்களைப் பற்றிப் பேசினாள். "என்னை நீங்கள் பார்த்திருக்க மாட்டீர்கள். இதற்கு முன் இங்கு வந்ததில்லையோ? பொடியாக்கித் தரட்டுமா? பல் கிடையாதா?" என்றாள்.

அடுத்த அறையில் பையன்கள் மாலையில் சாப்பிடுவதற்காக உட்கார்ந்து கொண்டிருந்தார்கள். அவர்கள் மிகுந்த கூச்சல் போட்டுக் கொண்டிருந்தனர். ஒருவன் உரக்க, "அம்மா! உமா பருப்பு முழுவதையும் என் இலையிலேயே போட்டுவிட்டாள்!" என்று சொன்னான்.

மருமகள் கூச்சலிட்டாள். "நீ அவன் பக்கத்தில் ஏன் போய் உட்காருகிறாய்? உனக்கும் அவனுக்கும் ஒத்துக்கொள்வதில்லை என்று தினமும் சொல்லுகிறேன். தனியாக உட்காருவதுதானே? உமா நீ ரொம்ப வளர்ந்துவிட்டாய்" என்றாள்.

பத்துப் பதினைந்து நாளாகியும்கூடக் கிழவிக்குக் கூச்சம் விடவில்லை. மனம் ஒப்பவில்லை. புதுமாதிரியான வீடு, புது வழி, தெரியாத குடும்பம். நம்மைச் சேர்ந்தவர்கள் யாரும் கிடையாது. எல்லோரும் அந்நியர்கள் என்று கிழவி நினைக்கத் தலைப்பட்டாள். தினமும் மாலை வேளைகளில் குழந்தைகளின் நினைவு வந்துவிடும். இருபது நாளைக்குப் பிறகு கிழவி இங்கிருந்து புறப்பட ஆயத்தமானாள். அதற்குமேல் அவளால் இருக்க முடியவில்லை. கணவனுடைய மூத்த மனைவியின் தாயார் திடீரென வந்தது இளைய மனைவிக்குக் கொஞ்சம் கூடப் பிடிக்கவில்லை. ஆகையால், கிழவி போய்விட்டால் அவள் சந்தோஷம்தான் அடைவாள். சந்திரமஜும்தார் மனத்தில் என்ன இருந்தது என்பது கடவுளுக்குத்தான் தெரியும். ஆனால், பெரிய மகனுக்கும் மனைவிக்கும் பயந்துகொண்டு அவர் ஒன்றும் சொல்லவில்லை.

ரொம்ப நாளைக்குப் பிறகு தன் அறைக்கு வெளியில் இரு குழந்தைகளையும் அருகில் உட்கார வைத்துக்கொண்டு எதிரில் தென்னங்கீற்றுகளில் விழும் சந்திர ஒளியைக் கிழவி பார்த்துக் கொண்டிருந்தாள். அப்போதுதான் அவளுக்கு உயிர் வந்தது.

முதலில் குழந்தை வர மறுத்தது. பேசவில்லை, அருகில் வரவில்லை. ஆனால், எத்தனையோ வேடிக்கை வினோதங்கள் செய்து குழந்தையைச் சிநேகிதம் செய்து கொண்டாள். கிழவி மருமகளுடைய தலையை நீவிக் கொடுத்துக்கொண்டு, "ஒரு சிவப்புக்கல் ஜடபில்லை வைத்தால் நன்றாக இருக்கும். இல்லை! இல்லை! இந்தக் காலத்தில் அதையெல்லாம் யார் வைத்துக் கொள்கிறார்கள்" என்பாள்.

குளிர்காலம் ஆரம்பமாகிறது. கிழவி அடுத்த தெருவிலுள்ள ராம்னாத் கங்கூலியிடம் போய், "அப்பா ராம்! குளிர் ரொம்ப அடிக்கிறது. காலையிலும் மாலையிலும் போர்த்தி உட்கார்ந்து கொள்வதற்கு ஒன்றும் கிடையாது. நீ ஏதாவது ஒரு வழி செய்தால்..." என்றாள்.

“சரி அக்கா! இந்த மாதம் ஒன்றும் முடியாது. அடுத்த மாதம் பார்க்கிறேன்” என்றார்.

ரொம்ப நாள் அலைந்த பிறகு ஒருநாள் சிவப்புப் பொட்டுப் போட்ட ஒரு நூல் போர்வை கொடுத்தார்.

“இந்தா அக்கா! ரொம்ப உஷ்ணமானது. விலை என்ன தெரியுமா! ஒன்பதரை அணா! இதைவிட உயர்ந்தது நவாப் கஞ்சிலேயே கிடையாது. நான் புதன் கிழமையே வாங்கி வந்து விட்டேன். எப்படியிருக்கிறதென்று விரித்துப் பார்” என்றார்.

கிழவியால் தன் அதிர்ஷ்டத்தையே நம்ப முடியவில்லை. அவள் மகிழ்ச்சியுடன் சிரித்துக் கொண்டு, போர்வையை பிரித்துப் போர்த்திக் கொண்டு, “ஆஹா! ரொம்ப அழகாக இருக்கிறது. அப்பா! நீ மகராஜனாக இருப்பாய். குஞ்சு குழந்தைகளும் சிரஞ்சீவிகளாக இருப்பார்கள். அந்த அன்னதாயிடம் மூன்று வருஷமாக ஒரு போர்வை கேட்டுக் கொண்டிருக்கிறேன். கொடுப்பதாகச் சொல்லி விட்டுக் கொடுக்கவில்லை. இன்னும் நான் எத்தனை நாளைக்கு இருக்கப்போகிறேன்” என்றாள்.

அடக்க முடியாத மகிழ்ச்சியுடன் கிழவி அந்தப் போர்வையை சர்வஜயாவிடம் காட்டினாள். உடனே அவள், “இதோ மன்னி! நான் உங்களிடம் நன்றாகச் சொல்லிவிடுகிறேன். இந்த வீட்டிலிருந்து கொண்டு இங்குமங்கும் நீங்கள் கேட்டுக்கொண்டு இருக்க முடியாது. பிச்சை எடுப்பதானால் வேறு எங்காவது போய் இருந்து கொள்ளுங்கள். இங்கிருந்து கொண்டு இப்படியெல்லாம் நடக்கக்கூடாது” என்றாள்.

கிழவி அந்தப் பேச்சைச் சகித்துக் கொண்டாள். இம்மாதிரி தினசரி அவள் எத்தனையோ பேச்சுக்களைச் சகித்துக்கொள்ள வேண்டியிருக்கிறது.

ஆனால், துர்கா மிகுந்த சந்தோஷமடைந்தாள், “அத்தை! இதென்ன விலை? எவ்வளவு அழகான சிவப்பு!” என்றாள்.

“நான் செத்துப் போனபிறகு பிதுராஜ்யமாக உனக்கு விட்டுப் போகிறேன். நீ பெரியவளானபிறகு இதைப் போர்த்திக் கொள்ளலாம்” என்று கிழவி கூறினாள்.

புதுப் போர்வையின் கஞ்சி வாசனை கிழவிக்கு ரொம்ப நன்றாக இருந்தது. காலையில் போர்வையைப் போர்த்திக்கொண்டு தெருவைப் பெருக்கும்போது தன்னையே பார்த்துக் கொள்ளுவாள். தண்ணீர்த் துறைக்குப் போகும் வழியில் காரணமின்றி நின்று கொள்ளுவாள். வழியில் போகும் பெண்களைக் கூப்பிட்டு, “யாரது? ராஜியின் அம்மாவா? அதிகாலையிலேயே வந்துவிட்டாயே!” என்பாள். அதிகமாக வார்த்தையை வளர்த்தாமல் தன்னைக் கவனிக்கும்படி

முயற்சித்துக் கொண்டு, “அந்தத் தெரு ராம்நாத்தில்லை! தெரிகிறதா? அவன்தான் கொடுத்தான். இந்தப் போர்வையின் விலை என்ன தெரியுமா? ஒன்பதரை அணா” என்பாள்.

இரண்டொரு குறும்புக்காரப் பெண்கள், “பாட்டி சிவப்புப் போர்வையைப் போர்த்திக் கொண்டிருப்பது ரொம்ப அழகாக இருக்கிறது. பாட்டிக்குக் கல்யாணம் நடக்கப் போகிறதா?” என்பார்கள்.

அடுத்த தெரு தாசம்மா வந்து சிரித்துக் கொண்டே, “அம்மா! நான் இரண்டு பைசா வாங்கிப் போக வந்திருக்கிறேன். நேற்று இந்திரா அத்தை என்னிடம் சீதாப்பழம் வாங்கி வந்தாள். இன்று கொடுத்துவிடுகிறேன் என்று சொன்னாள்” என்றாள்.

சர்வஜயா வீட்டுக் காரியங்களில் ஈடுபட்டிருந்தாள். திடுக்கிட்டுப் போய், “உன்னிடமிருந்து சீதாப்பழம் வாங்கி வந்தாளா?” என்றாள்.

தாசம்மா வியாபாரம் செய்பவள். புளி காய்கறிகள் எல்லாம் காசு வாங்காமல் கொடுக்கமாட்டாள். தாசம்மாளின் சிரித்த முகம் கடுமை அடைந்துவிட்டது. “வாங்கினாளா, இல்லையா என்று உன் மன்னியிடம் கேட்டுக்கொள். இரண்டு பைசாவுக்காக அதிகாலையில் உன்னிடம் பொய் சொல்கிறேனா? நாலு பைசாவுக்குக் குறைவாக நான் யாருக்கும் கொடுக்கமாட்டேன். போனால் போகிறது கிழவியே என்று கொடுத்தேன்” என்றாள்.

கோபத்தினால் சர்வஜயாவால் பேச முடியவில்லை. எங்கு பார்த்தாலும் சீதாப்பழம் மிதிபட்டுக் கிடக்கிறது. கிராமத்திலே இதை யாராவது காசு போட்டு வாங்கிச் சாப்பிடுவார்களா? இது அவளுக்கு ஆச்சரியமாக இருந்தது.

அதே சமயத்தில் கிழவி எங்கிருந்தோ வந்து சேர்ந்தாள். அவளைக் கண்டதும் சர்வஜயா எரிந்து விழுந்தாள். சுடுகாடு வா வா என்கிறது. உனக்குச் சோறு போடுகிறவர்களிடம் கொஞ்சமாவது இரக்கம் வேண்டும். சீதாப்பழம் யாராவது காசு கொடுத்து வாங்குவார்களா? உன்னை உட்கார வைத்துக்கொண்டு இன்று சீதாப்பழம், நாளை மாதுளம் பழம் என்று யாரால் வாங்கிக் கொடுத்துக் கொண்டிருக்க முடியும்? ஆசையாக இருந்தால் நீ காசு கொடுத்து வாங்கிச் சாப்பிட்டுக் கொள், பிறத்தியார் காசுக்கு ஆசைப்படலாமா? வெட்கமாக இல்லை?” என்றாள்.

கிழவியின் முகம் வெளுத்துப் போய்விட்டது. கொஞ்சம் சிரிப்பதற்கு முயற்சித்துக் கொண்டு, “கொடுத்திடு அம்மா! பழுத்த சீதாப்பழமாக இருந்தது. இன்னும் எத்தனை நாளைக்கு இருக்கப் போகிறோம். சாப்பிடுவோமே என்று நினைத்தேன். கொடு, கொடு! காசைக் கொடுத்துவிடு” என்றாள்.

சர்வஜயா மேலும் அதிகமாகக் கூச்சலிட்டுக் கொண்டு, "காசு எங்கு கிடக்கிறது, உன் செம்புகிம்பு இருந்தால் விற்று, காசைக் கொடு" என்றாள்.

இதைக் கூறியதும் அவள் பின்புறக் கதவு வழியாகத் துறைக்குப் போய்விட்டாள். தாசம்மா கொஞ்சம் நேரம் நின்று கொண்டிருந்து விட்டு, "என் முதலைக் கொடுத்துவிட்டு, இப்படிச் சீரழியமாட்டேன். இந்திரா அத்தை! உன்மடியில் காசில்லாதபோது நீ பழம் வாங்க லாமா? இப்படிக் கடன் வாங்காதே! உங்களுக்குள் சண்டையிருந்தால் நீங்கள் தீர்த்துக்கொள்ள வேண்டியது. நான் ஏழை. அப்புறம் வருவேன். எனக்குக் காசு கொடுத்துவிட வேண்டும்" என்றாள்.

தாசம்மாளுக்குப் பின்னாலேயே துர்கா ஓடி வந்தாள். "ஒரு பழம் வாங்கியதால் என்ன? ரொம்பப் பெரிய பழமாக இருந்தது. நானும் பாதி சாப்பிட்டேன். உங்கள் வீட்டில் மரம் இருக்கிறதா?" என்றாள்.

அப்புறம் அவள் சத்தமிட்டு, "என்னிடம் ஒரு பைசா இருக்கிறது. பொம்மைப் பெட்டியில் வைத்திருக்கிறேன். அம்மா வீட்டைப் பூட்டிவிட்டுப் போய்விட்டாள். வந்த பிறகு யாருக்கும் தெரியாமல் எடுத்துவந்து கொடுத்து விடுகிறேன். அம்மாவிடம் சொல்லிவிடாதே" என்றாள்.

மத்தியான நேரத்திற்குக் கொஞ்சம் முன்பாக இந்திரா வீட்டை விட்டுக் கிளம்பிவிட்டாள். வலது கையில் ஒரு சிறு மூட்டை இருந்தது. அதில் சில அழுக்குத் துணிகளிருந்தன. இடது கையில் ஒரு பித்தளைச் செம்பு இருந்தது. ஒரு பழைய பாயைக் கக்கத்தில் இடுக்கிக் கொண்டிருந்தாள். ஓரம் கிழிந்திருந்ததால் அதிலிருந்த கோரை ஊசலாடிக் கொண்டிருந்தது. "அத்தை போகாதே! அத்தை நீ எங்கு போகிறாய்?" என்றாள் துர்கா.

அவள் ஓடிப்போய்ப் பாயின் பின்பாகத்தைப் பிடித்து இழுத்துக் கொண்டு, "நீ போனால் நான் அழுவேன். ஆமாம் பார்த்துக் கொள்" என்றாள்.

சர்வஜயா கூடத்திலிருந்து கொண்டு, "போவதானால் போய்க் கொள். இம்மாதிரி குடும்பத்துக்குத் தீங்கு விளைவிக்கலாமென்று போகிறாயா? நான் பிள்ளைக்குட்டிக்காரி. இத்தனை நாளும் சாப்பாடு போட்டார்களே, அவர்களுடைய நன்மை தீமையையும் பார்க்க வேண்டாமா? குடும்பத்துக்குத் தீமை நேரட்டும் என்றுதானே நீ இந்த அகாலத்தில் சாப்பிடாமல் போகிறாய்? இது உன் பிறவிக் குணம்! அந்தக் குணமிருப்பதால்தான் நீ இன்று இந்த நிலையி லிருக்கிறாய்" என்றாள்.

ஆனால், கிழவி திரும்பி வரவில்லை. துர்கா அழுதுகொண்டே வெகுதூரம் வரையிலும் பின்னால் சென்றாள்.

கிழவி அடுத்த தெருவிலுள்ள நவீன் கோஷால் வீட்டுக்குப் போய்ச் சேர்ந்தாள். நவீனனுடைய மருமகள் எல்லா விஷயத்தையும் கேட்டுவிட்டுப் பச்சாதாபத்துடன், "சித்தி! நான் இம்மாதிரி கேட்டதே யில்லை. நீ இங்கேயே இருந்துகொள்" என்றாள்.

இரண்டு மாதம் வரையிலும் அங்கிருந்து விட்டு அந்த இடத்தை யும் விட்டுவிட்டு தீன் கௌடி கோஷால் வீட்டுக்குப் போனாள். பிறகு அங்கிருந்து பூரண சக்கரவர்த்தி வீட்டுக்குப் போனாள். ஒவ்வொரு வீட்டிலும் இப்படித்தானிருக்கிறது. முதலில் நல்ல வரவேற்பு. அதற்கப்புறம் பலவிதங்களில் தங்கள் கோபத்தை வெளிக்குக் காட்டுகிறார்கள். கடைசியில் சமாதானமாக வீட்டுக்குப் போ என்று யோசனை கூறுகிறார்கள். கிழவி மறுபடியும் இரண்டொரு வீடு களுக்குப் போனாள். ஹரிஹரன் தன்னைக் கூப்பிடுவான் என்று நினைத்தாள். ஆனால், மூன்று மாதம் ஆகியும் கூட யாரும் அழைத்துப் போக வரவில்லை. இந்த ஆசையில் அந்தத் தெருவழியாக இரண் டொரு தரம் போய்விட்டுக் கூட வந்தாள். ஆனால், துர்காவைக் கூடச் சந்திக்கவில்லை.

ஜனங்கள் எப்போதும் ஒருவரை வைத்துக் கொண்டிருக்க விரும்பமாட்டார்கள். கிழக்குத் தெரு பால்காரன் குடிசை பாதி விழுந்தும் விழாமலும் இருந்தது. எல்லோரும் சேர்ந்து அதைச் சீராக்கிக் கொடுத்தார்கள். எல்லோரும் கொஞ்சம் கொஞ்சம் உதவி செய்வதென்று முடிவு செய்தார்கள். வீடு ரொம்பச் சிறியது. சுவரும் சரியாக இல்லை. ஊரை விட்டுத் தள்ளி மூங்கில் காட்டுக்குள் இருந்தது. இதைக் கேட்டுச் சர்வஜயா, "அவளுடைய பிடிவாதத்தை எல்லோரும் பார்க்கப் போகிறார்கள். அந்த வீட்டில் அவள் இருக்க மாட்டாள். நல்ல நேரம் கெட்ட நேரம் பார்க்காதவளை, குழந்தை களிடம் கொஞ்சம்கூடப் பாசமில்லாதவளை நான் இந்த வீட்டு வாசலைக்கூட மிதிக்கவிடமாட்டேன். அவள் எங்கோ போய்ச் செத்துத் தொலையட்டும்" என்றாள்.

உதவி செய்வதென்று முடிவு செய்தவர்கள். ஆரம்பத்தில் கொஞ்சம் உற்சாகமாகக் காரியம் செய்தார்கள். பிறகு உற்சாகம் குறைந்து விட்டது. அன்று நான் அகாரணமாகக் கோபித்துக்கொண்டு வந்தேனே! சர்வஜயா தடுத்தாள். குழந்தை அழுதது, கையைப் பிடித்துக் கொண்டு இழுத்தது. நான்தானே கேட்கவில்லை."

ஒட்டிய கன்னங்கள் கண்ணீரால் நனைந்தது 'இத்தனையும் அனுபவிக்க வேண்டுமென்று என் தலையில் எழுதியிருக்கிறது. என் மகள் உயிரோடிருந்தாள் இந்தக் கதி நேருமா?' என்று நினைத்துக் கொண்டாள்.

சித்திரைச் சங்கிராந்தி. நாள் முழுவதும் வெய்யில் பொறுக்க முடியவில்லை. மாலையில் கொஞ்சம் காற்று வீசியது. வைஷ்ணவத் தெருவில் உற்சவத்திற்காக மத்தளம் அடித்துக் கொண்டிருந்தார்கள். இன்னும் கூட்டம் கலையவில்லை.

வெய்யிலில் இந்த வீட்டுக்கும் அந்த வீட்டுக்கும் அலைந்து கொண்டிருந்ததாலும் மனக்கவலையாலும் கிழவிக்குத் தினசரி மாலை வேளைகளில் ஜுரம் அடிக்கத் தொடங்கியது. அவள் பாய் விரித்துத் தாழ்வாரத்தில் படுத்துக் கொண்டிருந்தாள். அருகில் ஒரு சிறிய பானையில் தண்ணீர் வைக்கப்பட்டிருந்தது. இதற்கிடையில் அவளுடைய வெங்கலச் செம்பை நான்கு அணாவுக்கு அடகுவைத்து அரிசி வாங்கினாள். ஜுரம் அடிக்கும்போது தாகமெடுத்தால் பானையைச் சாய்த்துக் குடிப்பாள்.

"அத்தை!"

கிழவி படுக்கையை விட்டு எழுந்து உட்கார்ந்தாள். வாசல்படி அருகே துர்கா வந்து நின்று கொண்டிருந்தாள். அவளுடன் பிஹாரி சக்கரவர்த்தியின் மகள் ராஜியும் இருந்தாள். துர்கா நல்ல சொக்காய் அணிந்திருந்தாள். கிழவியால் அதிகம் பேச முடியவில்லை. கிழவி தன் மெலிந்த கரங்களால் துர்காவை ஆவலுடன் அணைத்துக் கொண்டாள்.

"அத்தை, ஒருத்தரிடமும் சொல்லிவிடாதே. யாருக்கும் தெரியக் கூடாது. நான் திருவிழா பார்த்துவிட்டுத் திருட்டுத்தனமாக வந்திருக் கிறேன். ராஜியும் என்னோடு வந்திருக்கிறாள். பார்த்தாயா, உனக்குத் திருவிழாவில் என்னவெல்லாம் வாங்கி வந்திருக்கிறேன்!"

துர்கா தான் கொண்டு வந்திருப்பவைகளைக் காட்டினாள்.

"இனிப்புப் பீடா, உனக்குத்தான் இரண்டு பைசாவுக்கு இனிப்புப் பீடா வாங்கி வந்தேன். தம்பிக்கு ஒரு மரப்பொம்மை வாங்கினேன்."

கிழவி இப்போது நன்றாக உட்கார்ந்து கொண்டாள். துர்கா கொண்டு வந்தவைகளை நன்கு பார்த்துவிட்டு, "என் ராணிக் குஞ்சு, எனக்கு என்னவெல்லாம் வாங்கி வந்திருக்கிறது! எங்கே மரப் பொம்மையைக் காட்டு. ஆஹா! எவ்வளவு அழகாக இருக்கிறது. இது என்ன விலை?" என்றாள்.

இப்படிக் கொஞ்ச நேரம் பேசிக் கொண்டிருந்த பிறகு துர்கா, "அத்தை! உன் உடம்பு ஏன் சுடுகிறது?" என்றாள். "வெய்யிலில் அலைவதால் தேகம் சுடுகிறது. அதற்காகத்தான் படுத்துக் கொண்டி ருந்தேன்."

துர்கா குழந்தையானால்கூடக் கிழவி வெய்யிலில் சுற்றுவதின் காரணத்தைத் தெரிந்துகொண்டாள். கவலையாலும் பசியாலும் இளைத்துப் போயிருந்த அத்தையின் உடலை அன்புடன் துர்கா

தடவிக் கொடுத்தாள். "நீ அவசியம் வீட்டுக்கு வந்துவிடு அத்தை! சாயங்காலம் கதை கேட்க முடிகிறதில்லை. நாளைக்கு நிச்சயம் வந்துவிட வேண்டும். ஏன், வந்துவிடுகிறாயல்லவா?" என்றாள்.

"அம்மா உன்னிடம் ஏதாவது சொன்னாளா?"

"அத்தை! சித்தப்பா ஒன்றும் சொல்லவில்லை. சித்திக்கு நாங்கள் இங்கு வருவது கொஞ்சம்கூடப் பிடிக்கவில்லை. நாங்கள் ஏதாவது சொன்னால் கோபித்துக் கொள்வாள். நீ வீட்டுக்கு வந்தால் சித்தி ஏதாவது பேசிவிட்டுச் சாந்தமாகி விடுவாள்" என்றாள் ராஜி.

"அத்தை! நாளைக்கு நீ நிச்சயம் வரவேண்டும். அம்மா ஒன்றும் சொல்லமாட்டாள். நான் வீட்டுக்குப் போகிறேன். போகட்டுமா? ஒருத்தரிடமும் சொல்லிவிடாதே. நாளைக்கு வருகிறாயா?"

கிழவி காலையில் படுக்கையை விட்டு எழும்போது உற்சாகமாக இருந்தாள். சூரியன் சற்று மேலே போன பிறகு இரண்டு கிழிந்த துணிகளை எடுத்து மூட்டை கட்டிக்கொண்டு வீட்டை நோக்கிப் புறப்பட்டாள். வழியில் கோபி வைஷ்ணவனுடைய மனைவி எதிர்ப் பட்டாள். "அக்கா வீட்டுக்குப் போகிறாயா? இதற்குள் மன்னியின் கோபம் தணிந்திருக்கும்" என்றாள்.

கிழவிக்கு ஒரு காரணம் தோன்றியது. "நேற்று சாயங்காலம் துர்கா வந்து கூப்பிட்டுவிட்டுப் போனாள். ரொம்ப ரொம்ப அழுது புலம்பினாள். அம்மாளுக்கு உடம்பு சரியில்லை. வீட்டுக்கு வா என்றாள். இன்று என்னால் முடியாது. நாளை வருகிறேன் என்று சொல்லி அனுப்பினேன். ஆனால், அவள் கேட்கவே இல்லை. அதனால்தான் இந்நேரத்தில் போகிறேன்" என்றாள்.

கிழவி வீட்டுக்குள் நுழைந்தாள். ஆனால், வீட்டுக்குள் யாரையும் காணோம். கடந்த இரவு முழுதும் ஜுரம் அடித்ததாலும் இன்று காலையில் நடந்து வந்ததாலும் ரொம்பக் களைத்துப் போய்விட்டாள். அவள் தன் அறையின் வாசல்படியில் துணி மூட்டையை வைத்துக் கொண்டு உட்கார்ந்து கொண்டாள்.

சிறிது நேரத்திற்குப் பிறகு சர்வஜயா பின்வாசல் கதவு வழியாகக் குளித்துவிட்டு வந்தாள். கிழவியைப் பார்த்ததும் ஆச்சரியத்தால் சிறிது நேரம் அசையாது நின்றுகொண்டிருந்தாள். கிழவி சிரித்துக் கொண்டு, "அம்மா! சௌக்கியமா? இத்தனை நாளைக்குப் பிறகு வந்துவிட்டேன். உங்களை எல்லாம் விட்டு விட்டு இந்த வயதில் எங்கே போய் அலைந்து திரியறது!" என்றாள்.

சர்வஜயா சிறிது முன் வந்து, "நீ என்ன நினைத்துக் கொண்டு இங்கு வந்தாய்?" என்றாள்.

அவள் போக்கைக் கண்டு கிழவி துக்கமடைந்தாள். கிழவி சிரிக்க முயற்சித்தாள். ஆனால், சிரிக்க முடியவில்லை. சர்வஜயா

தன் கேள்விக்குப் பதிலை எதிர்பாராமலேயே, "இந்த வீட்டில் இனி நீ இருக்க முடியாது என்று நான் அன்றைக்கே சொல்லவில்லையா? இப்போது எந்த முகத்தை வைத்துக்கொண்டு இங்கே வந்தாய்?" என்றாள்.

கிழவி திகைத்துப் போனாள். அவளால் வாய்திறந்து பேசமுடிய வில்லை. அவள் திடீரென அழுதுகொண்டே, "அப்படிச் சொல்லாதே! எனக்குக் கொஞ்சம் இடம் கொடு! இனிக் கடைசி காலத்தில் எங்கு போவேன்? பாட்டன் பூட்டன் நிலத்திலேயே..."

"இனி பாட்டன் பூட்டன் இடம் என்றெல்லாம் பேசாதே. அதை நினைத்துத்தானே உனக்குத் தூக்கம் வருவதில்லை? பேசாமல் போய்விடு! இல்லாவிட்டால் நான் எப்படி மாறுவேன் தெரியுமா?" என்றாள்.

நிலைமை இப்படி மோசமாக மாறும் என்று கிழவி கொஞ்சம் கூட எதிர்பார்க்கவில்லை. மூழ்கப் போகும் மனிதன் உதவிக்காகக் துரும்பைப் பிடிப்பதுபோலக் கிழவியும் உதவியைத் தேடிக்கொண்டு அங்குமிங்கும் அலைந்து கொண்டிருந்தாள். இன்று பழைய ஆதர வான இடம்கூட நழுவிவிட்டது என்பதை உணர்ந்து கொண்டாள்.

"நேரமாகிறது! வீணாக உட்கார்ந்து கொண்டிருக்க வேண்டாம். எனக்கு வேலை இருக்கிறது. உன்னை இங்கு வைத்துக் கொள்ள முடியாது!"

கிழவி மூட்டையை எடுத்துக்கொண்டு ரொம்ப சிரமத்துடன் எழுந்தாள். கதவைத் தாண்டியதும் அவள் பார்வை துடைப்பத்தின் மீது விழுந்தது. அந்தத் துடைப்பம் சுவரின் மூலையில் சாய்த்து வைக்கப்பட்டிருந்தது. இந்த நாலைந்து மாதங்களாக அதை யாரும் தொடக்கூட இல்லை. நிலத்தில் வளர்ந்திருக்கும் புற்களையும், எவ்வளவோ சிரமப்பட்டுப் பயிராக்கிய எலுமிச்சை மரத்தையும், அவளுக்கு மிகுந்த பிரியமான துடைப்பத்தையும், துர்காவையும், குழந்தைகளையும், விரஜ் அத்தையின் ஜன்ம பூமியையும் தவிர இந்த எழுபது வயது வாழ்க்கையில் அவளுக்கு வேறு ஒன்றும் கிடையாது. வேறு எதையும் அறிந்தவளுமல்ல. இன்று இவைகளை எல்லாம் அவள் துறந்துவிடவேண்டும்.

முருங்கை மரத்தருகே மூட்டையை எடுத்துக்கொண்டு கிழவி போவதைப் பார்த்த ராய் மனைவி, "அக்கா! எங்கே திரும்பிப் போகிறாய்! வீட்டுக்குப் போகவில்லையா?" என்றாள்.

அவளுக்குப் பதில் ஒன்றும் கிடைக்காமல் போகவே, "சுத்தமாகக் காது கேட்பதில்லை போலிருக்கிறது" என்று சொல்லிக் கொண்டாள்.

அன்று மாலை அடுத்த தெருவைச் சேர்ந்த ஒரு ஆள் வந்து, "உங்கள் கிழவிக்கு வேளை வந்துவிட்டது போலிருக்கிறது. அவள்

நற்றிணை பதிப்பகம் ★ 31

மத்தியானத்திலிருந்து களத்து மேட்டில் படுத்துக் கொண்டிருக்கிறாள். அவளால் நடக்க முடியவில்லை. போய்ப் பார்த்துவிட்டு வா. ஐயா வீட்டில் இல்லையா? அவரைத்தான் அனுப்பி வையேன்" என்றான்.

களத்துமேட்டு ஓரத்தில் இந்திரா தன் கடைசி நிமிஷத்தை எதிர்நோக்கிக் கொண்டிருந்தாள். ஹரிஹரனுடைய வீட்டிலிருந்து திரும்பிய கிழவியால் அதற்குமேல் நடக்க முடியவில்லை. அங்கேயே படுத்துக் கொண்டாள். களத்துக்காரர்கள் அவளைக் கட்டிலில் எடுத்துப் படுக்க வைத்து முதுகுக்கு எண்ணெய் தடவினார்கள். விசிறி வீசினார்கள். எல்லாம் செய்தபிறகு கிழவிக்கு நேரம் நெருங்கி விட்டதைத் தெரிந்து கொண்டார்கள். கட்டிலிலிருந்து கீழே இறக்கிப் படுக்கவைத்தார்கள். அந்த வீதியிலுள்ள பலர் கிழவியைச் சூழ்ந்து நின்று கொண்டிருந்தார்கள். "வெய்யிலில் வெளியில் வந்திருக்கப் படாது. எவ்வளவு கொடிய வெய்யில்!" என்று யாரோ ஒருவர் கூறினார்.

"இப்போது எல்லாம் சரியாகிவிடும். மூர்ச்சை அடைந்து விட்டாள்!"

"மூர்ச்சை அடையவில்லை. இனிக் கிழவி பிழைக்க மாட்டாள். ஹரிஹரன் வீட்டில் இல்லையா? தகவல் கொடுத்து இருக்கிறது. ஆனால், இவ்வளவு தூரம் யார் வரப் போகிறார்கள்?" என்றார் விஷுபாலித்.

தகவல் தெரிந்ததும் தீனுசக்கரவர்த்தியின் மூத்த மகன் பணி பண்டித் விஷயம் என்ன என்பதைப் பார்த்துவிட்டுப் போக வந்தான். "வாருங்கள் பண்டிதரே! நல்ல சமயத்தில்தான் வந்தீர்கள். கொஞ்சம் கங்கா ஜலத்தை வாயில் ஊற்றுங்கள் என்னவென்று பாருங்கள். இது பிராமணத் தெரு. இங்கு சாகும்போது கங்கா ஜலம்கூட இல்லாமல் சாவதா?" என்று அனைவரும் கூறினர்.

பணி பண்டிதர் கிழவியின் தலைமாட்டில் போய் உட்கார்ந்து கொண்டார். பிறகு வாயில் கங்கா ஜலத்தை விட்டுக்கொண்டே, "அத்தை!" என்று அழைத்தார்.

கிழவி கண்களைத் திறந்து பார்த்தாள். அவள் ஒன்றும்! பேச வில்லை. பணி பண்டிதர் மறுபடியும், "எப்படி இருக்கிறது அத்தை? உடம்புக்குச் சரியில்லயா?" என்றார்.

இதற்கும் ஒன்றும் பதில் வராமல் போகவே மறுபடியும் வாயில் கங்கா ஜலத்தை விட்டார். ஆனால், தண்ணீர் உள்ளே போகவில்லை. உடனே விஷுபாலித், "பண்டிட்ஜி! இன்னொரு தரம்..." என்றார்.

சிறிது நேரத்திற்குப் பிறகு பணி பண்டிதர் கிழவியின் கண்களை மூடினார். கண்களுக்குள் நிறைந்திருந்த கண்ணீர் வெளிப்பட்டுக் கன்னங்கள் வழியாக வழிந்தது.

7

இந்திராவின் மரணத்துடன் நிச்சிந்தாபுர கிராமத்தில் ஒரு யுகம் கழிந்தது. இந்திராவின் மரணத்துக்குப் பிறகு நாலைந்து வருஷங்கள் சென்றுவிட்டன. மாசிமாதக் கடைசி. கடுங்குளிர் அடித்துக் கொண்டிருந்தது. இரு புறங்களிலும் புதர்கள் சூழ்ந்த பாதை வழியாக நிச்சிந்தாபுரத்துக் கிராமவாசிகள் சிலர் நீலகண்ட தரிசனத்திற்காகப் போய்க்கொண்டிருந்தார்கள்.

அவர்களில் ஒருவர், “ஏன் ஹரி! பூஷணனுடைய வாழைத் தோட்டத்தை நீங்கள் குத்தகைக்குக் கொடுத்துவிட்டீர்களா?” என்றார்.

இந்தக் கேள்விக்குப் பதில் அளிக்க வேண்டியவனைப் பார்த்தால், பத்து வருஷத்துக்கு முன் இருந்த ஹரிஹரராய்தான் இவன் என்று சொல்லிவிட முடியாது. இப்போது அவன் பெரிய குடும்பஸ்தனாகிவிட்டான். பிள்ளைக்குட்டிக்காரனாகி விட்டான். நிலவரி வசூல் செய்ய வேண்டிய கிராமங்களுக்கு அலைந்து திரிவான். தந்தையார் காலத்துச் சிஷ்யர்கள் வீடுகளுக்குப் புரோகிதம் செய்கிறான். கடைவீதியிலும் மைதானத்திலும் எல்லா இடங்களிலும் உருளைக்கிழங்கு முதலிய பொருட்களை வாங்கி வியாபாரம் செய்து வந்தான். இந்த ஹரிஹரனுக்கும் கொஞ்சம் கூட ஒற்றுமை கிடையாது. கொஞ்சம் கொஞ்சமாக அவன் காசி வாழ்க்கையிலிருந்து வெகுதூரம் வந்துவிட்டான். சுனார்காடு அகன்ற சுவர்களில் உட்கார்ந்து கொண்டு சூரிய அஸ்தமன அழகை அனுபவித்ததையும், கேதார், பத்ரி சாலைகளில் மசாலா இலைக்காடுகளில் இரவைக் கழித்ததை யும், ஷாஹ் காசிம் சுலேமான் தர்க்கா தோட்டத்தில் எலுமிச்சை ரசம் அருந்தியதையும், பால் போன்ற நிலவுகளில் உலவியதையும் நினைத்துக் கொள்வான். இவையெல்லாம் கனவு போல ஞாபகத் துக்கு வந்தன.

ஹரிஹரன் “ஆமாம்” என்று சொல்லுவதற்கு ஆரம்பித்தான். அதற்குள் பின்னால் திரும்பிப் பார்த்துவிட்டு, “இந்தப் பையன் எங்கு காணோமே! அடே அப்பு” என்றான்.

சாலை திருப்பத்திலிருந்து ஆறு ஏழு வயதுள்ள ஒல்லியான அழகிய ஒரு பையன் ஓடிவந்து கூட்டத்தில் கலந்து கொண்டான். “இதற்குள்ளாக நடக்க முடியவில்லையா? நீ முன்னால் போ. நான் பின்னால் வருகிறேன்” என்றான்.

"காட்டுக்குள் ரொம்பப் பெரிய பெரிய காதுகளுடன் இருந்ததே, அது என்ன?" என்றான்.

ஹரிஹரன் பையனுடைய கேள்வியைக் கவனிக்காமல், பாலித்துடன் மீன் வேட்டையைப் பற்றிப் பேசிக்கொண்டிருந்தான்.

ஹரிஹரனுடைய மகன் மறுபடியும் ஆவலுடன், "காட்டுக்குள் ஓடியது என்ன? பெரிய பெரிய காதுகள் இருந்தனவே!" என்றான்.

"என்னவோ தெரியவில்லை. புறப்பட்டதிலிருந்து இது என்ன? அது என்ன? என்று கேட்டுக் கொண்டே இருக்கிறாயே?" என்றான் ஹரிஹரன். பையன் தந்தை சொன்னபடி முன்னால் போய்க் கொண்டிருந்தான்.

"ஹரி, ஒரு காரியம் செய். மீன் வேட்டைக்குப் போவதென்றால் ஒரு நாளைக்குப் பைசாவாள ஏரிக்குப் போகலாம். கிழக்கு வெளுக்கு முன்பே படகில் போய் மீன் பிடிப்பார்கள். தினமும் இரண்டு மணு மீன் பிடிப்பார்கள். அங்கு ஐந்து சேருக்குக் குறைந்த மீனே கிடையாது" என்றான் நவீனன்.

எல்லோரும் முன்வந்து நவீனனுடைய முகத்தையே பார்த்துக் கொண்டிருந்தார்கள்.

"ரொம்பப் பழைய ஏரி. தண்ணீர் நிறைந்திருக்கிறது. நடுவில் தண்ணீர் கறுப்பாக இருப்பது தெரியவில்லை? தாமரை காடு போல வளர்ந்து கிடக்கிறது. பொழுது விடியுமுன் குளிர் வாட்டி விட்டுவிடும்..."

இவ்விதம் பேச்சுக்கள் நடந்து கொண்டிருந்தன. இதற்குள் ஹரிஹரனுடைய பையன் மிகுந்த உற்சாகத்துடன் நாணல் புதரைச் சுட்டிக்காட்டிக் கொண்டு, "பார் அப்பா! அதுதான். பெரிய பெரிய காது! அது போகிறது பார்!" என்றான்.

அவனுடைய தந்தை பின்னாலிருந்தபடியே, "வேண்டாம், வேண்டாம்! அங்கு போகாதே. முட்கள் இருக்கும்" என்று கூறியபடி ஒரே தாண்டில் மகனை எட்டிப் பிடித்துக் கொண்டு, "நீ ரொம்பத் தொந்திரவு செய்கிறாய். என்ன சொன்னாலும் கேட்பதில்லை. இதனால்தான் உன்னை எங்கும் கூட்டிக்கொண்டு போவதில்லை!" என்றான்.

பையன் மீண்டும் உற்சாகத்துடன், "அது என்னப்பா?" என்றான்.

"என்னவென்று பார்த்திருந்தாலல்லவா சொல்லலாம். பன்றி கின்றி ஏதாவதாக இருக்கும். நன்றாக வழி பார்த்து நட. நடுவில் போ"

"பன்றி அல்ல அப்பா! ரொம்பச் சிறிதாக இருந்தது" என்று கூறிவிட்டுக் கீழே குனிந்து கையால் அதன் உயரத்தைக் காட்டினான்.

"சரி சரி! எனக்குத் தெரியும். நீ காட்ட வேண்டியதில்லை. நீ நடந்தால் சரி."

"அதுதான் முயல். இங்கே நாணல் புதர்களில் முயல் இருக்கும் தெரிந்ததா?" என்று நவீனன் கூறினான்.

பையன் முதல் பாடப்புத்தகத்திலும் 'மு' என்ற எழுத்துக்கு எதிரில் முயல் படத்தைப் பார்த்திருக்கிறான். ஆனால், அது உயிருடன் எப்படிக் குதித்துக் குதித்து ஓடுகிறது? இதை ஒருவன் பார்க்க முடியும் என்பது அவனுக்குத் தெரியாது.

முயல், உயிருடன் கண்முன்னால் குதித்தோடியது. படம் அல்ல, அரக்குப் பொம்மை அல்ல. பெரிய காதுகளை உடைய உயிர் உள்ள முயல்! அதுவும் முள் உள்ள கண்டங்கத்திரிச் செடிப் புதரிலிருந்து! நிலமும் நீரும் சூழ்ந்த இந்த உலகத்தில் இப்படி ஒரு சம்பவம் நடந்ததே என்று ஆச்சரியப்பட்டுக் கொண்டிருந்தான். இம்மாதிரி ஆச்சரியமான விஷயம் எப்படி நிகழ்கிறது என்பது அவனுக்குப் புரியவில்லை.

எல்லோரும் காடுகளால் சூழப்பட்ட ஒற்றையடிப் பாதையை விட்டு ஒரு மைதானத்தை அடைந்தார்கள். ஆற்றங்கரையில் கருவேல மரத்துப் பக்கம் செங்கல் சூளை போன்று ஏதோ ஒரு வஸ்து காணப்பட்டது. அது பழைய காலத்து இடிந்துபோன கிடங்கு. பங்கால் இண்டிகோ கன்சர்ன் உடைய முக்கியமான கிடங்கு. அந்தக் காலத்தில் நிச்சிந்தாபுரத்திலிருந்தது. இந்தப் பிராந்தியத்தி லிருந்த பதினான்கு கிடங்குகளில் நிச்சிந்தாபுரத்துக் கிடங்கு மானேஜர் ஜான்லார்மர் ரொம்ப செல்வாக்குடன் விளங்கினான். இப்போது அந்தப் பண்டகசாலைகள் எல்லாம் இடிந்துபோய்க் காடு வளர்ந்துவிட்டது. அந்த வார்மர் துரையின் செல்வாக்கால் இந்தப் பிராந்தியத்தில் சிங்கமும் ஆடும் ஒரே துறையில் தண்ணீர் குடித்து வந்ததாம்! இன்று இரண்டொரு பூங்கிழவர்களைத் தவிர வேறு யாருக்கும் அவனுடைய பெயர்கூடத் தெரியாது.

மைதானம் முழுவதும் நாணற்புதர்களும் ஊணான் கொடி களும் நிறைந்திருந்தன. ஊணான் கொடி புதர்களுக்குமேல் பச்சைப் பசேலெனக் கவிழ்ந்திருந்தது. உள்ளே குளிர்ச்சியான நிழல் பரவி யிருந்தது. விதவிதமான முட் செடிகளும் பல வர்ண பூச்செடிகளும் செழுமையாக வளர்ந்திருந்தன. பொழுது சாய்ந்து விட்டது. அந்த மாலை வேளையில் அழகிய வனபூமியும் பட்சிகளின் கலகல கீதமும் இயற்கையின் சௌந்தர்யத்தை அள்ளி அள்ளிப் பருகச் சொல்வது போலிருந்தது. இதில் மத்தியதர வகுப்பின் கஞ்சத்தனமோ ஏழ்மையோ கொஞ்சம்கூடக் கிடையாது. அரசன் பண்டகசாலையைக் கொள்ளை அடித்துத் தானம் செய்வது போலிருந்தது.

அந்த மைதானத்தைக் கடந்து செல்லும்போது நவீனன் அந்த மைதானத்தின் வடபகுதியில் உருளைக் கிழங்கும் மற்ற காய்கறிகளும் பயிரிட்டுத் தான் லாபம் அடைந்த விவரத்தைச் சொன்னான். பண்டகசாலையின் செங்கல்லை விற்கப் போகிறார்களாம். நவாப் கஞ்ச் மோதி வாங்கப் போகிறான் என்று யாரோ சொன்னார்கள்.

மோதியின் பேச்சு எழுந்ததும் அவன் ரொம்பச் சாதாரண நிலையிலிருந்து பணக்காரனாகிவிட்டதைப் பற்றிப் பேசினார்கள். இந்தக் காலத்துக் கிராக்கிப் படியைப் பற்றியும் வியாபாரத்தைப் பற்றியும் தீனுகங்கூலியின் பெண்ணின் கல்யாண தேதியைப் பற்றியும் பேச்சு நடந்தது.

பையன் சலித்துப் போனான். அருகிலிருந்த இலந்தை மரத்திலிருந்து இலந்தைப் பழம் பறிக்கப் போனான். அதற்காகப் பையனை அவனுடைய அப்பன் கடிந்து கொண்டான். இவ்வளவு சின்னஞ் சிறிய இலந்தையில்கூடக் காய் பிடித்திருக்கிறதே. அவனுடைய தெருவிலுள்ள இலந்தை மரம் ரொம்ப உயரமானது. ஆகையால், அங்குப் பழம் பறிக்க முடிவதில்லை. அதோடு இலந்தைப் பழமும் சாப்பிட விடமாட்டார்கள். இலந்தைப் பழம் பொறுக்குவதை அம்மா கண்டுவிட்டால் விடாமல் அழைத்துப் போய்விடுவாள். 'அடி அம்மா! நீ இவ்வளவு கெட்டபிள்ளையாகப் போய்விட்டாயே, நான் என்ன செய்வேன்? இப்போதுதான் காய்ச்சலிலிருந்து விடுபட்டாய். அப்புறம் இலந்தை மரத்தைச் சுற்றிக் கொண்டிருக் கிறாயா? நான் கொஞ்சம் கவனிக்காது விட்டால் போதும், வீட்டை விட்டு மறைந்து விடுகிறாயே? நீ எவ்வளவு இலந்தைப் பழம் சாப்பிட்டாய்? எங்கே வாயைத் திற!' என்பாள்.

"நான் இலந்தைப் பழம் சாப்பிடவில்லை. கீழே ஒரு பழம்கூட விழவில்லை. என்னால் மரத்தின்மீது ஏற முடியாது" என்பான்.

அதற்குப் பிறகு அவன் தன் சிவந்த வாயைத் தாயாருக்கருகில் கொண்டு போய் ஊதிக் காட்டுவான். அவள் நன்றாகப் பார்த்து விட்டு மகனுடைய வெண்ணெய் போன்ற அழகிய முகத்தை முத்த மிட்டு விட்டு, "நல்ல கண்ணல்ல! எப்போதும் சாப்பிட்டு விடாதே! உனக்குக் குணமான பிறகு இலந்தை வடகம் போட்டுத் தருகிறேன். அதை நீ ரொம்ப நாளைக்குச் சாப்பிடலாம். என்ன! சரிதானே?" என்பாள்.

"பண்டகசாலை! பண்டகசாலை! என்று நச்சரித்துக் கொண்டி ருந்தாயே, இதோ பார் எதிரிலிருக்கிறது" என்றான் ஹரிஹரன்

ஆற்றங்கரையோரம் ஏராளமான இடத்தை ஆக்கிரமித்துக் கொண்டு பழைய காலத்தை நினைவூட்டிக் கொண்டிருந்தது பண்டகசாலை.

பண்டகசாலைக்குக் கொஞ்ச தூரத்தில் லார்மர் துரையின் ஏக புதல்வனுடைய சமாதி காட்டுக்குள்ளிருந்தது. பங்கால் இண்டிகோ கன்சர்னுடைய அடையாளமாக இது ஒன்றுதானிருக்கிறது. அருகில் போய்ப்பார்த்தால் ஆங்கிலத்தில் கீழ்க்காணுமாறு எழுதியிருக்கும்.

"இங்கு தூங்கிக் கொண்டிருப்பது எட்வின் லார்மர், ஜான், மிஸஸ் லார்மருடைய ஒரே மகன்,

ஜனனம் 13 மே, 1853,
மரணம் 27 ஏப்ரல், 1860."

அநேக மரங்கள் சமாதியைச் சூழ்ந்திருந்தன. ஒரு மரம் தன் கிளையை நீட்டி தனியாகச் சமாதிக்கு நிழல் தந்துகொண்டிருந்தது. சித்திரை, வைகாசி மாதங்களில் அடிக்கும் வேகமான காற்றால் சிதைந்து கிடக்கும் இந்தப் பரங்கிக் குழந்தையின் சமாதியில் ஏராளமான காட்டுப்பூக்கள் விழுந்து கிடக்கும். எல்லோரும் மறந்து விட்டாலும் காட்டு மரங்கள் மறக்காமல் நினைவுறுத்திக் கொண்டிருப்பது போலிருக்கும்.

பையன் கண்களை அகலவிரித்தபடி ஆச்சரியத்துடன் பார்த்துக் கொண்டிருந்தான். அவனுடைய ஆறு வயது வாழ்க்கையில் இப்போதுதான் முதல் தடவையாக வீட்டை விட்டு இவ்வளவு தூரம் வந்திருக்கிறான். தன்னுடைய தோழன் நேடாவின் வீடு, வீட்டுக்கு எதிரிலுள்ள ராணி அக்காவின் வீடு, இவ்வளவுதான் அவனுடைய உலகத்துக்கு இதுவரையிலும் எல்லையாக இருந்திருக்கிறது. ஆமாம், சில வேளைகளில் தன் தாயாருடன் குளிப்பதற்காகத் தண்ணீர்த் துறைக்கும் போயிருக்கிறான். அங்கிருந்து மங்கலாகத் தெரியும் பண்டகசாலையைக் காட்டிக்கொண்டு, "அம்மா! பண்டக சாலை அங்குதானே இருக்கிறது?" என்பான்.

அவன் தன்னுடைய அப்பா, பெரிய அக்கா, அப்புறம் தெருவிலுள்ள எத்தனையோ பேர்களிடம் பண்டகசாலை மைதானத்தைப் பற்றிக் கேள்விப்பட்டிருக்கிறான். 'அந்த மைதானத்துக்கு அப்பால் தான் அம்மா சொல்லும் கதைகளில் வரும் இடங்களெல்லாம் இருக்கும் போலும்! தன்னந்தனியாக மரத்தின் கீழே வாளை வைத்துக்கொண்டு இரவைக் கழித்த ராஜகுமாரனுடைய தேசமெல்லாம் அங்கிருந்துதான் ஆரம்பமாகிறதாக்கும்!' என எண்ணுவான்.

வீட்டுக்குத் திரும்பி வரும்போது பாதையோரத்தில் கீழே இருந்த புதரில் ஒரு கொத்துப் பழங்கள் பழுத்திருந்ததை அவன் பறிக்கப் போனான். ஆனால், அவனுடைய அப்பா அவனைத் தடுத்து விட்டான். "கை வைக்காதே, அதைத் தொட்டால் கை எரியும். சும்மாவே வருவதில்லை. நீ ரொம்பத் தொந்திரவு செய்கிறாய்.

இனிமேல் உன்னை எங்கும் கூட்டிக்கொண்டு போக மாட்டேன். இனிக் கையில் அரிப்பு உண்டாகும். நடுவழியில் நடந்து வா என்று உன்னிடம் எத்தனை தரம் சொன்னேன்?" என்றான்.

"கையில் ஏன் அரிப்பு எடுக்கும்?"

"அப்படித்தான் எடுக்கும். இது விஷமாக்கும் விஷம்! இதைத் தொடக்கூடாது. அதனுடைய முழங்கு பட்டால் அப்படி அரிப்பு உண்டாகும். நீ அழுவாய்."

ஹரிஹரன் ஊருக்குள் வந்து வீட்டுக்குப் பின்புறக் கதவு வழியாக வீட்டுக்குள் நுழைந்தான். சர்வஜயா கதவு தட்டும் சத்தம் கேட்டு வெளியில் வந்து, "இவ்வளவு நேரம் செய்வதா, அவனைக் கூட்டிக்கொண்டு போகும்போது போர்வைகூடக் கிடையாதே என்பதை யோசித்திருக்க வேண்டும்" என்றாள்.

"இவனைக் கூட்டிக்கொண்டு போய் ரொம்பக் கஷ்டப்பட்டுப் போனேன். இங்குமங்கும் ஓடிக்கொண்டிருக்கிறான். சமாளிக்கவே முடியவில்லை" என்று கூறிவிட்டுப் பையனைப் பார்த்து, "பண்டக சாலை மைதானத்தைப் பார்க்க வேண்டுமென்ற ஆசை தீர்ந்த தல்லவா?" என்றான்.

8

காலை வேலை ஒன்பது பத்து மணியிருக்கலாம். ஹரிஹரனு டைய மகன் கூடத்தில் தனியாக விளையாடிக் கொண்டிருந்தான். அவனிடம் ஒரு தகரப்பெட்டி இருந்தது. அதன் மூடி உடைந்து போயிருந்தது. பெட்டியைத் தலைகுப்புறச் சாய்க்க, சாயம் போன குதிரை, ஓரணா விலையுள்ள தகர ஊதல், சில தம்படிகள் இருந்தன. தம்படிகள் தாயாரின் பெட்டியிலிருந்து தெரியாமல் எடுத்தது. இரண்டு பைசாவுக்கு வாங்கிய துப்பாக்கி, சில வறண்ட காய்கள் முதலியன இருந்தன. இந்தக் காய்கள் பார்ப்பதற்கு நன்றாக இருந்த தால் அவனுடைய அக்கா இவைகளை எங்கிருந்தோ பொறுக்கிக் கொண்டு வந்தாள். அவள் அவனுக்குக் கொஞ்சம் கொடுத்துவிட்டு மீதியைத் தன் விளையாட்டுச் சாமான்கள் பெட்டியில் வைத்துக் கொண்டான். ஆமை ஓட்டுத் துண்டுகள் கொஞ்சமிருந்தன. கங்கா யமுனை விளையாட்டு விளையாடும்போது இந்த ஓடுகள் அவசியம் தேவைப்பட்டது. ஆகையால், அவைகளைப் பத்திரமாக வைத்திருந் தான். இது அவனுடைய விலைமதிக்க முடியாத செல்வம். இத்தனை பொருள்களிருந்தும் அவன் தனது தகரக் குழலை எடுத்து பல தடவை ஊதினான். பிறகு அதை ஒரு மூலையில் வைத்துவிட்டான். மரக்குதிரையையும் இப்படியும் அப்படியும் திருப்பிப் பார்த்தான். இப்போது அதையும் ஒரு பக்கத்தில் போட்டு விட்டான். இப்போது

கங்கா யமுனை விளையாட்டில் உபயோகிக்கும் ஆமை ஓட்டுத் துண்டுகளைக் கையில் வைத்துக் கொண்டு அந்த விளையாட்டு விளையாடுவதுபோல கற்பனை செய்து பார்த்தான்.

இதற்குள் அவனுடைய அக்கா துர்கா வாசலிலிருந்த பலாமரத் தடியிலிருந்து கூப்பிட்டாள்.

இந்நேரம் வரையிலும் அவள் வீட்டிலில்லை. எங்கோ போய் விட்டு இப்போதுதான் வந்திருக்கிறாள். அவள் ரொம்ப ஜாக்கிரதை யாகக் கூப்பிட்டாள். அவள் சத்தத்தைக் கேட்டதும் பெட்டியிலிருந்த தம்பிடிகளை மறைத்து வைத்துக் கொண்டு, "என்ன அக்கா!" என்றான்.

"இங்கே வா" என்று துர்கா கையால் சாடை காட்டினாள்.

துர்காவுக்குப் பத்துப் பதினொரு வருஷமாகிறது. பார்ப்பதற்கு ஒல்லியாக இருப்பாள். அப்புவைப்போலச் சுத்தமான சிவப்பு நிறமல்ல. கையில் கண்ணாடி வளையல் அணிந்திருந்தாள்.

அழுக்கான துணிகளைப் போட்டுக் கொண்டிருந்தாள். தலைமுடி வறண்டு போயிருந்தது. அழகிய முகம்தான். அப்புவின் கண்களைப் போலப் பெரிய பெரிய கண்கள்தான். அப்பு அருகில் வந்து "என்ன?" என்றான்.

துர்காவின் கையில் பாதி மாங்காய் இருந்தது. அவள் தணி வான குரலில், "அம்மா இன்னும் குளித்து விட்டு வரவில்லையே?" என்றாள்.

அப்பு தலையை ஆட்டி, "இல்லை" என்றான்.

"கொஞ்சம் எண்ணெயும் உப்பும் கொண்டு வருகிறாயா? நான் துவையல் செய்து தருகிறேன்..."

அப்பு உற்சாகத்துடன், "இது எங்கே கிடைத்தது?" என்றான்.

"தோப்பில் கீழே விழுந்து கிடந்தது. கொஞ்சம் எண்ணெயும் உப்பும் கொண்டு வா."

அப்பு அக்காளைப் பார்த்துக்கொண்டு, "நான் எண்ணெய்ச் சட்டியைத் தொட்டால் அம்மா அடித்துவிடுவாள்" என்றான்.

"சீக்கிரம் போடா! அம்மா வருவதற்கு இன்னும் நேரமாகும்."

"நீ மாங்காயைக் கொடு. நான் அதிலே எண்ணெய் ஊற்றிக் கொண்டு வருகிறேன். நீ பின்புறத்துக் கதவோரம் நின்றுகொண்டு அம்மா வருகிறாளா என்று பார்த்துக்கொண்டிரு."

"எங்கேயாவது கீழே எண்ணெயைக் கொட்டிவிடாதே, ஜாக்கிர தையாக எடுத்து வரவேண்டும். நீ சுத்தச் சோம்பேறி! அதுதான் சொல்கிறேன்."

அப்பு வீட்டுக்குள்ளிருந்து வந்ததும் மாங்காயை அவனிடமிருந்து வாங்கி அரைத்த மாங்காயை எண்ணெயில் நன்கு கலக்கினாள். அவ்வளவுதான் பிறகு, "கையை நீட்டு" என்றாள்.

"அக்கா! நீயே அத்தனையும் சாப்பிட்டுவிடுவாயா?"

"அத்தனை எங்கிருக்கிறது? இதுதான் ரொம்பவா, சரி, இன்னும் கொஞ்சம் எடுத்துக்கொள். பார்ப்பதற்கு ரொம்ப நன்றாக இருக்கிறது. ஒரு மிளகாய் கொண்டு வருகிறாயா? கொண்டு வந்தால் இன்னும் கொஞ்சம் கொடுப்பேன்."

"நான் மிளகாயை எப்படி எடுக்க முடியும்? அம்மா பலகை மீது வைத்திருக்கிறாளே!"

"வேண்டாம், அப்புறம் சாப்பிட்டுக் கொள்கிறேன்."

துர்காவின் வீட்டைச் சுற்றிலும் அடர்ந்த வனாந்திரம்தான். ஹரிஹரராயிக்கு ஏதோ உறவில் சகோதர முறையாகும் நீலமணிராய் கடந்த வருஷம் காலமாகிவிட்டார். அவருடைய மனைவி குழந்தைகளுடன் பிறந்தகத்தில் வசித்து வருகிறாள். ஆகையால், பக்கத்து வீடும் காடாகிவிட்டது. அருகில் வேறு வீடுகளே கிடையாது. ஐந்து நிமிஷம் நடந்துபோனால் புவன முகர்ஜி வீட்டை அடையலாம்.

ஹரிஹரனுடைய வீடும் ரொம்ப நாளாகப் பழுது பார்க்கப் படாமேயே இருக்கிறது. எதிரிலுள்ள தாழ்வாரம் கீழே தொங்கிக் கொண்டிருந்தது. சுவரைப் பிளந்துகொண்டு செடிகள் முளைத் திருந்தன. வீட்டுக் கதவுகள் அனைத்தும் உடைந்து போயிருந்தன. தேங்காய் நாரினால் உடைந்தவைகள் இணைத்துக் கட்டப்பட்டி ருந்தன.

பின்புறக் கதவு படாரெனத் திறந்தது. சிறிது நேரத்திற்குள் சர்வஜயா, "துர்கா! துர்கா!" என்று கூப்பிட்டாள்.

"அம்மா கூப்பிடுகிறாள். போய்ப் பார்த்துவிட்டு வா. இந்தா இதையும் சாப்பிட்டுவிடு. கன்னத்தில் உப்பு ஒட்டிக் கொண்டிருக்கிறது. அதைத் துடைத்துக்கொள்" என்றாள் துர்கா.

தாயார் மறுபடியும் கூப்பிட்டாள். துர்கா காதில் விழுந்தது. ஆனால், அவளால் இப்போது பதிலளிக்க முடியாது. அவள் வாய் நிறைய மாங்காயை மென்று கொண்டிருந்தாள். அவள் அவசர அவசரமாகத் தின்னத் தொடங்கினாள். இன்னும் நிறைய மீதி இருந்தது. அவள் உடனே பலா மரத்தடியில் மறைவாகப் போய் நின்றுகொண்டு தின்னத் தொடங்கினாள். அப்புவும் அவளருகில் போய் நின்றுகொண்டு விழுங்கிக் கொண்டிருந்தான். இனி மென்று தின்பதற்கு நேரமேது? தின்றுகொண்டே அவன் தன் அக்காளைப் பார்த்துச் சிரித்தான். துர்கா மாங்கொட்டையை வீசி எறிந்துவிட்டு நீலமணிராய் வீட்டுப் பக்கம் காட்டுக்குள் ஓடினாள். அவள்

தம்பியைத் திரும்பிப் பார்த்து, "முட்டாள் பயலே, முகத்தை ஏன் துடைத்துக் கொள்ளவில்லை?" என்றாள்.

அதன் பிறகு நல்ல பிள்ளை போல வீட்டிற்கு வந்து, "அம்மா ஏன் கூப்பிட்டாய்?" என்றாள்.

"எங்கே ஓயாது சுற்றிக் கொண்டிருக்கிறாய்? ஒண்டிப் பிராணி என்ன செய்வேன்? காலையிலிருந்து துணிகளைத் துவைத்துக் வைத்து ஓய்ந்து போனேன். இத்தனை பெரிய பெண் ஏதாவது வீட்டு வேலைகளில் உதவி செய்யக்கூடாது? ஒரு செம்பு தண்ணீர்கூட உன்னால் எடுத்துக் கொடுக்க முடிகிறதில்லை. நாள் முழுதும் இங்குமங்கும் சுற்றிக்கொண்டே இருக்கிறாயே!

"அந்தக் குரங்கு எங்கே?" என்றாள்.

"அம்மா, பசிக்கிறது" என்று அப்பு வந்து சொன்னான்.

"பொறு! பொறு! கொஞ்சம் மூச்சுவிட்டுக் கொள்கிறேன். துர்கா, கன்றுக்குட்டி ஏன் கத்துகிறதென்று போய்ப் பார்த்து வா."

சிறிது நேரத்திற்குப் பிறகு சர்வஜயா சிரித்த முகத்துடன் வெள்ளரிக் காயை நறுக்கிக் கொண்டிருந்தாள். அப்பு அருகில் வந்து உட்கார்ந்து கொண்டு, "விதைகளை எடுத்துவிடம்மா. இல்லாவிட்டால், கசக்கும்" என்றான்.

துர்கா கையை நீட்டித் தன் பாகத்தைப் பெற்றுக் கொண்டாள். பிறகு மெதுவாக, "ஏம்மா, வறுத்த அரிசி இல்லையா?" என்றாள்.

அப்பு வெள்ளரிக்காயைத் தின்றுகொண்டே, "மாங்காய் சாப் பிட்டுப் பல் கூசுகிறது" என்றான்.

துர்கா அவனை உற்றுப் பார்த்து எச்சரிக்கை செய்தாள்.

"உங்களுக்கு மாங்காய் எங்கு கிடைத்தது?" என்று தாயார் கேட்டாள்.

அப்புவுக்கு உண்மையைக் கூறிவிடத் துணிச்சல் உண்டாக வில்லை. ஆகையால், அவன் அக்காளைப் பார்த்தான். சர்வஜயா பெண்ணைப் பார்த்து, "நீ மறுபடியும் வெளியில் போயிருந்தாயா?" என்று கேட்டாள்.

தொந்தரவில் மாட்டிக்கொண்ட துர்கா, "அவன் சொல்வதைக் கேட்காதே. நான் பலாமரத்தடியில் நின்று கொண்டிருந்தேன். நீ கூப்பிட்டபோது நான் அங்கேயே..."

இதற்குள் கவர்ணா பால் கறக்க வந்தாள். ஆகையால், பேச்சு அங்கே, தடைப்பட்டுவிட்டது.

"போய் கன்றுக் குட்டியைப் பிடித்துக் கொள். பாவம் கன்றுக் குட்டி கத்திக் கொண்டிருக்கிறது. கவர்ணா நீ இவ்வளவு நேரம்

பண்ணிவிட்டாயே? கன்றுக்குட்டியை என்னேரம் வரையிலும் கட்டி வைத்துக் கொண்டிருப்பது?" என்றாள் சர்வஜயா.

அக்காளுக்குப் பின்னாலேயே தம்பியும் பால் கறப்பதைப் பார்க்கப் போனான். அவன் வெளியில் வாசலில் கால் வைத்ததும் அவன் முதுகில் ஒரு குத்துவிட்டுத் துர்கா, "புத்தியில்லாக் குரங்கே!" என்று கூறிவிட்டு முகத்தைக் கோணலாக்கிக் கொண்டு, "மாங்காய் தின்று பல் கூசுகிறது? இனி உனக்கு மாங்காய் கொடுப்பே னென்று இருக்கிறாயா? இப்போதே மாங்காய் கொண்டுவரப் போகிறேன். பெரிய பெரிய பழங்கள், வெல்லம் போல இனிக்கும். உனக்குக் கொடுப்பேனிரு! முட்டாள் பயல்! கொஞ்சமாவது மூளை இருக்க வேண்டும்!" என்றாள்.

மத்தியானத்திற்குப் பிறகு வேலைகளை முடித்துக் கொண்டு ஹரிஹரன் வீட்டுக்கு வந்தான். அவன் இப்போது அன்னாதா ராயிடம் குமாஸ்தாவாக இருக்கிறான். "அப்பு எங்கே காணோம்?" என்றான்.

"அப்பு அறைக்குள் தூங்குகிறான்" என்றாள் சர்வஜயா.

"துர்கா..."

"அவள் சாப்பிட்டுவிட்டு வெளியில் போய்விட்டாள். அவள் வீட்டில் தங்குவதேயில்லையே! சாப்பிடுவதற்குத்தான் வீட்டுக்கு வருவாள். பசி எடுத்தால் வருவாள். நாவல் பழம், மாம்பழம் யார் தோட்டத்திலிருக்கிறதென்று அலைந்து கொண்டிருப்பாள். சித்திரை மாத வெய்யில், இனி மறுபடியும் காய்ச்சல் வரப்போகிறது. இவ்வளவு பெரிய பெண்ணுக்கு இது தெரிய வேண்டாமா? என்ன சொன் னாலும் காதில் போட்டுக் கொள்வதில்லை. ஒரு காதில் வாங்கி, இன்னொரு காதில் விட்டுவிடுவாள்" என்றாள்.

கொஞ்ச நேரத்திற்குப் பிறகு ஹரிஹரன் சாப்பிடும்போது, இன்று நான் தஷ்கரா கிராமத்துக்குப் போயிருந்தேன். அங்கே ஒரு பெரிய மனிதரைச் சந்தித்தேன். அவர் வீட்டில் ஐந்தாறு தானியக் களஞ்சியம் இருக்கிறது. அவர் என்னை வணங்கிவிட்டு, "மகராஜ்! என்னைத் தெரிகிறதா?" என்றார்.

"தெரியவில்லையே ஐயா..." என்றேன்.

"பெரிய பண்டிதர் இருந்தவரையிலும் எங்கள் வீட்டு விசேஷத் திற்கும் பூஜைக்கும் அவர்தான் வருவார். நீங்கள்தான் எங்கள் குரு. எங்கள் குடும்பத்தைச் சேர்ந்த எல்லோரும் உங்களிடம் தீட்சை கொடுக்கலாமல்லவா? இரண்டொரு நாளைக்குள் யோசித்துப் பதில் சொல்லுங்கள்" என்றார்.

சர்வ ஜயா பருப்புத்தட்டைக் கையில் ஏந்தியபடி நின்று கொண்டிருந்தாள். இப்போது அவள் தட்டைக் கீழே வைத்து விட்டு

உட்கார்ந்து கொண்டாள். "இதில் என்ன தப்பு? தீட்சை கொடுக்கலாமல்லவா? அவர்கள் என்ன குலம்?" என்றாள்.

ஹரிஹரன் தணிந்த குரலில், "யாரிடமும் சொல்லிவிடாதே. அவர்கள் சதகோபர்கள். உன் நாக்கில்தான் ஒன்றும் தங்காதே" என்றான்.

"நான் யாரிடம் சொல்லப் போகிறேன்? சதகோபர்களாக இருந்தால் இருந்துவிட்டுப் போகிறார்கள். இவ்வளவு கஷ்டமாக இருக்கிறதே ராய்வாடியிலிருந்து எட்டு ரூபாயாவது வந்து கொண்டிருக்கும். அதுகூட இரண்டு மூன்று மாதங்களாகக் கிடைப்பதில்லை. இங்கு கடன் தொந்திரவோ சகிக்க முடியவில்லை. நேற்று தண்ணீர்த் துறையிலிருந்து வரும்போது பண்டிதர் மனைவி பிடித்துக்கொண்டாள். "நான் இதுவரையிலும் யாருக்கும் பொருள் மேல்தான் பணம் கொடுத்திருக்கிறேன். நீ ரொம்பச் சொன்னாயே என்று கொடுத்தேன். ஐந்து மாதமாகிறது. இனி என்னால் பொறுக்க முடியாது" என்று கூறிவிட்டாள்... ராதா வைஷ்ணவனுடைய மனைவி. என் பிராணனை வாங்குகிறாள். இரண்டு வேளையும் தவறாமல் வருகிறாள். குழந்தைக்குத் துணி கிடையாது. இரண்டு மூன்று இடத்தில் தையல் போட்டுக் கொடுத்தேன். குழந்தை சந்தோஷமாக விளையாடப் போகுது. என் நிலைமைதான் சொல்ல வேண்டியதில்லை. எங்காவது வெளியில் போய்விடலாமென்றிருக்கிறது" என்றாள்.

"அவர் இன்னொன்றும் சொன்னார். 'ஊரில் வேறு பிராமணன் கிடையாது. நீங்கள் அங்கு குடி வந்துவிட்டால் வீடு நிலம் அனைத்தும் கொடுத்து வைத்துக் கொள்கிறோம்' என்றுகூடச் சொன்னார். 'ஊருக்குள் ஒரு பிராமணன் குடி இருக்க வேண்டுமென்று நாங்களெல்லாம் விரும்புகிறோம்' என்றார். கொஞ்சம் நஞ்சை நிலம் கூடக் கொடுப்பார்கள். பணத்திற்கு ஒன்றும் குறைச்சல் இருக்காது. இன்று குடியானவன் வீட்டில்தானே லக்ஷ்மி விளையாடுகிறாள். பிரபுக்கள் எல்லாம் கெட்டழிந்துவிட்டார்கள்."

உணர்ச்சிப் பெருக்கால் சர்வஜயாவின் குரல் தடைப்பட்டது. "இப்போது போய்விடலாம். நீங்கள் ஏன் சம்மதம் தெரிவிக்கவில்லை? நாங்கள் வந்துவிடுகிறோம் என்று ஏன் சொல்லாமல் வந்தீர்கள்? இந்த ஊரிலே அம்மாதிரி பெரிய மனிதர் தயவு தங்களுக்கு இருக்கிறதா? அப்பன் பாட்டன் நிலத்தில் ஒட்டிக் கொண்டிருந்தது போதும்" என்றாள்.

ஹரிஹரன் சிரித்துக்கொண்டு, "சுத்தப் பைத்தியக்காரியாக இருக்கிறாயே! உடனே ஒத்துக்கொள்ளக் கூடாது. கீழ்ச்சாதியைச் சேர்ந்தவர்கள். பண்டிதர் வீட்டில் அடுப்பில் பூனை தூங்குகிறது என்று நினைத்துக் கொள்வார்கள். அதனால், நமக்கு அவமானம்தான் ஏற்படும். காரியமாகாது. மஜும்தாரிடம் யோசனை கேட்கிறேன்.

நற்றிணை பதிப்பகம் ✸ 43

இப்போதே போ என்றால் கூடப் போக முடியாது. உடனே எல்லாப் பயல்களும் வந்து பணம் கேட்பார்கள். கொடுக்காவிட்டால் போக மாட்டார்கள். இவைப் பற்றி யோசித்துக் கொண்டிருக்கிறேன்."

துர்கா எங்கிருந்தோ வந்து மெதுவாக எட்டிப் பார்த்தாள். உள்ளே அனைவரும் இருப்பதைப் பார்த்துவிட்டுச் சந்தடியின்றிச் சுவரோரமாக மறைந்துகொண்டு பின்கததவைப் போய்த் திறந்தாள். ஆனால், கதவு உட்புறம் தாளிடப்பட்டிருந்தது. வாசலில் நின்று கொண்டிருக்கவும் முடியவில்லை. உச்சி வெய்யில் அப்படிக் காய்ந்தது. ஆகையால், அவள் பலாமரத்தடியில் வந்து நின்று கொண்டாள். வெய்யிலில் சுற்றியதால் முகம் சிவந்திருந்தது. அவள் முந்தானையில் ஏதோ பொருளைப் பத்திரமாக முடிந்து கொண்டிருந்தாள். 'வெளிக்கதவு திறந்திருக்கும். அம்மா தூங்கிக் கொண்டிருப்பாள். யாருக்கும் தெரியாமல் வீட்டுக்குள் நுழைந்து தூங்கலாம்' என்று நினைத்தாள். ஆகையால், தந்தைக்கு முன் முன்வாசல் வழியாக வீட்டுக்குள் போகத் தைரியம் உண்டாகவில்லை.

வாசலில் பலா மரத்தடியில் நின்றுகொண்டு அவள் என்ன செய்ய முடியும்? ஆகையால், அங்குமிங்கும் பார்த்துக்கொண்டு உற்சாகமின்றி நின்று கொண்டிருந்தாள். பிறகு முடிந்திருந்த பொருளையே பார்த்துக் கொண்டிருந்தாள். சில வறண்ட காட்டுப் பழங்கள், அதிலிருந்து விதை எடுத்துக் கொண்டிருந்தாள். கொஞ்ச நேரத்திற்குப் பிறகு அவைகளை ஒவ்வொன்றாக எண்ணினாள். எண்பது விதைகளிருந்தன. இவைகளை எல்லாம் அப்புவிடம் கொடுத்து அவனது பெட்டியில் வைத்துக் கொள்ளச் சொல்ல வேண்டும் என்று எண்ணிக் கொண்டிருந்தாள். இந்த விதைகள் எவ்வளவு வழுவழுப்பாக இருக்கின்றன! இன்றுதான் மரத்திலிருந்து விழுந்தன. நான் நல்ல சமயத்தில் போனேன். இல்லாவிட்டால் மாடு தின்றிருக்கும். அந்தச் சிவப்பு மாடு பிசாசுதான். எங்கு வேண்டு மானாலும் போய்விடும். இதற்கு முந்தியும் கொஞ்சம் கொண்டு வந்திருந்தால் இதோடு ரொம்பச் சேர்ந்துவிடும்."

அவள் மறுபடியும் விதைகளைத் துணியில் முடிந்து கொண்டாள். அப்புறம் எதையோ நினைத்துக்கொண்டு தலைமுடி காற்றில் பறக்க உற்சாகமாக வீட்டை விட்டுக் கிளம்பினாள்.

9

அப்புவின் வீட்டுக்குக் கொஞ்ச தூரத்தில் ஒரு அரசமரம் இருந்தது. அவனுடைய வீட்டுக் கூடத்திலிருந்து பார்த்தால் மரத்தின் உச்சி தெரியும்.

அப்பு அடிக்கடி அந்தப் பக்கம் பார்ப்பான். அவன் அந்தப் பக்கம் பார்க்கும்போதெல்லாம் ரொம்ப தூர தேசத்தின் படம் மங்கலாக அவன் மனத்தில் விழுவது போலிருக்கும். அம்மாளிடம் அந்தத் தேசங்களின் ராஜகுமாரர்களைப் பற்றிக் கேள்விப்பட்டிருக் கிறான்.

ரொம்ப தூரதேசத்து விஷயங்களைக் குழந்தை உள்ளம் நினைத்துக் கொண்டு உற்சாகத்தால் கூத்தாடும். நீல ஆகாயம் ரொம்ப தூரத்தி லிருக்கிறது. அதில் வட்டமிடும் காற்றாடியும் ரொம்ப உயரத்தில் பறக்கிறது. பண்டகசாலை மைதானமும் ரொம்ப தூரத்தில்தானிருக் கிறது. இதை அவனால் யாரிடமும் கூறமுடியவில்லை. அவன் மனம் மட்டும் தூர தேசங்களில் சுற்றிக் கொண்டிருந்தது. இவ்விதம் அவனைத் தூர தேசத்துப் பொருள்கள் கவர்ந்து இழுத்துக்கொண்டு போகும்போது அவன் அங்கு சஞ்சரித்துக் கொண்டிருக்கும்போது அவன் மனம் தாயாரை எண்ணி ஏங்குவது தான் ரொம்ப விசித்திர மான விஷயமாக இருந்தது. எத்தனையோ தடவை அம்மாதிரி நிகழ்ந்திருக்கிறது.

ஒரு கழுகு ஆகாயத்தில் பறந்து கொண்டிருந்தது. அது மேலே மேலே போகப் போகச் சிறிதாகிக் கொண்டுவந்து கடைசியில் நீலவானத்தோடு ஒன்றாக மறைந்து போய்விட்டது. கழுகு இப்படி மறைந்தவுடன் வாசலிலிருந்து ஒரே தாவில் ஓடிவந்து தாயாரைக் கட்டிப்பிடித்துக் கொள்வான். "அடடே! இதென்ன? விடு விடு! இதோ பார். உனக்காக மீன் சமைத்துக் கொண்டிருக்கிறேன். உனக்குப் பீங்கா மீன் ரொம்பப் பிடிக்குமல்ல! தொந்திரவு செய்யாதே! விடு" என்பாள் தாயார்.

சாப்பிட்ட பிறகு தாயார் ஜன்னலோரம் முந்தானையை விரித்துப் படுத்துக்கொண்டு கிழிந்து போயிருக்கும் மகாபாரதத்தை எடுத்துப் படித்துக் கொண்டிருப்பாள். அருகிலுள்ள தென்னை மரத்தில் ஏதாவது பறவை கத்திக் கொண்டிருக்கும். அப்பு பக்கத்தில் உட்கார்ந்தபடி அ, ஆ எழுதிக்கொண்டு தாயார் படிப்பதைக் கேட்டுக் கொண்டிருப்பான்.

தாயார் துர்காவிடம், "ஒரு வெற்றிலை எடுத்துக் கொண்டு வா" என்பாள்.

அப்பு உடனே தாயாரின் வாயருகில் கையை நீட்டிக் கொண்டு, "அம்மா, எனக்குக் கொஞ்சம் தம்பளம் கொடு" என்பான்.

உடனே, தாயார் வாயில் மென்று கொண்டிருக்கும் வெற்றிலை யிலிருந்து கொஞ்சம் கொடுப்பாள். "இது ரொம்பக் கசப்பாக இருக்கிறது. இந்தக் கத்தைக்கட்டை ரொம்ப மட்டமானது. இந்தக் கத்தைக் கட்டையை வாங்க வேண்டாமென்று தினம் சொன்னாலும் கேட்பதில்லை" என்பாள்.

சன்னலுக்கு வெளியே மத்தியான வெய்யிலில் மூங்கில் காட்டில் மண்டிக் கிடக்கும் சப்பாத்திக் கள்ளிப் புதரைப் பார்த்துக்கொண்டே மகாபாரதத்தில் குருக்ஷேத்திர யுத்தத்தைப் பற்றிப் படிப்பதைக் கேட்டுக் கொண்டிருப்பான். மகாபாரதத்தில் வரும் பாத்திரங்கள் அனைத்திலும் அவனுக்குக் கர்ணனைத்தான் மிகவும் பிடிக்கும். இந்தக் காரணத்தால் அவன் கர்ணனை எண்ணிப் பெருமைப்பட்டுக் கொள்வான். தேர்ச் சக்கரம் மண்ணில் புதைந்துவிட்டது. கர்ணன் சக்கரத்தை மண்ணிலிருந்து மேலே எடுக்க முயற்சித்துக் கொண்டிருக் கிறான். ஆயுதமின்றி, எவ்விதப் பாதுகாப்புமின்றி ஆபத்தில் சிக்கிக் கொண்ட கர்ணனுடைய வேண்டுகோளைக் கேளாமல் அர்ஜுனன் அஸ்திரத்தால் அவனைக் கொன்றுவிடுகிறான்.

தாயார் மூலம் இந்தக் கதையைக் கேட்ட அப்புவின் குழந்தை உள்ளம் கலக்கமடைந்தது. கண்ணீர் விடுவான். கண்ணீர் விடுவதால் மனிதனுக்கு உண்டாகும் ஆனந்தத்தைப் போலவே இந்த அனுபவத் தால் அவன் உள்ளம் கம்பீரமடையும். வாழ்க்கைப் பாதையில் எதிர்ப்படும் கண்ணீரையும், அவலநிலையையும், மரணத்தையும், ஆசாபங்கத்தையும் தகிக்கின்ற இந்த மத்தியான வெய்யிலில் அம்மா அந்தக் கிழிந்துபோன புத்தகத்தை இனிமையாகப் படிக்கக் கேட்டு உணருவான்.

பொழுது சாய்ந்ததும் அம்மா வீட்டுக் காரியங்களைக் கவனிக்க எழுந்துபோய்விடுவாள். அவன் வெளியில் வந்து வாசலில் நின்று கொண்டு தூரத்தில் தெரியும் அந்த அரசமரத்தையே பார்த்துக் கொண்டிருப்பான். சித்திரை வெய்யிலின் உக்கிரத்தால் மரத்தின் உச்சி நன்கு தெரியாது போய்விடும். மாலை வெய்யில் மரத்தின் உச்சிக்குப் பொன்முலாம் பூசிக்கொண்டிருக்கும். அதைப் பார்க்கும் போது அவன் உள்ளத்தில் எத்தனையோ உணர்ச்சிகளை எழுப்பும்.

கர்ணன் அந்த அரச மரத்துக்கு அப்பால் அடிவானத்திற்குக் கீழே ரொம்ப தூரத்தில் மண்ணில் புதைந்திருக்கும் சக்கரத்தைத் தூக்கிக் கொண்டிருப்பது போலப்படும். அவர் தினமும் எடுத்துக் கொண்டுதானிருப்பார். அவர் மகா பெரிய வீரராயிற்றே! அவர் எப்போதும் அன்புக்குப் பாத்திரமானவர். தேரின் மீதிருந்து கொண்டு விரோதியின் ஆபத்தான சமயத்தில் வெற்றியடைந்த அர்ஜுனன் வீரனேயல்ல. வெற்றி கண்டவன் கர்ணன்தான். மனிதர்களுடைய கண்ணீரில் சதாகலந்துறவாடிக் கொண்டிருக்கிறான். மனித வேதனையின் அனுதாபத்துக்கு உரியவன். அவன்தான் கர்ணன்.

மகாபாரதக் கதையைப் படித்துப்படித்து அவனுக்கும் போர் ஆசை தோன்றிவிட்டது. சிறுசிறு மூங்கில் சிம்புகளை அஸ்திரங்களாக எடுத்துக்கொண்டு வாசலில் உலாவத் தொடங்கினான். அவன்

தன் மனதிற்குள்ளாக, 'அதற்கப்புறம் துரோணர் ஒரே சமயத்தில் பத்துப் பாணங்களை விட்டார். அர்ஜுனன் பதிலுக்கு ஒரே சமயத்தில் இருநூறு பாணங்களை விட்டான். அப்புறம் பயங்கரமான யுத்தம் ஆரம்பமாகியது. பாணங்களால் நாலு திசைகளிலும் இருள் சூழ்ந்து கொண்டது. (இந்தச் சமயத்தில் அவன் தன் மனத்துக்கு இஷ்டமான அம்புகளைக் கற்பனை செய்து கொள்வான்.) இதற்கப்புறம் அர்ஜுனன் என்ன செய்தானென்றால் வாளையும் கேடயத்தையும் எடுத்துக் கொண்டு தேரிலிருந்து குதித்தான். துரியோதனன் வந்தான். பீமன் வந்தான். பாணங்களால் ஆகாயத்தில் இருள் சூழ்ந்தது. ஒன்றும் கண்ணுக்குத் தெரியவில்லை' என்று சொல்லிக்கொள்வான்.

வெய்யில் காலம். வைகாசி பாதி கழிந்துவிட்டது.

நீலமணிராய் வீட்டுக்கருகிலுள்ள காட்டோரத்தில் அன்று மத்தியானம் ஆச்சாரிய துரோணர் ஆபத்தில் சிக்கிக் கொண்டார். திடீரென தேர் எதிரில் வந்துவிட்டது. காண்டீபன் பிரம்மாஸ்திரத்தை விட ஆயத்தம் செய்தான். கௌரவ சேனை அல்லோலகல்லோலப் பட்டது. இதற்குள் சப்பாத்திப் புதரிலிருந்து யாரோ வந்து, "என்ன அப்பு?" என்றார்கள்.

அப்பு திடுக்கிட்டுப்போனான். அம்பை விடுவதற்காகக் காதளவு வில்லை இழுத்து வைத்திருந்தவன் அம்பை விட்டுப் பார்த்தான். அவனுடைய அக்கா காட்டுக்குள் நின்றுகொண்டு இவனைப் பார்த்துக் கலகலவெனச் சிரித்துக் கொண்டிருந்தாள். அப்புவைப் பார்த்து அவள், "அடப் பைத்தியமே என்ன உளறிக் கொண்டிருக் கிறாய்? கைகால்களை ஏன் அப்படி ஆட்டுகிறாய்?" என்றாள்.

அவள் தம்பி அருகில் ஓடிவந்து அவனது மிருதுவான கன்னத்தில் முத்தமிட்டு, "இது எந்தப் பைத்தியம்? என்ன உளறிக் கொண்டி ருந்தாய்?" என்றாள்.

அப்பு வெட்கத்துடன், "இல்லை, இல்லை! நான் ஒன்றும் பேசிக் கொண்டிருக்கவில்லையே" என்றான்.

கடைசியில் துர்கா சிரிப்பை அடக்கிக்கொண்டு, "என்னோடு வா" என்றாள்.

பிறகு அவள் அப்புவின் கையைப் பிடித்து இழுத்துக் கொண்டு காட்டுக்குள் ஓடினாள். கொஞ்ச தூரம் போன பிறகு அவள் விரலால் சுட்டிக்காட்டிக்கொண்டு, "அங்கே பார். எத்தனை சீதாப் பழம் பழுத்திருக்கிறது! இதை எப்படிப் பறிப்பது" என்றாள்.

"ஆஹா! கொத்துக் கொத்தாக இருக்கிறதே!" என்றான் அப்பு.

"நீ ஒரு காரியம் செய்கிறாயா? வீட்டுக்குப்போய்த் தொரட்டை எடுத்து வருகிறாயா? அது இருந்தால் போதும்."

"அக்கா, நீ இங்கேயே இரு. நான் போய் எடுத்துவருகிறேன்."

அப்பு தொரட்டை எடுத்து வந்தான். இவர்கள் இருவரும் சேர்ந்து முயற்சித்தும்கூட நாலைந்து பழத்துக்குமேல் பறிக்க முடியவில்லை. மரம் ரொம்ப உயரமாக இருந்தது. ஆகையால், உயரமாக உள்ள கிளைகளிலிருந்து பழங்களைப் பறிக்க முடியவில்லை. "இவைகளைக் கொண்டு போகலாம். அம்மா குளிக்கப் போகும்போது கூட வரலாம். அம்மாவுக்குப் பழம் எட்டும். பழத்தை என்னிடம் கொடுத்து விடு. நீ தொரட்டை எடுத்துக்கொண்டு வா. அப்பு! நீ மூக்குத்தி போட்டுக் கொள்கிறாயா?" என்றாள்.

கீழே ஒரு புதரில் படர்ந்திருந்த கொடியில் வெள்ளை மொக்குகள் மலர்ந்திருந்தன. துர்கா பழங்களைக் கீழே வைத்து விட்டு மொக்கு களைப் பறித்தாள். "இங்கே வா உனக்கு மூக்குத்தி போட்டுவிடுகிறேன்" என்றாள்.

அவனுடைய அக்காளுக்கு இந்த வெள்ளை மலர் மூக்குத்தி அணிந்து கொள்வதில் ரொம்பப் பிரியம். அவள் காட்டில் தேடிப் பறித்து வந்து மூக்குத்தி போட்டுக் கொள்வாள். இதற்கு முன் அப்புக்கும் பல தடவை மூக்குத்தி போட்டு விட்டிருக்கிறாள். மூக்குத்தி அணிந்து கொள்வது அப்புக்குக் கொஞ்சம் கூடப் பிடிக் காது. தனக்கு மூக்குத்தி வேண்டாமென்று சொல்ல விரும்பினான். ஆனாலும், அக்காளிடம் பயந்து கொண்டு பேசாமலிருந்து கொண் டான். அக்காளுக்குக் கோபம் உண்டாக்க அவன் விரும்பவில்லை. ஏனென்றால், அவள்தானே காடெல்லாம் சுற்றி இலந்தைப் பழம், சீதாப்பழம், மாம்பழம் முதலியவைகளைக் கொண்டுவந்து கொடுக் கிறாள். அவளில்லாவிட்டால் அவைகளை எல்லாம் அவன் சாப்பிட முடியாதே. ஆகையால், மூக்குத்தியை அவன் விரும்பவில்லை என்றாலும், வாய் திறந்து சொல்ல முடியவில்லை.

துர்கா ஒரு மொக்கைப் பறித்தாள். அதிலிருந்து தண்ணீரைப் போல நீர் வெளிப்பட்டது. அந்தப் பசையால் அப்புவின் மூக்கில் மொக்கை ஒட்டவைத்தாள். பிறகு அவள் தான் ஒன்று வைத்துக் கொண்டாள். தன் தம்பியின் முகவாயைப் பிடித்துப் பார்த்துக் கொண்டு, "எப்படியிருக்கிறது தெரியுமா? ஆஹா! ரொம்ப அழகாக இருக்கிறது. அம்மாவிடம் காட்டலாம் வா" என்றாள்.

அப்பு வெட்கத்துடன், "வேண்டாம் அக்கா" என்றான்.

"வேண்டாம், வேண்டாம்! எங்காவது விழுந்துவிடப் போகிறது. நன்றாக இருக்கிறது."

துர்கா சீதாப் பழத்தை சமையல் வீட்டுக்குள் கொண்டுபோய் வைத்தாள். சர்வஜயா சமையல் செய்து கொண்டிருந்தாள். இதைப் பார்த்ததும் மகிழ்ச்சியுடன், "இவைகள் எங்கே இருந்தது?" என்றாள்.

“காட்டுக்குள் இருக்கிறதம்மா. இன்னும் நிறைய இருக்கிறது. நாளைக்கு நீயும் வருகிறாயா? எல்லாம் செக்கச் செவேலெனப் பழுத்திருக்கிறதம்மா!”

இந்நேரம் அப்பு மறைவில் இருந்தான். அவன் முன்வந்து, “அம்மா என்னைப் பார்” என்றான்.

அப்பு மூக்குத்தி அணிந்து கொண்டு அக்காவுக்குப் பின்னால் நின்று கொண்டிருந்தான். சர்வஜயா சிரித்துக்கொண்டு, “அடே; இது யாரு? எனக்கு அடையாளமே தெரியவில்லையே?” என்றாள்.

அப்பு வெட்கத்துடன் மூக்கிலிருந்த மொக்கை பிடுங்கி எறிந்து விட்டான். “அக்காதான் போட்டுவிட்டாள்” என்றான்.

துர்கா அவசரமாக, “வா அப்பு! எங்கோ ‘டும் டுமுக்கா’ அடிக்கிறார்கள். குரங்காட்டி வந்திருப்பான். நேரம் செய்யாதே!” என்றாள்.

முன்னால் துர்காவும் பின்னால் அப்புவுமாக ஓடிக் கொண்டிருந்தார்கள். எதிரிலுள்ள வீதியில் குரங்காட்டவும் இல்லை. சீனிவாஸ் மிட்டாய் தட்டைத் தலைமீது வைத்தபடி வந்து கொண்டிருந்தான். அடுத்த வீதியில் அவனுடைய கடை இருக்கிறது. அதோடு வெல்ல வியாபாரமும் செய்து வந்தான். கைமுதல் கொஞ்சமாக இருந்ததால் முன்னேற முடியவில்லை. குறுகிய காலத்துக்குள் வாங்கியவர்களுக்குக் கொடுக்க வேண்டியிருக்கிறது. அவன் உருளைக்கிழங்கு வெற்றிலை முதலியவைகளைத் தலை மீது வைத்து விற்றுக் கொண்டிருந்தான். அதுவும் ஒன்றும் சரிப்பட்டு வரவில்லை. பிறகு, தோளில் பைகளைப் போட்டுக்கொண்டு சாமான்கள் விற்றுப் பார்த்தான். அப்புறம் ஒருநாள் பார்க்கும்போது சுண்ணாம்புக் கல்லைத் தலைமீது வைத்து விற்றுக் கொண்டிருந்தான். மீன் வியாபாரத்தைத் தவிர எல்லா வியாபாரத்தையும் செய்துவிட்டான் என்று ஜனங்கள் சொல்லு வார்கள். நாளை தசராப்பண்டிகை.

ஜனங்கள் இன்றே இனிப்புப் பீடாவும் சந்தேஷும் வாங்கி வைத்துவிடுவார்கள். சீனிவாஸ், ஹரிஹரராய் வீட்டுப்பக்கமாகப் போனான். ஆனால், வீட்டுக்குள் போகவில்லை. இந்த வீட்டில் ஒன்றும் வாங்க மாட்டார்கள் என்பது அவனுக்குத் தெரியும். இருந் தாலும் துர்காவும் அப்புவும் வீட்டுக்கு முன் நின்று கொண்டி ருப்பதைப் பார்த்து, “ஏதாவது வேண்டுமா?” என்றான்.

அப்பு, அக்கா முகத்தைப் பார்த்தான். துர்கா, சீனிவாசைப் பார்த்து ஒன்றும் வேண்டாமென்று தலையை அசைத்தாள்.

சீனிவாஸ், புவனமுகர்ஜி வீட்டுக்குப்போய்த் தன் வியாபாரத் தட்டைக் கீழே வைத்ததும், வீட்டிலிருந்த குழந்தைகள் அனைத்தும் வந்து சூழ்ந்து கொண்டன. புவனமுகர்ஜி சாப்பாட்டு விஷயத்தில்

ஏராளமானவர். வீட்டில் ஐந்தாறு நெற்களஞ்சியம் இருந்தன. இந்தக் கிராமத்திலே ஜமீன்தார்கள் இன்னும் பெரிய மனிதர்களுக்குச் சமமாக ஆனந்தராய்க்குப் பிறகு இவரைத்தான் மதிப்பார்கள். அவருடைய மனைவி காலமாகி ரொம்ப நாளாகிறது.

இப்போது நடுத் தம்பியின் விதவைதான் குடும்பத்தலைவி. வயது நாற்பதுக்கு மேலிருக்கும். ரொம்பக் கர்வக்காரி.

நடு அண்ணா மனைவி ஒரு பித்தளைத் தட்டிலே சந்தேஷ், பாதுஷா முதலான பலகாரங்களை எல்லாம் வாங்கினாள். புவனமுகர்ஜியின் குழந்தைகள், தன் குழந்தைகள் எல்லாம் அங்கு நின்று கொண்டிருந்தன. அவர்களனைவருக்கும் மிட்டாய் வாங்கிக் கொடுத்தாள். சீனிவாசுக்குப் பின்னால் துர்காவும் அப்புவும் நிற்பதைப் பார்த்து விட்டுத் தன் மகன் சுனீலைக் கூப்பிட்டு, "வீட்டுக்குள்போய்ச் சாப்பிடு. இங்கே சாமிக்கு வாங்கிய மிட்டாய்கள் வைத்திருக்கிறேன். அதில் எச்சில் பட்டுவிடப் போகிறது. போ உள்ளே" என்றாள்.

சீனிவாஸ் கூடையை எடுத்துக்கொண்டு வேறு வீட்டுக்குப் போய் விட்டான். "வா அப்பு, டுனூ வீட்டுக்குப் போய்ப் பார்க்கலாம்" என்றாள் துர்கா.

இவர்கள் வாசலைக் கடந்தவுடன் விதவை முகத்தைக் கோணித்துக் கொண்டு, "இந்தப் பெண் தின்பதற்கு எப்படித் திரிகிறது தெரியுமா? பார்த்தால் தெரியவில்லை! தன் வீட்டில் வாங்கிச் சாப்பிடாமல், ஒவ்வொரு வீடாகத் திரிகிறது. அது சரி; தாயைப் போலத்தானே பிள்ளையும் இருக்கும்" என்றாள்.

இவர்கள் வீட்டை விட்டு வெளியில் வந்ததும், "சீனிவாஸிடம் இருக்கும் மிட்டாய் இரண்டு தம்பிடிதான். தேர் நாளைக்கு அப்பா விடம் நாலு தம்பிடி வாங்கி நாம் இரண்டு பேரும் வைத்துக் கொள்ளலாம். நாமும் இனிப்புப் பீடா வாங்கிச் சாப்பிடலாம்" என்று தம்பிக்கு ஆறுதல் கூறினாள்.

சிறிது நேரத்திற்குப் பிறகு அப்பு ஆழ்ந்த சிந்தனைக்கப்புறம், "அக்கா! தேருக்கு இன்னும் எத்தனை நாளிருக்கிறது?" என்று கேட்டான்.

10

பல மாதங்கள் கழிந்துவிட்டன.

சர்வஜயா, புவனமுகர்ஜி வீட்டுக் கிணற்றிலிருந்து தண்ணீர் கொண்டு வந்தாள். அப்பு தாயாரின் முந்தானையைப் பிடித்துக் கொண்டு அந்த வீட்டிலிருந்து பின்னால் வந்து கொண்டிருந்தான். சர்வஜயா குடத்தைக் கீழே இறக்கி வைத்துவிட்டு, "ஏன் இப்படிப்

பின்னால் சுற்றிக் கொண்டிருக்கிறாய்? வீட்டு வேலைகளை எல்லாம் முடித்துக்கொண்டுதானே துறைக்குப் போக முடியும்? வேலை செய்யவே விடமாட்டாயா?" என்றாள்.

"வேலைகளை அப்புறம் செய்து கொள்ளலாம். நீ குளிக்கப் போகலாம் வா!"

தாயாரின் அனுதாபத்தைப் பெறுவதற்காக அவன் மிகவும் பரிதாபகரமாக, "எனக்குப் பசி எடுக்காதா? நான்கு நாளாகச் சரியாகச் சாப்பாடே போடுவதில்லை" என்றான்.

"அதற்கு நான் என்ன செய்ய முடியும்? வெய்யிலில் அலைந்து காய்ச்சலை வரவழைத்துக் கொள்வாய். சொன்னால் கேட்டால் தானே? வேலைகளை எல்லாம் முடிக்காமல் குளிப்பதற்கு வர மாட்டேன். நான் சும்மாவா உட்கார்ந்து கொண்டிருக்கிறேன்? வேண்டாம் கண்ணு. இப்படி எல்லாம் குறும்பு செய்யாதே. உங்கள் இஷ்டம்போல இப்போது நான் வரமுடியாது" என்றாள்.

அப்பு தாயாரின் முந்தானையை உறுதியாகப் பிடித்துக் கொண்டு, "நான் உன்னை ஒரு வேலையும் செய்யவிடமாட்டேன். தினமும்தானே வேலை செய்கிறாய். ஒரு நாளைக்குச் செய்யா விட்டால் என்ன? இப்போதே குளிக்கத் துறைக்குப் போகவேண்டும். உன்னை ஒரு வேலையும் செய்வதற்கு விடமாட்டேன்" என்றான்.

சர்வஜயா பையனைப் பார்த்துச் சிரித்துக் கொண்டு, "இப்படி எல்லாம் அடம் பிடிக்கக் கூடாது. இதோ வேலை எல்லாம் முடிந்து விடப்போகிறது. கொஞ்சம் பொறுத்துக் கொள். முந்தானையை விடு. நீ எத்தனை பக்கவடா சாப்பிடுவாய்?" என்றாள்.

ஒரு மணிக்குப் பிறகு அப்பு மிகுந்த உற்சாகத்துடன் சாப்பிடு வதற்கு உட்கார்ந்தான்.

டம்பளரிலிருந்த தண்ணீரை எடுத்து மடமடவெனப் பாதித் தண்ணீரைக் குடித்தான். அப்புறம் நாலைந்து கவளம் எடுத்து வாயில் போட்டான். பிறகு இலையிலிருந்த சாதத்தை இங்குமங்கும் இறைத்துவிட்டு மீதித் தண்ணீரையும் குடித்துத் தீர்த்தான். இத்துடன் அவனுடைய சாப்பாட்டை முடித்துக் கொண்டான்.

"இதுதான் சாப்பிடுவதா? இந்நேரம் வரையிலும் பக்கவாடா, சாப்பாடு என்று ஆடிக் கொண்டிருந்தாயே? எல்லாம் அப்படியே வைத்துவிட்டாயே?"

சர்வஜயா ஒரு தட்டில் பால்சோறு பிசைந்து அவனுக்கு ஊட்டுவதற்கு வந்தாள். "வாயைத் திற, என்ன இருக்கிறது என்று பார்க்கிறேன். மிட்டாய் வைத்திருக்கிறாயா? பேசாமல் சாப்பிட்டுக் கொள். தினம் தினம் சாப்பிடும்போது முகத்தை உம்மென வைத்துக் கொள்வது! சாப்பிடாமல் எப்படி உயிரோடிருக்க முடியும்? இதெல்லாம்

உயிரோடிருப்பதற்கு அறிகுறியல்ல. என்னை இம்சிக்கவே நீங்களெல்லாம் தோன்றியிருக்கிறீர்கள். வாயைத் திற. வேண்டாம்... சொன்னால் கேள். போதும் நாலைந்து வாய்தான் ஆகும். டூனூ வீட்டில் குலதெய்வத்திற்குப் பூஜை போடுவார்கள். உனக்குத் தெரியாதா? நாமெல்லோரும் போய்ப் பார்க்கலாம். சீக்கிரம்...''

துர்கா வீட்டுக்கு வந்தாள். எங்கோ போய்ச் சுற்றிவிட்டு வந்திருக்கிறாள். காலில் புழுதி படிந்திருந்தது. நெற்றி மயிர் நாலைந்து அங்குலம் மேலெழும்பிக் கொண்டிருந்தது. அவள் எப்போதும் தன் விருப்பப்படி சுற்றிக் கொண்டிருப்பாள். இவளோடொத்த வயதுடைய பிள்ளைகளுடன் இவளுக்கு நட்புறவு கிடையாது. 'எங்கே எந்தப் புதரில் என்ன பழம் பழுத்திருக்கும், எந்த மரத்து இலந்தைப் பழம் இனிக்கும் என்பன போன்ற காரியங்கள்தான் அவளுக்கு முக்கியம். அவள் வழியில் நடக்கும்போது இரண்டு பக்கமும் உன்னிப்பாகப் பார்த்துக் கொண்டு போவாள். எங்காவது கண்டங்கத்திரியைக் கண்டால், விளையாடும்போது கத்திரிக் காய்க்காக அதைப் பறித்துக் கொள்வாள். வழியில் நடக்கும்போது பலவிதமான ஓடுகளைப் பொறுக்கி கங்கா யமுனா விளையாட்டுக் காக வீசிப் பார்ப்பாள். அப்படி வீசும்போது குறிதவறாது விழும் ஓடுகளை எடுத்துப் பத்திரப்படுத்திக் கொள்வாள். அவள் எப்போதும் விளையாட்டுச் சாமான் பெட்டியையும் விளையாட்டுச் சாமான் களையும் பத்திரமாக வைத்துக் கொண்டிருப்பாள்.

அவள் வீட்டுக்குள் அடியெடுத்து வைத்ததும் குற்றம் புரிந்து விட்டவளைப் போலத் தாயாரைப் பார்த்தாள். சர்வஜயா மகளைப் பார்த்ததும், "வந்துவிட்டாயா? சாப்பாடு தயாராக இருக்கிறது. இனிச் சாப்பிட்டுவிட்டுப் போய் விடலாம். வைகாசி மாதத்திலே எல்லா வீடுகளிலும் சிறு பெண்கள் சந்தியாவிரதம் இருந்து சிவ பூஜை செய்வார்கள். நீ கழுதை போல ஊரெல்லாம் இரவு பகலாகச் சுற்றிக் கொண்டிருக்கிறாய்? அதிகாலையில் போய்விட்டு மத்தியான நேரத்திற்கு வருகிறாயா? தலைமயிர் எப்படியிருக்கிறது பார்? எண்ணெய் போட்டு வாரினால்தானே ஆகும்! பிராமணப் பெண் என்று யாராவது சொல்ல முடியுமா? சக்கிலியப்பெண்போல் இருக்கிறாய். அந்தச் சாதியில்தான் நீ கல்யாணம் செய்து கொள்ள வேண்டும். அதென்ன முடிந்து வைத்திருக்கிறாய். எடு பார்ப்போம்?" என்றாள்.

துர்கா பயத்துடன், "ராய் சித்தப்பா வீட்டெதிரில் இருந்த மரத்தில் பொன் வண்டிருந்தது..." என்றாள்.

சர்வஜயா மிகுந்த கோபமடைந்தாள். "இந்தக் குப்பை கூளங் களை எல்லாம் மடியில் வைத்துக் கட்டிக் கொண்டு ஊரெல்லாம் சுற்றிக் கொண்டிருக்கிறாயா? இன்று உன் விளையாட்டுச் சாமான்

பெட்டியைக் காட்டுக்குள் எடுத்து எறிகிறேனோ இல்லையோ பார்?" என்றாள்.

சர்வஜயா இதைக் கூறி முடிப்பதற்குள் ஒரு சம்பவம் நடந்தது. புவனமுகர்ஜி வீட்டு விதவை முன்னால் வர அவளுக்குப் பின்னால் அவளுடைய மகன் டூனூ, மைத்துனர் பையன் சத்து, இன்னும் நாலைந்து சிறுமியர்கள் புடைசூழ வீட்டுக்குள் நுழைந்தாள். விதவைப் பெண் யாரையும் எதிர்பாராமல் ஒருவரிடமும் ஒன்றும் பேசாமல் நேராக உள் கூடத்திற்குள் வந்தாள். பிறகு அவள் தன் மகனைப் பார்த்து, "விளையாட்டுச் சாமான் பெட்டி எங்கேயிருக் கிறது? எடுத்துக்கொண்டு வா. அதிலிருக்கிறதா பார்க்கிறேன்..." என்றாள்.

இந்த வீட்டில் யாரிடமும் ஒன்றும் சொல்லாமல் டூனூவும் சத்தும் சேர்ந்து கொண்டு அறைக்குள் நுழைந்து துர்காவின் தகரப் பெட்டியை எடுத்துக் கொண்டு வந்தார்கள். டூனூ பெட்டியைத் திறந்து தேடத் தொடங்கினாள். சிறிது நேரம் தேடிய பிறகு ஒரு ஜப மாலையை எடுத்துக் கொண்டு, "அம்மா, இது என் மாலை. அன்று விளையாட வந்தவள் திருடிக்கொண்டு வந்துவிட்டாள்" என்றாள்.

சத்து பெட்டியைத் தேடி ஒரு மாங்காயை எடுத்தான். "இதோ பார் சித்தி! நம் மரத்து மாங்காயைப் பறித்து வந்திருக்கிறாள்" என்றான்.

இவ்வளவு சம்பவமும் கண் மூடி விழிப்பதற்குள் நடந்து விட்டது. அதற்கப்புறம் சர்வஜயா, "என்ன சித்தி? என்ன அது?" என்று கேட்டுக் கொண்டு சமையல் வீட்டுக்குள்ளிருந்து வந்தாள்.

"உன் மகள் வேலையைக் கொஞ்சம் பார்! எங்கள் வீட்டுக்கு விளையாட வந்தாள். சமயம் பார்த்து டூனூவின் மாலையைத் திருடிக்கொண்டு வந்துவிட்டாள். பாவம் பெண் ரொம்ப நாளாகத் தேடிக் கொண்டிருந்தது. அப்புறம் சத்து ஜபமாலை துர்கா அக்காவின் பெட்டிக்குள் இருக்கிறது என்று சொன்னான். பாரு, கொஞ்சம் உன் மகளைப் பாரு! பார்ப்பதற்கு ஒன்றும் தெரியாதவள் போலிருக்கிறாள். ஆனால், அசல் திருடி! இன்னும் மாமரத்தில் பிஞ்சு பிடித்தும் பிடியாமலும் இருக்கிறது. அதிலிருந்து திருட்டுத் தனமாகப் பறித்து வந்திருக்கிறாள். டூனூ, நீ மாலையை எடுத்துக் கொண்டாயல்லவா!" என்றாள்.

இவைகளை எல்லாம் கேட்டுச் சர்வஜயா வெறிபிடித்தவள் போலானாள். அவள் சண்டைக்கு ஒன்றும் பயந்தவள் அல்ல. "சித்தி! எனக்கு மாலையைப் பற்றி ஒன்றும் தெரியாது. மாங்காயைப் பறித்தாளா, கீழே கிடந்ததை எடுத்து வந்தாளா என்பது யாருக்கும்

தெரியாது. அதில் என்ன எழுதியா இருக்கிறது? எடுத்து வந்தால்தான் என்ன? குழந்தைதானே...?" என்றாள்.

விதவை ரொம்ப ஆவேசமடைந்தாள். "பேச்சு ரொம்ப நீட்டி முழக்கிப் பேசுகிறாய்! எங்கள் மாங்காய் என்று எழுதியிருக்காவிட்டால் போகட்டும்! இதை உங்களுடைய எந்தத் தோட்டத்திலிருந்து கொண்டு வந்தாள்? ரூபாயில் கூடப் பெயர் எழுதவில்லைதான். நீ எப்படி அதைக் கை நீட்டி வாங்கினாய்? இன்று ஒரு வருஷத்துக்கு மேலாகிறது. இதோ கொடுக்கிறேன், அதோ கொடுக்கிறேன் என்று சால்ஜாப்பு சொல்லிக்கொண்டேயிருக்கிறாயே? நான் சாயங்காலம் வருவேன், ரூபாயைத் திருப்பிக் கொடுத்துவிட வேண்டும். இனி நான் பொறுக்கமாட்டேன். பணத்தை வைத்துவிட்டு மறுவேலை பார்க்க வேண்டும்" என்றாள்.

விதவை தன் படை பலத்துடன் புறப்பட்டுவிட்டாள். வழியில் யாருடனோ, "இந்த வீட்டுப் பெண், டூனூவின் மாலையைத் திருடிக் கொண்டு போய்விட்டது. இந்த மாங்காய்களைப் பார்த்தாயா? தோட்டம் பக்கத்திலேயிருக்கிறது. எத்தனையைப் பறித்துக் கொண்டு போச்சோ! இதைக் கேட்கத்தான் நான் போய்ப் பேச்சை வாங்கிக் கட்டிக்கொண்டு வந்தேன். 'இதில் எழுதியா இருக்கிறது? குழந்தை பறித்துக் கொண்டு வந்தால்தான் என்ன?' என்கிறாள்! (மெதுவாக) தாயாரும் திருடுவதில் சளைத்தவளல்ல. பெண்ணுக்கு இந்தத் திருட்டுப்புத்தி பின்னே எங்கிருந்து வரும்? அத்தனை பேரும் திருடர்கள்" என்று சொல்லிக் கொண்டே போனாள்.

அவமானத்தாலும் துக்கத்தாலும் சர்வஜயா கண்ணீர் விட்டாள். அவள் வீட்டுக்குள் வந்து எச்சில் கையாலேயே துர்காவின் தலைமயிரைப் பிடித்துக் கொண்டு முதுகில் குத்திக்கொண்டே, "சனியன், வம்புச் சண்டையை விலைக்கு வாங்கி வருகிறது? செத்தாவது தொலைந்து போயேன். ஓடு! ஓடு! வீட்டை விட்டு வெளியில் ஓடு!" என்று கத்தினாள்.

துர்கா அடியை வாங்கிக் கொண்டு பயத்துடன் பின்புறத்துக் கதவு வழியாக ஓட்டமாக ஓடிவிட்டாள். சர்வஜயாவின் கையில் துர்காவின் தலைமுடி கொஞ்சம் இருந்தது.

அப்பு சாப்பிட்டுக்கொண்டே திகிலுடன் அனைத்தையும் பார்த்துக் கொண்டிருந்தான். அக்கா ஜபமாலையைத் திருடிக் கொண்டு வந்தாளா இல்லையா என்பது அவனுக்குத் தெரியாது. இதற்குமுன் அவன் ஜபமாலையைப் பார்த்தது இல்லை. மாங்காய் திருடிக்கொண்டு வரவில்லை. அது அவனுக்குத் தெரியும். நேற்று சாயங்காலம் அக்கா அவனை அழைத்துக் கொண்டு டூனூ தோட்டத் துக்கு மாங்காய் பொறுக்கப் போனாள். மரத்துக்கடியில் விழுந்து கிடந்ததைத்தான் அக்கா பொறுக்கிக் கொண்டு வந்தாள். 'அப்பு

இந்தப் பிஞ்சுகள் நன்றாக இருக்கும்' என்று அக்கா சொல்லிக் கொண்டிருந்தாள்.

ஆனால், அம்மாவுக்குத் திடீரென்று ஏற்பட்ட கோபத்தைக் கண்டு அப்பு ஒன்றும் பேசாமலிருந்து கொண்டான். அக்காளுக்குப் பிரியமான மாங்காய்களை எடுத்துக்கொண்டும் போய் விட்டார்கள். அக்காளுக்கு அடியும் விழுந்தது. அக்காளுடைய மயிரைப் பிடித்து இழுத்ததிற்காக அம்மா மீது அப்புவுக்கு அளவிடமுடியாத கோபம் உண்டாகிறது. காற்றில் ஒரு குத்து மயிர் பறப்பதைக் கண்டு அக்கா மீது மிகுந்த பச்சாதாபப் பட்டான். அக்காளுக்கு யாரும் கிடையாதது போலவும், அவள் எங்கிருந்தோ தனியாக வந்தவள் போலவும் பட்டது அவனுக்கு. அக்காளுடைய துக்கத்தை எப்படிப் போக்குவது என்ற கவலை அவனைச் சூழ்ந்து கொண்டது. அவள் கொஞ் சம்கூடக் கஷ்டப்படுவதை அவனால் சகிக்க முடியவில்லை.

சாப்பிட்ட பிறகு அப்பு தாயாருக்குப் பயந்துகொண்டு வீட்டுக் குள்ளேயே இருந்து கொண்டான். ஆனால், அவனுடைய மனம் வெளியில்தான் அலைந்து கொண்டிருந்தது. கொஞ்ச நேரத்திற்குப் பிறகு அவன் டூனூ, பட்லி, நேடா முதலியவர்கள் வீடுகளுக்குப் போய்த் தேடினான். ஆனால், அக்காவைக் கண்டுபிடிக்க முடிய வில்லை. ராஜகிருஷ்ண பாலித்தின் மனைவி துறையிலிருந்து தண்ணீர் கொண்டுவந்து கொண்டிருந்தாள். அவளிடம், "பெரியம்மா! அக்காளை எங்காவது பார்த்தீர்களா? இன்று அவள் சாப்பிடக்கூட இல்லை. ஒன்றும் சாப்பிடவில்லை. அம்மா நன்றாக அடித்து விட்டாள். அடியை வாங்கிக்கொண்டு ஓடிப் போய்விட்டாள். எங்காவது அவளைப் பார்த்தீர்களா?" என்றான்.

அவன் வீட்டுக்குப் பக்கத்தில் போனதும் ஒருவேளை அருகி லுள்ள மூங்கில் புதரில் ஒளிந்து கொண்டிருப்பாளோ என்று நினைத்தான். அவன் அங்கேயும் நன்றாகத் தேடினான். அவன் பின்வாசல் கதவு வழியாக வீட்டுக்குள் வந்தான். ஆனால், வீட்டில் யாரையும் காணோம். அவன் தாயார் தண்ணீர் கொண்டு வரவோ அல்லது வேறு எங்காவதோ போயிருப்பாள்.

வீட்டுக்குள் மாலை இருள் பரவிக்கொண்டிருந்தது. எதிரிலுள்ள கதவுக்குப் பக்கத்திலிருந்த மூங்கில் புதரில் ஒரு வறண்ட மூங்கில் நுனியில் வால் நீண்ட குருவி ஒன்று வந்து உட்கார்ந்தது. தினசரி மாலை வேளைக்குக் கொஞ்சம் முன்பாக அந்த வறண்ட மூங்கில் மீது அந்தப் பறவை வந்து உட்காருவது வழக்கம். இது அதனுடைய தினசரி வேலை. இன்னும் வேறு எத்தனையோ பறவைகள் காடு முழுதும் கத்திக்கொண்டிருந்தன. நீலமணிராயின் இடிந்த வீடு மரநிழலால் இருண்டு போயிருந்தது. அப்பு வாசலில் நின்றுகொண்டு தூரத்திலிருந்த அரசமரத்தின் உச்சாணிக்கிளையையே பார்த்துக்

கொண்டிருந்தான். மரத்தின் உச்சியில் செங்கிரணங்கள் பட்டுக் கொண்டிருந்தன. எல்லாவற்றிற்கும் உயரமான கிளையில் வெள்ளை யாக ஏதோ ஒன்று உட்கார்ந்து கொண்டிருந்தது. அது கொக்காக இருக்கலாம் அல்லது அறுந்து போன பட்டமாக இருக்கலாம்.

ஆகாயம் இருண்டு வந்தது. நாலா திசையிலும் யாரையும் காணோம். நீலமணிராயின் இடிந்த வீட்டில் வளர்ந்திருந்த புதர்களில் இலைகள் பச்சைப் பசேலென இருந்தது. அவன் மனம் மிகவும் துக்கப்பட்டது. அவள் போய் எவ்வளவோ நேரமாகிறதே. இன்னும் வீட்டுக்கு வரவில்லை. சாப்பிடவும் இல்லை. அக்கா எங்குதான் போய்விட்டாள்?

புவனமுகர்ஜி வீட்டு வாசலில் சிறுவர்கள் ஒளிந்து கண்டு பிடிக்கும் விளையாட்டை விளையாடிக் கொண்டிருந்தார்கள். ராணி அவனைப் பார்த்து ஓடிவந்தாள். “அண்ணா அப்பு வந்து விட்டான். இவன் எங்கள் கட்சியிலிருப்பான். வா அப்பு!” என்றாள்.

அப்பு தன் கையை அவளிடமிருந்து விடுவித்துக்கொண்டு, “நான் விளையாடவரவில்லை ராணி அக்கா; நீ என் அக்காளைப் பார்த்தாயா?” என்றான்.

“துர்காவையா? இல்லையே, அவளைப் பார்க்கவில்லையே! அவள் மகிழ மரத்தடியில் எங்காவது இருப்பாள்.”

அவனுக்கு மகிழ மரத்து நினைவு வரவில்லை. துர்கா அங்கு அடிக்கடி போவது உண்மைதான். அவன் புவனமுகர்ஜி வீட்டிலிருந்து நேராக மகிழ மரத்துக்குப் போனான். மாலையாகி விட்டது மகிழ மரத்தில் பலவிதக் கொடிகள் படர்ந்திருந்தன. அங்கு யாரையும் காணோம். மரத்துக்கடியில் ஒளிந்து கொண்டிருந்தாலும் இருக்கலாம். அவன் “அக்கா! ஓ! அக்கா!” என்று கூப்பிட்டான். இருளில் மரத்து மேலிருந்த கொக்கு படபடவெனச் சிறகடித்தது. அப்பு பயத்துடன் மேலே பார்த்தான். மகிழ மரத்திலிருந்து கொஞ்ச தூரத்தில் அகழி இருந்தது. அகழிக் கரையில் பேரீச்ச மரம் இருந்தது. இன்னும் பேரீச்சை பழுக்காமலிருந்தது. அங்கும்கூட அக்கா போவதுண்டு. ஆனால், இருளாக இருக்கிறதே. அகழியின் இரு கரையிலும் மூங்கிற் புதர்கள் அடர்ந்து வளர்ந்திருந்தன. அங்கு போவதற்கு அவனுக்குத் துணிவு உண்டாகவில்லை. மகிழ மரத்தை விட்டுக் கொஞ்ச தூரம் போய்ப் பெயர் சொல்லிக் கூப்பிட்டான். காட்டுக்குள்ளிருந்த ஏதோ பிராணி இவனது காலடி ஓசையைக் கேட்டுச் சரசரவெனப் போயிற்று.

வீட்டுக்குப் போகும்போது வழியில் அவன் திடீரென நின்று கொண்டான். எதிரில் ஒருவேலா மரம் இருந்தது. மாலை இருளில் வேலாமரத்துக்கு அடியில் போகவேண்டும். அவனுடைய ரோமங்கள் சிலிர்த்தன. இந்த மரத்தடியில் போவதற்கு ஏனோ பயமாக இருந்தது.

ஒரு காரணமும் கிடையாது. ஆனால், பயமாக இருந்தது. காரண மில்லாததாலேயே பயமும் அதிகமாக இருந்தது. அவன் மனத் தெளிவுடன் இருந்திருந்தால் இந்த வழியிலேயே வந்திருக்க மாட்டான்.

அப்பு சிறிது நேரம் இருளில் அந்த மரத்தையே பார்த்துக் கொண்டிருந்தான். வீட்டுக்குப் போவதற்கு வேறு வழியுமிருக்கிறது. ஆனால், பட்லியின் வீட்டைச் சுற்றிக் கொண்டு அந்த வழியில் போனால் வேலாமரத்தடியில் போக வேண்டிய பயங்கரத்திலிருந்து தப்பிக்கலாம்.

பட்லியின் பாட்டி வாசலில் குழந்தைகளுக்குக் கதை சொல்லிக் கொண்டிருந்தாள். பட்லியின் தாயார் சமையல் அறைக்குள்ளிருந்தாள். வாசலில் விதுப் படகோட்டி மீன்விற்ற காசு வாங்கிப்போக நின்று கொண்டிருந்தான். "அக்காளை, நான் அக்காளைத் தேடிக் கொண்டு மகிழ மரத்துப் பக்கம் போயிருந்தேன். அங்கிருந்து வரும்போது..." என்று அப்பு சொன்னான்.

"துர்கா இப்போதுதானே வீட்டுக்குப் போகிறாள். இப்போது தான் போனாள். ஓடு, அவள் இன்னும் வீட்டுக்குக்கூடப் போயிருக்க மாட்டாள்" என்று பாட்டி சொன்னாள்.

அவன் வேறு ஒன்றும் பேசாமல் வீட்டை நோக்கி ஓடினான். பட்லியின் தங்கை பின்னாலிருந்து, "அப்பு! நாளை காலையில் வா! நாங்களெல்லாம் கங்கா யமுனை விளையாடுவதற்குப் புது வீடு கட்டியிருக்கிறோம். வேப்ப மரத்துக்கு அடியில்; துர்காவிடமும் சொல்லு!" என்று கூச்சலிட்டாள்.

ஆனால், வீட்டருகில் வந்ததும் அவன் திடுக்கிட்டவனாய் நின்று கொண்டான். துர்கா பரிதாபமாகச் சத்தமிட்டுக் கொண்டு வீட்டை விட்டு வெளியில் ஓடிவந்து கொண்டிருந்தாள். அவளுக்குப் பின்னால் எதையோ கையில் எடுத்துக் கொண்டு அவனுடைய தாயார் துரத்தியபடி வந்து கொண்டிருந்தாள். துர்கா வேலாமரம் பக்கம் ஓடினாள். தாயாரும் ஓடிக்கொண்டே, "போ, போய் விடு! எப்போதும் வரக்கூடாது! இந்த வீட்டில் அடி எடுத்து வைக்கக் கூடாது. செத்துத் தொலைந்தாலாவது ஒரேயடியாகத் தலை முழுக்குப் போட்டுவிடுவேன்" என்று கத்தினாள்.

இவைகளையெல்லாம் பார்த்து அப்பு சிலை போலாகி விட்டான். அவனுடைய தாயார் வீட்டுக்குள் போய் கூடத்திலிருந்த மண் விளக்கை எடுத்துக்கொண்டிருந்தாள். அதற்குள் அப்பு மெதுவாகச் சந்தடியின்றி வீட்டுக்குள் நுழைந்தான். அவனைப் பார்த்ததும் தாயார், "இந்த இருட்டிலே எங்கடா போயிருந்தாய்? இன்றுதானே நீ படுக்கையிலிருந்து எழுந்தாய்?" என்றாள்.

அப்புவின் மனத்தில் பலவிதமான கேள்விகள் எழுந்தன. 'அக்கா எதற்காக மறுபடியும் அடிபட்டாள்? அவள் இவ்வளவு நேரம் வரையில் எங்கு போயிருந்தாள்? மத்தியானம் அக்கா என்ன சாப்பிட்டிருப்பாள்? அவள் மறுபடியும் வேறு ஏதாவது திருடி விட்டாளா?" அவன் பயத்தால் ஒன்றும் பேசாமல் அறைக்குள் போனான். பிறகு தன் புத்தகத்தை எடுத்துப் படிப்பதற்கு உட்கார்ந்து கொண்டான். அவன் மூன்றாவது வகுப்பில் படித்துக் கொண்டிருந்தாலும் அவனுடைய புத்தகப் பையில் இரண்டு பெரிய பெரிய ஆங்கிலப் புத்தகங்கள், மருந்து விலைப்பட்டியல் ஒன்றும், 1910ல் வருஷத்திய பஞ்சாங்கம் ஒன்றுமிருந்தது. அவன் பல இடங்களில் கஷ்டப்பட்டுச் சேகரித்து வைத்திருந்தான். அவனுக்கு இவைகளைப் படிக்கத் தெரியாவிட்டாலும் தினமும் ஒருமுறை திறந்து பார்க்காமலிருக்க மாட்டான்.

அவன் சிறிது நேரம் சுவரையே பார்த்துக் கொண்டிருந்தான். பிறகு ஒரு புத்தகத்தை எடுத்துப் பக்கங்களை புரட்டிக் கொண்டிருந்தான். இதற்குள் சர்வஜயா ஒரு டம்பளரில் பாலை எடுத்துக் கொண்டு வந்து, "இதைக் குடி" என்றாள்.

அப்பு ஒன்றும் பேசாமல் டம்ளரை எடுத்துப் பாலைக் குடிக்கத் தொடங்கினான். வேறு நாளாக இருந்தால் அவன் இவ்வளவு சுலபமாகப் பால் குடிக்க இணங்கியிருக்க மாட்டான். அவன் கொஞ்சம் குடித்துவிட்டு டம்ளரைக் கீழே வைத்து விட்டான். உடனே சர்வஜயா, "இதென்ன? பாலை முழுதும் குடித்துவிடு. இந்தப் பால் கூடக் குடிக்காவிட்டால் எப்படி உயிரோடிருக்க முடியும்?" என்றாள்.

அப்பு ஒன்றும் பேசாமல் மறுபடியும் பால் டம்பளரை எடுத்து வாயில் வைத்துக் கொண்டான். ஆனால், அவன் பால் குடிக்கவில்லை. அவன் கைகள் நடுங்கின. இதைச் சர்வஜயா கண்டு கொண்டாள். கொஞ்ச நேரம் டம்பளரை வாயில் வைத்துக் கொண்டிருந்து விட்டுப் பிறகு கீழே வைத்தான். தாயாரைப் பார்த்துப் பயந்து கொண்டு அழுதான்.

சர்வஜயா ஆச்சரியத்துடன், "என்ன? என்ன விஷயம்? நாக்கு, பல்லு கீழே வந்துவிட்டதா?" என்றாள்.

தாயார் பேசி முடிப்பதற்குள் அப்பு பலமாக அழத் தொடங்கினான். "அக்கா "

சர்வஜயா சிறிது நேரம் பேசாமலிருந்து விட்டு பையனருகில் வந்து அவனைத் தடவிக்கொடுத்தாள். "அழ வேண்டாம். எதற்கு இப்படி அழவேண்டும்? அவள் பட்லி வீட்டிலோ நேடா வீட்டிலே உட்கார்ந்து கொண்டிருப்பாள். இருட்டில் எங்கு போய்விடுவாள்? அவள் ரொம்ப துஷ்டப் பெண்! மத்தியானம் போனவள் அப்புறம்

தலைகாட்டவேயில்லை. சாப்பிடாமல் அடுத்த தெரு பாலித் தோட்டத்தில் உட்கார்ந்து கொண்டிருந்திருக்கிறாள். இதோ கூட்டிக் கொண்டு வருகிறேன். இப்படி அழ வேண்டாம். மறுபடியும் காய்ச்சல் வந்துவிடப் போகிறது? வேண்டாம். அழாதே" என்றாள்.

அப்புறம் அவள் மகனுடைய கண்ணீரை முந்தானையால் துடைத்து விட்டுவிட்டு மீதிப் பாலைக் குடிக்கச் சொல்லி எதிரில் உட்கார்ந்து கொண்டாள். "வாயைத் திறடா கண்ணு! அவர் வந்து கூட்டிக்கொண்டு வருவார். சுத்தப்பைத்தியமாக இருக்கிறாயே! எங்கிருந்தே ஒரு பைத்தியம் வந்து சேர்ந்துவிட்டது" என்றாள்.

இரவு வெகு நேரமாகிவிட்டது. வடபக்கத்து அறைக்குள் கட்டிலில் அப்புவும் துர்காவும் படுத்துக் கொண்டிருந்தார்கள். அப்புவின் பக்கத்தில் தாயார் தூங்கும் இடம் காலியாக இருந்து. அம்மா இன்னம் சமையல் வீட்டிலிருந்து வெளிவரவில்லை. அப்பா சாப்பிட்டுவிட்டு அடுத்த அறையில் புகைகுடித்துக் கொண்டிருந்தார். அவர்தான் வீட்டுக்கு வந்த பிறகு துர்காவைத் தேடி அழைத்து வந்தார்.

வீட்டுக்கு வந்த பிறகு துர்கா யாரிடமும் ஒன்றும் பேசவில்லை. அவள் சாப்பிட்டுவிட்டுப் பேசாமல் படுத்துக் கொண்டாள். அப்பு, துர்காவின் கையைப் பிடித்துக் கொண்டு, "அக்கா, அம்மா ஏன் மறுபடியும் அடித்தாள்? மயிரைப்பிடித்து இழுத்தாளா?" என்று கேட்டான்.

துர்கா ஒன்றும் பேசவில்லை.

அவன் மறுபடியும், "அக்கா, உனக்கு என்மீது கோபமா? நான் ஒன்றும் செய்யவில்லையே?" என்றான்.

துர்கா மெதுவாக, "ஒன்றும் செய்யவில்லையா? என் பெட்டியில் ஜபமாலை இருப்பது சத்துக்கு எப்படித் தெரிந்தது?" என்றாள்.

அப்பு தர்க்கம் செய்வதற்காகப் படுக்கையிலிருந்து எழுந்து உட்கார்ந்து கொண்டான். "இல்லவே இல்லை. நான் உன் தலையில் கை வைத்துச் சத்தியம் செய்து சொல்கிறேன். நான் சொல்லவேயில்லை. உன் பெட்டிக்குள் அது இருந்ததே எனக்குத் தெரியாது. நேற்று மாலை சத்து அவனுடைய சிவப்புப் பந்தை எடுத்துக்கொண்டு வந்தான். நாங்கள் பந்து விளையாடிக் கொண்டிருந்தோம். அதற்கப்புறம் சத்து உன் பெட்டியைத் திறந்து பார்த்துக்கொண்டிருந்தான். அக்கா பெட்டியைத் தொடவேண்டாமென்று நான் தடுத்தேன். அவன் அப்போது அதைப் பார்த்திருக்கிறான்" என்றான்.

அவன் மறுபடி அக்காவுடைய முகத்தைக் தடவிப் பார்த்துக் கொண்டு, "அக்கா! ரொம்ப அடி விழுந்ததா? அம்மா எங்கே அடித்தாள்?" என்றான்.

"அம்மா கடைக்கண் மீது பலமாக அடித்துவிட்டாள். இன்னும் வலித்துக் கொண்டிருக்கிறது. கையில் தடவிப் பார் தெரியும்."

"இங்கேயா? இங்கு வீங்கியிருக்கிறதே! கொஞ்சம் எண்ணெய் தடவட்டுமா?"

"நீ வேண்டாம்! நாளை சாயங்காலம் பாலித் தோட்டத்துக்குப் போகலாம். யாரிடமும் சொல்ல வேண்டாம். வெள்ளரிப்பழம் பெரிசு பெரிசாகப் பழுத்திருக்கிறது. நாமரண்டு பேரும் தின்னலாம். நேற்று மத்தியானம் நான் ரண்டு பழம் பறித்துச் சாப்பிட்டேன். வெல்லம்போல இனிப்பாக இருக்கிறது."

11

இன்று இம்மாதிரி காரியங்கள் நடந்தன.

அப்பு தகப்பனார் கட்டளைப்படி பனை ஓலையில் 'அ, ஆ' ஏழு முறை எழுதிவிட்டுச் சிறிது நேரம் யோசித்தபடி உட்கார்ந்து கொண்டிருந்தான். பிறகு, அக்காளைத் தேடிக்கொண்டு புறப்பட்டான். துர்கா தாயாருக்குப் பயந்துகொண்டு காலையில் குளித்து விட்டு உள் வாசலில் இருந்த பப்பாளி மரத்தடியில் ஒரு சிறிய சதுரமான குழி வெட்டி அதில் நவதான்யங்களை முளைக்கப் போட்டாள். அதைச் சுற்றி வாழை இலை பரப்பி அதன் மேல் விதவிதமான கோலங்கள் போட்டாள். துர்கா இவ்விதம் புண்ணிய விரதம் அனுஷ்டித்தாள்.

"இரு, இந்த மந்திரத்தைச் சொல்லிவிட்டு நாம் ஒரு இடத்திற்குப் போகலாம்" என்றாள் துர்கா.

"எங்கே போகிறது அக்கா?"

"நீ வா, நான் கூட்டிக்கொண்டு போகிறேன்" என்று கூறிவிட்டு நியமப்படி எல்லாக் காரியங்களையும் முடித்துவிட்டு ஒரே மூச்சில் மந்திரத்தையும் சொல்லி முடித்தாள்.

அப்பு இவைகளைப் பார்த்துக்கொண்டிருந்தான். அவன் கேலியாகச் சிரித்துக்கொண்டு, "ஆஹா!" என்றான்.

துர்கா பூஜையை முடித்துக்கொண்டு கொஞ்சம் வெட்கத் துடன் சிரித்துக்கொண்டு, "நீ என்ன உளறிக் கொண்டிருக்கிறாய்? உனக்கு இங்கு என்ன வேலை? போ அப்புறம்!" என்றாள்.

அப்பு சிரித்துக்கொண்டு போய்விட்டான். அவன் போகும் போது துர்கா சொன்ன மந்திரத்தை முணுமுணுத்துக் கொண்டு போனான்.

துர்கா விரதங்களை எல்லாம் முடித்துக்கொண்டு, "வா பெரிய குளத்திலே ஏராளமாகச் சிங்காடா* (*நீரில் உண்டாகும் ஒரு கொடி.

அதன் காயைப் பச்சையாகவும் வேகவைத்தும் சாப்பிடலாம்.) இருக்கிறதாம். போய்ப் பறித்து வரலாம்'' என்றாள்.

கிராமத்துக்கு வடக்கே மூங்கில் புதர்களுக்கிடையே பாதை சென்றது. ஊருக்கு ரொம்ப தூரத்துக்கு அப்பால் காட்டின் எல்லையில் ஒரு மைதானம் இருக்கிறது. மைதானத்தில் ஓரத்தில் பாதி தூர்ந்துபோன பெரிய குளம் ஒன்றிருந்தது. ஒரு காலத்தில் கிராமத்தின் பூர்வகுடிகளான மஜூம்தார் மாளிகை இங்குதானிருந்தது. மாளிகையைச் சுற்றிலும் அகழி வெட்டப்பட்டிருந்தது. மற்ற பாகங்களெல்லாம் இப்போது மறைந்துவிட்டது. இந்த இடத்தில் சதா தண்ணீர் நிறைந்திருக்கும். இப்போது மஜூம்தார் மாளிகை இருந்த அடையாளமே கிடையாது.

குளத்தில் 'சிங்காடா' கொடி ஏராளமாகப் படர்ந்திருந்தது. ஆனால், குளத்திற்குப் படிக்கட்டு கிடையாது.

"அப்பு, ஒரு மூங்கில் எடுத்துக்கொண்டு வா. அதனால் கொடியை இழுக்கலாம்'' என்றாள்.

குளத்து மேட்டிலிருந்த மரத்திலிருந்து தொறட்டிப் பழத்தைப் பறித்துத் தின்றாள் துர்கா. அப்பு காட்டுக்குள் மூங்கில் தேடிக் கொண்டே, "அக்கா, அந்தப் பழத்தைச் சாப்பிடாதே!'' என்றான்.

"வந்து சாப்பிட்டுப் பார். வெல்லம் போல் இனிப்பாக இருக் கிறது. சாப்பிடக்கூடாது என்று யார் சொன்னது? நான் ஏராளமாகச் சாப்பிட்டிருக்கிறேன்'' என்றாள்.

அப்பு மூங்கில் தேடுவதை விட்டுவிட்டு ஓடி வந்தான். "இதைச் சாப்பிட்டால் பைத்தியம் பிடித்துக் கொள்ளுமாம். எனக்கொன்று கொடு அக்கா...''

பிறகு பழத்தைச் சாப்பிட்டுவிட்டு முகத்தைச் சுளித்துக்கொண்டு, "அக்கா, இது கொஞ்சம் கொஞ்சம் கசக்கிறதே'' என்றான்.

"கொஞ்சம் கசக்காமலா இருக்கும்? இனிப்பு எப்படி? அதைச் சொல்?''

இவர்கள் பிறந்ததிலிருந்தே இவர்களுக்குச் சாப்பிடுவதற்கு நல்ல பொருள் கிடைத்ததில்லை. இந்த உலகத்துக்குப் புதிதாக வந்தவர்கள். அவர்களுடைய நாக்கு நல்ல உணர்வுடன் இருந்தது. அது உலகத்தில் பல ரசங்களை முக்கியமாக மதுர ரசத்தைப் பருகத் துடித்துக் கொண்டிருந்தது. சந்தேஷ் போன்ற இனிப்புப் பலகாரங் களை வாங்கித் திருப்தியாக அவர்களால் சாப்பிட முடியவில்லை. ஆகையால், இயற்கைச் செல்வங்களுக்கு மத்தியில் கருணாமூர்த்தியான வனதேவி இவர்களைப் போன்ற ஏழைக் குழந்தைகளுக்கு அற்பமான மரங்களின் பழங்களிலும் மலர்களிலும் தேனை நிறைத்து வைத் திருந்தாள்.

சிறிது நேரத்திற்குப் பிறகு துர்கா குளத்து நீரில் இறங்கிக் கொண்டு, "பாரு, எத்தனை பூக்களிருக்கின்றன. இரு, நான் பறிக் கிறேன்" என்றாள்.

இன்னும் கொஞ்சம் ஆழமாக நீரில் இறங்கிக்கொண்டு இரண்டு மலர்க் கொடிகளைப் பிடித்து இழுத்தாள். பிறகு அவைகளை எடுத்துக் கரை மேட்டில் வீசினாள். "இவைகளைப் பிடித்துக்கொள் அப்பு" என்றாள்.

"சிங்காடா ரொம்ப ஆழமான இடத்தில் இருக்கிறதே! அங்கு போகிறாயா அக்கா?"

துர்கா மூங்கிலால் சிங்காடாக் கொடியைப் பற்றி இழுக்க முயற்சித்தாள். ஆனால், முடியவில்லை. "குளம் ரொம்ப ஆழமாக இருக்கிறது. மூழ்கிப்போகும் அளவு தண்ணீருக்குள் வந்து விட்டேன். இதற்குமேல் எப்படிப்போய்ச் சிங்காடாக் கொடியைப் பிடிப்பது? நீ ஒரு காரியம் செய். என் சேலைத் தலைப்பைப் பிடித்துக்கொள். நான் மூங்கிலால் சிங்காடாக் கொடியை இழுத்துக்கொண்டு வருகிறேன்" என்றாள்.

காட்டுக்குள் ஒரு பழுப்பு நிறக்குருவி மரக்கிளையில் உட்கார்ந்து கொண்டு அழகாகச் சீழ்க்கி அடித்துக்கொண்டிருந்தது. அப்பு அதை உற்றுப் பார்த்துக்கொண்டு, "இது என்ன பறவை அக்கா?" என்றான்.

"பறவை கிறவை எல்லாம் இருக்கட்டும். உறுதியாகச் சேலைத் தலைப்பைப் பிடித்துக் கொண்டிரு. இல்லாவிட்டால் நான் மூழ்கிப் போய்விடுவேன். பலமாகப் பிடித்துக்கொள்."

அப்பு பின்னால் துணியைப் பிடித்துக் கொண்டிருந்தான். கால் பூமியில் ஊன்றும் அளவு நீருக்குள் போய்க் கொடியைப் பற்றி இழுக்க மூங்கிலை நீட்டினாள். அப்பு தன்னால் முடிந்த அளவு துணியைப் பலமாகப் பிடித்துக் கொண்டிருந்தான். இதற்கு மேல் அவனுக்குச் சக்தி போதாது. துர்கா தம்பியைத் திரும்பிப் பார்த்துச் சிரித்துவிட்டாள். சிரித்ததால் தவறி முன்னுக்கு விழப் போனவள் சமாளித்துக் கொண்டாள். "போடா, நீ ஒரு காரியத் துக்கும் ஆகமாட்டாய், நன்றாகப் பிடித்துக் கொள்" என்றாள்.

மிகவும் முயற்சி செய்த பிறகு சிங்காடாக் கொடி ஒன்று அருகில் வந்தது. துர்கா குதூகலத்துடன் அதை எடுத்துப் பார்த்தாள். அதில் ஒரு காய்கூடக் கிடையாது. அதைக் கரைப் பக்கம் வீசி விட்டு, "ரொம்பச் சிறியதாக இருக்கிறது. எல்லாம் பால் பிஞ்சு. இன்னும் ஒருதரம் பிடித்துக்கொள்" என்றாள்.

அப்பு மறுபடியும் பின்னால் இருந்து பிடித்துக் கொண்டான். சிறிது நேரத்திற்குப் பிறகு தண்ணீர்ப் பக்கம் குனியவே இவனும் இரண்டொரு அடி தண்ணீர்ப்பக்கம் இழுத்துச் செல்லப்பட்டான்.

அப்புறம் சொக்காய் நனைந்துவிடும் என்று பயந்துகொண்டு சேலைத் தலைப்பை விட்டுவிட்டுச் சிரித்தான்.

துர்காவும் சிரித்துக்கொண்டு, "போதும்" என்றாள்.

அக்காளும் தம்பியும் சிரித்தது மூங்கில் புதர்கள் சூழ்ந்த அந்தக் குளத்து மேட்டில் எதிரொலித்தது. "நீ ஒன்றுக்கும் உதவாத பையன். கொஞ்சம் கூடப் பலம் இல்லையே? நீ மண்பொம்மைதான்" என்றாள் துர்கா. கொஞ்ச நேரத்திற்குப் பிறகு மறுபடியும் துர்கா நீருக்குள் இறங்கிக் கொடியைப் பிடிக்க முயற்சிக்கத் தொடங்கினாள். அப்பு கரைமேட்டில் நின்று கொண்டிருந்தவன் அருகிலிருந்த நாவல் மரத்துப் பக்கம் விரலால் சுட்டிக்காட்டிக்கொண்டு, "அக்கா? அதென்ன பார்?" என்று கூறிவிட்டு அங்கு போய் மண்ணிலிருந்து எதையோ எடுத்தான்.

துர்கா தண்ணீருக்குள் இருந்தபடியே, "என்னடா?" என்றாள்.

அதற்குப் பிறகு அவள் தண்ணீருக்குள்ளிருந்து தம்பியருகில் வந்தாள்.

அப்பு அதற்குள் தரையிலிருந்து எடுத்த பொருளைத் தன் சொக்காயால் நன்றாகத் துடைத்தான். அதை அவன் தன் கையில் வைத்துக்கொண்டு மகிழ்ச்சியுடன் அக்காளிடம் காட்டிக்கொண்டு, "அக்கா, எப்படி மின்னுகிறது பார்த்தாயா? இதென்ன?" என்றான்.

துர்கா குண்டுபோல உருண்டையாகப் பளபளத்துக் கொண்டிருந்த பொருளை வாங்கி உற்றுப் பார்த்தாள்.

திடீரென அவளுடைய முகம் பிரகாசமடைந்தது. அவள் பயத்துடன் யாராவது இருக்கிறார்களோ என்று நாலாபுறமும் பார்த்தாள். அப்புறம் அவள் மெதுவாக, "அப்பு இது வைரமாக இருக்கலாம். பேசாதே. சும்மா இரு" என்று கூறிவிட்டு மறுபடியும் ஒருமுறை பயத்துடன் சுற்றிலும் பார்த்தாள்.

அப்பு தன் அக்காளை அதிசயத்துடன் பார்த்துக் கொண்டிருந் தான். வைரத்தைப் பற்றி அவனுக்கும் தெரியும். அம்மாவும், அக்காவும் அதைப்பற்றி அவனுக்குச் சொல்லியிருக்கிறார்கள். கதைகளில் வரும் ராஜகுமாரர்களும் ராஜகுமாரிகளும் வைரங்களும் முத்துக்களும்தானே அணிந்து கொண்டிருப்பார்கள். ஆனால், வைரம் எப்படி இருக்கும் என்று இதுநாள் வரையிலும் தவறாகத்தான் எண்ணிக் கொண்டிருந்தான். வைரம் மீன் முட்டைபோல் மஞ் சளாகக் கடினமாகவல்லவா இருக்கிறது!

சர்வஜயா வீட்டில் இல்லை. அவள் வீட்டுக்கு வரும்போது பையனும் பெண்ணும் கதவுக்கு முன் நின்றுகொண்டிருப்பதைக் கண்டாள். தாயார் அருகில் வந்ததும் துர்கா, "அம்மா நாங்கள்

ஒரு பொருளைக் கண்டெடுத்தோம். பெரிய குளத்துக்குச் சிங்காடா பறிக்கப் போயிருந்தோம். அங்கே காட்டுக்குள் கிடந்தது” என்றாள்.

“நான்தான் பார்த்து அக்காளிடம் சொன்னேன்” என்றான் அப்பு.

துர்கா அதைத் தாயாரிடம் கொடுத்துவிட்டு, “இது என்னம்மா?” என்றாள்.

சர்வஜயா அதை இப்படியும் அப்படியும் திருப்பிப் பார்த்தாள். துர்கா மெதுவாக, “இது வைரம்தானே அம்மா?” என்றாள்.

சர்வஜயாவுக்கும் வைரத்தைப் பற்றி ஒன்றும் தெரியாது. அவள் சந்தேகத்துடன், “உனக்கு எப்படித் தெரியும்?” என்றாள்.

“மஜூம்தார்கள் ரொம்பப் பணக்காரர்களாம். அவர்களுடைய இடிந்த வீட்டில் யாருக்கோ மோஹராக்கள் கிடைத்ததாம். இது குளத்து மேட்டில் காட்டுக்குள் புதைந்து கிடந்தது. வெய்யிலில் மின்னியது. அம்மா இது வைரம்தான்.”

“சரி அப்பா வரட்டும் காட்டலாம்” என்றாள் சர்வஜயா.

துர்கா வெளித்தாழ்வாரத்துக்கு வந்து தம்பியிடம், “இது வைரமாக இருந்தால் நாம் பணக்காரர்களாகி விடுவோம்” என்றாள்.

அப்புவுக்கு ஒன்றும் புரியவில்லை. அவன் கலகலவெனச் சிரித்தான்.

பையனும் பெண்ணும் போனபிறகு சர்வஜயா அதை எடுத்துக் கவனமாகப் பார்க்கத் தொடங்கினாள். கோலிக்குண்டை இரண்டாக வெட்டியது போலிருந்தது. ஒரு பக்கம் குங்குமச் சிமிழின் கூர்மை யான மேல்பாகம் போலிருந்தது. நன்றாக மின்னியது. அதில் பல வர்ணங்கள் தெரிவதுபோலச் சர்வஜயாவுக்குத் தோன்றியது. இது கண்ணாடி அல்ல என்று நினைத்தாள். இந்த மாதிரி கண்ணாடியைப் பார்த்ததாக அவளுக்கு நினைவில்லை. திடீரென அவள் முகத்தி லேயே ஒரு பரபரப்பு வெளிப்பட்டது. கடை வீதிக்குக் கொண்டு போய்க் காட்டினால்... இது வைரமாக இருந்துவிட்டால்...?

வைரம் என்பது மாயக்கல்லாகவோ அல்லது பாம்பின் தலை யிலோதான் இருக்கும் என்று நம்பி வந்தாள். கதைகளில் இதற்கு ஆதாரம் இருக்கின்றன. ஆனால், உலகத்தில் இது காணக் கிடைப்ப தில்லை. அப்படிக் கிடைத்தால் ‘துளியுண்டு’ வைரத்திற்கு ஈடாக இந்த உலகத்தையே மதிப்பிட முடியாது. கொஞ்ச நேரத்துக்குள் ஒரு மூட்டையுடன் ஹரிஹரன் வீட்டுக்கு வந்தான்.

“இங்கு கொஞ்சம் வாருங்கள். இது என்னவென்று பாருங்கள்” என்று சர்வஜயா கூறினாள்.

ஹரிஹரன் அதைக் கையில் வாங்கிப் பார்த்துக்கொண்டு, "இது எங்கே கிடைத்தது?" என்றான்.

"ஹரிஹரன் இப்படியும் அப்படியும் திருப்பிப் பார்த்துவிட்டு, "கண்ணாடியாக இருக்கும் அல்லது வேறு ஏதாவது கல்லாக இருக்கும். ரொம்பச் சிறிதாக இருப்பதால் என்னவென்று தெரியவில்லை" என்றான்.

சர்வஜயாவின் மனத்தில் ஒரு சிறு ஆசையின் கோடு விழுந்தது. கண்ணாடியாக இருந்தால் அவளுடைய கணவன் கண்டுகொள்ள மாட்டானா? கணவன் வேறுவிதமாக நினைத்துக் கொள்ளா திருக்கட்டும் என்று மிகவும் மெதுவாக, "இது வைரம் அல்லவா? மஜும்தார் குளத்தில் எத்தனையோ பேர்களுக்கு என்னவெல்லாமோ கிடைத்தது என்று துர்கா சொன்னாள். இது வைரமாக இருக்குமா?" என்றாள்.

"வைரம் இப்படி வழியெல்லாம் கிடந்தால் அப்புறம் வேறு என்ன வேண்டும்? உனக்கென்ன..."

ஹரிஹரன் இதைக் கண்ணாடி என்றுதான் நினைத்தான். ஆனால் அடுத்த கணமே, அப்படியும் இருக்கலாம். யார் கண்டார் கள்? மஜும்தார்கள் ரொம்பப் பணக்காரர்கள். அவர்களுடைய நகைகளில் இது இருந்திருக்கலாம். தவறிப் பூமியில் விழுந்திருக்கலாம். அதிர்ஷ்டம் இல்லாவிட்டால் கைக்குக் கிடைத்தாலும் வாய்க்குக் கிடைக்காது என்பார்கள். அது தன் விஷயத்தில் உண்மையாகப் போவதா?'

"சரி இரு, நான் கங்கூலியிடம் கொண்டு போய்க் காட்டி வருகிறேன்..."

சர்வஜயா சமையல் செய்துகொண்டே கடவுளைப் பிரார்த் தித்துக் கொண்டாள். "எத்தனையோ பேர்களுக்கு என்னவெல்லாமோ கிடைப்பதில்லையா? குடும்பமோ இந்நிலையில் இருக்கிறது. கொஞ்சம் குழந்தைகளையாவது கடவுளே காப்பாற்ற மாட்டாயா?"

அவளுடைய மனம் பரபரப்படைந்திருந்தது.

சிறிது நேரத்துக்குப் பிறகு துர்கா வந்து, "அம்மா! இன்னும் அப்பா வரவில்லையா?" என்று கேட்டாள்.

ஹரிஹரன் அப்போதுதான் வீட்டுக்குள் நுழைந்தான். "ஊஹூம்! நான் அப்போதே சொன்னேனே! கங்கூலியின் மாப்பிள்ளை சத்யபாபு கல்கத்தாவிலிருந்து வந்திருந்தார். இது ஒரு வகையான ஸ்படிகக் கல்லாம். அடேயப்பா! நடக்கும்போது வைரமும் மாணிக்கமும் கிடைப்பதாயிருந்தால்? உனக்கென்ன பைத்தியமா!" என்றான்.

12

வைகாசி மாதம். ஏறக்குறைய மத்தியான நேரம்.

சர்வஜயா மசாலா சாமான்களை ஒரு பூக்குடலையிலிருந்து (ரொம்ப நாளாக பூவுக்கும் இதற்கும் சம்பந்தம் கிடையாது) எடுத்துக் கொண்டு, "சீரகப் பெட்டியையும் மிளகாய்ப் பெட்டியையும் எங்கே எடுத்து ஒளித்து வைத்துவிட்டாய்? அப்பு நீ ரொம்பத் தொந்திரவு பண்ணுகிறாய். சமையல் செய்ய விடமாட்டாயா? எனக்கென்ன? கொஞ்ச நேரத்துக்குள் அம்மா பசிக்கிறது என்று சொல்லப் போகிறாய்" என்றாள்.

ஆனால், அப்புவைக் காணோம்.

"கொடுடா! என் கண்ணல்ல. நேரமாகிறது கொடு."

அப்பு சமையல் வீட்டுக்குள்ளிருந்தபடி கதவு சந்து வழியாகத் திருட்டுத்தனமாகப் பார்த்தான். தாயார் தன்னைப் பார்ப்பது தெரிந்ததும் நத்தை ஓட்டுக்குள் சுருங்கிக்கொள்வதுபோல இவனும் கதவுக்குப் பின்னால் மறைந்து கொண்டான். "என்னடா இது. மத்தியான நேரத்தில் தொந்திரவு செய்கிறாயே? கொடு" என்றாள்.

அப்பு சிரித்துக்கொண்டே எட்டிப் பார்த்தான்.

"நான் பார்த்துக்கொண்டேனே! இனி ஒளிந்து என்ன பிரயோஜனம்? கொண்டு வா." சர்வஜயாவுக்குத் தன் மகனை நன்கு தெரியும். அப்பு ஒண்ணரை வயதுக் குழந்தையாக இருக்கும்போது இப்போதிருப்பதைவிட நல்ல நிறமாக இருந்தான். அவனுக்குக் கண்ணுக்கு மை தீட்டி நெற்றியில் பொட்டிட்டு தலைக்கு ஒரு சிறிய உல்லன் குல்லா போட்டுவிடுவாள். அப்புறம் மாலை வேளைகளில் தொட்டிலிலிட்டு தாலாட்டுப் பாடித் தூங்க வைப்பாள்.

குழந்தை இமையாது தாயாரையே பார்த்துக் கொண்டிருக்கும். பிறகு பொக்கை வாய் சிரித்துச் சிரித்துக்கொண்டு இறங்கிவந்து தாயாரின் பின்புறமாகக் கழுத்தைக் கட்டிக்கொள்ளும். சர்வஜயா சிரித்துக்கொண்டு, "அடே, குழந்தை எங்கே ஒளிந்து கொண்டது? எங்கும் காணோமே!" என்பாள்.

அப்புறம் அவள் பின்புறம் திரும்பிப் பார்த்ததும் குழந்தை சிரித்துக் கொண்டு தாயாரின் மடியில் வந்து முகத்தைப் புதைத்துக் கொள்ளும். 'குழந்தையைக் காணோமே' என்று அவள் சொல்லச் சொல்ல அதுக்கு விளையாட்டாக இருக்கும்.

குழந்தை புதிதாக இப்போதுதான் இந்த உலகத்திற்கு வந்திருக்கிறது. உலகத்தின் எல்லையற்ற ஆனந்தத்தை ஒரு கணத்தில் தேடி அவள் மூலம் அடைய ஆசைப்பட்டது. அதனுடைய ஆசை அடங்குவதே இல்லை. இந்நிலையில் தாயாரினாலும் அதைத் தடுக்க முடிவ

தில்லை. இவ்விதம் கொஞ்ச நேரம் விளையாடிய பிறகு குழந்தை கொட்டாவிவிடத் தொடங்குகிறது. சர்வஜயா குழந்தை கொட்டாவி விடுவதைப் பார்த்து 'சிரஞ்சீவியாக இரு' என்று வாழ்த்துகிறாள். பிறகு, குழந்தையைக் கன்னம் சிவக்கச் சிவக்க முத்தமிடுகிறாள். ஆனால், தாயாரின் இந்தக் கொஞ்சுதலை லட்சியம் செய்யாமல் குழந்தை தூக்கக் கலவரத்திலிருக்கிறது. சர்வஜயா குழந்தையைத் தோளோடு சாய்த்துக் கொள்கிறாள். "மாலை நேரமாகிவிட்டது என்று பார்த்துக் கொண்டிருந்தேன். இன்னும் கொஞ்சம் நேரமானால் பால் கொடுத்துத் தூங்க வைக்கலாம்..."

இப்போது பையனுக்கு எட்டு வருஷமாகிவிட்டது என்பது சர்வ ஜயாவுக்குத் தெரியும். இன்னும் தாயாருடன் ஒளிந்து கண்டுபிடிக்கும் விளையாட்டு விளையாடுவதில் சலிப்புத் தட்டவில்லை.

குருடன்கூடக் கண்டுபிடித்து விடக்கூடிய இடத்தில்தான் அவன் ஒளிந்து கொள்வான். ஆனால், சர்வஜயா பார்த்தும் பார்க் காதவள் போல, இங்குமங்கும் தேடுவாள். "எங்கு போய் விட்டான்? தெரியவில்லையே?" என்பாள்.

'அம்மாவை நன்றாக ஏமாற்றிவிட்டோம்' என்று அப்பு நினைத்துக் கொள்வான். அம்மாளுடன் இந்த விளையாட்டு விளையாடுவதில் ஆனந்தம் அடைவான். இந்த விளையாட்டில் ஈடுபட்டு விட்டால் முடிவு இல்லாமல் விளையாடிக்கொண்டிருக்க வேண்டும் என்பது சர்வஜயாவுக்குத் தெரியும். ஆகையால் அவள் சலிப்புடன், "சமையல் வேலையெல்லாம் அப்படியே கிடப்பதா? அப்பு நீ இப்படித் தொந்திரவு செய்து கொண்டிருந்துவிட்டு அப்புறம் சாப்பாடு கேட்டுப் பார்!" என்பாள்.

அப்பு சிரித்துக்கொண்டு மசாலாப் பெட்டியைத் தாயார் முன் கொண்டு வந்து வைப்பான்.

"வெளியில் போய்க் கொஞ்ச நேரம் விளையாடிவிட்டு வா. அக்கா எங்கிருக்கிறாள் என்று போய்ப் பார்த்துவிட்டு வா. வெளியில் போய்க் கூப்பிட்டுப் பார். இன்று அவள் குளிக்க வேண்டும். அவள் எங்கு போய்விட்டாளோ தெரியவில்லையே! என் கண்ணல்ல. போய்க் கூட்டிக்கொண்டு வா"

அவன் தாயாரின் ஆக்ஞைக்குக் கீழ்ப்படிவதாகத் தெரிய வில்லை. மசாலா அரைத்துக் கொண்டிருக்கும் தாயாருக்குப் பின்னால் போய் ஏதோ செய்யத் தொடங்கினான்.

"உஸ்....ஸ்....ஸ்"

சர்வஜயா பின்னால் திரும்பிப் பார்த்தாள். கூரையில் காயப் போட்டிருந்த கம்பளியைப் போர்த்திக் கொண்டு மண்டியிட்டுப் போய்க் கொண்டிருந்தான்.

"ஐயையோ! அதிலே ஏகப்பட்ட புழுதி படிந்திருந்ததே. எறி... எறி! தூர எறி! அதில் ஏதாவது பூச்சி புழு இருக்கப்போகிறது!" அப்பு 'ஊஹும்' என்றான்.

"சொன்னாக் கேட்க மாட்டாயா? அதை எறிந்து விடு, நான் மசாலாக் கையோடிருக்கிறேன்."

இப்போது அந்தப் பழைய கம்பளியைப் போர்த்திக்கொண்டு இரண்டடி முன் வந்துவிட்டான். "என்னைத் தொடப் போகிறாயா? என்னைத் தொட்டுவிடாதே! எனக்குப் பயமாக இருக்கிறது!"

அப்பு சிரித்துக்கொண்டே கம்பளியை ஒரு பக்கத்தில் போட்டு விட்டு எழுந்து நின்று கொண்டான். அவன் தலை, முகம், புருவம், கன்னம் எங்கும் தூசி படிந்துவிட்டது. விசித்திரமான முகத்துடன் தன் சிறிய பற்களை விளையாட்டுக்காகக் கடித்துக் கொண்டிருந்தான்.

"இனி எங்கு போகட்டும்? என்ன செய்வேன்? நீ இந்தப் பழைய கந்தலைப் போர்த்திப் பிசாசு போலாகி விட்டாயே! சுத்தப் பைத்திய மேதான்."

தூசி படிந்த தன் மகனிடம் அளவு கடந்த பாசம் ஏற்பட்டது. ஆனால், குளித்துவிட்டு அவனைத் தொடக் கூடாதே. "இந்தா! இந்தத் துண்டை எடுத்துத் தூசிகளைத் துடைத்துக்கொள்" என்றாள்.

கொஞ்ச நேரத்திற்குப் பிறகு அவனைச் சமையல் வீட்டுக்குக் காவலுக்கு உட்காரவைத்துவிட்டு தண்ணீர் கொண்டு வருவதற்காகக் குளத்திற்குப் போனாள். அப்போது துர்கா வீட்டுக்கு வந்து கொண்டிருந்தாள். வெய்யிலில் முகம் சிவந்து போயிருந்தது. தலைமுடி அலங்கோலமாக இருந்தது. உடம்பெல்லாம் புழுதி படிந் திருந்தது. திடீரெனத் தாயாரைப் பார்த்ததும் முடிந்து வைத்திருந்த மாங்காய்களைக் காட்டிக்கொண்டு, "நான் ராஜி வீட்டுக்குப் போயிருந்தேன். மாங்காய் பறித்தார்கள். அதைப் பங்கு போட்டார் கள். அப்போது ராஜியின் அத்தை கொடுத்தார்கள்" என்றாள்.

"பெண்ணைப் பார்! உடம்பெல்லாம் எப்படியிருக்கிறது!"

ஹரிஹரன் சிலும்பியைக் கையில் எடுத்துக்கொண்டு நெருப்புக் காக சமையல் வீட்டுத் தாழ்வாரத்திற்கு வந்தான்.

"நான் ஒவ்வொரு நிமிஷமும் நெருப்புக்கு எங்கு போவேன்? மூங்கில் நெருப்பு எவ்வளவு நேரத்திற்கு இருக்கும்?" என்றாள் சர்வஜயா. இதைக் கூறிவிட்டு ஒரு சிறுதட்டில் நெருப்பைக் கொண்டு வந்து கோபமாக வைத்தாள். பிறகு கோபம் தணிந்தவுடன், "என்ன ஆயிற்று?" என்றாள்.

"எல்லாம் சரியாகத்தானிருந்தது. எல்லோரும் தீட்சை வாங்கிக் கொள்ளத் தயாராகத்தானிருந்தார்கள். ஆனால், அதற்குள் ஒரு இடைஞ்சல் வந்துவிட்டது. மகேஷின் மாமனார் சொத்து சம்பந்த

மாக ஏதோ தகராறு ஏற்பட்டுவிட்டது. அதனால், அவன் அங்கு போய்விட்டான். அவன்தானே எஜமானன். ஆகையால், விஷயம் ஒத்திப்போடப்பட்டுள்ளது. அதற்குள் ஆடி மாதம் வந்து குறுக்கிடு கிறது.

"நிலம் கொடுப்பதாகச் சொன்னது என்னாயிற்று?"

"அந்தத் தகராறினால் எல்லாம் தடைப்பட்டு விட்டது. முதல் காரியம் தீட்சை பெறுவது. அதே தள்ளிவைக்கப்பட்டது. அப்புறம் நிலத்தைப்பற்றி எப்படிக் கேட்பது?"

சர்வஜயா என்னவெல்லாமோ மனக்கோட்டை கட்டிக் கொண்டிருந்தாள். இதைக் கேட்டதும் பெரிய ஏமாற்றமாகப் போய்விட்டது. "அங்கு இல்லாமல் போனால் போகிறது. வேறு எங்காவது பார்ப்பது தானே? இங்கு இனி இருக்க முடியாது. மா, பலா காலமிது. ஆனால், வீட்டில் மாவும் கிடையாது; பலாவும் கிடையாது. இன்று நம்ம பெண் எங்கோபோய் இரண்டு அழுகிப்போன பழத்தை வாங்கிக் கொண்டு வந்திருக்கிறாள்" என்று கூறிவிட்டு அவள் வீட்டின் மேல்புறத்தைப் பார்த்துக்கொண்டு, "நம் கண்ணெதிரில் ஜனங்கள் தினம் கூடை கூடையாக மாம்பழங்கள் பறித்துக்கொண்டு போகிறார் கள். நம் குழந்தைகள் அதைப் பார்த்துக்கொண்டு உட்கார்ந்து கொண்டிருக்கின்றன. இதை எல்லாம் யாரால் பொறுத்துக் கொண்டி ருக்க முடியும்?" என்றாள்.

தோட்டத்தைப் பற்றிப் பேச்சு வந்ததும் ஹரிஹரன், "அவன் பெரிய மோசக்காரனாச்சே; வருஷம் விளையாடிக் கொண்டு ஐம்பது ரூபாய் வந்து கொண்டிருந்தது. அதை அவன் ஐந்து ரூபாய்க்கு எழுதி வாங்கிக் கொண்டான். 'சித்தப்பா! நான் பிள்ளைக்குட்டிக் காரன், அந்தத் தோட்டத்தில் மாமரங்கள் எல்லாம் வளர்ந்திருக் கின்றன. என்னிடத்தில் வேறு ஒன்றும் கிடையாது. ஆண்டவன் புண்ணியத்தில் உங்களுக்கு ஒன்றும் குறைவில்லை. இரண்டு பெரிய பெரிய தோட்டங்களிருக்கின்றன. மா, தென்னை, கமுகு எல்லாம் வளர்ந்திருக்கின்றன. 'என் தோட்டத்தைக் கொடுத்து விடுங்கள்' என்றேன். அதற்கு என்ன சொன்னான் தெரியுமா? நீலமணி அண்ணா ரொம்ப கஷ்டதசையில் இருக்கும்போது புவன முகர்ஜி யிடம் முந்நூறு ரூபாய் வாங்கினாராம். விஷயம் என்ன தெரியுமா? அண்ணி விவரம் தெரியாதவளாக இருந்ததால் தன் காரியத்தைச் சாதித்துக் கொண்டான்" என்றான்.

"விவரம் தெரியாமல் என்ன? சொந்தக்காரர் வசம் தோட்டம் போய்விட்டால் ஒன்றுமே கிடையாது. எல்லாம் சாப்பிட்டு விடுவார்கள். ரொக்கம் எவ்வளவு குறைவாகக் கிடைத்தாலும் பரவாயில்லை என்று நினைத்தார்கள்."

“நாமும் அந்தத் தொகையைக் கொடுத்திருக்கலாமே” ஆனால் ரகசியமாக விஷயத்தை முடித்துவிட்டார்களே. அண்ணிக்கு அல்வாவும் பூரியும் செய்து போட்டு வசப்படுத்திச் சும்மா எழுதிக் கொண்டார் கள்.”

அன்று மாலை திடீரென்று புயல் வீசத் தொடங்கியது. ரொம்ப நேரம் புயல் அடித்தது. அப்புவின் வீட்டுக்கு முன்னாலிருந்த மூங்கில் புதர் சுவரின் மேல் விழுந்துவிட்டதால் வீடு திறந்த வெளியிலிருப்பது போலிருந்தது. மூங்கில் இலைகளும் மற்ற செடிகொடிகளும் வாசல் முழுதும் நிறைந்திருந்தது. துர்கா மாங்காய் பொறுக்குவதற்காக ஓடி வந்தாள். அப்புவும் அக்காளுக்குப் பின்னால் ஓடி வந்தான். துர்கா ஓடிக்கொண்டே, “நீ சிந்தூரி மாமரத்துக்குக் கீழே இரு. நான் சோனாமுகி மாமரத்துக்குப் போகிறேன். ஓடு ஓடு!” என்றாள்.

நாற்புறமும் தூசி படிந்திருந்தது. பெரிய பெரிய மரக்கிளைகள் எல்லாம் புயலால் முறிந்து போய்விட்டது. மரங்கள் மொட்டையாக நின்றன. இன்னும் காற்று சர்சர் என்று அடித்துக் கொண்டிருந்தது. தோட்டத்தில் வறண்ட இலைகள் பறந்து வந்து விழுந்து கிடந்தன. சோனாமுகி மாமரத்துக்கடியில் போனதும் அப்பு, “அக்கா! இங்கொன்று! அங்கொன்று!” என்று உற்சாகத்துடன் கூச்சலிட்டான்.

அவன் கூச்சலிட்ட அளவு மாங்காய்களைச் சேகரிக்க முடிய வில்லை. புயல் அதிகரித்துக் கொண்டிருந்தது. காற்றின் சத்தத்தால் மாங்காய் விழும் சத்தம் கேட்கவில்லை. சத்தம் கேட்டால்கூட மாங்காய் எங்கு விழுந்திருக்கிறது என்று கண்டுபிடிக்க முடியவில்லை. துர்கா இதற்குள் ஏழெட்டுக் காய்களைப் பொறுக்கி விட்டாள். அப்பு இது வரையிலும் இரண்டே இரண்டு காய்களைத் தான் பொறுக்கியிருந் தான். அவன் அவைகளை மகிழ்ச்சியுடன் காட்டிக்கொண்டு, “பாரக்கா! எவ்வளவு பெரிதாக இருக்கிறது?” என்றான்.

இதற்குள் புவன முகர்ஜி வீட்டிலிருந்து சிறுவர்களும் சிறுமி களும் சத்தமிட்டுக்கொண்டு மாங்காய் பொறுக்க ஓடிவருவது தெரிந்தது. “துர்கா அக்காளும் அப்புவும் முன்னாலேயே பொறுக்கிக் கொண்டிருக்கிறார்கள்” என்று சத்து சத்தமிட்டான்.

அந்தக் கூட்டம் சோனாமுகி மரத்துக்கடியில் வந்து சேர்ந்தது. “எங்கள் தோட்டத்துக்கு மாங்காய் பொறுக்க எதற்காக வந்தீர்கள்? அம்மா வரக்கூடாதென்று அன்றே சொன்னார்களல்லவா? எங்கே எத்தனை மாங்காய் பொறுக்கியிருக்கிறீர்கள் பார்க்கலாம்?” என்றான் சத்து.

பிறகு அவன் கோஷ்டியிடம், “டூனு! சோனாமுகி மரத்தடியில் எத்தனை காய்கள் கிடக்கின்றன பார். துர்கா அக்கா, எங்கள் தோட்டத்திலிருந்து போய்விடு. இல்லாவிட்டால் அம்மாவிடம் போய்ச் சொல்லிவிடுவேன்” என்றான்.

"இவர்களை ஏன் போகச் சொல்கிறாய்; நாமும் பொறுக்கு வோம். இவர்களும் பொறுக்கட்டும்" என்று ராணி சொன்னாள்.

"அது முடியாது. அவள் இங்கு இருந்தால் எல்லாக் காய்களையும் அவளே பொறுக்கிக் கொள்ளுவாள். நம் தோட்டத்துக்கு அவள் எதற்காக வரவேண்டும்? போய்விடு துர்கா அக்கா! நாங்கள் உன்னை இங்கிருக்க விடமாட்டோம்."

வேறு சமயமாயிருந்தால் துர்கா தோல்வியை ஏற்றுக் கொண்டிருக்க மாட்டாள். ஆனால், அன்று இவர்களால்தான் துர்கா தாயாரிடம் நன்கு அடிவாங்கினாள். ஆகையால், அவர்களுடன் சண்டையிடத் தயாராக இல்லை. ஆகையால், அவள் உடனே, "அப்பு! வா நாம் போகலாம்" என்றாள்.

பிறகு முகத்திலே போலி சந்தோஷத்தை வரவழைத்துக் கொண்டு, "வா, அப்பு! நாம் அந்த இடத்துக்குப் போவோம். அங்கே இதைவிடப் பெரிய காய்களிருக்கின்றன" என்றாள்.

அவள் அங்கிருந்து போனால் இன்னும் நல்ல மாங்காய்களைப் பெறமுடியும். இங்கிருந்து போய் விடுவது அவளுக்கு நல்லதுதான் என்பதை வெளிப்படுத்த முயன்றாள்.

"அவர்களை ஏன் போகச் சொன்னாய்? சத்து அண்ணா! நீ ரொம்பப் பொறாமைக்காரன்" என்று ராணி சொன்னாள்.

துர்கா எதிர்பார்த்த பலன் கிடைத்துவிட்டது. ராணி அதை உண்மை என்று நம்பிவிட்டாள்.

அப்புவுக்கு இந்தப் பேச்சின் ரகசியம் ஒன்றும் தெரியாது. அவன் தோட்டத்தை விட்டு வெளியில் வந்ததும், "பெரிய பெரிய மாங்காய் எங்கே இருக்கிறது அக்கா?" என்று கேட்டான்.

எங்கு போவதென்று துர்கா இன்னும் தீர்மானிக்கவில்லை. ஆகையால், அவள் யோசித்துக் கொண்டு, "பெரிய குளத்துக்குப் போகலாம். அங்கு பெரிய பெரிய மரங்களிருக்கின்றன. வா" என்றாள்.

பெரிய குளத்திற்கு எத்தனையோ புதர்களைக் கடந்து பதினைந்து நிமிஷம் நடந்து செல்ல வேண்டும். அங்கு மிகப் புராதனமான மாமரங்களும் பலாமரங்களும் இருந்தன. அவைகளுக்கடியில் அநேக விதமான முட்செடிகள் அடர்ந்து வளர்ந்திருந்தன. ஊருக்கு அப்பால் இருந்ததால் இங்கு யாரும் வருவதில்லை. அந்தப் பெரிய மரங்களைச் சுற்றிப் பெரிய பெரிய கொடிகள் படர்ந்திருந்தன. முட்புதர்களுக்குள் விழுந்திருக்கும் மாங்காய்களைப் பொறுக்குவதும் சுலபமான காரியமல்ல. மேகங்கள் இருண்டு வந்தன. காட்டுக்குள் அடர்ந்த புதருக்குள் பாதை தெரியாது இருண்டிருந்தது. இருந்தாலும் கூட பிடிவாதக் காரியான துர்கா அங்குபோய்ப் பத்து மாங்காய்களைப் பொறுக்கிய பிறகுதான் மூச்சு விட்டாள்.

“அடே, அப்பு மழை வந்துவிட்டது!” என்றாள்.

காற்று கொஞ்சம் குறைந்தது. ஈர மண்வாசனை வீசத் தொடங்கியது. சிறிது நேரத்திற்குள் தடதடவென மழை பெய்யத் தொடங்கியது.

“வா, அந்த மரத்துக்கடியில் போய் நின்று கொண்டால் மழை நம் மேல் படாது” என்றாள் துர்கா.

திடீரென நாலா பக்கத்திலும் இருண்டு வந்தது. புயல் மழை அடிக்கத் தொடங்கியது. மழைத்துளி விழும் வேகத்தில் இலைகள் படபடவெனக் கீழே விழுந்தன. ஈர மண்வாசனை வீசியது. புயல் கொஞ்சம் அடங்கியிருந்தது. ஆனால், இப்போது முன்னைவிட அதிகமாக அடிக்கத் தொடங்கியது. அவர்கள் நின்று கொண்டிருந்த மரத்துக்கடியில் தண்ணீர் வரவில்லை. ஆனால், கீழ்காற்று மரத்துக்கடியில் பலமாக வீசிக்கொண்டிருந்தது. வீட்டுக்கு வெகு தூரத்துக்கு அப்பால் புயல் மழையில் சிக்கிக்கொண்டதால் அப்பு பயத்துடன், “அக்கா! ரொம்ப பலமாக மழை பெய்கிறது” என்றான்.

துர்கா அவனை அருகில் அழைத்து முந்தானையால் போர்த்தி அணைத்துக்கொண்டு, “மழை நின்றுவிடப் போகிறது. நல்லதுக்குத்தான் மழை வந்தது. நாம் போகும்போது சோனாமுகி மரத்துக்குப் போய்விட்டுப் போகலாம்” என்றாள்.

பிரம்மாண்டமான காட்டுக்குள் கனத்த இருளைப் பிளந்து கொண்டு கண்ணைப் பறிக்கும் பிரகாசம் ஒன்று தோன்றி மறைந்தது. எதிரிலுள்ள மரங்களில் உச்சியில் பீர்க்கங்கொடிகள் ஊசலாடின. அப்பு பயத்துடன் துர்காவைக் கட்டிப் பிடித்துக் கொண்டு, “ஐயோ! அக்கா!” என்றான்.

“ஏண்டா பயப்படுகிறாய்? ராம் ராம் என்று சொல்! அர்ஜுனா, அர்ஜுனா என்று சொன்னால் இடி விழாது.”

சாரல் பட்டு அவர்களுடைய தலையும் சொக்காயும் நனைந்து போயிருந்தன. மறுபடியும் ஆகாயத்தைப் பிளந்துகொண்டு பளீர் பளீரென மின்னல் வெட்டியது. அப்பு பயத்துடன், “அக்கா, மறு படியும்...” என்றான்.

“பயப்பட வேண்டியதில்லை. என்னடா பயம்? என் பக்கம் வந்துவிடு. உன் தலை நனைந்து போய்விட்டது.”

நாற்புறத்திலும் புயல்! மழை வேறு பலமாகப் பெய்து கொண்டிருந்தது. இடையிடையே இடி இடித்து மின்னல் வெட்டியது. மரக்கிளைகள் ஒன்றோடொன்று மோதிக்கொண்டன. இடியோசையால் காது செவிடாகிவிடும் போலிருந்தது.

“அக்கா, மழை நிற்காதா?” என்று அப்பு கேட்டான்.

திடீரென காட்டின் ஒரு கோடியிலிருந்து பளீர்பளீரென மின்னியது. அத்துடன் கடகடவென இடியோசை காதைப் பிளந்தது. அப்பு பயத்துடன் கண்களை மூடிக்கொண்டான்.

துர்காவின் தொண்டை வறண்டுவிட்டது. இடி விழுகிறதா என்று மேலே அண்ணாந்து பார்க்க விரும்பினாள். மரங்களின் உச்சாணிக்கிளையில் பீர்க்கங்கொடி ஆடிக்கொண்டிருந்தது.

அந்தப் பெரிய இரும்பு உருளையை மறுபடியும் யாரோ இந்தப் பக்கத்திலிருந்து அந்தப் பக்கத்திற்கு இழுத்துக் கொண்டு போனார்கள்.

குளிரினால் அப்புவின் பல் அடித்துக்கொண்டது. அவனை மேலும் அருகில் இழுத்துக்கொண்டாள். கடைசி உபாயமாக அவள் 'அர்ஜுனா! அர்ஜுனா!' என்று வேகமாகச் சொல்லிக் கொண்டாள். பயத்தினால் அவள் குரல் நடுங்கியது.

பிற்பகல், புயல் மழை ஓய்ந்து கொஞ்ச நேரமாகிறது. சர்வஜயா வெளிவாசலில் நின்றுகொண்டிருந்தாள். வழியில் தேங்கியிருந்த தண்ணீரைச் சளசளவென மிதித்துக்கொண்டு ராஜகிருஷ்ண மாலித் தினுடைய மகள் ஆஷால்தா குளத்துக்குப் போய்க் கொண்டிருந்தாள். அவளிடம், "நீ துர்காவையும் அப்புவையும் பார்த்தாயா?" என்று கேட்டாள்.

"இல்லை சித்தி!" என்று கூறிவிட்டு அவள் போய்விட்டாள்.

அவர்கள் இரண்டு பேரும் மழைக்கு முன்னால் மாங்காய் பொறுக்கி வருவதாகச் சொல்லிவிட்டுப் போனார்கள். மழையும் நின்றுவிட்டது. அவர்கள் எங்கு போய்விட்டார்கள்?

சர்வஜயா கவலையுடன் வீட்டுக்குள் வந்தாள். என்ன செய்வ தென்று யோசித்துக்கொண்டிருந்தாள். இதற்குள் பின்வாசல் கதவு வழியாகத் துர்கா ஒரு தேங்காயைக் கையில் தூக்கிக்கொண்டு வந்தாள். அவளுக்குப் பின்னால் அப்பு ஒரு தென்னை மட்டையை இழுத்துக்கொண்டு வந்தான். இருவரும் நன்கு நனைந்து போயிருந் தனர். சர்வஜயா அவசரமாக ஓடி வந்து, "நான் என்ன செய்வேன்? இப்படி நனைந்து போயிருக்கிறீர்கள்? மழைக்கு எங்கிருந்தீர்கள்?" என்றாள்.

பையனை அருகில் அணைத்துக்கொண்டு தலையில் கை வைத்துப் பார்த்துக்கொண்டு, "தலை ரொம்ப நனைந்து போயிருக் கிறது" என்றாள்.

பிறகு உற்சாகத்துடன், "துர்கா! தேங்காய் எங்கே இருந்தது?" என்றாள்.

அப்பு, துர்கா இரண்டு பேரும் மெதுவான குரலில், "அம்மா! சத்தம் போடாதே. சத்து அம்மா இப்போதுதான் தோட்டத்துக்குப்

நற்றிணை பதிப்பகம் ★ 73

போய்க் கொண்டிருக்கிறாள். அவர்கள் தோட்டத்தில்தான் விழுந்து கிடந்தது. நாங்கள் வெளி வந்ததும், அவள் தோட்டத்துக்குப் போனாள்" என்றார்கள்.

"எங்கள் ரண்டு பேரையும் பார்த்திருப்பாள்" என்றாள் துர்கா

அப்புறம் மெதுவாக ஆனால் உற்சாகமாக, "மரத்தடியில் கிடந்தது. முதலில் எனக்குத் தெரியவில்லை. சோனாமுகி போனேன். அப்போது தென்னை மட்டை கிடப்பது தெரிந்தது. 'அப்பு இதை எடுத்துக் கொண்டு வா. துடைப்பம் இல்லாமல் அம்மா கஷ்டப்படுவாள்' என்றேன். இதற்குப் பிறகுதான்…'' என்று சொல்லிக்கொண்டு தேங்காயைப் பார்த்துக்கொண்டு மகிழ்ச்சியுடன், "ரொம்பப் பெரிய தேங்காயல்ல!" என்றாள்.

அப்பு சந்தோஷத்துடன் கையை வீசிக்கொண்டு, "தென்னை மட்டையை இழுத்துக்கொண்டு ஓட்டமாக ஓடி வந்துவிட்டேன்" என்றான்.

"ரொம்பப் பெரிய தேங்காய்தான். பாத்திரம் வைக்குமிடத்தில் வைத்துவிடு. நான் தண்ணீர் தெளித்து எடுத்துக் கொள்கிறேன்'' என்றாள் சர்வஜயா.

"அம்மா! தேங்காயில்லை! தேங்காயில்லை! அதனால் பலகாரம் செய்ய முடியாது என்று சொல்லுவாய். இப்போது பெரிய தேங்காய் கிடைத்துவிட்டது. இனி எனக்குப் பலகாரம் செய்து தரவேண்டும்" என்றான் அப்பு.

மழைத்தண்ணீரால் அப்பு நன்கு நனைந்து போயிருந்தான். அவன் முகம் மிகவும் அழகாக விளங்கியது. குளிரினால் அவன் உதடுகள் நீலம் பூத்திருந்தது. தலைமயிர் நனைந்துபோய்க் காது வரையிலும் தொங்கிக்கொண்டிருந்தது. "வா, வேறு சொக்காய் போட்டுவிடுகிறேன். காலைக் கழுவிக்கொண்டு வா'' என்றாள் சர்வஜயா.

சிறிது நேரத்திற்குப் பிறகு சர்வஜயா தண்ணீர் எடுத்து வரப் போனாள். புவனா முகர்ஜி வீட்டு வாசலுக்குள் நுழைவதற்கு முன் விதவை வீடே அதிரும்படி சத்தமிட்டுப் பேசிக் கொண்டிருந்தது காதில் விழுந்தது.

"ரொக்கமாகப் பணம் கொடுத்து வாங்கினோம். இனாமாகவா வாங்கினோம்? ஆனால், இந்தப் பாவிகள் கண்ணுக்குத் தப்பி ஒரு பொருளும் வீடு வந்து சேராது. அந்தச் சிறுக்கி ராத்திரி பகலாகத் தோட்டத்துக்குக் காவலிருக்கிறாள். ஏதாவது ஒன்று விழுந்தால் போதும், உடனே அது அவர்கள் வீட்டுக்குப் போய்ச் சேர்ந்துவிடும். அந்த வேசியும் சாமான்யப்பட்டவளல்ல. அவள்தானே சொல்லி அனுப்புகிறாள். மழை நின்றுவிட்டதே. தோட்டம் எப்படியிருக்கிறது

என்று பார்த்து வரலாமென்று போனால் பெரிய தேங்காயைத் தூக்கிக்கொண்டு கண்ணெதிரிலேயே ஓடுதே! கடவுளே! இந்தத் துஷ்டர்களை எத்தனை நாளைக்குச் சகித்துக் கொண்டிருக்கப் போகிறாய்? அவர்கள் நாசமாகப் போகட்டும். இந்தத் தேங்காயைத் தின்பதற்கு இல்லாமல் செய்யமாட்டாயா?" என்று சொல்லிக் கொண்டிருந்தாள்.

இதைக் கேட்டுச் சர்வஜயா ஸ்தம்பித்துப் போனாள். குழந்தை களின் நீரில் நனைந்த முகங்கள் நினைவிற்கு வந்தன. இவளுடைய சாபம் எங்காவது பலித்துவிடுமோ என்று பீதி அடைந்தாள். இப்படியும் ஒரு பெண் இருப்பாளா? நாவில் விஷம் அல்லவா இருக்கிறது! என்ன செய்வது? இதை நினைக்கவும் அவள் உடல் நடுங்கியது. அவள் தண்ணீர் எடுக்காமல் வீட்டுக்குத் திரும்பி விட்டாள். காட்டில் மூங்கில் புதர்களில் மழை நின்றவுடன் மாலை யிருளில் மின்மினிகள் வெளிச்சம் போட்டுக் கொண்டிருந்தன. அவளால் நடக்கக்கூட முடியவில்லை. அவள் பயத்துடன் வெறுங் குடத்தை இடுப்பில் வைத்துக்கொண்டு வீட்டுக்குத் திரும்பி வந்தாள்.

அவள் திரும்பி வரும்போது தேங்காயைத் திருப்பிக் கொடுத்து விட்டால் சாபம் பலிக்குமா என்று யோசித்தாள். அவர்களுடைய பொருளை அவர்களுக்கே கொடுத்துவிட்டால் அப்புறம் சாபம் எப்படிப் பலிக்கும்?

வீட்டுக்குள் கால் வைத்ததும் பெண்ணிடம், "துர்கா! சத்து வீட்டில் தேங்காயைக் கொண்டுபோய்க் கொடுத்துவிட்டு வா!" என்றாள்.

அப்புவும் துர்காவும் திடுக்கிட்டுப்போய்த் தாயாரைப் பார்த் தனர்.

"இப்போதே கொடுக்கவேண்டுமா அம்மா?" என்று துர்கா கேட்டாள்.

"ஆமாம். அவர்கள் வீட்டுப் பின்வாசல் கதவு திறந்திருக்கிறது. சீக்கிரம் போய்க் கொடுத்துவிடு. விழுந்து கிடந்தது. எடுத்து வந்தேன் என்று சொல்."

"அப்புவை என்னோடு வரச் சொல்லம்மா. ரொம்ப இருட்டாக இருக்கிறது. அப்பு என்னோடு வருகிறாயா?"

குழந்தைகள் போன பிறகு சர்வஜயா துளசி மாடத்துக்கு எதிரில் போய் முந்தானையைக் கழுத்தில் சுற்றிக்கொண்டு மண்டி யிட்டு முன் அமர்ந்து, "கடவுளே! அவர்கள் கெட்ட நோக்கத்துடன் எடுத்து வரவில்லை என்பது உனக்கே தெரியும். இந்தச் சாபம் பலிக்காதிருக்கட்டும். அவர்கள் சிரஞ்சீவிகளாக இருக்கட்டும் ஆண்டவா! நீதான் அவர்களைக் காப்பாற்ற வேண்டும். இதுதான் என் பிரார்த்தனை" என்று வேண்டிக்கொண்டாள்.

13

கிராமத்தில் பிரசன்ன பண்டிதர் வீட்டில் ஒரு பனியா கடை வைத்திருந்தான். கடைக்குப் பக்கவாட்டில்தான் அவருடைய பள்ளிக்கூடமிருந்தது. பள்ளிக்கூடத்தில் பிரம்பு ஒன்றைத் தவிர வேறு படிப்புச் சொல்லிக் கொடுப்பதற்கான உபகரணங்கள் ஒன்று கூடக் கிடையாது. ஆனால், ஆசிரியர் இந்தப் பிரம்பு ஒன்றையேதான் நம்பியிருந்தார். கண்ணைக் காதை விட்டு விட்டு இந்தப் பிரம்பை ஆசிரியர் எங்குவேண்டுமானாலும் பிரயோகித்து வந்தார். இவ்விதம் படிப்புச் சொல்லிக் கொடுப்பதற்குத் தேவையான உபகரணங்கள் இல்லாத குறையை இந்தப் பிரம்பின் மூலம் ஆசிரியர் நிவர்த்தித்து வந்தார்.

பூச நாள், அப்பு போர்வையைப் போர்த்தியபடி படுக்கையில் படுத்துக்கொண்டு சூரியனை எதிர்பார்த்துக் கொண்டிருந்தான். இதற்குள் தாயார் வந்து, "அப்பு, சீக்கிரம் எழு! இன்று நீ பள்ளிக் கூடம் போகவேண்டும். உனக்காகச் சிலேட்டு, பென்சில் எல்லாம் வாங்கி வந்திருக்கிறதைப் பார்த்தாயா? உன்னை அப்பா பள்ளிக் கூடத்துக்கு அழைத்துக்கொண்டு போவார்!" என்றாள்.

பள்ளிக்கூடத்தைப் பற்றிக் கேள்விப்பட்டவுடன் அப்பு தூக்கக் கலக்கத்துடன் தாயாரின் முகத்தைப் பார்க்கத் தொடங்கினான். அவனுக்குக் கொஞ்சம்கூட நம்பிக்கையில்லை. கெட்ட பையன் களையும் அம்மா பேச்சைக் கேட்காமல் வீட்டில் சகோதர சகோதரி களிடம் சண்டைபோட்டுக் கொண்டிருக்கும் பையன்களையும்தான் பள்ளிக்கூடத்துக்கு அனுப்புவார்கள் என்று நினைத்துக்கொண்டிருந் தான். ஆனால், அவன் அப்படிப் பட்டவனல்லவே! பிறகு இவனை எதற்காகப் பள்ளிக்கூடத்திற்கு அனுப்பவேண்டும்?

கொஞ்ச நேரத்திற்குப் பிறகு சர்வஜயா மறுபடியும் வந்து, "அப்பு! எழுந்து முகத்தைக் கழுவிக்கொள். உனக்குப் பொறி கொடுக் கிறேன். பள்ளிக்கூடத்தில் சாப்பிடலாம். எழுந்திரடா கண்ணு" என்றாள்.

அம்மா பேச்சை நம்பாமல் அவன் எழுந்து கண்ணை மூடி உட்கார்ந்து கொண்டிருந்தான். அவன் எழுவதற்கான அறிகுறிகள் ஒன்றும் தென்படவில்லை. ஆனால், அதற்குள் அப்பா வந்துவிடவே அவனுடைய சோம்பல்தனம் பறந்துவிட்டது. பள்ளிக்கூடம் போக நேரிட்டது.

அம்மாளிடம் ஏற்பட்ட கோபத்தால் கண்களில் நீர் நிறைந்து விட்டது. சாப்பாடு கட்டிக் கொடுக்கும்போது, "நான் இனி வீட்டுக்கு வரப்போவதில்லை, எப்போதும் வரமாட்டேன். நீ வேண்டுமானால் பார்" என்றான்.

“அடடே! ராம் ராம்! அப்படிச் சொல்லக்கூடாது!” என்றாள். பிறகு அவனுடைய முகவாயைப் பிடித்து முத்தமிட்டுவிட்டு, “படித்துப் பண்டிதனாக வேண்டும். அறிவாளியாக வேண்டும்! அப்போது எவ்வளவு பெரிய உத்தியோகம் செய்வாய் தெரியுமா? நீ ஏன் பயப்படுகிறாய்? இங்கே பாருங்கோ! அப்புவிடம் ஒன்றும் சொல்லவேண்டாம் என்று உபாத்தியாயரிடம் சொல்லிவிடுங்கள்” என்றாள்.

பள்ளிக்கூடம் போனதும் ஹரிஹரன், “பள்ளிக்கூடம் விட்டதும் நான் வந்து அழைத்துப்போகிறேன். சொன்னபடி கேட்டுக்கொண்டு குறும்பு செய்யாமலிருக்க வேண்டும்” என்றான்.

சிறிது நேரத்திற்குப் பிறகு அப்பு திரும்பிப் பார்த்தான். அப்பா சாலை திருப்பத்தில் மறைந்து போய்விட்டார். ஆழமான கடல் எதிரிலிருந்தது. அவன் வெகு நேரம் வரையிலும் தலை குனிந்தபடி உட்கார்ந்து கொண்டிருந்தான். அப்புறம் அவன் பயத்துடன் நிமிர்ந்து பார்த்தான். ஆசிரியர் கடையில் யாருக்கோ சாமான் நிறுத்துக் கொடுத்துக் கொண்டிருந்தார். சில பெரிய பையன்கள் தங்கள் பாய்களில் உட்கார்ந்து கொண்டு பலவிதமான குரல்களில் பாடம் படித்துக் கொண்டிருந்தனர். அதைவிடச் சிறிய பையனொருவன் கம்பத்தில் சாய்ந்த வண்ணம் பனை ஓலையைக் கடித்துக் கொண்டிருந்தான். கடையிலுள்ள ஆசிரியரையே சில பையன்கள் கவனமாகப் பார்த்துக் கொண்டிருந்தனர். அவனுக்கு எதிரில் இரண்டு பையன்கள் உட்கார்ந்து கொண்டு சிலேட்டில் படம் போட்டு என்னமோ செய்துகொண்டிருந்தார்கள்.

அப்பு தன்னுடைய கரும்பலகையில் பெரிய எழுத்துக்களாக எழுதிக் கொண்டிருந்தான். அதற்கப்புறம் ஆசிரியர் திடீரென, “அடே, பணியா! நீ என்னடா எழுதிக் கொண்டிருக்கிறாய்?” என்றார்.

எதிரிலிருந்த இரண்டு பையன்களும் உடனே பலகையை மறைத்தார்கள். ஆனால், ஆசிரியருடைய பார்வையிலிருந்து தப்ப முடியுமா? “அடே, சத்வா! நீ பணியாவின் சிலேட்டை எடுத்து வா” என்றார்.

அவர் சொல்லி வாய் மூடுமுன் பெரிய பையன் குதித்தோடி அவனுடைய சிலேட்டைப் பிடுங்கிக் கொண்டுபோய்க் கடையில் உட்கார்ந்து கொண்டிருக்கும் ஆசிரியரிடம் கொடுத்தான்.

“ஓஹோ! சிலேட்டில் இதெல்லாம் போட்டுக் கொண்டிருக்கிறீர்களா? அடே சத்வா! இரண்டுபேர் காதையும் பிடித்து இழுத்து வா” என்றார்.

இரண்டு பையன்களும் பயந்துகொண்டே ஆசிரியரிடம் போனார்கள். அதைப் பார்த்த அப்புவுக்குச் சிரிப்பு வந்து விட்டது.

அவன் கலகலவெனச் சிரித்துவிட்டான்! சிரிப்பை அடக்கிக்கொண்டு கொஞ்சநேரமிருந்தான். ஆனால், மறுபடியும் சிரித்துவிட்டான்.

"யாரடா சிரிப்பது? அடே பையா! நீ ஏண்டா சிரிக்கிறாய்? இதென்ன நாடகமேடையா?" என்றார் ஆசிரியர்.

நாடக மேடை என்றால் என்ன என்று அப்புவுக்குப் புரிய வில்லை. ஆனால், பயத்தினால் அவனுடைய முகம் வெளுத்து விட்டது.

"சத்வா! புளியமரத்துக்கடியிலிருந்து ஒரு பெரிய செங்கல் எடுத்துவா! ரொம்பப் பெரிதாக இருக்கட்டும்!"

அப்பு மிகவும் பயந்துவிட்டான். அவன் தொண்டை வறண்டு விட்டது. செங்கல் கொண்டு வந்த பிறகு அது தனக்கல்ல என்பது தெரிந்தது. சின்னப் பையன் என்பதாலோ அல்லது புதிதாக அன்றுதான் பள்ளிக்கு வந்தவன் என்பதாலோ ஆசிரியர் இந்தத் தடவை அவனை மன்னித்துவிட்டார்.

பள்ளிக்கூடத்தில் பத்துப் பன்னிரண்டு சிறுவர் சிறுமியர் படித்து வந்தனர். எல்லோரும் உட்காருவதற்கு அவரவர்கள் வீட்டி லிருந்து சிறிய சிறிய பாய்கள் கொண்டு வந்தனர். ஆனால், அப்பு வீட்டில் பாய் இல்லை. ஆகையால், ஒரு பழைய ஜமுக்காளத்தைக் கொண்டு வந்தான். பள்ளிக்கூடம் இருந்த இடத்தைச் சுற்றிலும் சுவர் கிடையாது. நாலாபுறமும் திறந்துகிடந்தது. பையன்கள் வரிசை யாக உட்கார்ந்து கொண்டிருந்தனர். பள்ளிக்கூடத்தைச் சுற்றி நாலாபக்கத்திலும் காடுகள் தானிருந்தன. பின்புறத்தில் ஆசிரிய ருடைய தந்தையர் காலத்துத் தோட்டமிருந்தது. மாலை நேரத்தின் குளிர்ந்த காற்று, சூரிய வெளிச்சம், எலுமிச்சை, நாவல் மரம், கொய்யா மரம் முதலியன பள்ளிக்கூடத்தைச் சுற்றிலுமிருந்தன. அருகில் வீடு கிடையாது. தோட்டமும் காடும்தான். போகவர ஒரு பக்கத்தில் மட்டும் பாதை இருந்தது.

இந்தப் பன்னிரண்டு சிறுவர் சிறுமியர்களும் பலவிதக்குரலில் பாடத்தை மனனம் செய்து கொண்டிருந்தார்கள். இடையிடையே ஆசிரியருடைய கூச்சலும் கேட்டுக் கொண்டிருக்கும். "அடே! அவன் சிலேட்டில் என்னடா பார்த்துக்கொண்டிருக்கிறான்? காதைத் திருகிக் கையில் கொடுத்துவிடுவேன்! அடே நட்டுவா! நீ எத்தனை தரம் துணி நனைத்துக் கொண்டிருப்பாய்! இனி நனைப்பதைப் பார்த்தால் தோலை உறித்துவிடுவேன்"

ஆசிரியர் ஒரு தூணில் சாய்ந்தபடி பனை ஓலைப்பாய்மீது அமர்ந்திருந்தார். அவர் தலையிலிருந்த எண்ணெய் அவர் சாய்ந்து கொண்டிருந்த மூங்கில் தூணில் படிந்திருந்தது. மாலை வேளைகளில் தீனுபாலித் அல்லது ராஜுராய் அவரிடம் அளவளாவ வருவதுண்டு.

அப்புவுக்குப் படிப்பதைக் காட்டிலும் அவர்கள் பேசுவதைக் கேட்டுக் கொண்டிருப்பது நன்றாக இருந்தது. வியாபாரம் செய்வதுதான் பணம் சம்பாதிப்பதற்குத் தகுந்த வழி என்று புகையிலை வியாபாரம் செய்ததைப் பற்றி ராஜுராய் சொல்லிக் கொண்டிருப்பார். அப்பு ஆச்சரியத்துடன் அவர் கூறுவதைக் கேட்டுக்கொண்டிருப்பான். ராஜுராய் சிறிய கடைக்கு முன்னால் புகையிலை வெட்டுவாராம். இரவில் நதியில் போவாராம். சிறிய மண்சட்டிகளில் மீனும் சாதமும் சமைத்துச் சாப்பிடுவாராம். அவன் இடையிடையே மண்விளக்கு முன் மகாபாரதம் படிப்பான். இருளில் வெளியில் மழை பெய்து கொண்டிருக்கும். எங்கும் அமைதி குடி கொண்டிருக்கும். பின்னா லுள்ள குளத்தில் தவளைகள் கத்துவது கேட்டுக் கொண்டிருக்கும். எவ்வளவு அழகாக இருக்கும்! இவன் பெரியவனான பிறகு புகையிலைக் கடை வைப்பான். இம்மாதிரி எல்லாம் அப்பு கனவு காண்பான்.

இம்மாதிரி கற்பனையில் அவன் மூழ்கியிருக்கும்போது அன்று ராஜகிருஷ்ணசந்யால் வந்தார். எந்த விஷயமாயிருந்தாலும் சரி, எவ்வளவு அற்பமானதாக இருந்தாலும் அதற்குக் கண்ணு மூக்கு வைத்து ஜோடனை செய்து கூறுவதில் அவர் மிகுந்த கெட்டிக்காரர்.

சந்யால் பல இடங்களுக்கு யாத்திரை போனவர். துவாரகை, சாவித்திரிமலை, சந்திரநாத் இங்கெல்லாம் போயிருக்கிறார். இவர் மட்டும் தனியாகப் போகமாட்டார். குடும்பத்திலுள்ள அனை வரையும் அழைத்துப் போவார். ஏராளமாகச் செலவழித்துவிட்டுத் திரும்பி வருவார். அவர் தன் வீட்டில் உட்கார்ந்து கொண்டு இளநீர் குடித்துக் கொண்டிருப்பார். நன்றாகச் சாப்பிடக்கூடிய கிராமவாசி, திடீரென அவருடைய வீடு பூட்டியிருப்பதை ஒருநாள் பார்த்தான்.

சந்யால் எங்கோ யாத்திரை போயிருப்பதாகப் பேசிக் கொண் டார்கள். ரொம்பநாள் வரையிலும் அவர்களைப்பற்றி ஒரு தகவலும் கிடையாது. திடீரென ஒருநாள் மத்தியானம் இரண்டு மாட்டு வண்டிகள் மெதுவாக வந்து கொண்டிருந்தன. சந்யால் குடும்பம் அந்த வண்டியில் வந்து கொண்டிருந்தது.

அவர் பெரிய தடியைக் கையில் பிடித்துக்கொண்டு பள்ளிக் கூடத்துக்கு வந்தார். "பிரசன்னா! உடம்பு தேவலாமா? நன்றாக வலை விரித்துக்கொண்டு உட்கார்ந்து கொண்டிருக்கிறாய்! எத்தனை ஈக்கள் விழுந்தன?" என்றார்.

பெருக்கல் வாய்ப்பாடு படித்துக்கொண்டிருந்த அப்புவின் முகம் மலர்ந்தது. சந்யால் செருப்பைக் கழற்றிவிட்டு உட்கார்ந்ததும் அவர் பக்கம் நகர்ந்து உட்கார்ந்து கொண்டான். அவன் சிலேட்டை யும் புத்தகத்தையும் ஒரு பக்கமாக ஒதுக்கி வைத்து விட்டான். இன்று படிக்க வேண்டியதில்லை. பள்ளி விடுமுறை போல நினைத்துக்

கொண்டான். அவனுடைய அகன்ற கண்களிலே கதை கேட்கவேண்டு மென்ற ஆவல் நிறைந்திருந்தது.

பண்டகசாலை மைதானத்துக்குப் போகும் வழியில் ஒரு சிறு பாதை வந்து சேர்கிறதே அங்கு மோத்தி ஹாஜராவின் சகோதரன் சந்திர ஹாஜரா காட்டுக்கு மரம் வெட்டப் போயிருந்தான். மழைக் காலம். தரை சேறும் சகதியுமாக இருந்தது. ஒரு இடத்தில் மண்மேல் பித்தளைப் பாத்திரம் தங்கம் போலப் பிரகாசித்துக் கொண்டி ருந்ததைப் பார்த்தான். உடனே, அவன் அதைத் தேடித் தோண்டி எடுத்தான். வீட்டுக்குக் கொண்டுவந்து பார்க்கும் போது அந்தப் பாத்திரத்தில் பழைய காலத்து ரூபாய்கள் இருந்தனவாம். அந்தப் பணம் கிடைத்ததால் சந்திரன் ரொம்ப ஆடம்பரமாக வாழ்ந்தானாம். இவை எல்லாம் சந்யால் கண்ணாரக் கண்ட விஷயங்கள்.

சில சமயங்களில் ரயில் பிரயாணத்தைப் பற்றியும் பேச்சு அடிபடும். சாவித்திரி மலைமீது ஏறுவதற்குள் அவருடைய மனைவி ரொம்பக் கஷ்டப்பட்டு விட்டாளாம். கயாவில் பிண்டம் கொடுக்கும் போது பண்டாக்களுடன் ஏகப்பட்ட தகராறு ஏற்பட்டுவிட்டதாம். ஒரு இடத்தில் பேடா என்று ஒரு நல்ல மிட்டாய் கிடைத்ததாம். பெயரைக் கேட்க அப்புவுக்குச் சிரிப்பு வந்துவிட்டது. அவன் பெரியவனான பிறகு அவசியம் பேடா வாங்கிச் சாப்பிடுவான்.

ஒருநாள் சந்யால் வேறு ஒரு இடத்தைப் பற்றிச் சொல்லிக் கொண்டிருந்தார். முன்பு அங்கு பெரிய ஊர் இருந்ததாம். இப்போது யாத்ரீகர்கள் புளியமரக்காடு வழியாகத்தான் போக வேண்டுமாம். எங்கோ ஒரு புராதனமான கட்டடத்தைப் பார்க்கப் போனார்களாம். உள்ளே நுழைந்தவுடன் வௌவால் கூட்டம் பறந்து வந்ததாம்.

எங்கோ ஒரு ஊரில் சந்யால் ஒரு பக்கிரியைப் பார்த்தாராம். அவர் ஒரு அரச மரத்தடியில் உட்கார்ந்துகொண்டிருந்தாராம். ஒரு சிலும்பி கஞ்சா கொடுத்தவுடன், "சரி என்ன பழம் சாப்பிடுகிறாய்?" என்று கேட்டாராம்.

நாம் ஏதாவது பழத்தின் பெயரைச் சொன்னால் உடனே அந்தப் பக்கிரி எதிரிலிருக்கும் ஏதோ ஒரு மரத்தைச் சுட்டிக் காட்டிக் கொண்டு, போய்ப் பறித்துவா என்பார்.

அவருடைய மகிமையினால் அந்த மரத்தில் அதே பழம் இருக்கும். மாமரத்தில் மாதுளம் பழமிருக்கும். கொய்யா மரத்தில் வாழைக்குலை தொங்குமாம்.

உடனே ராஜுராய், "இது மந்திரசக்தி. அந்தத் தடவை எங்கள் மாமா"

தீனுபாலித் குறுக்கிட்டு, "மந்திரத்தைப் பற்றி நான் ஒரு கதை சொல்லுகிறேன் கேளுங்கள். கதை என்ன, கண்ணால் பார்த்ததைச்

சொல்லுகிறேன். நீங்கள் யாராவது பேலியா டாங்கா வண்டிக் காரனைப் பார்த்திருக்கிறீர்களா? ராஜு, நீ பார்க்காமலிருக்கலாம். ஆனால், ராஜகிருஷ்ண அண்ணா அவசியம் பார்த்திருப்பார். கிழவன் நேத்வா கொல்லன் பட்டறைக்கு ஏர்க்கொழு செய்வதற்காக வந்திருந்தான். அவன் நூறுவயதுக் கிழவன். அவன் இன்றைக்குக் காலமாகியே இருபத்தைந்து வருஷமாகிறது. ரொம்ப நாளைக்கு முன் நடந்த விஷயம். அப்போது எனக்கு வயது பத்தொன்பது, இருபதிருக்கும். நாங்கள் கங்கா ஸ்நானம் செய்துவிட்டு மாட்டு வண்டியில் வந்து கொண்டிருந்தோம். வண்டி புதுவா உடையது. வண்டியில் நான், என் சித்தி, அனந்த முகர்ஜியின் மருமகன் ராம் முதலானவர்கள் இருந்தோம். அந்த ராமு இப்போது குல்னா போய்விட்டான். கானா சோனா மைதானத்தருகே வரும்போது பொழுது போய்விட்டது.

அந்தக் காலத்தில் அங்கே பகலில் போகவே பயப்படுவார்கள். ராஜகிருஷ்ண அண்ணா உங்களுக்குத் தெரியுமல்ல? ஜன சந்தடி யில்லா மைதானம். எங்களுடன் பெண்களிருந்தனர். கொஞ்சம் பணமும் இருந்தது. ரொம்பக் கவலை உண்டாகிவிட்டது. இப்போது அங்கே புதிதாக ஒரு ஊரே உண்டாகிவிட்டது. அங்கு வந்தவுடன் ஆஜானுபாகுவான கன்னங்கரேலென்ற ஆட்கள் வந்து வண்டியின் பின்பக்கத்தைப் பிடித்துக் கொண்டார்கள். மொத்தம் நான்கு பேரிருந்தனர்.

இதைப் பார்த்தவுடன் எனக்கு வேர்த்து விறுவிறுத்து விட்டது. வண்டிக்குள் உட்கார்ந்தபடி நடுங்கிக் கொண்டிருந்தேன். அவர்களும் வண்டிக்குப் பின்னால் வந்துகொண்டிருந்தார்கள். புதுவாயும் வண்டிக்குப் பின்னால் உற்றுப் பார்த்துக்கொண்டே வந்தான். அவன் எங்களைப் பேசவேண்டாமென்று சாடை செய்து தடுத்து விட்டான்.

இப்படியே வண்டி நவாப்கஞ்ச் தாணாவுக்கருவில் வந்தது. கடைவீதி தெரிந்தது. அப்போது அவர்கள், 'வாத்தியாரே! குற்றத்தை மன்னித்துவிடுங்கள். எங்களுக்குத் தெரியவில்லை. எங்களை விட்டுவிடுங்கள்' என்றார்கள்.

புதுவா, வண்டிக்காரன்தான் 'முடியாதப்பா! உங்களை டாணாலில் ஒப்படைக்காமல் விடமாட்டேன்' என்றான்.

ரொம்ப வேண்டிக்கொண்ட பிறகு, புதுவா, 'சரி விட்டு விடுகிறேன். இனிமேல் இந்தக் காரியம் செய்யக்கூடாது' என்றான்.

அவர்கள் புதுவாவின் காலைத் தொட்டுக் கும்பிட்டுவிட்டுப் போய்விட்டார்கள். இதை நான் கண்ணால் பார்த்தேன். மந்திரத் தினால் அவர்கள் வண்டியைப் பிடித்தபடியே இருந்தார்கள். அவர்களால் வண்டியை விட முடியவில்லை. வண்டியுடன் வந்து

கொண்டிருந்தார்கள். தெரிந்ததா? இதைத்தான் மந்திரம் என்று சொல்லவேண்டும்" என்றார்.

இவ்விதம் கதைகள் பேசியபடி பொழுது கழியும். பள்ளிக் கூடத்தைச் சுற்றியிருக்கும் காட்டில் மறையப்போகும் சூரியனின் பொன் கதிர்கள் மின்னிக்கொண்டிருக்கும். பலா, அத்தி முதலிய மரங்களில் பறவைகள் உட்கார்ந்து பழங்களைக் கொத்திக் கொண்டி ருக்கும். பள்ளிக்கூடத்திற்குள் காட்டு வாசனையும், செடி கொடி களின் நறுமணமும், அங்கு வருவோர் குடிக்கும் புகையிலை மணமும் சேர்ந்து ஒரு புதிய மணத்தை உண்டு பண்ணிக் கொண்டிருக்கும்.

அந்த இருள் சூழ்ந்த கிராமத்துப் பாதையில் கள்ளம் கபடமற்ற ஒரு பாலகனுடைய சித்திரம் கண்முன் வருகிறது. அவன் புத்தகங் களைப் பிடித்துக்கொண்டு தன்னுடைய அக்காவுக்குப் பின்னால் கையால் நூற்ற நூலைக்கொண்டு நெய்த ஆடைகளை அணிந்து கொண்டு பள்ளிக்கூடத்திலிருந்து திரும்பிவந்து கொண்டிருக்கிறான். அவனுடைய பட்டு போன்ற தலைமுடியை அவனது தாயார் நன்கு வாரி விட்டிருக்கிறாள். அவனுடைய அகன்ற பெரிய கண்களிலே அறிவும் ஆச்சரியமும் சுடர்விடுகின்றன. இந்த விசித்திரமான உலகத்தில் திசை தவறியவன் போல ஆச்சரியப்படுகிறான். மரம் செடிகள் சூழ்ந்த உலகம்தான் அவனுக்குப் பரிச்சயமான உலகம். இங்குதான் தினமும் அவனுடைய தாயார் அவனுக்கு அமுதூட்டு கிறாள். தலை வாரிவிடுகிறாள். ஆடை அணிவிக்கிறாள். இந்த வட்டத்துக்கு அப்பால் போனால் அவன் முன்னம் அறிந்திராத ஆழ்கடலுக்குப் போய்விடுகிறான். அப்புறம் அவனுடைய குழந்தை உள்ளத்தால் ஆழம் காண முடிவதில்லை.

அந்தத் தோட்டத்துக்கு அந்தப் பக்கத்தில் மூங்கில் புதர்கள் இருந்தன. அதன் பக்கத்தில் ஒரு சிறிய ஒற்றையடிப்பாதை எங்கோ போய்க்கொண்டிருந்தது. நீங்கள் அந்த வழியாகப் போனால் சங்காரி குளக்கரையிலுள்ள தனமிகுந்த ஒரு ஊருக்குப் போய்ச் சேரலாம். அங்கே பெரிய மரங்களுக்குக் கீழே மழையினால் தரை வழுக்கிவிடும். அங்கே தங்க நாணயங்கள் நிறைந்த எத்தனையோ குடங்களை எடுக்கலாம். அந்தக் காட்டுப் புதர்களுக்கடியில் இருளில் அவை எங்கே புதையுண்டு கிடைக்கின்றனவோ!

ஒருநாள் பாடசாலையில் ஒரு புதிய சம்பவம் நடந்தது. அது அவனது வாழ்க்கையிலேயே புதிய அனுபவமாக இருந்தது.

அன்று பள்ளிக்கூடத்துக்கு யாரும் வராததால் கதைகள் ஒன்றும் பேசப்படவில்லை. பாடம் நடந்து கொண்டிருந்தது. அவன் பால பாடம் படித்துக்கொண்டிருந்தான். அப்போது ஆசிரியர் அவனிடம், "சிலேட்டை எடுத்துவந்து டிக்டேஷன் எழுது" என்றார்.

டிக்டேஷன் எழுதும்போது அவனுக்கு தாஷுராயின் பாஞ் சாலி நினைவிற்கு வந்தது.

அவன் இதற்குமுன் ஒன்றன்பின் ஒன்றாக இவ்வளவு அழகிய வார்த்தைகளைக் கேட்டதேயில்லை. அவனுக்கு அந்த வார்த்தைகளுக் கெல்லாம் அர்த்தம் தெரியாது. அர்த்தம் தெரியாவிட்டாலும் அந்த வார்த்தைகளின் சப்தத்தில் வசப்பட்டுப் போனான். அவைகளுக்கு இவனாகவே ஒரு புதிய அர்த்தத்தையும் கற்பித்துக் கொண்டான்.

அவன் பெரியவனாகிப் பள்ளிக்கூடம் போனபிறகு அன்று அந்த டிக்டேஷன் எதிலிருந்து கொடுக்கப்பட்டது என்பதைத் தெரிந்துகொண்டான்.

உலகத்தின் மத்தியில் அந்த உயர்ந்த மலை இருக்கிறது. அந்த மலையின் சிகரம் நீல வானத்தை அலங்கரித்துக் கொண்டிருக்கிறது. அடர்ந்த காடுகள் சூழ்ந்திருப்பதால் அன்பும் தூய்மையும் அங்கு குடிகொண்டிருக்கிறது. அதன் சிகரத்திலிருந்து புனிதமான நீர்ப்பெருக்குக் கரைபுரண்டு ஓடிக் கொண்டிருக்கிறது.

அவனால் நன்கு புரிந்துகொள்ள முடியவில்லை. நன்கு வெளிப் படுத்த முடியவில்லை. ஆனாலும், அவன் அதை அறிந்து கொண்டான். இரண்டு வருஷத்துக்கு முன் அவன் பண்டகசாலை மைதானத்துக்குத் தேர் பார்க்கப் போன போது அவன் வெகு தூரத்தில் எங்கோ பாதையைத் தவறவிட்டது போன்ற உணர்ச்சியை அடைந்தான். அந்தப் பாதையின் இருமருங்கிலும் எத்தனையெத்தனை புதர்களும் மரங்களும் கொடிகளும் இருந்தன! அவன் வெகுநேரம் வரையிலும் அந்தப் பாதையையே பார்த்துக் கொண்டிருந்தான். மைதானத்துக்கு அப்பால் அந்தப் பாதை எங்கோ தவறிப்போயிருக்கலாம். அதைப் பற்றி அவனுக்கு ஒன்றும் தெரியாது.

“இந்தச் சோனா டாங்கா மைதானம் வழியாகப் போகும் பாதை மாதோபூர்தங்கர் வழியாகப்போய்க் கேவாகாட் போய்ச் சேருகிறது” என்று அவனுடைய தந்தை சொல்லியிருந்தார்.

இந்தப் பாதை கேவாகாட்டோடு முற்றுப்பெறுவதில்லை. அது இன்னும் மேலே மேலே ராமாயணம், மகாபாரதம் முதலியன நடந்த தேசங்களுக்கெல்லாம் போகிறது என்பது அவனுக்குத் தெரியும்.

அரசமரத்து உச்சாணிக் கிளையைப் பார்த்து எந்தத் தேசத்தை நினைவுபடுத்திக்கொள்வானோ அந்தத் தேசத்துக்குக்கூடப் போகும்...

டிக்டேஷன் எழுத எழுத இரண்டு வருஷத்துக்கு முன் பார்த்த அந்தப் பாரதம் நினைவுக்கு வந்தது.

அந்தப் பாதையின் மறுகோடியிலே மலையிருக்கிறது. மரம் செடி கொடிகளின் சுகந்த மணத்தாலும் மெல்லப் பரவிவரும் அந்தி

இருளாலும் அவனது உள்ளத்தைக் கற்பனாலோகத்துக்கு இழுத்துச் சென்றுவிட்டது. அந்த மலையின் சிகரம் நீலவானத்தைத் தொட்டுக் கொண்டிருப்பதால் மேகங்களால் மூடப்பட்டிருந்தது.

அவன் பெரியவனான பிறகு அதைப்போய்ப் பார்ப்பான். நீல மேகங்களால் சூழப்பட்ட ராமாயணத்தில் வர்ணிக்கப்பட்ட அந்த அழகிய மலை வேறு எந்தத் தேசத்திலும் கிடையாதா? கடந்த காலத்தைப் பற்றி அந்தி இருளிலே ஒரு கிராமத்து வாலிபன் கற்பனை யிலே அந்தத் தேசங்கள் எல்லாம் உருப்பெற்று விளங்கின. இந்த உலகத்துப் பூகோள அமைப்பைப்பற்றிக் கொஞ்சம்கூடத் தெரியாத வன் கற்பனையிலே மலையும் சிகரமும் ஆறும் வனங்களும் உயிர் பெற்று விளங்கின.

14

துர்கா தம்பியைத் தேடுவதற்காகக் கிளம்பினாள். தெருவில் பல இடங்களில் தேடியும்கூட அவன் அகப்படவில்லை. அன்னதா ராய் வீட்டருகில் வந்து யோசிக்கத் தொடங்கினாள். இங்கு போய்ப் பார்த்துவிட்டு வந்தால் என்ன? சித்தியைக்கூட ஒரு தடவை பார்த்தது போலிருக்குமல்லவா?

ராய் மகாஷயர் வீட்டுக்குள் நுழைந்ததும் ஒரே கூச்சலும் அழுகையும் கேட்டது. அவள் கதவருகிலேயே நின்றுகொண்டாள். தாழ்வாரத்தின் ஒரு பக்கத்தில் நின்றுகொண்டு அன்னதா ராயின் பெரிய தங்கை வீட்டையே கிடுகிடுக்கும்படி கத்திக்கொண்டிருந்தாள்.

“இவளுடைய மனத்திலே கொஞ்சமாவது பயம் இருக்கிறதா? நான் எத்தனையோ பேரைப் பார்த்திருக்கிறேன். இம்மாதிரி யாரையும் பார்த்ததில்லை. யமராஜனைப்போலப் புருஷன் இருக் கிறானே! கோபம் வந்தால் எலும்பை நொறுக்கிவிடுவானே! நாம் ஜாக்கிரதையாக நடக்கவேண்டுமென்று தெரிய வேண்டாம்! தானி யத்தை வெய்யிலில் உலரப் போடு என்று மூன்று நாளாகச் சொல்லு கிறேன். ஆனால், இவள் காதிலேயே போட்டுக்கொள்ளவில்லை. என்னவோ உளறிக்கொண்டிருக்கட்டும் என்று இருக்கிறாள். குடும்பப் பெண்ணாயிற்றே, தானியம் கெட்டுவிடும்; வீட்டுக் காரியங்களைப் பார்ப்போம் என்றில்லை. இரவு பகலாகச் சும்மாவே உட்கார்ந்து கொண்டிருக்கிறாளே!” என்று அவளுடைய கணவன் அபிநயம் பிடித்துக்கொண்டு பேசிக்கொண்டிருந்தான்.

கூடத்துக்குள்ளிருந்து அன்னதா ராயின் மருமகள் மூக்காலழுது கொண்டே, “நான் எப்போது சும்மா உட்கார்ந்து கொண்டிருந்தேன்? நேற்று பத்துச் சேர் பாசிப்பயிறு வறுத்து நெரித்தேன். மத்தியானம் சாப்பிட்டுவிட்டு ஆரம்பித்தேன். ஐந்து மணி வண்டி போகும்

சத்தம் கேட்டது. அப்போதும் நான் அடுப்படியில்தான் உட்கார்ந்து கொண்டிருந்தேன். இரண்டு கூடை தானியத்தை வறுப்பது, பிறகு அதை அறைப்பது. நன்றாக இருட்டிய பிறகுதான் எழுந்து வந்தேன். கைகால் எல்லாம் ஊசி குத்துவதுபோல வலி எடுக்கிறது. ராத்திரி காய்ச்சல் வந்து விட்டதோ என்று பயந்து போய்விட்டேன். யாராவது என்னைக் கவனிப்பவர்கள் உண்டா? காலையில் எழுந்ததும் ஒரு குற்றமும் செய்யாமல் அடிவாங்கினேன். நான்தான் சும்மா உட்கார்ந்து கொண்டு சாப்பிடுகிறேனா?" என்றாள்.

இதற்குள் அன்னதா ராயின் மகன் கோகுல் பச்சை மூங்கில் கம்பு ஒன்றை இலைகளுடன் ஒடித்துக்கொண்டு வந்தான். மனைவி அழும் சத்தத்தைக் கேட்டு அவன் சீற்றத்துடன் இன்னும் உன் மூளை குணமாகவில்லையா? இன்னும் உனக்கு வேண்டும் போலி ருக்குது. காலையிலே எனக்குக் கோபம் உண்டு பண்ணாதே! மூன்று நாளாகத் தானியங்களை வெய்யிலில் போடு என்று சொல்லிக் கொண்டிருக்கிறேன். மழைக்காலம் வந்துவிட்டதானால் தானியம் எல்லாம் கெட்டுவிடும். அப்புறம் உன் அப்பன் வந்தால்கூட நல்லது செய்ய முடியாது. வருஷம் முழுதும் என்ன செய்வது?" என்றான்.

கோகுல் மனைவி அழுவதை நிறுத்திவிட்டுக் கோபமாக, "எங்க அப்பன் பேச்சை மட்டும் எடுக்கவேண்டாம். அவர் உங்களுக்கு என்ன கெடுதலைச் செய்துவிட்டார்? அவரை எதற்காக இழுக்க வேண்டும்?" என்றாள்.

அவள் இதைச் கூறி முடிக்கு முன்பே கோகுல் ஒரே தாண்டில் கூடத்துப் படியைக் கடந்து மேலே வந்து, "நீ கேட்க மாட்டாயா? ஒன்று நீ இருக்கவேண்டும் அல்லது நானிருக்க வேண்டும். இன்று உன் அப்பன் வீட்டு வண்டவாளத்தை எல்லாம் வெளிப்படுத்தாமல் நான் விடப்போவதில்லை" என்றான்.

வீட்டிலே நடக்கும் ரகளையைப் பார்த்துத் தோட்டத்து வேலையாள் ஓடி வந்து, "அண்ணா! இதென்ன வேலை! நிறுத்து! நிறுத்து!" என்று கூறிக்கொண்டு முன்னால் நின்று கொண்டான். துர்காவும் ஓடி வந்தாள். கோகுலின் மனைவி பயந்துபோய்ச் சுவரோடு சாய்ந்து நின்றுகொண்டிருந்தாள். அவளுடைய கண்களில் பயம் குடிகொண்டிருந்தது. வேலைக்காரன் கோகுலின் கையிலிருந்த மூங்கில் கம்பைப் பிடுங்கிக்கொண்டான். பிறகு அவனைத் தாழ் வாரத்திலிருந்து அழைத்துக்கொண்டு போகும் போது, "இதென்ன வேலை அண்ணா! வா வா! கீழே வா!" என்றான்.

கோகுலுக்கு வயது முப்பது முப்பத்தைந்திருக்கும். ஆனால், நல்ல பலசாலி அல்ல. வேலைக்காரனிடம் இந்த மலேரியா உடம்பை வைத்துக்கொண்டு ஏதாவது செய்தால் அவனது பலவீனம் நன்கு வெளிப்பட்டுவிடும். இதைத் தெரிந்துகொண்டு, "விதைத் தானியம்

தான் கொஞ்சமிருக்கிறது. அதுவும் ஈரத்துக்குக் கெட்டுவிட்டால் என்ன செய்வது? மூன்று நாளாக விடாது சொல்லிக்கொண்டிருக் கிறேன். காதிலேயே போட்டுக்கொள்வதில்லை" என்றான்,

துர்காவுக்கு இப்போதுதான் உயிர் வந்தது. ஆனால், இப்போது சித்தியிடம் ஒன்றும் பேசிக்கொண்டிருக்க முடியாது. ஆகையால், அவள் திருடனைப்போல அன்னதா ராயின் வீட்டை விட்டுக் கிளம்பினாள்.

பாஞ்சு பானர்ஜி வீட்டுக்கருகில் நாவல் மரத்தடியில் ஒருவன் பாத்திரங்களுக்கு ஈயம் பூசிக்கொண்டிருந்தான். மரத்தடி உலையில் தகதகவென எரிந்து கொண்டிருந்தது. தெருவிலுள்ளோரின் பழைய பாத்திரங்கள் எல்லாம் குவிந்து கிடந்தன. குள்ளமான அந்த மனிதனுக்கு இருபத்தைந்து முப்பது வயதிருக்கலாம். கழுத்தில் மூன்று கொட்டை துளசி மாலையைக் கட்டிக்கொண்டிருந்தான். ஒரு அழுக்கு வேட்டியை உடுத்திக் கொண்டிருந்தான். தெருவிலுள்ள சிறுவர் சிறுமியர்கள் அங்கு கூடி வேடிக்கை பார்த்துக் கொண்டிருந் தனர். துர்காவும் அவர்களுடன் கலந்து கொண்டாள்.

"கண்ணு! என்ன வேண்டும்?" என்று அந்த மனிதன் கேட்டான்.

"ஒன்றும் வேண்டாம். சும்மா பார்த்துக் கொண்டிருக்கிறேன்."

வீட்டுக்கு வந்து அவள் தாயாரிடம், "இன்று கோகுல் சித்தப்பா சித்தியை அடி அடியென்று அடித்துவிட்டார்" என்று சொன்னாள்.

அதன் பிறகு அவள் முழு விவரத்தையும் சொன்னாள்.

"என்ன இருந்தாலும் வயல் வேலை செய்கிற மனிதன்தானே! நல்ல பெண். இந்த வீட்டுக்கு வந்து அடி உதைபட்டுச் சாகிறாள்" என்றாள் சர்வஜயா.

"என் மேல் ரொம்பப் பிரியம். வீட்டில் என்ன செய்தாலும் எனக்குத் தனியாக எடுத்து வைத்துவிடுவாள். சித்தி அழுததைப் பார்த்து நான் ரொம்பக் கஷ்டப்பட்டுப் போனேன்."

அவள் மூன்று நான்கு நாள்வரையிலும் நாவல் மரத்தடியில் பாத்திரங்களைப் பளபளக்கச் செய்து கொண்டிருப்பதைப் பார்க்கப் போனாள். அந்த மனிதன் அவளுடைய வீடு, தந்தையின் பெயர், இன்னும் மற்ற விவரங்களை எல்லாம் கேட்டுத் தெரிந்து கொண் டான். "உங்கள் பாத்திரங்கள் ஒன்றுக்கும் ஈயம் பூச வேண்டிய தில்லையா? போய் எடுத்து வா" என்றான்.

துர்கா வீட்டுக்குப் போய், "நம்ம வீட்டில் உடைந்துபோன பாத்திரங்கள் ஒன்றும் கிடையாதா? ரொம்ப நல்ல மனிதன் ஒருவன் வந்திருக்கிறான். அடுத்த தெருவில் நாவல் மரத்தடியில் ரிப்பேர் செய்து கொண்டிருக்கிறான்" என்றாள்.

அவனுடைய பெயர் பீதம் என்று சொன்னான். ஒருவேளை கன்னார சாதியைச் சேர்ந்தவனாக இருப்பான். பாத்திரங்களைப் பழுதுபார்த்தபடி அடிக்கடி நிமிர்ந்து உட்கார்ந்து கொண்டு, “ஜய ராதே! ராதே கோவிந்தா!” என்பான்.

காலையில் தெருவிலுள்ள அநேகம் பேர் அவனிடம் வந்தார்கள். அவன் உலையிலிருந்து தீ எடுத்து அவனிடம் வந்துள்ள பெரிய மனிதர்களுக்கு ஹுக்கா பற்ற வைத்துக் கொடுத்தான்.

பிறகு கதைகள் பேசத் தொடங்குவான். “தேங்காயைப் பற்றிப் பேசினீர்களல்லவா? அதைச் சொல்லாதீர்கள் அண்ணா! சென்ற வருஷம் ஆவணியில் புதிய கன்றுகளை நட்டேன். ஆனால், வண்டுகள் வேரிலிருந்து குருத்துவரையிலும் தின்றுவிட்டன. அவ்வளவும் வீணாகப் போயிற்று. கையிலிருந்த காசெல்லாம் செலவாயிற்று!”

முகர்ஜி காலையிலேயே இங்கு வந்து உட்கார்ந்து கொண்டார். எப்படியாவது இனிக்க இனிக்கப் பேசி ஒரு பித்தளைக் குடத்தை ‘ரிப்பேர்’ செய்து கொள்ள வேண்டுமென்பது அவருடைய விருப்பம். புகை பிடித்தபடியே, “அப்படியா சங்கதி! பத்து இருபது கன்றுகளை வீட்டுக்குப் பின்னால் நடலாம் என்று நினைத்துக் கொண்டிருந்தேன். ஆனால் மலேரியா ஒன்றும் செய்ய முடியாமல் தடுத்துவிட்டது. ஏம்ப்பா! மிஸ்த்ரி, உங்கள் பக்கத்தில் எல்லாம் எப்படி நிலைமை?” என்றார்.

இன்று காலையிலிருந்தே அவனை ‘மிஸ்த்ரி’ என்று அழைக்கத் தொடங்கியிருந்தார்.

“அதையேன் கேட்கிறீர்கள்? மலேரியாதான் பெரிய ஆபத்து! சரி, உங்கள் குடத்திற்கு ஆறு பைசா கொடுத்துவிடுங்கள்.”

முகர்ஜி குடத்தை எடுத்துக்கொண்டு நின்றுகொண்டு, “இந்த வேலைக்குக் காசு வேண்டுமா? பிராமணனுக்கு ஒரு உபகாரம் செய்தால் என்ன? அதுவும் கார்த்திகை மாதத்தில்? அதற்காக அப்புறம்...” என்றார்.

பீதம் உடனே முகர்ஜியின் கையிலிருந்த குடத்தைப் பிடித்துக் கொண்டு சிரித்த முகத்துடன், “வேண்டாம் பாபா! என்னை மன்னித்துக் கொள்ளுங்கள். காலை நேரம் இன்னும் ‘போணி’ கூட ஆகாமலிருக்கிறது. என்னால் முடியாது. குடத்தை வைத்துவிட்டுப் போங்கள். வீட்டுக்குப் போய்க் காசை அனுப்பி வையுங்கள்” என்றான்.

துர்காவின் தாயார் துர்காவிடம், “பழைய பாத்திரங்களை வாங்கிக் கொண்டு புதிய பாத்திரங்கள் கொடுக்கிறானா என்று கேட்டுப் பார்” என்றாள்.

பீதம் ஒத்துக்கொண்டான். துர்கா வீட்டிலிருந்து பல பழைய பாத்திரங்களைக் கொண்டுவந்து அவன் முன் வைத்தாள். அவள்

அரை நாள் முழுதும் நாவல் மரத்தடியிலேயே கழித்தாள். "உனக்கு ஒரு பித்தளை மோதிரம் செய்து கொடுக்கிறேன். அதுக்குக் காசு வாங்கிக் கொள்ளமாட்டேன்" என்று பீதம் சொன்னான்.

இதைக் கேட்டுச் சர்வஜயா, "இந்த மனிதன் நல்லவனாக இருக் கிறான். அடுத்த புதன்கிழமை அப்புவின் பிறந்த நாள் வருகிறது. அவனை இங்கு வந்து கொஞ்சம் பிரசாதம் வாங்கிக் கொள்ளச் சொல்லு" என்றாள்.

புதன்கிழமை காலை எழுந்ததும் துர்கா அந்த நாவல் மரத் தடியில் போய்ப் பார்த்தாள். அங்கு அந்த மனிதனைக் காண வில்லை. முந்திய நாள் மாலையே அவன் போய்விட்டான் என்று சொன்னார்கள். இடிந்து போன அவனது அடுப்பும் சாம்பல் குவியலையும் தவிர அங்கு வேறொன்றையும் காணோம். துர்கா இங்குமங்கும் தேடினாள். அவன் எங்கிருக்கிறான் என்று பலரையும் தெரியவில்லை. துர்கா மிகவும் பயந்து போனாள். அம்மா என்ன சொல்லுவாள்? வீட்டிலிருந்த பாதி பாத்திரங்கள் மிஸ்த்ரியிடம் அகப்பட்டுக்கொண்டது. 'ஜீகர்ஹாட்டி கடை வீதியில் என் அண்ணாவின் பாத்திரக்கடை இருக்கிறது. அங்கு சொல்லி அனுப்பி யிருக்கிறேன். இரண்டொரு நாளில் அவன் புதிய பாத்திரங்கள் கொண்டு வருவான்' என்று துர்காவிடம் சொல்லியிருந்தான். அற்புறம்தானே புதிய பாத்திரங்கள் மாற்றிக் கொடுக்க முடியும்? ஆனால், அவனையும் காணோம். அவனுடைய அண்ணனையும் காணோம். எங்கெல்லாம் தேடியும்கூடத் துர்காவுக்கு அவனைப் பற்றி ஒன்றும் தெரியவில்லை. அவர்களுடைய பாத்திரங்கள்தான் போயிற்று. வேறு யாருடைய பாத்திரங்களும் போகவில்லை.

அன்று மாலை துர்கா அழுதுகொண்டே தாயாரிடம் எல்லா விவரங்களையும் சொன்னாள். ஹரிஹரன் வெளியூர் போயிருந்தான். ஆகையால் தேடிக் கண்டுபிடிக்கவும் ஆள் கிடையாது. இதைக் கேட்டவுடன் சர்வஜயா செயலற்றுப் போனாள். "ராய் பெரியப்பா விடம் போய்ச் சொல்லிவிட்டு வா! இது என்ன விசித்திரமாக இருக்கிறதே!" என்றாள்.

ஹரிஹரன் வீட்டுக்கு வந்த பிறகு ஜீகர்ஹாட்டி கடைவீதியில் போய்த் தேடினான். ஆனால், அங்கு பீதம் என்ற பெயரில் ஒரு பாத்திரக்கடைக்காரனும் இல்லை. அவனுடைய அண்ணனும் அங்கு இல்லை.

பல மாதங்கள் கடந்துவிட்டன. புரட்டாசி மாதம்.

அப்பு வெளியில் போவதற்குப் புறப்பட்டான். அவனுடைய தாயார் பின்னாலிருந்தபடி, "நான் அரிசியும் கடலையும் பொரித்துக் கொண்டிருக்கிறேன். எங்கும் வெளியில் போக வேண்டாம்" என்றாள்.

அப்பு காதில் விழாதவன் போலிருந்தான். அவனுக்கு அரிசிப் பொரியும் கடலையும் ரொம்பப் பிடிக்கும். அதனால்தான் அவனுடைய தாயார் சொன்னாள். அதுவும் அவனுக்கு நன்கு தெரியும். இருந்தாலும் அவன் என்ன செய்ய முடியும். இவ்வளவு நேரமாக நீலு வீட்டில் மும்முரமாக விளையாட்டு நடந்து கொண்டிருக்கிறது. அவன் கதவுக்கு வெளியே கால் எடுத்து வைத்ததும் அவனுடைய தாயார் மறுபடியும், "நீ போகிறாயா? அடே அப்பு! இது நல்ல வேடிக்கைதான்! சூடாகச் சாப்பிடலாம் என்று சொல்கிறேன். அதற்காகத்தானே அவசரமாகத் துறையிலிருந்து வந்து செய்து கொண்டிருக்கிறேன்! அடே அப்பு!" என்று கூப்பிட்டாள்.

அப்பு ஒரே ஓட்டத்தில் நீலுவின் வீட்டுக்குப் போய் விட்டான். அங்கு பல பையன்களிருந்தனர். அப்பு வருவதற்கு முன்பே விளையாட்டெல்லாம் முடிந்து போயிருந்தது. "அப்பு! வா, போய்க் குருவிக் குஞ்சுகளைப் பார்க்கலாம்" என்றான் நீலு.

அப்பு சம்மதித்தான். இருவரும் தென்பக்கத்து மைதானத்துக்குப் போனார்கள். வயல்கள் இருந்த அந்தப் பக்கத்தில்தான் வாப்கஞ்ச் போகும் பெரிய சாலை கிழக்கிலிருந்து மேற்கே மைதானத்தைப் பிளந்து கொண்டு போய்க்கொண்டிருக்கிறது. ஊருக்கு ஒரு மைலுக்கு அப்பாலிருந்தது. அப்பு ஊரைவிட்டு இவ்வளவு தூரம் விளையாடுவதற்கு எப்போதும் வந்ததில்லை. தனக்குத் தெரிந்த வட்டத்துக்கு அப்பால் நீலு அண்ணா ரொம்பத் தூரத்திற்குக் கூட்டிக்கொண்டு வந்துவிட்டது போலிருந்தது. அவன் சிறிது நேரத்திற்குப் பிறகு, "வா வீட்டுக்குப் போவோம். அம்மா திட்டுவாள். இருட்டு வந்து விடும். நான் தனியாக வீட்டுக்குப் போகமுடியாது..." என்றான்.

திரும்பி வரும்போது நீலு வழி தவறிவிட்டான். இங்குமங்கும் அலைந்தபின் கடைசியில் ஒரு மாந்தோப்புக்குப் பக்கத்தில் ஒரு ஒற்றையடிப் பாதை தென்பட்டது. மாலை இருள் பரவ இன்னும் கொஞ்ச நேரம்தானிருந்தது. போய்க் கொண்டிருக்கும்போது நீலு திடீரென அப்புவின் தோளைப் பிடித்து நிறுத்தி, "ஓ! அப்பு!" என்றான்.

அப்பு தோழனுடைய பயத்தின் காரணத்தைத் தெரிந்து கொள்ளாமல், "என்ன நீலு அண்ணா ?" என்றான்.

இவர்கள் போய்க்கொண்டிருந்த ஒற்றையடிப் பாதை ஒரு வீட்டு வாசல்வரை போய் முடிந்தது. நீலு பயத்துடன், "அதூரி மந்திரக்காரி வீடு!" என்றான்.

அப்புவின் முகம் மாறிவிட்டது. அதூரி மந்திரக்காரி வீடு! அவன் இந்தத் தடவை எவ்வளவு பெரிய ஆபத்தில் மாட்டிக் கொண்டான்! படகோட்டிகள் தெருவிலிருந்து ஒரு பையன் இங்கு வந்து பூப்பறித்த குற்றத்திற்காக மந்திரக்காரி அந்தப் பையனைக்

கொன்று வாழை இலையில் வைத்துக்கட்டி தண்ணீரில் விட்டு விட்டது யாருக்குத் தெரியாது! அப்புறம் அந்த இலையை மீன்கள் தின்றுவிட்டன. அவள் இஷ்டப்பட்டால் கண்ணின் மூலமே சிறுவர்களின் ரத்தத்தை உறிஞ்சிவிடுவாள். ரத்தம் உறிஞ்சப்பட்டவனுக்கே தெரியாது. அவன் வழக்கம்போல வீட்டுக்குப்போய்ச் சாப்பிட்டு விட்டுப் படுக்கையில் படுத்தால் அவன் மறுபடி எழுந்திருப்பதேது? எத்தனை இரவுகள் அக்காளுடன் போர்வைக்குள் படுத்துக்கொண்டு அதூரி மந்திரக்காரியின் கதைகளைக் கேட்டிருக்கிறான்! “அக்கா இரவில் இந்தக் கதைகளை எல்லாம் சொல்லாதே! எனக்குப் பயமாக இருக்கிறது. எனக்கு ராஜகுமாரி கதை சொல்” என்று கேட்டிருக் கிறான்.

கண்கள் இருண்டுவிட்டன. வீட்டில் யாராவது இருக்கிறார்களா என்று பார்த்தான். அவன் ரத்தம் பனிக்கட்டி போல உறைந்து விட்டது. வீட்டுக்கு முன் அதூரி நின்று கொண்டிருந்தாள். இவர்களுடைய வரவை எதிர்பார்த்துக் கொண்டிருப்பது போலிருந்தது.

எதிரில் அவனைப் பார்த்ததும் அப்பு முன்னாலும் போகாமல் பின்னாலும் போகாமல் அசையாது நின்று கொண்டான்.

அதூரிக்கிழவி புருவங்களை உயர்த்திப் பார்த்துவிட்டு நன்றாகப் பார்ப்பதற்காக முன்வரத் தொடங்கினாள். இனிப் பிடிபடப் போகிறான். ஓடுவதற்கும் வழி கிடையாது. எக்காரணத்தைக் கொண்டும் கிழவி சாப்பிடாமல் விடமாட்டாள். இனி அவனுடைய உடலை வாழை இலையில் வைத்துக் கட்டிவிடப் போகிறாள் என்று அப்பு நினைத்தான்.

அம்மாவின் அழைப்பை அலட்சியம் செய்துவிட்டு, அம்மாவின் மனத்தைப் புண்படுத்திவிட்டு வந்ததின் பலனை இனி அனுபவிக்கப் போகிறான். அவன் வேறு வழியின்றி நாலாபக்கமும் பார்த்துக் கொண்டு, “ஓ, அத்தைக் கிழவி! எனக்கு ஒன்றும் தெரியாது. நான் ஒன்றும் செய்ய மாட்டேன். என்னை விட்டுவிடு. நான் ஒன்றும் செய்ய மாட்டேன். என்னை விட்டுவிடு. நான் இனிமேல் இந்த வழியைத் திரும்பிக்கூடப் பார்க்கமாட்டேன். அத்தைக் கிழவி என்னைவிட்டு விடு. நான் இனிமேல் இந்த வழியைத் திரும்பிக்கூடப் பார்க்க மாட்டேன். அத்தைக் கிழவி என்னை விட்டு விடு” என்று உரக்கக் கத்தினான்.

நீலு பயத்தினால் அழுதுகொண்டிருந்தான். பயத்தினால் அப்புவின் கண்களிலிருந்த கண்ணீர்கூட வற்றிவிட்டது.

“குழந்தைகளே! ஏன் பயப்படுகிறீர்கள்? என்னைக் கண்டு ஏன் பயப்படவேண்டும்?” என்று சிரித்தாள். அவளுக்கு இது வேடிக்கையாக இருந்தது. “உங்களை யாரும் பிடிக்கமாட்டார்கள். என்

வீட்டுக்கு வாருங்கள். நான் உங்களுக்கு மாங்காய் வற்றல் தருகிறேன்" என்றாள்.

மாங்காய் வற்றலா! ஐயையோ! கிழவி ஏமாற்றி வீட்டுக்கு அழைத்துப்போகப் பார்க்கிறாள். உள்ளே போனால் போதும்! அவன் அம்மாளிடம் இம்மாதிரி எத்தனையோ கதைகளைக் கேட்டிருக்கிறான். மந்திரக்காரிகள் ஏமாற்றி வீட்டுக்குள் அழைத்துப் போய் வேலையை முடித்து விடுவார்கள்.

இனி அவன் என்ன செய்வான்?

கிழவி அவர்களை நோக்கி வந்துகொண்டு, "அடடே! குழந்தைகளே! ஏன் பயப்படுகிறீர்கள்? நான் ஒன்றும் செய்ய மாட்டேன். என்னைக் கண்டு ஏன் பயப்படுகிறீர்கள்?" என்றாள்.

சரி, இனி முடிந்தது! அம்மாவின் பேச்சைக் கேட்காமல் வந்ததற்குக் கைமேல் பலன் கிடைக்கப்போகிறது. இனி அவள் கையால் பற்றி உயிரை வாங்கி இலையில் வைத்துக் கட்டப் போகிறாள். சிரித்த முகத்துடனிருக்கும் கிழவி இனி விகார ரூபமெடுத்து அட்டகாசம் புரியப் போகிறாள் என்று ஒவ்வொரு கணமும் எதிர் பார்த்தான். அந்த ராக்ஷச ராணிக் கதையில் அப்படித்தானே வருகிறது!

மலைப்பாம்பின் பிடியில் அகப்பட்ட மான்குட்டி வேறு பக்கம் பார்வையைச் செலுத்த முடியாது என்று சொல்லுகிறார்கள். கிழவியைப் பார்த்த அப்புவும் இதே நிலையில்தானிருந்தான். அவன் அழுதுகொண்டே, "ஓ அத்தைக் கிழவி! என் அம்மா அழுவாள். இன்று என்னை ஒன்றும் செய்துவிடாதே! நான் எப்போதும் உன் மாமரத்தில் மாங்காய் பறிக்க வந்ததில்லை. என் அம்மா அழுவாள்" என்றான்.

பயத்தினால் அவனுடைய முகம் கறுத்துப் போய்விட்டது. வீடு, காடு, மரம், செடி கொடிகள் அனைத்துமே அவனுக்கு மங்கலாகத்தான் தெரிந்தன. ஒன்றுமே அவனுடைய பார்வைக்குப் படவில்லை. அதூரிக் கிழவியின் கோரக்கண்கள்தான் அவனுக்குத் தெரிந்தன. ரொம்பத் தூரத்திலிருந்து அவனுடைய தாயார் அரிசிப் பொரி தின்பதற்காகக் கூப்பிட்டுக்கொண்டிருப்பது கேட்டது.

ஆனால், அடுத்த கணமே அதிசயமான பயத்தின் காரணமாகத் திடீரென அவனுக்குத் துணிவு உண்டாகியது. அவன் என்னவோ முனகிக்கொண்டு செடிகொடிகளுக்கிடையே புகுந்து ஓடத் தொடங்கினான். நீலு அவன் பின்னால் ஓடி வந்து கொண்டிருந்தான்.

இவர்கள் பயந்ததன் காரணம் கிழவிக்குத் தெரியவில்லை. 'நான் அடிக்கவும் இல்லை. கையில் பிடிக்கவும் இல்லை. இந்த

மாலை நேரத்தில் என்னைக் கண்டு இப்படி ஏன் பயந்தோடுகின்றன? இவர்கள் யாருடைய குழந்தைகள்?' என்று சொல்லிக் கொண்டாள்.

அப்பு வீட்டுக்கு வரும்போது மாலை இருள் சூழ்ந்து கொண்டது. சர்வஜயா அடுப்பு மூட்டிப் பனம்பழச் சாரிலிருந்து மிட்டாய் செய்ய ஏற்பாடு செய்து கொண்டிருந்தாள். துர்கா அருகில் உட்கார்ந்து பனம் பழத்திலிருந்து சாறு பிழிந்து கொண்டிருந்தாள். பையனைப் பார்த்ததும், "இந்நேரம் வரையிலும் எங்கு போயிருந்தாய்? அப்போது போய்விட்டு இப்போதுதான் வருகிறாயா? ஒன்றும் சாப்பிடக் கூட இல்லையா?" என்றாள்.

தாயாரிடம் சொல்வதற்கு ஏராளமான சங்கதிகள் இருந்தன. அவைகளனைத்தும் ஒரே சமயத்தில் வெளிவர முயன்றதால் வழி அடைபட்டுவிட்டது. அவனும் பேசாமலிருந்து கொண்டான். "ஏம்மா நான் சொக்காயை மாற்றிக் கொள்ளட்டுமா?" என்று மட்டும் கூறினான். அவனுடைய தாயார் அவனை அரிசிப் பொரி சாப்பிடச் சொல்லாமல் பனம்பழத்தின் சாற்றைப் பிழிந்து கொண்டிருப்பது அவனுக்கு ஆச்சரியமாக இருந்தது. அந்த வேலைகளையெல்லாம் முடித்துக்கொண்டு, "அப்பு! இரு, உனக்குச் சுடச்சுட பனம்பழ அல்வா கொடுக்கிறேன்" என்றாள்.

"என் கடலைப் பொரி எங்கே?"

"நீ சாப்பிடவில்லையே? எத்தனை தரம் கூப்பிட்டும் நீ ஓடி விட்டாய். துர்கா சாப்பிட்டுவிட்டாள். இப்போது அல்வா தயாராகிறது."

அப்பு மாலையிலிருந்து கட்டியிருந்த மனக்கோட்டை எல்லாம் ஒரு நொடிக்குள் தரைமட்டமாகிவிட்டது. அம்மாவின் அன்பு இவ்வளவுதானா! 'என் அப்பு இன்னும் வரவில்லையே! அவனுக்காக நான் அரிசிப்பொரி செய்து வைத்திருக்கிறேனே! அவன் சாப்பிடாமல் போய்விட்டானே!' என்றெல்லாம் அவனுடைய தாயார் துக்கப் பட்டுக் கொண்டிருக்க வேண்டாமா? ஆனால், இங்கு விஷயம் வேறு விதமாக நடந்து கொண்டிருக்கிறது! அம்மாவுக்கு அவனைப் பற்றி என்ன கவலை? அம்மா மகிழ்ச்சியுடன் எல்லாவற்றையும் அக்காளுக்குக் கொடுத்துவிட்டாள். அவள் கவலையின்றி உட்கார்ந்து கொண்டிருக்கிறாள். அவன்தான் இவ்வளவு நேரம் வீணாகக் கவலைப்பட்டுக் கொண்டிருந்திருக்கிறான்.

கருமேகங்கள் நாலா திசையிலும் பரவின. மூங்கில் காட்டில் இருள் சூழ்ந்தது. மேகங்கள் இருண்டிருந்தும் இன்னும் மழை ஆரம்பமாகவில்லை. அம்மாதிரி சமயத்தில் பெருமழையை எதிர் நோக்கி மனம் மகிழ்ச்சி அடையும். மழை பெய்து கொண்டே தானிருக்கிறது. பூமியில் நீர் நிறைந்து போவதில்லை. துர்காவின்

மனம் குதூகலப்பட்டது. அவள் வெளித் தாழ்வாரத்திற்கு வந்து ஆகாயத்தை அண்ணாந்து பார்த்தாள்.

சர்வஜயா கொஞ்சம் அல்வாவை எடுத்துக்கொண்டு, "அந்தத் தட்டில் வைத்துக்கொடு துர்கா! அவன் ஒன்றும் சாப்பிடாம லிருக்கிறான். அவனுக்குப் பசிக்கும்" என்றாள்.

இந்தக் கடைசிப் பேச்சு அனர்த்தமாக முடிந்தது. இதுவரை யிலும் அப்பு எப்படியோ தன்னை அடக்கிக்கொண்டிருந்தான். தாயாரின் பேச்சைக் கேட்டதும் கோபம் பொத்துக் கொண்டு வந்தது. அவன் அல்வாத் தட்டைக் கீழே வீசி எறிந்துவிட்டு, "நான் அல்வா சாப்பிட மாட்டேன்! எப்போதும் சாப்பிடமாட்டேன்!" என்றான்.

சர்வஜயா பையனுடைய இந்தப் போக்கைக் கண்டு ஆச்சரிய மடைந்து விட்டாள். ஒவ்வொரு பொருளும் எத்தனை கஷ்டப்பட்டுச் சேகரிக்கப்பட்டுள்ளது. இந்தப் பையன் தட்டை வீசி எறிகிறானே! "இன்று உனக்கு என்னடா வந்துவிட்டது; இன்று உன் வாயில் மண்தான்" என்றாள்.

இனி அப்பு பேசவேண்டிய முறை. அவன் தாயாரிடமிருந்து அம்மாதிரி வார்த்தைகளை இதற்கு முன் கேட்டதே இல்லை. இந்த மாலை வேளையில் அவனை இப்படியா திட்டுவது? "அரிசிப் பொரி இல்லை என்றால் எனக்குத் துக்கம் உண்டாகாதா? நான் சாயங்காலத்திலிருந்து அதையே நினைத்துக் கொண்டிருந்தேனே! உங்கள் வீட்டுக்கு நான் எப்போதும் வரமாட்டேன்! நான் மண்ணையே தின்கிறேன். அக்காளே நல்லதெல்லாம் சாப்பிடட்டும். நான் உங்கள் வீட்டுக்கு வரவே மாட்டேன்" என்று கூறிவிட்டு அதூரிக் கிழவியிடம் தப்பித்துக்கொண்டு ஓடிவந்ததுபோலக் கண்மண் தெரியாமல் வீட்டை விட்டு ஓடத் தலைப்பட்டான். தம்பியின் கர்வத்தையும், மலர்ந்த முகத்தையும், அவன் பேசிய விதத்தையும் கண்டு தூர்க்கா விழுந்து விழுந்து சிரிக்கத் தொடங்கி னாள். அவன் பேசியதுபோலப் பேசிக்கொண்டு அவனைத் துரத்திய படி, "ஓ அப்பு!" என்று கூறிக்கொண்டு ஓடினாள்.

அப்பு ஓட்டமாக ஓடிப்போய்ச் சுவரருகே இருந்த மூங்கில் புதருக்குப் பின்னால் ஒளிந்து கொண்டான். இன்னும் மேகங்கள் திரண்டிருந்தன. மூங்கில் புதரருகே கனத்த இருள் பரவியிருந்தது. சாதாரண காலத்தில் இந்தப் புதரருகே வரப் பயப்படுவான். ஆனால், இப்போது இந்த இருளில் யாரும் துணையின்றி, மாமரத்தில் பேய் குடியிருப்பதைக் கூட மறந்துவிட்டு, 'நான் வீட்டுக்குப் போகவே மாட்டேன்! இந்த ஜன்மத்தில் இனி வீட்டைத் திரும்பிக்கூடப் பார்க்க மாட்டேன்' என்று எண்ணிக் கொண்டிருந்தான்.

கோபம் கொஞ்சம் குறையக் குறையப் பயம் தலை தூக்கியது. பயந்து கொண்டே அவன் கடைக் கண்ணால் மாமரத்தைப் பார்க்கத் தொடங்கினான். இப்போது ஒரு பேய் வந்து மாமரத்தின் உச்சிக்குத் தூக்கிக்கொண்டு போய்விட்டால் நன்றாயிருக்கும். அம்மா தேடி யலைந்து புலம்புவாள். 'நான் ஏன்தான் என் கண்ணை அப்படித் திட்டினேனோ! அதுதான் அவன் இருளில் ஓடிப் போனவன் அப்புறம் திரும்பிவரவேயில்லை என்று துக்கப்படுவாள். ஏதாவது பேய் வந்து தூக்கிக்கொண்டு போய்விட்டால் அம்மா எவ்வளவு துன்பப்படுவாள்' என்று யோசித்துச் சந்தோஷமடைந்தான். பிறகு அவன் அங்கிருந்து அவளுக்குப் பக்கத்தில் போய் நின்று கொண் டான். இப்போது அவனுக்குப் பயம் உண்டாகத் தொடங்கிவிட்டது. எதிரிலிருந்த மூங்கில் புதரில் ஏதோ சத்தம் கேட்டது.

அப்பு பயத்துடன் மேலே பார்த்தான். அவனுடைய தாயாரும் அக்காளும் ராணியின் வீட்டுப் பக்கத்திலிருந்து கூப்பிட்டுக் கொண்டிருந்தார்கள்.

மறுபடியும் மூங்கில் புதரில் ஏதோ சத்தம் கேட்டது. அவனுக்கு ரொம்பப் பயமாக இருந்தது. இதுவரையிலும் அவனிடம் சுயகௌர வம் நிறைந்திருந்தது. கூப்பிடாமல் போவதில்லை என்றிருந்தான். இப்போது அவனுடைய தாயார் ராணியின் வீட்டிலிருந்து வெளியில் வந்து கொண்டிருந்தாள். அவன் எதிரிலுள்ள சுவரின் மூலையில் போய் நின்று கொண்டான்.

திடீரென ஓடிவந்த துர்கா அவன் அங்கு நிற்பதைப் பார்த் ததும், "பாரம்மா! இவன் இங்கு சுவரருகே நின்று கொண்டிருக் கிறான்" என்று கூச்சலிட்டாள்.

அப்புறம் அவள் ஓடிப்போய்த் தம்பியின் கையைப் பிடித்துக் கொண்டாள். "ஏன்டா, திருடா! நீ இங்கேயா நின்று கொண்டிருக் கிறாய்? நானும் அம்மாவும் ஊரெல்லாம் சுற்றி அலைந்தோமே!" என்றாள்.

இருவரும் சேர்ந்து அவனை வீட்டுக்குள் அழைத்துக்கொண்டு போனார்கள்.

15

இந்தத் தடவை ஹரிஹரன் வெளியூர் போகும்போது பையனை யும் தன்னுடன் அழைத்துக்கொண்டு போனான். "வீட்டில் சாப்பிடு வதற்கு ஒன்றும் கிடைப்பதில்லை. வெளியில் நெய், பால் எல்லாம் கிடைக்கும். உடம்பு தேறும்" என்று கூறினான்.

அப்பு பிறந்ததிலிருந்து எங்கும் வெளியில் போனது கிடையாது. இந்தக் கிராமத்தில் மகிழ மரத்தடியில், ஆற்றங்கரையில், அதிகமாகப்

போனால் நவாப்கஞ்ச் செல்லும் பெரிய பாதை வரையிலும்தான் இவன் போயிருக்கிறான். சித்திரை, வைகாசி மாதங்களில் ரொம்ப வெப்பமாக இருந்தால் அவனுடைய தாயார் ஆற்றங்கரை வரையிலும் அழைத்துப் போவாள். அக்கரையில் கோரைப்புல் மைதானத்தில் கருவேல மரத்தின் மஞ்சள் நிறப் பூக்கள் பூத்திருக்கும். மாடுகள் மேய்ந்து கொண்டிருக்கும். பெரிய இலவ மரத்தில் ஊணான் கொடிகள் படர்ந்திருக்கும். மாடுகள் தண்ணீர் குடிப்பதற்காக ஆற்றுக்கு வரும். ஒரு சிறிய படகிலே அக்ரூர் படகோட்டி மீன் பிடிப்பதற்காக நடு ஆற்றில் வலை போட்டுக் கொண்டிருப்பான். மைதானத்தில் விதவிதமான பூக்கள் அழகாகக் காட்சி அளிக்கும். எதிர்க்கரையிலுள்ள பசும்புல் மைதானம் வெகுதூரம் போய் அடிவானத்தோடு கலக்கும்.

அவனுடைய அக்கா ஆற்றங்கரையிலிருந்து வந்தால், "அக்கா! அக்கா! அந்தப் பக்கம் பார்!" என்று கூறிக்கொண்டு மைதானத்தின் எல்லை வரையிலும் சுட்டிக்காட்டிக் கொண்டு, "அதோ, அந்த மரத்துக்குப் பின்னால், ரொம்ப தூரமிருக்குமல்ல?" என்பான்.

துர்கா சிரித்துக்கொண்டு, "ரொம்பத் தூரமிருக்கும். இதுதானே நீ சொன்னாய்? நீ சுத்தப் பைத்தியம்தான்" என்பாள்.

இன்று அந்த அப்புவுக்கு முதல் முதலாக வெளியில் அடி எடுத்து வைக்கச் சந்தர்ப்பம் கிட்டியிருக்கிறது. சில நாட்களாக உற்சாகத்தினால் அவனுக்குத் தூக்கம்கூடக் கெட்டுவிட்டது. கடைசியில் புறப்படுவதற்கான நாளும் வந்துவிட்டது.

அவனுடைய கிராமத்துப் பாதை சுற்றிவளைத்துக் கொண்டு நவாப்கஞ்ச் செல்லும் பாதையை வலப்பக்கத்தில் விட்டுவிட்டு மைதானத்துக்கு வெளியில் கரடுமுரடான பாதையில் போய்ச் சேருகிறது. துர்காபூர் போகும் பாதையை அடைந்தவுடன் அவன் தந்தையிடம், "அப்பா! ரயில் பாதை எங்கிருக்கிறது?" என்று கேட்டான்.

"வா வா! முன்னால்தானிருக்கிறது. நாம் ரயில் தண்டவாளத்தைக் கடந்துதான் போக வேண்டும்."

அப்போது அவர்களுடைய ராணிப்பசு சினையாக இருந்தது. எங்கெல்லாம் தேடியும்கூடக் கன்றுக்குட்டியை இரண்டு மூன்று நாள் கண்டுபிடிக்க முடியவில்லை. அவன் தன் அக்காளுடன் தென்புறத்து மைதானத்திற்குக் கன்றுக்குட்டியைத் தேடப் போயிருந்தான். தை மாதம், உளுந்து அறுவடை ஆகிக்கொண்டிருந்தது. அவர்களுக்கு எதிரில் நவாப்கஞ்ச் செல்லும் பாதை இருந்தது. பனைவெல்லங்களை ஏற்றிக்கொண்டு மாட்டு வண்டிகள் போய்க் கொண்டிருந்தன.

அவனுடைய அக்கா அந்தப் பக்கம் வெகுதூரம் வரையிலும் மைதானத்தைப் பார்த்துக் கொண்டிருந்தாள். அவள் திடீரென, "அப்பு! நீ ஒரு காரியம் செய்கிறாயா? நாம் போய் ரயில் தண்ட வாளத்தைப் பார்த்துவிட்டு வரலாமா?" என்றாள்.

அப்பு அக்காளுடைய முகத்தையே ஆச்சரியத்துடன் பார்த்துக் கொண்டிருந்துவிட்டு, "ரயில் பாதையா? அது ரொம்பத் தூரத்தி லிருக்கிறதே. அங்கே எப்படி அக்கா போகிறது?" என்றான்.

"உனக்கு யார் சொன்னார்கள்? அது அந்தப் பெரிய பாதைக்குப் பக்கத்தில் இருக்கிறது."

"பக்கத்திலிருந்தால் தெரியுமல்ல? அப்படியானால் பெரிய பாதையிலிருந்து தெரியும். வா போய்ப் பார்க்கலாம்."

இருவரும் வெகுநேரம் வரையிலும் நவாப்கஞ்ச் சாலை வழியாக இரண்டு பக்கங்களிலும் பார்த்துக் கொண்டே சென்றார்கள். கடைசியில் துர்கா, "ரொம்பத் தூரம்தான் போலிருக்கிறது. அங்கு போக முடியாது" என்றாள்.

"ஆமாம். ஒன்றும் தெரியவில்லையே! அவ்வளவு தூரம் போய் விட்டு எப்படித் திரும்பி வருவது?"

ஆனால், அவனுடைய ஆவல் நிறைந்த பார்வை முன்னால் வெகுதூரம் ஊடுருவிப் பார்த்துக் கொண்டிருந்தது. போக வேண்டு மென்று ஆசையாகவும் இருந்தது. ஆனால், பயமாகவும் இருந்தது.

அவனுடைய அக்கா தைரியத்துடன், "வா, பார்த்து விட்டே வருவோம். எவ்வளவு தூரமிருந்து விடப்போகிறது! மத்தியானத்திற்கு முன் திரும்பி வந்துவிடலாம். ஒருவேளை இந்த நேரத்தில் ரயில் வண்டிகூட வரலாம். கன்றுக் குட்டியைத் தேடுவதில் நேரமாகி விட்டது என்று அம்மாவிடம் சொல்லி விடலாம்" என்றாள்.

அப்புவும் சிரித்தான். நிராசையிலெழுந்த துணிச்சலான சிரிப்பு அது. மறுபடியும் ஓடத் தொடங்கினார்கள். வாழ்க்கையில் முதல் முறையாக விடுதலை அடைந்த உற்சாகத்தில் மனம் துள்ளிக் குதித்தது. அதற்கப்புறம் என்ன நடக்கும் என்று யோசிப்பதற்கு நேரமேது?

அதற்கப்புறம் நடந்தது விசித்திரமாக இருந்தது. ரொம்பத் தூரம் போன பிறகு நீர் நிறைந்த ஒரு மைதானமிருந்தது. அதில் நிறைய மரங்களிருந்தன. அங்கு அக்கா வழியை மறந்துவிட்டாள். எங்கு பார்த்தாலும் வயல்களும் நீர் நிறைந்த மைதானங்களும் காட்சி அளித்தன. எந்தப் பக்கத்திலும் ஊர்களைக் காணோம். அடர்ந்து வளர்ந்திருந்த பிரம்புப் புதர்களுக்குள் புகுந்து செல்வதும் சுலபமானதல்ல. சேற்றிலே கால்கள் புதைந்து கொண்டன. குளிர்க் காலத்தில்கூட வியர்த்துக் கொட்டியது. சூரியன் அப்படித் தகித்துக் கொண்டிருந்தான். அக்காளுடைய சேலையை முட்கள் பல இடத்தில்

கிழித்துவிட்டன. இனி ரயிலுக்குப் போகும் வழியை யார் சொல்லுவார்கள்? வீட்டுக்குத் திரும்புவதுதான் நல்லது. அவர்கள் ரொம்பத் தூரம் வந்திருந்தார்கள். பெரியசாலைகூட இப்போது தெரியவில்லை. அவர்கள் தண்ணீருக்குள் இறங்கி வயல்களைக் கடந்து ரொம்பச் சிரமப்பட்டுப் பெரிய சாலைக்கு வந்து சேர்ந்தார்கள். அப்போது ரொம்ப நேரமாகியிருந்தது. வீட்டுக்கு வந்து அவனுடைய அக்கா கூடை கூடையாகப் பொய் சொன்னாள். அதனால்தான் அவர்களிருவரும் அடிக்குத் தப்பினார்கள்.

அந்த ரயில் பாதை இன்று சுலபமாக எதிர்ப்படப் போகிறது. அதற்காக ஓடவேண்டியதில்லை. வழி தவற வேண்டியதில்லை. அதட்டல் மிரட்டலைக் கண்டு அஞ்ச வேண்டியதில்லை.

கொஞ்சதூரம் போனபிறகு நவாப்கஞ்சிற்குப் போகும் பெரிய சாலையைப் போல மைதானத்திற்கு நடுமத்தியில் ஒரு உயரமான பாதை போய்க்கொண்டிருந்தது. பாதையின் ஓரத்தில் ஜல்லிக் கற்கள் குவியலாகக் குவிந்திருந்தது.

வெள்ளை நிற இரும்புக் கம்பங்களிலே பல கயிறுகள் ஒன்று சேர்த்துக் கட்டப்பட்டிருந்தன. கண்ணுக்கெட்டிய தூரம் வரையிலும் அந்த இரும்புக் கம்பங்களும் கயிறுகளும் தெரிந்தன.

அவனுடைய அப்பா அவனிடம், “பார்த்தாயா, அதுதான் ரயில் பாதை ” என்றார்.

அப்பு ஒரே குதியில் ரயில்பாதையைப் போய்ச் சேர்ந்தான். அவன் தண்டவாளங்களை ஆச்சரியத்துடன் பார்க்கத் தொடங்கினான். இரண்டு இரும்புகளையும் ஏன் சம அளவு தூரத்தில் பதித்திருக்கிறார்கள்? இதன் மீதுதான் ரயில் வண்டி போகுமா? வண்டி மண்மீது போகாமல் இரும்பு மேல் ஏன் போகிறது? வழுக்கி விடாதா? மேலே கயிறுகள் போல இருக்கின்றனவே? அவைகளைத்தான் தந்தி என்று சொல்வதா? அதிலிருந்து என்ன ‘சொய் சொய்’ என்று சத்தம் வந்து கொண்டிருக்கிறது? தந்தியில் தகவல் போய்க் கொண்டிருக்கிறதா? தகவல் கொடுப்பது யார்? தகவல் எப்படிக் கொடுப்பது? அங்கே ஸ்டேஷன் இருக்கிறதா? இங்குகூட ஏதாவது ஸ்டேஷன் இருக்கிறதா?

“அப்பா, ரயில் எப்போது வரும்? நான் ரயிலைப் பார்க்க வேண்டும்....”

“இப்போது ரயிலை எப்படிப் பார்க்க முடியும், மத்தியானம் ரயில் வரும். இன்னும் இரண்டு மணி நேரமிருக்கிறதே!”

“இருக்கட்டும். நான் பார்த்துவிட்டுத்தான் வருவேன். அப்பா நான் ரயிலைப் பார்த்ததேயில்லை.”

"இப்படியெல்லாம் செய்யாதே. அதனால்தான் நான் உன்னை எங்கும் கூட்டிக்கொண்டு வருவதில்லை. இந்நேரத்தில் ரயிலை எப்படிப் பார்க்க முடியும்? ஒருமணி வரையிலும் இந்த மண்டை வெடிக்கும் வெய்யிலில் யார் உட்கார்ந்து கொண்டிருப்பார்கள்? வா, வரும்போது காட்டுகிறேன்."

கடைசியில் நீர் நிறைந்த கண்களுடன் அப்பு தந்தைக்குப் பின்னால் போக நேரிட்டது.

நீ போய்க்கொண்டே இருக்கிறாய்... வழியில் நீ எந்தப் பொருளைப் பார்த்தாலும் உனது பெரிய விழிகளிலே உலகத்தை விழுங்கும் பசியுடன் நாலா திசைகளையும் ஆக்கிரமித்துக் கொண்டு போகின்றாய் என்பது உனக்குத் தெரியாது. நீ மகிழ்ச்சியுடன் பார்த்தாயானால் நீயும் ஒரு புது உலகத்துக்குச் சென்றுவிடுகிறாய், புதிய ஆனந்தங்களை அனுபவிப்பதற்காக உலகத்தை ஆராய வேண்டிய அவசியமில்லை. நான் புதிது புதிதாக அடி எடுத்து வைத்த இடத்திலோ நான் புதிது புதிதாக ஸ்நானம் செய்த நதியிலோ, நான் புதிது புதிதாக சுவாசித்துப் புத்துணர்ச்சி அடைந்த ஊரிலோ நான் என்னத்தைப் புதிதாக அடைந்துவிடப்போகிறேன்? எனது அனுபவத்தி லிருந்து பார்த்தால் இவையெல்லாம் அர்த்தமற்ற விஷயங்கள்தான். நான் இன்று மனம் புத்தி இவைகளின் மூலம் முதல் முறையாக அவற்றின் புதுமையை உணர்ந்தேன். இதை எப்படி மறக்க முடியும்?

ஆம் டூ குடியானவர்களுடைய ஒரு சிறு கிராமம். பெயர்தான் எவ்வளவு அழகாயிருக்கிறது! வாசலில் ஆடுகள் கட்டப்பட்டிருக் கின்றன. கோழிகளுக்குச் சோறு போடுகிறார்கள். சணல் உலரப் போடப்பட்டிருக்கிறது. மூங்கிலை வெட்டிக் கொண்டிருக்கிறார்கள். பார்க்கப் பார்க்கக் கிராமம் பின்தங்கிவிட்டது. வெளிப்புற மைதானம் முன்னால் வந்துவிட்டது. ஏரிகளில் அலை மோதிக் கொண்டிருக் கிறது. வயல்களில் கொக்குகள் உட்கார்ந்து கொண்டிருக்கின்றன. தாமரைப் பூக்கள் குளம் முழுதும் நிறைந்திருப்பதால் தண்ணீரே தெரிவதில்லை.

போகப் போக ரொம்ப நேரமாகிவிட்டது. "ஏன் அதையும் இதையும் பார்த்துக் கொண்டிருக்கிறாய்? நட, நேரமாகிறது!" என்று ஹரிஹரன் சொன்னான்.

மாலை நேரத்திற்குப் பிறகு அவர்கள் குறிப்பிட்ட இடத்திற்குப் போய்ச் சேர்ந்தார்கள். சிஷ்யனுடைய பெயர் லட்சுமணன். அவன் நல்ல குடும்பஸ்தன். தந்தையையும் மகனையும் ரொம்ப உபசாரத் துடன் ஒரு பெரிய அறையில் தங்க வைத்தார்கள்.

லட்சுமணனுடைய தம்பி மனைவி அதிகாலையிலேயே குளத் திற்குப் போனாள். தண்ணீருக்குள் இறங்கும்போது அவள் பார்வை கரையிலிருந்த வாழைத் தோட்டத்தின் மீது பட்டது. தோட்டத்தில்

ஒரு சிறிய பையன் கையில் ஒரு மூங்கில் கழியுடன் இங்குமங்கும் அலைந்துகொண்டிருந்தான். பைத்தியம்போல என்னவோ தனக்குள் பேசிக்கொண்டிருப்பதைக் கண்டாள். அவள் குடத்தை இறக்கிவைத்து விட்டு அருகில் வந்து, "நீ யார் வீட்டுக்கு வந்திருக்கிறாய்?" என்றாள்.

அப்பு அம்மாவிடம்தான் சிங்கம் போலிருப்பான். வெளியில் வந்துவிட்டால் ரொம்பக் கோழையாகிவிடுவான்.

அப்பு முதலில் இங்கிருந்து ஓடிவிடலாமா என்று நினைத்தான். பிறகு கொஞ்சம் வெட்கத்துடன், "அவரிடம் வந்திருக்கிறோம்" என்றான்.

"மைத்துனர் வீட்டுக்கா? நீ மைத்துனர் குருவினுடைய மகனா?"

அந்தப் பெண் அவனைத் தன் வீட்டுக்கு அழைத்துப் போனாள். அவர்களுடைய வீடு தனியாக இருந்தது. லட்சுமணன் வீட்டுக்கும் இவர்கள் வீட்டுக்கும் இடையில் குளமிருந்தது.

அந்தப் பெண்ணினுடைய நடத்தையினால் அப்புவின் வெட்க மெல்லாம் போய்விட்டது. அவன் வீட்டுக்குள் போய் ஒவ்வொரு பொருளையும் கூர்ந்து பார்க்கத் தொடங்கினான். அடேயப்பா! எத்தனை பொருட்களிருக்கின்றன! அவனுடைய வீட்டில் இம்மாதிரி பொருள்கள் கிடையாதே! இவர்கள் ரொம்பப் பெரிய பணக்காரர்கள் போலிருக்கிறது! நீள நீளமான துணி உலர்த்தும் கொடிகள், வித விதமான உறிகள், எவ்வளவு விளையாட்டுப் பொம்மைகள், இன்னும் என்னவெல்லாமோ இருக்கின்றனவே. அவன் இரண்டொரு பொருள்களைப் பயத்துடன் கையில் எடுத்துப் பார்த்தான்.

அந்தப் பெண் இதுவரையிலும் பையனுடைய முகத்தை நன்றாகப் பார்க்கவில்லை. அவனை அருகில் பார்த்ததும் நாலைந்து வயதான பச்சைக் குழந்தை போலிருப்பதைக் கண்டாள். அம்மாதிரி அழகிய கண்களை அவள் வேறு எங்கும் பார்த்ததேயில்லை. அழகிய நிறம், பால் வடியும் முகம், பாபமற்ற கண்கள். இந்தப் பையன் மீது அவளுக்கு அளவிட முடியாத அன்பு உண்டாயிற்று.

அப்பு உட்கார்ந்து கொண்டு பல விஷயங்களைக் கூறத் தொடங்கினான். நேற்று பார்த்த தண்டவாளத்தைப் பற்றிக் கூறினான். கொஞ்சநேரத்திற்குப் பிறகு அவனுக்குப் பலகாரம் செய்து கொடுத் தாள். பலகாரத்தில் நெய் வழிந்தது. அப்பு கொஞ்சம் வாயில் போட்டுப் பார்த்துவிட்டு ஆச்சரியம் அடைந்து விட்டான். இம்மாதிரி அபூர்வமான பொருளை இதற்கு முன் அவன் சாப்பிட்டதே கிடையாது. அவனுடைய அம்மா இவ்வளவு நெய் போட்டுச் செய்யவேமாட்டாள். அவன் வீட்டில் தாயாரிடம், "அம்மா, இன்று பலகாரம் செய்துகொடு" என்பான்.

அவனுடைய தாயாரும் சிரித்துக்கொண்டு, "சரி, சாயங்காலம் செய்து தருகிறேன்" என்பாள்.

அப்புறம் அவள் மாவை நீரில் நனைத்துக் கொஞ்சம் வெல்லத்தைச் சேர்த்து எப்படியோ ஒரு பலகாரத்தைச் செய்து கொடுத்துவிடுவாள். அப்பு அதைத்தான் இத்தனை நாளும் சந்தோஷமாகச் சாப்பிட்டு வந்திருக்கிறான். பலகாரத்தில் இப்படி நெய் வழியும் என்பதை அவன் கண்டதே இல்லை. இந்தப் பலகாரத்திற்கு அம்மா செய்யும் பலகாரத்திற்கும் வானத்திற்கும் பூமிக்கும் இருக்கும் வித்தியாச மிருப்பதைக் கண்டான். அதோடு அம்மா மீது கருணை ஏற்பட்டது. பச்சாதாபப்பட்டான். அம்மாவுக்குப் பாவம் இம்மாதிரி பலகாரம் செய்யத் தெரியாது போலும்; அவனுடைய தாயார் ஏழை, அவர்கள் ஏழைகள். அதனால், அவர்கள் வீட்டில் விதவிதமான பலகாரங்கள் செய்ய முடியாது என்ற எண்ணம் சடுதியில் தோன்றி மறைந்தது.

ஒருநாள் அவர்கள் தெருவில் ஒரு வீட்டுக்கு விருந்துக்குப் போனான். மத்தியானம் அந்த வீட்டுப் பெண் வந்து அப்புவை அழைத்துக் கொண்டு போனாள். சமையல் வீட்டுத் தாழ்வாரத்தில் இலை போட்டு ரொம்ப அன்பாக உபசரித்து அவனை உட்கார வைத்தார்கள். அவனை அழைத்துக்கொண்டு போன பெண்ணின் பெயர் அமலா. நல்ல வெள்ளை நிறம். அழகிய முகம், பெரிய பெரிய கண்கள். அவனுடைய அக்கா வயதிருப்பாள். அமலாவின் தாயார் அருகில் உட்கார்ந்து கொண்டு உபசரித்தாள். தன் கையால் செய்த மிட்டாய் கொடுத்தாள். சாப்பிட்ட பிறகு அந்தப் பெண் அவனை வீட்டுக்கு அழைத்து வந்துவிட்டாள். அன்று சாயங்காலம் விளையாடும்போது தோட்டத்தைச் சுற்றியிருந்த ஒரு மூங்கில் நடுவில் அவனுடைய கால் விரல் சிக்கிக் கொண்டது. விரலிலிருந்து ரத்தம் பெருகியது. அப்போது அமலா ஓடி வந்து மூங்கில் நடுவில் சிக்கியிருந்த விரலை எடுத்துவிட்டிராவிட்டால் விரல் துண்டாகி யிருக்கும். அப்புவினால் நடக்க முடியவில்லை. உடனே, அமலா அவனை எடுத்துக்கொண்டுபோய் ஒரு பசுந்தழையைக் கசக்கி வைத்துக் கட்டினாள். அப்பா கோபித்துக் கொள்வார் என்று பயந்து கொண்டு யாரிடமும் இதைச் சொல்லவில்லை.

அன்று இரவு அமலா அடிக்கடி அவனுடைய கனவில் தோன்றி னாள். அவன் அமலாவின் மடியில் உட்கார்ந்து கொண்டிருக்கிறான். அமலா அருகில் உட்கார்ந்து கொண்டிருக்கிறான். அமலாவோடு விளையாடிக் கொண்டிருக்கிறான். அவனும் அமலாவும் ரயில் தண்டவாளத்தின்மீது ஓடிக் கொண்டிருக்கிறார்கள். அமலாவின் சிரித்த முகம் இரவு முழுதும் தூக்கத்தில் அவனருகிலேயே இருந்தது. காலையில் அவன் அமலாவை எதிர்பார்த்துக் கொண்டிருந்தான். எல்லாக் குழந்தைகளும் வந்தனர். விளையாட்டு ஆரம்பமாகியது.

கொஞ்ச நேரமும் ஆகிவிட்டது. ஆனால், அமலா வரக் காணோம். வீட்டுக்குள்ளிருந்து மனைவி சாப்பிடக் கூப்பிட்டாள். மனைவி இருவேளைகளிலும் சாப்பாடு சமைத்துப் போடுவாள். சாப்பாடு முடிந்தபிறகு மனைவியிடம், "காலையில் அமலா அக்கா வந்தாளா?" என்று கேட்டான்.

வரவில்லை. அவள் வரவேயில்லை. நேரம் ஆகவே விளை யாட்டும் முடிந்தது. அவனுடைய அப்பா அவனைக் குளிப்பதற்காகக் கூப்பிட்டார். ஆனால், அமலா எங்கே? அவனுடைய மனம் கோப மடைந்தது. சரி, வராவிட்டால் போகிறாள்! இனி அமலாவிடம் எப்போதும் பேசமாட்டான்.

சாயங்காலம் விளையாட்டு ஆரம்பமாகிறது. எல்லோரும் வந்தார் கள். ஆனால், அமலா வரவில்லை.

ஐந்தாறு சிறுவர் சிறுமியர் விளையாட வந்திருந்தனர். ஆனால், அப்புவுக்கோ யாருடன் சேர்ந்து விளையாடுவது என்று தோன்றியது. விளையாடுவதற்கு யாரும் தகுதியானவர்களாக அவனுக்குத் தோன்ற வில்லை. அவன் உற்சாகமின்றிக் கொஞ்ச நேரம் விளையாடிக் கொண்டிருந்தான். அப்படியும்கூட அமலா வரக் காணோம்.

அடுத்த நாள் காலை அமலா வந்தாள். அப்பு ஒன்றும் பேச வில்லை. அப்பு அவளுடைய நிழலருகில்கூடப் போகவில்லை. இருந்தாலும் அடிக்கடி கடைக்கண்ணால் பார்த்துக் கொண்டான். தான் கோபமடைந்திருப்பதை அமலா தெரிந்து கொண்டாளா இல்லையா என்பது தெரியவில்லை. அமலா முதலில் உண்மையாகவே தெரிந்து கொள்ளவில்லை. ஆனால், ஏதோ கோளாறு ஏற்பட்டிருக் கிறது என்பது தெரிந்தவுடன், "ஏன் பேசமாட்டேனென்கிறாய்? விஷயம் என்ன?" என்றாள்.

அப்புவுக்குச் சூதுவாது ஒன்றும் தெரியாது. அவன் கோபத் துடன், "என்னவோ? ஒன்றுமில்லையா? நேற்று ஏன் வரவில்லை?" என்றான்.

அமலா ஆச்சரியத்துடன், "வராவிட்டால் என்ன? அதற்காக இவ்வளவு கோபமா?" என்றாள்.

அப்பு, "ஆமாம், அதுதான்" என்று தலையை ஆட்டினான். அமலா கலகலவெனச் சிரித்துக்கொண்டு அப்புவின் கையைப் பிடித்து வீட்டுக்குள் அழைத்துக்கொண்டு போனாள். அங்கு தாயார் விஷயத்தைக் கேட்டு விழுந்து விழுந்து சிரித்தாள். அப்புறம் புன்முறுவலுடன், "அமலா, நீ வீட்டுக்குப் போக வேண்டாம்; அப்பு உன்னை விடமாட்டான். நீ இங்கேயே இருந்துகொள்ள வேண்டியது தான்" என்றாள்.

தாயாரின் பேச்சைப் புரிந்துகொண்டு, அமலா, "நீ இப்படிச் செய்தாயானால் அப்புறம் உங்க வீட்டிலேயே..." என்றாள்.

சிறிது நேரத்திற்குப் பிறகு அப்பு அமலாவுடன் அவளுடைய வீட்டுக்குப் போனான். அமலா அலமாரியிலிருந்து அநேக விதமான பொம்மைகளை எடுத்துக் காண்பித்தாள். காவிகஞ்ச் திருவிழாவிலிருந்து வாங்கி வந்தது என்று சொன்னாள். புதிய புதிய பொம்மைகள். ஒரு ரப்பர் குரங்கு, அதை எங்கிருந்து பார்த்தாலும் அது நம்மையே பார்த்துக்கொண்டிருக்கும். இன்னொரு பறவை, அதன் வயிறை அமுக்கினால் அது பறவை போலக் கத்தும், எல்லாவற்றையும் விட ஆச்சரியமானது ஒரு தகரக் குதிரைதான். ராணி அக்காவின் சித்தப்பா அவர்கள் கடிகாரத்திற்குச் சாவி கொடுப்பது போல இதற்குச் சாவி கொடுத்துவிட்டால் டக்டக்கென அசல் குதிரையைப் போலவே நடக்கத் தொடங்கும்.

இதைப் பார்த்து அப்பு ஆச்சரியமடைந்துவிட்டான். அதைக் கையில் வாங்கி இப்படியும் அப்படியும் திருப்பிப் பார்த்துவிட்டு அமலாவிடம், "இது என்ன குதிரை? ரொம்பப் பெரியதா? இதை எங்கே வாங்கினீர்கள்? என்ன விலை?" என்றான்.

அதன் பிறகு அமலா அவனிடம் ஒரு குங்குமச்சிமிழைக் காட்டினாள். அதற்குள் சிவப்பாக ஏதோ ஒன்று மின்னிக் கொண்டிருந்தது. "இது என்ன? இது ஈயமா?" என்று கேட்டான்.

அமலா சிரித்துக்கொண்டு, "ஈயமா? தங்கத்தை நீ பார்த்ததில்லையா?" என்றாள்.

அப்பு தங்கத்தைப் பார்த்தது கிடையாது. தங்கத்தின் நிறம் இவ்வளவு சிவப்பாக இருக்குமா? அவன் தங்க நிறத்தை நன்கு திருப்பித் திருப்பிப் பார்த்தான். அமலாவுடன் வீட்டுக்குத் திரும்பி வரும்போது நம் அக்காளிடம் இவைகளெல்லாம் கிடையாதே என்று வருத்தப்பட்டுக்கொண்டு வந்தான். அவளோ காட்டுக் காய்களையும் விதைகளையும் பொறுக்கிக் கொண்டு திரிகிறாள். மற்றவர்கள் பொம்மைகளைத் திருடி அடிபடுகிறாள். அவனுடைய அக்காவின் வயதுடைய பெண்களிடம் எத்தனை விதமான பொம்மைகளிருக்கின்றன! அவனுக்கு இதுவரையிலும் இவைகள் தெரியாமலிருந்தன. இவைகளை எல்லாம் இன்று பார்க்கவும் அக்கா மீது இரக்கப்பட்டான். அவனிடம் காசிருந்தால் அந்த நடக்கும் குதிரையை வாங்கிக் கொடுத்து விடுவான். ஆமாம். அந்த ரப்பர் குரங்கையும் நிச்சயம் வாங்குவான்.

அம்மாவிடம் ஒரு பழைய சீட்டுக்கட்டு இருந்தது. அதை ஒரு சீட்டுக்கட்டு என்றே சொல்ல முடியாது. எத்தனையோ சீட்டுகள் கிழிந்தும் காணாமலும் போயிருந்தன. அப்பு அதை வைத்துக்கொண்டு சில வேளைகளில் விளையாடுவான். ராணி அக்கா வீட்டில் மத்தி

யானத்திற்குமேல் சீட்டுக்கச்சேரி நடப்பதுண்டு. அவன் விளை யாட்டைப் பார்த்துக் கொண்டிருப்பான். அவனுக்குச் சீட்டு விளை யாடத் தெரியாது. அடிக்கடி அவனுடைய தாயார் சீட்டு விளை யாடப் போவதுண்டு. அம்மாவை யாரும் தங்கள் கட்சியில் சேர்த்துக் கொள்ள விரும்பமாட்டார்கள். அவளுக்கு விளையாடத் தெரியா தென்று எல்லோரும் சொல்லுவார்கள். ஆனாலும், அவனுடைய தாயாருக்கு அடிக்கடி சந்தர்ப்பம் கிடைத்துவிடும். பெரிய விளை யாட்டுக்காரி போல முதலில் காட்டிக்கொள்வாள். ஆனால், சிறிது நேரத்திற்குள் குட்டு வெளிப்பட்டுவிடும். “அடே, அதை எப்படி வெட்டினாய்? எங்கே கையைக் காட்டு” என்பார்கள்.

அம்மா தன் குற்றத்தை மறைப்பதற்காக சிரித்துக்கொண்டு அவசரமாக, “சரி, மன்னி! ரொம்பப் பெரிய தப்பு செய்து விட்டேனோ!! கொஞ்சம் கூட ஞாபகம் இல்லை” என்பாள்.

கொஞ்ச நேரத்திற்குள், “அடி பெண்ணே! இதென்ன? உன் கையில் இல்லையா?” என்று யாரோ கேட்பார்கள்.

ஆனால், உண்மையில் அவளுக்கு விளையாடத் தெரியாது. அப்போது அவளுடைய கட்சிக்காரி, “உனக்குச் சீட்டுக்களே தெரிய வில்லை. நீ எல்லாவற்றையும் கீழே போட்டுவிடு” என்பாள்.

அவனுடைய தாயார் அவமானத்தை மறைப்பதற்காக மறு படியும் சிரிப்பாள். என்னவோ வேடிக்கை போலிருக்கும். அவர் கள் வேடிக்கையாகப் பேசுகிறார்கள். இவளும் அதை வேடிக்கையாக எடுத்துக்கொள்வது போலிருக்கும்.

ஒரு சீட்டுக்கட்டு கிடைத்ததானால் அவனுடைய அக்கா, அம்மா எல்லோரும் விளையாடலாம். சாப்பாட்டுக்குப் பிறகு மத்தி யான வேளைகளில் அவர்கள் வீட்டு ஜன்னலுக்குப் பக்கத்தில் உட்கார்ந்து கொள்ளலாம். ஜன்னல் கதவுகளை உட்புறமாகக் கறை யான் தின்றுவிட்டது. அதைத் திறக்கும்போது சொர சொரவென்று சத்தமுண்டாகும். பழைய மரத்து வாசனை அதிலிருந்து வரும். அந்த ஜன்னல் வழியாகக் காற்று வரும். சந்தடியற்ற மத்தியான வேளையில் மூவரும் உட்கார்ந்து விளையாடுவார்கள். ராஜா என்று எதைச் சொல்வது என்பது அவனுக்குத் தெரியாது. ராஜா தெரியா விட்டால்தான் என்ன? அவரவர் இஷ்டப்படி விளையாடுவது! விளையாட்டென்றால் விளையாட்டுத்தானே?

சாயங்காலத்திற்குப் பிறகு அந்தப் பெண் அவனைத் தன் வீட்டுக்குச் சாப்பாட்டுக்கு அழைத்துப் போனாள். அவன் சாப்பிட உட்கார்ந்ததும் பதார்த்தங்களையும் காய்களையும் பார்த்து ஆச்சரிய மடைந்தான். பூப்போட்ட அழகான ஒரு சிறு தட்டத்திலே எலுமிச் சையும் உப்பும் தனியாக எதற்காக வைத்திருக்கிறார்கள்? அம்மா சாப்பாட்டுத் தட்டிலேயே எலுமிச்சையும் உப்பையும் வைத்து

விடுவாளே! ஒவ்வொரு பதார்த்தமும் தனித்தனி தட்டில் வைக்கப் பட்டிருக்கிறதே! எத்தனை காய்கள்! எல்லாம் இவன் ஒருவனுக்கு மட்டும்தானா? ரொம்ப விசித்திரமான விஷயமாக இருக்கிறதே!

எத்தனையோ இரவும் பகலும் ஒரேயொரு சேனைக் கிழங்குப் பதார்த்தத்தாலேயே சாப்பாட்டை முடித்துக் கொண்டிருக்கிறார்கள். எத்தனை நாள் காலை சாப்பாடும் மாலை சாப்பாடும் இன்றியே கழித்திருக்கிறார்கள். அப்போது அவர்கள் கிராமத்தில் பிரசித்தி பெற்ற சமையல்காரனான பீறாராய் சமைத்த பதார்த்தங்களின் வாசனை வந்து மூக்கைத் துளைக்கும். எத்தனையோ சிறுவர் சிறுமிகள் நல்ல நல்ல ஆடைகளை அணிந்துகொண்டு அங்குமிங்கும் போகிறார்கள். கங்கூலி வீட்டு நாட்டியசாலை; அவர்கள் வெய்யில் காலத்தில் மரத்தடியில் ஜமுக்காளம் விரித்துக்கொள்வார்கள். வருஷத்தில் ஒரு தடவைதான் அந்தக் கற்பனையூருக்கு அவனால் போக முடியும். அந்த நாள் எப்போது தெரியுமா? வைகாசியில் வரும் ராமநவமியின் போது, அன்று கங்கூலி வீட்டார் இவனையும் அழைப்பார்கள். சாப்பிடும்போது, அக்காளுக்கு இம்மாதிரி சாப்பாடு கிடைப்பதில்லையே என்று வருத்தப்படுவான்.

அடுத்த நாள் காலையில் மறுபடியும் விளையாட்டு ஆரம்ப மாயிற்று. அமலா வந்ததும் அப்பு ஓடிப்போய் அவளுடைய கையைப் பிடித்துக்கொண்டு, “நானும் அமலா அக்காளும் ஒரு கட்சி. நீங்களெல்லோரும் ஒரு கட்சியிலிருங்கள்” என்றான்.

கொஞ்ச நேரம் விளையாடிய பிறகு தனக்குப் பதிலாக அமலாவுடன் பீஷு சேர்வதைத்தான் விரும்புகிறாள் என்பதைக் கண்டுகொண்டான். இதற்கென்ன காரணம் என்பது அப்புவுக்குத் தெரியவில்லை. அப்பு புதிதாக விளையாடுபவன். அவனைச் சேர்த்துக் கொண்டால் நிச்சயம் தோல்விதான். ஆனால், பீஷு நல்ல வாளிப்பான உடல் படைத்தவன். அவனை ஜெயிப்பது கஷ்டம். ஒரு தடவை அமலா வெளிப்படையாகவே தன் அதிருப்தியை வெளிப்படுத்தினாள். தான் வெற்றி அடைந்தால் அமலா மகிழ்ச்சி அடைவாள் என்று நினைத்தான். ஆனால், எவ்வளவோ முயற்சித் தும்கூட அவனால் வெற்றி அடைய முடியவில்லை.

அடுத்த ஆட்டத்தின்போது அமலா பீஷுவின் பக்கம் சேர்ந்து கொண்டாள்.

அப்புவின் கண்களில் நீர் நிறைந்தது. விளையாட்டிலிருந்து பிரியம் அவனைப் பொறுத்த வரையிலும் போய்விட்டது. அமலா, பீஷுவுடன் நன்றாகப் பேசிக் கொண்டிருக்கிறாள். அவனுடன் சேர்ந்துகொண்டு சிரிக்கிறாள். சிறிது நேரத்திற்குப் பிறகு பீஷு ஏதோ வேலையாக வீட்டுக்குப் புறப்பட்டான். அப்போது அமலா அவனைத் திரும்பி வரும்படி வற்புறுத்திச் சொல்லி அனுப்பினாள்.

அப்புவுக்குப் பொறாமையாக இருந்தது. காலைப்பொழுது வீணாகி விட்டது போலிருந்தது. பீஷு போனதால் விளையாட்டுக்கு ஆள் குறைகிறது. அதனால்தான், அமலா அப்படிச் சொல்லி அனுப்பி னாள். நான் போனால் கூட அப்படித்தான் சொல்லுவாள் என்று நினைத்தான். இதைவிட அதிகமாகச் சொல்லுவாள். திடீரென அவன், “நேரமாகிவிட்டது. குளிப்பதற்குப் போகவேண்டும்” என்றான்.

அமலா ஒன்றும் பேசவில்லை. கோபால்தான், “அப்புறம் வா” என்றான்.

அப்பு கொஞ்ச தூரம் போய்த் திரும்பிப் பார்த்தான். இவன் வந்துவிட்டதால் எவ்வித மாறுதலும் ஏற்பட்டுவிட்டதாகத் தெரியவில்லை. விளையாட்டு மும்முரமாக நடந்து கொண்டிருந்தது. அமலா மிகுந்த உற்சாகத்துடன் விளையாடிக் கொண்டிருந்தாள். அவனைத் திரும்பிக்கூடப் பார்க்கவில்லை.

அப்புவுக்கு மிகவும் ஏமாற்றமாகப் போய்விட்டது. வீட்டுக்குப் போய் அவன் யாரிடமும் பேசவில்லை.

‘அமலா அக்காளுக்கு ரொம்ப கர்வம்! அவளுக்கு என்னைப் பிடிக்காவிட்டால் எனக்கென்ன?

இரண்டு நாட்களுக்குப் பிறகு பையனை அழைத்துக் கொண்டு ஹரிஹரன் ஊருக்குத் திரும்பினான். இந்தக் குறுகிய காலத்திற்குள் அவனுடைய தாயார் அவனைப் பாராமல் துடித்துப் போய்விட்டாள். துர்காவும், எந்த விளையாட்டும் நன்றாகவேயில்லை. அப்பு ஊருக்குப் புறப்படுவதற்கு முன்தினம் தண்ணீருக்குள் படகு விடுவது சம்பந்த மாக இருவருக்கும் தகராறு வந்துவிட்டது. அதனால் இருவரும் பேசிக் கொள்ளாமலிருந்தார்கள். ஆனால், இப்போது துர்கா தனியாகப் படகு விடக்கூடப் பிரியப்படாமலிருந்தாள்.

‘அற்ப விஷயத்திற்காக அவன் காதைப் பிடித்துத் திருகினேனே! அவன் திரும்பி வந்த பிறகு அவனுடன் எப்போதும் சண்டைபோட மாட்டேன். அவனே எல்லாப் படகையும் எடுத்துக்கொண்டால்தான் என்ன?’

வீடு திரும்பிய அப்பு தனது பதினைந்து நாள் சுற்றுப் பிரயாணத்தைப் பற்றியே அனைவரிடமும் சொல்லிக் கொண்டிருந் தான். இந்தக் குறுகிய தினங்களில் அவன்தான் எத்தனை ஆச்சரிய மான பொருட்களைப் பார்த்தான்! ரயில் தண்டவாளத்தைப் பார்த்தான். அதன் மீதுதான் ரயில் செல்கிறது. சீத்தாப்பழம், பப்பாளிப் பழம், வெள்ளிரிப் பழம் முதலியவைகளைச் சாப்பிட்டான். பழங்கள் ரொம்ப ருசியாக இருந்தன. அவன் பார்த்த பொம்மைகள் எல்லாம் எவ்வளவு ஆச்சரியமாக இருந்தன!

அமலா அக்கா! அவள்தான் எத்தனை தூரம் விலகிப்போய் விட்டாள்?.

தாமரைப் பூக்கள் நிறைந்த தடாகங்களையும், எத்தனையோ பார்த்திராத கிராமங்களையும், எத்தனையோ மைதானங்களைக் கடந்தும், முன்பின் போயிராத வழிகளில் நடந்தும் அவர்கள் ஒரு கிராமத்திற்குப் போய்ச் சேர்ந்தார்கள். அவனுடைய அப்பா வழியி லிருந்த கொல்லனுடைய கடையில் அவனுக்குத் தண்ணீர் வாங்கிக் கொடுத்தார். அவர்கள் அவனை வீட்டுக்குள் அழைத்துப் போய் ரொம்ப மரியாதையுடன் ஜமுக்காளம் விரித்து உட்காரச் சொன் னார்கள். பாலும் பழமும் மிட்டாய்களும் சாப்பிடக் கொடுத்தார்கள். எதையெதை மறக்காமல் சொல்வது?

ரயில் தண்டவாளத்தைப் பற்றிய வர்ணனையைக் கேட்டு அக்கா ஆச்சரியப்பட்டுப் போனாள். அவள் அடிக்கடி, "அப்பு, நீ அவ்வளவு பெரிய இரும்பைப் பார்த்தாயா? தந்தி போகுமல்ல? ரொம்ப நீளமாகவா இருக்கும்? ரயில் வண்டியைப் பார்த்தாயா? அது எப்படிப் போச்சு?" என்றாள்.

அப்பு ரயில் வண்டியைப் பார்க்கவில்லை. அப்பாவின் தவறினால் அது ஒன்றுதான் விட்டுப் போச்சு! நாலைந்து மணிநேரம் அங்கேயே பேசாமல் உட்கார்ந்து கொண்டிருந்தால் ரயிலைப் பார்த்திருக்கலாம். ஆனால், அப்பாதான் சம்மதிக்கவில்லையே!

நேரமாகிவிட்டதால் சர்வஜயா அவசரமாகப் பின்வாசல் கதவு வழியாகக் கூடத்துக்குள் நுழைந்தாள். மெல்லிய நூல் போன்று ஏதோ ஒன்று அவளுடைய தோளில் பட்டு அறுந்து கீழே விழுந்தது. இது கண்மூடிக் கண்விழிப்பதற்குள் நடந்துவிட்டது.

கொஞ்ச நேரத்திற்குப் பிறகு அப்பு வீட்டுக்கு வந்தான். முன் வாசலைக் கடந்து தாழ்வாரத்துக்குள் கால் வைத்ததும் அங்கேயே அசையாது நின்று கொண்டான். அவனால் தன் கண்களையே நம்ப முடியவில்லை. அடே! இதென்ன? நம் தந்திக்கம்பியை அறுத்தது யார்?

இந்த நஷ்டம் அவனை ரொம்பப் பாதித்துவிட்டது. இருந்தாலும் தன்னை ஒருவாறு சமாளித்துக் கொண்டு பார்த்தான். அங்கே தாழ்வாரத்தில் ஈரக்காலடிச் சுவடு இருப்பது தெரிந்தது. 'அம்மாவைத் தவிர வேறு யாரும் இதைச் செய்திருக்க மாட்டார்கள். அம்மாதான் இந்தத் தீங்கைச் செய்திருக்கிறாள்' என்று அவன் மனம் கூறியது.

அவன் வீட்டுக்குள்போய்ப் பார்த்தான். தாயார் கவலையின்றி, கஞ்சிப் பலாவை நறுக்கிக் கொண்டிருந்தாள். அவன் திடுக்கிட்டுப் போய் நின்று கொண்டான். நாடகத்தில் அபிமன்யுவைப்போல முன் குனிந்து குழல் போன்ற இனிமையான குரலில், "அம்மா!

நான் காடு முழுதும் அலைந்து இவைகளை எல்லாம் கொண்டு வந்து சேர்த்திருந்தேனே?" என்றான்.

சர்வஜயா அவனைப் பார்த்து ஆச்சரியத்துடன், "நீ என்ன சேர்த்திருந்தாய்? என்ன விஷயம்?" என்றாள்.

"இவைகளைக் கொண்டு வந்து சேர்ப்பதில் நான் கஷ்டப்பட வில்லையா? என் கைகால்களில் முட்கள் குத்தவில்லையா?"

"என்னடா பைத்தியம் மாதிரி உளறுகிறாய்? விஷயத்தைச் சொல்லு."

"என்னத்தைச் சொல்லட்டும்? நான் எவ்வளவோ கஷ்டப்பட்டுத் தந்தி செய்து வைத்திருந்தேன். நீ அதை அறுத்துவிட்டாய்."

"நீ ஒவ்வொரு சமயத்திலும் விசித்திரமாக ஏதாவது ஒன்று செய்து கொண்டிருப்பாய்! வழியிலே ஏதோ தொங்கிக் கொண்டி ருந்தது. தந்தியோ சிந்தியோ! அவசரமாக வரும் போது அறுந்து விட்டது. அதற்கு என்ன செய்வது?"

இதைக் கூறிவிட்டு அவள் தன் காரியத்தில் முனைந்தாள்.

ஆஹா! எத்தகைய பயங்கரமான இரக்கமற்ற தன்மை! தன் தாயார் தன்னிடம் பிரியமாயிருக்கிறாள் என்று நினைத்துக் கொண்டி ருந்தான். ஆனால், ரொம்ப நாளைக்கு முன்பே அந்தப் பிரமையி லிருந்து விடுபட்டுப் போனான். இருந்தாலும் அவனுடைய தாயார் இவ்வளவு கல்நெஞ்சுடையவளாக இருப்பாள் என்று அவன் கனவிலும் கருதியதில்லை. நேற்று முழுதும் அவன் நீலமணிராய் நிலத்திலிருந்தும், பாலித் வீட்டு மாந்தோட்டத்திலிருந்தும், பிரசன்ன குருஜி மூங்கில் புதர்களிலிருந்தும், நீள நீளமான ஊணான் கொடி களைக் கொண்டு வந்து ரயில் விளையாட்டுக்காகக் கட்டியிருந்தான். ஆனால், இப்போது.

அவன் உடனே தாயாரிடம் ரொம்ப கசப்பான, உள்ளத்தைத் தைக்கும்படியான, மனத்தை உருக்கும்படியான ஒரு சொல்லைக் கூறவேண்டும் என்று நினைத்தான். ஆனால் அவன் அப்படியே சிறிது நேரம் அங்கேயே நின்று கொண்டிருந்து விட்டு வேறு ஒன்றும் புத்திக்கு எட்டாமல் போகவே அவன் முன்னைக் காட்டிலும் தீவிரமாக, "நான் இன்று சாப்பிட மாட்டேன்! எப்போதும் சாப்பிட மாட்டேன்..." என்றான்.

"சாப்பிடாவிட்டால் போ! எனக்கா பசிக்கப்போகிறது? என்னால் தினமும் சமைக்கவே கைகால் வருவதில்லை. சாப்பிடாவிட்டால் எனக்கென்ன? பசித்தால் யார் சாப்பாடு போடுவார்களோ பார்க் கிறேன்?"

எல்லாம் ஒரு கணத்தில் நடந்து முடிந்துவிட்டது. தாயார் பலாக்கொட்டைகளைக் கழுவிக் கொண்டிருந்தாள். ஆனால், அப்பு

அங்கிருந்து மாயமாகப் போய்விட்டான். அவன் கற்பூரத்தைப் போல அணைந்து போய்விட்டான். அதே சமயத்தில் துர்கா வீட்டுக்குள் வந்து கொண்டிருந்தாள். அப்பு தன்னிடமிருந்து தப்பித்துக் கொண்டு புயல் வேகத்தில் போவதைப் பார்த்து, "அடே அப்பு! அப்படி எங்கடா போகிறாய்? என்ன நடந்தது? என்னிடம் சொல்ல மாட்டாயா?" என்றாள்.

"உங்கள் நடத்தையே ரொம்ப விசித்திரமாக இருக்கிறது. எனக்கு ஒன்றும் பிடிபடுவதில்லை. வேலை செய்கிறபோது தொந்திரவு கொடுப்பது. இவன் வழியில் எதையோ கட்டி வைத்திருக்கிறான். நான் வரும்போது பட்டு அறுந்துவிட்டது. இதற்கு என்ன செய்வது? நான் வேண்டுமென்றா அதை அறுத்தேன்? இதற்குப் பையன் கோபித்துக் கொண்டான்! மிரட்டுகிறான்! சாப்பிடமாட்டேன் என்று என்னவெல்லாமோ சொல்கிறான். சாப்பிடாவிட்டால் போ, நீங்கள் சாப்பிட்டு என்னை என்ன காப்பாற்றப் போகிறீர்கள்?" என்றாள் சர்வஜயா.

தாய்க்கும் மகனுக்கும் சண்டை வந்துவிட்டால் துர்காதான் மத்தியஸ்தம் செய்து வைப்பாள். எங்கெல்லாமோ தேடி, தொண்டை வரளக் கத்திக் கடைசியில் இரண்டு மணிக்குத் தம்பியைக் கண்டு பிடித்தாள். அவனுடைய முகம் சோர்ந்து போய்விட்டது. அவன் கவலையுடன் ராய் வீட்டுத் தோட்டத்தில் தாழ்வாக இருந்த ஒரு மாமரக் கிளையில் உட்கார்ந்து கொண்டிருந்தான்.

அன்று சாயங்காலம் யாராவது அப்புவை வந்து பார்த்திருந்தால் இந்த அப்புதான் காலையில் தாயாருடன் சீராடிக் கொண்டு வனவாசம் போனவன் என்று சொல்லமாட்டார்கள். வாசலில் ஒரு கோடியிலிருந்து மறுகோடிவரையிலும் தந்தி கட்டப்பட்டிருந்தது. அப்பு ஆச்சரியத்துடன் பார்த்தான். இதில் வேறு ஒன்றும் செய்ய வேண்டியது பாக்கி இருக்கவில்லை. இது ரயில் பாதையில் பார்த்த தந்தி போலவே இருந்தது.

அவன் சத்து வீட்டுக்குப் போய், "சத்து அண்ணா! நான் வாசலில் தந்தி போட்டிருக்கிறேன். வா, ரயில் வண்டி விளையாட்டு விளையாடலாம்" என்றான்.

"யார் தந்தி கட்டினார்கள்?"

"நான்தான் கட்டினேன். அக்கா கொடிகள் கொண்டுவந்து கொடுத்தாள்."

"நீ போய் விளையாடு. என்னால் இப்போது வரமுடியாது" என்றான் சத்து.

பெரிய பையன்களை அழைத்து விளையாடுவது முடியாத காரியம் என்பதை அப்பு கண்டுகொண்டான். அவன் பேச்சை

யார் கேட்பார்கள்? இருந்தாலும் மறுபடியும் ஒரு தடவை சத்துவிடம் போனான். நிராசையுடன் தாழ்வாரத்து ஓரத்தில் நின்றுகொண்டு, "வரமாட்டாயா சத்து அண்ணா! நான், நீ, அக்கா மூன்று பேரும் சேர்ந்து விளையாடலாம்" என்றான்.

அப்புறம் இந்த விளையாட்டுக்கு இவைகள் போதாது என்று நினைக்கிறானோ என்று எண்ணிக்கொண்டு, "நான் டிக்கட்டிற்காக எலுமிச்சை இலைகளைப் பொறுக்கிவந்து வைத்திருக்கிறேன்" என்றான். பிறகு அதைத் தெளிவுபடுத்த வேண்டி, "ஏராளமாக இருக்கிறது தெரியுமா?" என்றான்.

ஆனால், சத்து மறுபடியும் வர மறுத்துவிட்டான்! அப்பு வெளிக்கு ரொம்ப சங்கோசப் பட்டுக்கொள்வான். அவன் வேறு ஒன்றும் சொல்லாமல் வீட்டுக்கு வந்துவிட்டான். துக்கத்தால் கண்ணீர் வெளிப்பட்டது. அவ்வளவு தூரம் கூப்பிட்டும்கூடச் சத்து அண்ணா வரவில்லையே...

அடுத்தநாள் காலை அவனும் அவனுடைய அக்காளும் சேர்ந்து செங்கல்லால் ஒரு கடை கட்டி மற்ற சாமான்களைத் தேடிக்கொண்டு கிளம்பினார்கள். துர்காவுக்குக் காட்டுப் பொருள்களைப் பற்றி நன்கு தெரியும். இருவரும் சேர்ந்து ஒரு காட்டு இலையை வெற்றிலை யாகவும், ஒரு காட்டுப்பழத்தை உருளைக்கிழங்காகவும் இப்படி என்னவெல்லாமோ பொருள்களைச் சேகரித்துக் கடை வைக்க ரொம்ப நேரமாகிவிட்டது. "அக்கா! அஸ்காவுக்கு என்ன செய்வது?" என்றான் அப்பு.

"மூங்கில் புதர் இருக்கிற வழியிலே ஒரு மேடு இருக்கிறது. அங்கே பெருமணல் இருக்கிறது. அதைத்தான் அம்மா அரிசி பொரிக்க எடுத்து வருவாள்! வா, போய் அதை எடுத்து வரலாம். அசல் அஸ்கா போலவே இருக்கும்" என்றாள்.

மூங்கில் காட்டில் அஸ்கா தேடிக்கொண்டே அவர்கள் ஒற்றை யடிப் பாதை வழியாக ஒரு காட்டுக்குள் புகுந்தார்கள். அங்கு உயரமான மரங்களிருந்தன. ஒரு புரசமரத்துக் கிளைகளில் ஒரு பெரிய பச்சைக் கொடி படர்ந்திருந்தது. அதிலே செக்கச் சிவந்த உருண்டையான பழங்கள் தொங்கிக் கொண்டிருந்தன. அப்பு, துர்கா இருவர் நாவிலும் ஜலம் ஊறியது. ரொம்ப சிரமப்பட்டுக் கொஞ்சம் பழங்களுடனிருந்த கொடியைக் கீழே இழுத்தார்கள். இருவரும் ஆசையுடன் கீழே விழுந்த பழங்களைப் பொறுக்கினார்கள்.

பழுத்த பழங்கள் மூன்றுதானிருந்தன. முக்கியமாகக் கடையை அலங்கரிப்பதற்கு இந்தப் பழங்களை உபயோகப்படுத்தலாம். வாடிக்கைக்காரர்களுடைய திருஷ்டி முதலில் இதன் மேல்தான் விழும்.

ரொம்ப மும்முரமாக வியாபாரம் நடக்கத் தொடங்கியது. துர்கா ஒருத்தியே கடையிலிருந்த வெற்றிலை முழுவதையும் வாங்கிவிட்டாள். விளையாட்டு மேலும் நடந்தது. இதற்குள் முன் வாசலிலிருந்து சத்து உள்ளே வந்தான். அப்பு அவனை மிகுந்த உபசாரத்துடன் வரவேற்றான். “சத்து அண்ணா? கடை எப்படியிருக்கிறது பார்த்தாயா? இந்தப் பழம் எவ்வளவு அழகாக இருக்கிறது? நானும் அக்காவும் இதைக் கொண்டு வந்தோம். இது என்ன பழம் தெரியுமா? தெரியுமா, தெரியாதா?” என்றான்.

“இது தூதுவிளாம் பழம். எங்கள் தோட்டத்தில் ஏராளமாக இருக்கிறது” என்றான்.

சத்து வந்துவிட்டதால் அப்பு புளகாங்கிதமடைந்தான். சத்து அண்ணா அவர்கள் வீட்டுக்கு அடிக்கடி வரமாட்டான். இதைத் தவிர பெரிய பையன்கள் கோஷ்டிக்கு இவன்தான் தலைவன். அவன் வந்ததும் விளையாட்டிலிருந்த குழந்தைத்தனம் மறைந்து விட்டது.

ரொம்ப நேரம் வரையிலும் விளையாடிய பிறகு துர்கா, “அப்பா, எனக்கு ரண்டு மணு அரிசி கொடு. ரொம்ப நைசாக இருக்க வேண்டும். நாளைக்கு எங்கள் வீட்டுக்கு நிச்சய தாம்பூலத்துக்கு விருந்தினர்கள் வருவார்கள்” என்றாள்.

“எங்களுக்கும் அழைப்பு உண்டல்லவா?” என்று சத்து கேட்டான்.

துர்கா தலையை ஆட்டிக்கொண்டு, “உண்டு, உண்டு! நீங்கள் தான் பெண்வீட்டுக்காரர் ஆச்சே! நாளை காலையில் வந்து அமர்க்களமாக அழைத்து வருகிறேன். சத்து அண்ணா இன்று இரவு கொஞ்சம் சந்தனம் அரைத்து வைக்கும்படி ராணியிடம் சொல்லு. நாளை காலையில் வந்து வாங்கிக் கொள்கிறேன்” என்றாள்.

துர்கா இதைக் கூறி முடிப்பதற்குள் சத்து கடையில் விற்பதற்கு வைக்கப்பட்டிருந்த ஒரு சாமானைத் தூக்கிக்கொண்டு வாசல் பக்கம் ஓடினான். உடனே அப்பு, “அடி அக்கா! எடுத்துக்கொண்டு ஓடிவிட்டான்” என்று கூறிக்கொண்டே தன் இனிமையான குரலில் கூச்சலிட்டுக் கொண்டே பின்னால் ஓடினான்.

துர்கா விஷயத்தை நன்கு தெரிந்து கொள்ளுமுன் சத்துவும் அப்புவும் கதவுக்கு வெளியே ஓடிவிட்டார்கள். துர்கா கடையைப் பார்த்தாள். அந்த மூன்று பழங்களில் ஒன்றைக்கூடக் காணோம்.

துர்காவும் வெளியில் ஓடிவந்து பார்த்தாள். சத்து காட்டுக்குப் போகும் வழியில் ஓடிக்கொண்டிருந்தான். அவனுக்குப் பின்னால் அப்புவும் ஓடிக்கொண்டிருந்தான்! அப்புவைவிட மூன்று நான்கு வருஷம் அதிகமானவன் சத்து. அதோடு அவன் அப்புவைப் போல

ஒற்றைநாடிப் பையனல்ல. அவனுடைய கையும் காலும் ரொம்ப உறுதியாக இருந்தன. ஆகையால் அவனுடைய ஓட்டத்தை அப்பு பிடிக்க முடியவில்லை. இருந்தாலும், மிக அருகில் போய்விட்டான். இதற்கு ஒரேயொரு காரணம், பிறர் பொருளை எடுத்துக்கொண்டு சத்து ஓடிக் கொண்டிருந்தான். அப்பு அதை மீட்பதற்குப் பின் தொடர்ந்து கொண்டிருந்தான்.

சத்து ஓட ஓடக் கீழே குனிந்துவிட்டுப் பின்னால் திரும்பியதை யும் அப்பு திடீரென நின்றுகொண்டதையும் துர்கா பார்த்தாள். இதற்குள் புரசமரத்துப் பக்கம் சத்து மறைந்துவிட்டான்.

துர்கா, அப்பு அருகில் ஓடிப்போய்ச் சேர்ந்தாள். அப்பு கண்களை மூடிக்கொண்டு முன்பக்கம் குனிந்தபடி கண்களைத் தேய்த்துக் கொண்டிருந்தான்.

"அப்பு, என்னடா?" என்று துர்கா கேட்டாள்.

அப்பு நன்றாகக் கண்களைத் திறக்க முடியாமல் மூடி மூடி விழித்துக்கொண்டு கீழே குனிந்தபடி, "சத்து அண்ணா, கண்ணில் மண்ணைப் போட்டுவிட்டான். எனக்கு ஒன்றும் தெரியவில்லை" என்றான்.

துர்கா உடனே அவனுடைய கையைப் பிடித்து இழுத்துக் கொண்டு, "எங்கே பார்க்கிறேன்! அப்படிக் கண்ணை தேய்க்காதே!" என்றாள்.

அப்பு கையை விடுவித்துக்கொண்டு கண்களைக் காட்டி, வியாகூலத்துடன், "அக்கா! அக்கா! கண் வலிக்குது! கண் குருடாகி விடுமா?" என்றான்.

"சும்மா விடுடா! அப்படிக் கண்ணைத் தேய்க்காதே! கையை எடுத்துக்கொள்!"

துர்கா முந்தானைத் தலைப்பைச் சுருட்டி வாயில் வைத்து ஊதி அவன் கண்களுக்கு ஒத்தடம் கொடுத்தாள். கொஞ்ச நேரம் அப்படிச் செய்தவுடன் அப்பு கண்களை விழிக்கத் தொடங்கினான். துர்கா, கண்ணின்மேல் இமையைத் தூக்கிப் பலமுறை ஊதினாள். "இப்போது நன்றாகத் தெரிகிறதல்ல? சரி, வீட்டுக்குப் போ, நான் அவர்கள் வீட்டுக்குப்போய் அவனுடைய அம்மாவிடமும் அக்கா விடமும் எல்லா விஷயத்தையும் சொல்லிவிட்டு வருகிறேன். ராணியிடமும் சொல்லுகிறேன். குறும்புக்காரச் சனியன், நீ போ! நான் இப்போதே வந்துவிடுகிறேன்" என்றாள்.

ராணி வீட்டுப் பின்பக்கத்துக் கதவுவரையிலும் போய் விட்டாள். ஆனால், உள்ளே போகத் துணிவு உண்டாகவில்லை. அந்த விதவையைக் கண்டால் அவளுக்குப் பயம். சிறிது நேரம் வரையிலும் கதவுக்குப் பக்கத்தில் நின்று கொண்டிருந்து விட்டுத் திரும்பிவிட்டாள்.

 நற்றிணை பதிப்பகம் ✱ 111

தன் வீட்டு முன்வாசல் கதவு வழியாகத் துர்கா வந்தாள். அப்பு வலப்புறத்துக் கதவைக் கொஞ்சம் மூடிவிட்டு அதன் மறைவில் நின்றுகொண்டு சத்தமின்றி அழுது கொண்டிருந்தான். அப்பு அனாவசியமாக அழக்கூடியவனல்ல. கோபமடைவான். ஆவேச மடைவான். ஆனால், அழமாட்டான். அவனுக்கு ரொம்ப வலிக்கும் போலிருக்கிறது என்று துர்கா எண்ணிக் கொண்டாள். அவன் கண்ணில் மண்ணைத் தூவி அவமானப்படுத்தி விட்டானே! ஆகையால், அப்புவினால் அழாமலிருக்க முடியவில்லை.

அவள் தம்பியின் கையைப் பிடித்துக்கொண்டு அவனுக்கு ஆறுதல் கூறிக்கொண்டு, “அப்பு! அழாதடா! வா என் சோழிகளைக் கொடுக்கிறேன். ஏண்டா... கால் வலிக்கிறதா? எங்கே பார்க்கிறேன். சொக்காயைக் கிழித்துவிட்டாயா?” என்றாள்.

மத்தியானம் சாப்பிட்ட பிறகு அப்பு எங்கும் வெளியில் போக மாட்டான். வீட்டிலேயே தானிருப்பான். ரொம்பக் காலத்துக்கு முன் கட்டப்பட்ட பழைய வீடு, வீட்டுச் சாமான்கள், மரப்பெட்டிகூட பழசுதான். பழுப்பு நிறப் பிரம்புப் பெட்டியும் ஒன்றிருந்தது. அது தாத்தாவுடைய பிரம்புப் பெட்டி. இது பெரிய பிரம்புகளால் பின்னப்பட்டிருந்தது. ஈச்சமரத்துக் கிளைகள் வீட்டுக்குள் எட்டிப் பார்த்துக் கொண்டிருந்தது. இப்போது இடிந்துபோய்க் காடாகக் கிடக்கும் இடம் ஒரு காலத்தில் வரவேற்பறையாக இருந்தது. எத்தனையோ பெயர்கள், எத்தனையோ சிறுவர் சிறுமியர்கள் இங்கு குதித்து விளையாடிக் கொண்டிருந்திருக்க வேண்டும்! இப்போது அவர்களெல்லோரும் நிழல்போல மறைந்துவிட்டார்கள். எவ்வளவோ காலம் கடந்துவிட்டது!

அவன் வீட்டில் தனியாக இருக்கும்போது, அவனுடைய அம்மா தண்ணீர் கொண்டுவர துறைக்குப் போன பிறகு, இந்த மரப் பெட்டியையும் பிரம்புப் பெட்டியையும் திறந்து, அதற்குள் என்ன இருக்கிறது என்று பார்க்கவேண்டுமென்று அவன் மனம் அவாவுறும். அறையில் ரொம்ப உயரமான பிறையில் பனை ஓலைச் சுவடிகள் நிறைய இருந்தன. அவனுடைய தாத்தா ராமச்சந்திர தர்க்காலங் காருடையது என்று அவனுடைய அப்பா சொல்லக் கேட்டிருக்கிறான். அவைகளைக் கையாலெடுத்துப் பார்க்கவேண்டுமென்று மிகுந்த ஆவலுடையவனாக இருந்தான். அவன் சில நாட்களில் காட்டுப் பக்கம் திறந்திருக்கும் ஜன்னலோரமாக உட்கார்ந்து கொண்டு மகாபாரதம் படித்துக் கொண்டிருப்பான். இப்போது அவனால் நன்கு படிக்க முடியும். முன்போல இப்போது பிறரிடம் கேட்க வேண்டியதில்லை. அவனே இப்போது படித்துக் கொள்கிறான். மகாபாரதம் நன்றாகவே புரிகிறது. அவன் படிப்பில் ரொம்பக் கெட்டிக்காரனாக இருந்தான். அவனுடைய அப்பா அவனைக்

கங்கூலி வீட்டுக்கு அழைத்துப் போவார். அங்கு பலர் பேசிக் கொண்டிருப்பதுண்டு. அப்போது அவன் கையில் ராமாயணத்தையோ மகாபாரதத்தையோ கொடுத்து, "இதைக் கொஞ்சம் படி!" என்பார்கள்.

பெரியவர்கள் படிப்பதைக் கேட்டுப் புகழ்வார்கள். "என் பேரப்பிள்ளையைப் பார்? உன் மகனுடைய வயதுதானிருக்கும். இரண்டு முதல் புத்தகத்தைக் கிழித்தெறிந்துவிட்டான். சொன்னால் கூட நம்பமாட்டீர்கள். இன்னும் எழுத்துக்களே நன்றாகத் தெரிந்து கொள்ளவில்லை. அப்பனும் போய்விட்டான். நான் உயிரோடிருக்கும் வரையிலும் கொண்டாட்டம்தான். நான் கண்ணை மூடினால் ஏர்பிடிக்க வேண்டியதுதான்" என்று தீனநாத் சட்டர்ஜி கூறுவார்.

இதைக் கேட்டு ஹரிஹரன் மிகுந்த கர்வமடைவான். 'உங்களுக் கெல்லாம் வித்தை வா என்றால் எப்படி வரும்? வாழ்க்கை முழுதும் வட்டி வாங்கிச் சாப்பிட்டுக் கொண்டிருக்கிறீர்கள். ஏழையாக இருந்தால்தான் என்ன? பண்டிதர்களுடைய வம்சமாக்கும்! அப்பா வீணாகவா அத்தனை பனை ஓலைச் சுவடிகளைச் சேகரித்து வைத்திருக்கிறார். அவைகள், குடும்பத்தில் பரம்பரையாக வருவது' என்று மனதிற்குள் சொல்லிக் கொள்வான்.

அவர்களுடைய வீட்டிலிருந்து கொஞ்ச தூரத்துக்கு அப்பால் வீட்டுச் சுவர்களிருக்கின்றன. சுவர் இருக்கும் பக்கம் செடி கொடிகள் நிறைய வளர்ந்திருந்தன. ஜன்னல் வழியாகப் பார்த்தால் மரக்கிளைகளின் உச்சி காற்றுக்கு அசைந்தாடுவது கடல் அலை எழுவது போலிருக்கும். எத்தனை விதமான கொடிகள் மரங்களைச் சுற்றிக் கொண்டிருக்கின்றன. நெடு நாளான மூங்கில்கள் காட்டு மரங்கள் மீது மூங்கில் புதரிலிருந்து சாய்ந்து கிடந்தன. அவைகளுக்கடியில் மயில்கள் ஆடிக்கொண்டிருக்கும்.

பெரிய மரங்கள் ஒன்றோடொன்று பிணைந்து சூரிய வெளிச்சம் தரையில் படாமல் மறைத்துக் கொண்டிருக்கும். இந்த வாழ்க்கைப் போராட்டத்தில் தோல்வி அடைந்த செடிகளின் இலைகள் பழுப்படைந்துவிடும். கிளைகள் பலவீனமடைந்து விடும். இப்படிப் பலவீனமடைந்த செடிகள்மீது குளிர்காலத்தில் சூரிய வெளிச்சம் பட்டு அவைகள் பூத்துக் குலுங்கும். இயற்கையும் தன் அழகின் ரகசியத்தைக் கொஞ்சம் கொஞ்சமாக மாற்றிக் கொண்டே போகும்.

அவர்களுடைய வீட்டிலிருந்தே காடு ஆரம்பமாகிறது. அந்தப் பக்கத்தில்தான் பண்டகசாலை மைதானமிருக்கிறது. இந்தக் காடு நீண்டு ஆற்றங்கரைவரை போய்ச் சேருகிறது. அப்புவுக்கு இந்தக் காடு எல்லையற்றதாகத் தெரிந்தது. அவன் தன் அக்காளுடன் இந்தக் காட்டுக்குள் வெகுதூரம் வரையிலும் சுற்றியிருக்கிறான். ஆனால், காட்டின் கங்கு கரையை அவன் கண்டதில்லை. இச்சி

மரத்துக்கடியில் செல்லும் பாதை தெரிகிறது. அங்கொரு மரத்தில் கொத்துக் கொத்தாகப் பழங்கள் தொங்குகின்றன. பெரிய பெரிய ஊணான் கொடிகள் மரத்தைச் சுற்றிக் கொண்டிருக்கின்றன. காட்டு வழியாகப் போகும் ஒரு பாதை ஒரு மாந்தோட்டத்தில் போய் முடிகிறது. அப்புறமும் அந்தப் பாதை நீண்டு போகிறது. பல புதர்களைக் கடந்து இந்தப் பாதை எங்கே போகிறதோ!

இந்தக் காட்டின் பசுமை அவன் மனத்திலும் அவனுடைய அக்காள் மனத்திலும் நிறைந்திருந்தது. அவன் பிறந்ததிலிருந்து இந்தக் காட்டை அறிவான். ஒவ்வொரு காயும் கனியும் அவனுடைய தாகமெடுத்துள்ள இதயத்திலே எத்தனையோ ரசங்களைப் பெய்திருக் கிறது. மழைக் காலத்திலே மலர்ந்துள்ள மரங்களிலும் செடிகளிலும் தேனீக்கள் வட்டமிட்டுக் கொண்டிருக்கும். சூரிய அஸ்தமன வேளை களில் உச்சாணிக் கிளைகளில் அணில்கள் மெதுவாக விளையாடிக் கொண்டிருக்கும். பழங்களும் மலர்களும் நிறைந்த காட்டின் ஓரத்திலே ஏதாவது ஒரு பறவை தனியாக உட்கார்ந்து கொண்டிருக்கும். அப்போது அவன் உள்ளத்தில் எழும் உணர்ச்சிகளை எழுத்தில் வடிக்க முடியாது. அது கனவு போலிருக்கும். மயக்குவது போலி ருக்கும். நாலா திசைகளிலும் பட்சிகள் கலகலவென்று கீதமிசைத்துக் கொண்டிருக்கும். மலர்களின்மீது மெதுவாக மழைத் துளி விழுந்து கொண்டிருக்கும். சூரிய அஸ்தமன வேளையின் கிரணங்கள் மேலும் இருளைப் பெய்துவிடும்.

இந்தக் காட்டில் ஒரு இடத்தில் வறண்டுபோன குளமிருந்தது. அதன் கரையிலே இடிந்துபோன ஒரு கோவில் இருந்தது. இன்று பஞ்சானந்து கிராம தேவதையாக இருப்பதுபோல அந்தக் காலத்தில் இந்த விசாலாட்சிதேவி கிராம தேவதையாக இருந்தது.

மஜும்தார் குடும்பத்தினரால் அந்தக் கோவில் கட்டப்பட்டது. எந்தக் காரியத்தில் வெற்றி அடைந்து அவர்கள் தேவிக்கு நரபலி கொடுத்தார்களோ தெரியவில்லை. அதனால், தேவி கோபமடைந்து, “நான் கோவிலை விட்டுப் போகிறேன். நான் திரும்பி வர மாட்டேன்” என்று கனவில் தோன்றி கூறிவிட்டதாம்.

இது ரொம்பப் பழைய கதை. விசாலாட்சி தேவிக்குப் பூஜை நடந்ததைப் பார்த்தவர்கள் யாரும் இன்று உயிருடன் இல்லை. கோவில் இடிந்து கிடந்தது. எதிரிலுள்ள குளமும் வறண்டுபோய் அந்த இடம் பள்ளமாக இருந்தது. நாற்புறமும் புதர்கள் வளர்ந் திருந்தன. இங்கு மஜும்தார் குடும்பத்திலும் பெயர் சொல்லப் பிள்ளை கிடையாது.

சுவரூப சக்கரவர்த்தி வெகுநாளைக்கு முன் வேறு ஏதோ கிராமத்துக்குப் போய் விருந்து சாப்பிட்டுவிட்டுத் திரும்பி வந்தாராம். மாலை வேளையில் ஆற்றைக் கடந்து மேலே வந்து பார்த்தாராம்.

வழியில் ஓர் அழகான பெண் நின்று கொண்டிருந்தாளாம். இந்த இடம் ஊரைவிட்டு ரொம்பத் தூரத்திலிருந்தது. மாலை வேளை கடந்துவிட்டது. எங்கும் யாரையும் காணோம். இம்மாதிரி சமயத்தில் யாருமற்ற காட்டோரத்தில் பதினாறு வயது சுந்தரியைப் பார்த்து சுவரூப சக்கரவர்த்தி ஆச்சரியமடைந்து விட்டாராம்.

அவர் பேச்செடுக்குமுன் அந்தக் கன்னி இனிமையாக, "நான் இந்தக் கிராமத்தின் விசாலாட்சி தேவி. கிராமத்தில் விரைவில் காலரா பரவப்போகிறது. சதுர்த்தசி இரவில் பஞ்சானந்து பலி பீடத்திலே நூற்றியெட்டுப் பூசனிக்காயைப் பலி கொடுக்கச் சொல்லு" என்று கூறினாள்.

சுவரூப சக்கரவர்த்தி திகைத்துப்போய் நின்று கொண்டிருந்தார். பேசி முடிக்கும் முன்பே நாற்புறமும் பரவியிருந்த மூடுபனியிலே மறைந்துவிட்டாள். அந்தச் சம்பவம் நடந்த சில நாட்களுக்குள் உண்மையாகவே கிராமத்தில் பயங்கரமான காலரா நோய் ஏற்பட்டதாம்.

அவன் இந்த விஷயத்தை எத்தனையோ முறை கேட்டிருக்கிறான். காட்டருகே நின்றுகொண்டிருந்தால் அவனுக்கு விசாலாட்சி தேவியின் ஞாபகம் வந்துவிடும். தேவியை ஒருமுறைகூடச் சந்திக்க முடியாதா? அவன் காட்டோரத்தில் மரத்தில் படர்ந்திருக்கின்ற கொடியை அறுத்துக் கொண்டிருக்கிறான். இதற்குள் தேவி பிரசன்னமாகட்டுமே...

பார்ப்பதற்கு ரொம்ப அழகானவள். சிவப்புக் கரைபோட்ட சேலையை அணிந்திருக்கிறாள். கையிலும் கழுத்திலும் துர்கா தேவியைப் போல மாலையணிந்திருக்கிறாள். கங்கணம் பூண்டிருக்கிறாள்.

"நீ யார்?"

"நான்தான் அப்பு!"

"நீ ரொம்ப நல்ல பையன். என்ன வரம் வேண்டும் கேள்!"

இதை யோசித்தபடியே அவன் விரிப்பில்போய்ப் படுத்துக் கொள்கிறான். எத்தனையோ மரம் செடி கொடிகளைத் தாலாட்டி விட்டு இனிமையான மணத்துடன் தென்றல் வீசுகிறது. சரியான மத்தியான வேளை. வெகுதூரத்தில் ஏதோ ஒரு பெரிய மரத்தின் உச்சாணிக் கிளையில் ஒரு கழுகு உட்கார்ந்து கத்திக்கொண்டிருக்கிறது. இந்தச் சின்னஞ்சிறிய கிராமத்தின் கடந்தகால நிகழ்கால சுக துக்கங்களைப் பற்றிச் சொல்லிக் கொண்டிருக்கிறதா? அல்லது கோடைக் கால மத்தியான வெப்பத்திலே வனப் பாதையில் வழி தவறிய வழிப்போக்கன் தெய்வத்திடம் முறையிடும் முறையீடா?

தூக்கம் அவனது கண்களை எப்போது கௌவிக் கொள்கிறது என்பது அவனுக்கே தெரியாது. ஆனால், கண்விழித்துப் பார்க்கும் போது நேரமாகிவிட்டது தெரியும். காட்டுக்கு வெளியிலும் காட்டிலும் இருள் கவிந்து கொண்டிருப்பதையும் மூங்கில்களின் உச்சியில் இன்னும் செங்கிரணங்கள் மின்னிக் கொண்டிருப்பதையும் பார்ப்பான்.

தினமும் இந்நேரத்தில் இவ்விதம் மங்கிய வெளிச்சமுள்ள மாலைவேளையில் சந்தடியற்ற காட்டைப் பார்க்கும்போது அவன் மனத்திலே அற்புதமான விஷயங்கள் எல்லாம் தோன்றும். அவனது உள்ளம் இனம் புரியாத ஆனந்தத்திலே துள்ளும். இதற்கு முன் இம்மாதிரி மரம் செடி கொடிகளின் இனிய மணத்தைச் சுமந்து கொண்டு காற்று வீசியதில்லை போல் தோன்றும். இதற்கு முன் அனுபவித்த ஆனந்தத்தின் ஞாபகம் வரும். அதோடு இப்போதுடையும் ஆனந்தத்துடன் எதிர்கால இன்பத்தையும் நினைவுபடுத்திக் கொள்வான். ஏதோ ஒன்று நடக்கப் போகிறது என்று எண்ணிக் கொள்வான். இந்நாள் வீணாகப் போகக்கூடாது. இதன் முடிவில் ஏதோ ஒரு பெரிய இன்பம் அவனுக்காகக் காத்துக் கொண்டிருப்பது போல எண்ணிக் கொள்வான்.

நெருங்கிய தோழனான மாலைப்பொழுதும் பரிபூரண ஆனந்தம் நிறைந்த காடும் எத்தனையோ இன்பக் கனவுகளை எழுப்பியிருக்கிறது. வானுற ஓங்கி வளர்ந்திருக்கும் மூங்கில்கள், ஒரு வீரனின் உதார குணத்தைப் பயன்படுத்திக் கொண்டு யாரோ ஒரு யாசகன் கவச குண்டலத்தைப் பெற கை நீட்டி யாசித்துக் கொண்டிருப்பதைப் போலிருக்கும். மாவு கலந்த தண்ணீரைக் குடித்துவிட்டு எவனோ ஒரு ஏழைப் பையன் தன் தோழர்களுடன் சென்று, "நான் பால் குடித்தேன்! நான் பால் குடித்தேன்!" என்று உல்லாசமாக நர்த்தன மிடுவது போலிருக்கும். அந்த இடிந்துபோன வீட்டுக்கெதிரிலிருக்கும் வில்வ மரத்தடியில்தான் பிதாமகர் வீர பீஷ்மருக்கு அர்ச்சுனன் சரகூடமிட்டுக் கொடுத்தான் என்று நினைத்துக் கொள்வான். தசரதன் தன் இளமைக் காலத்தில் வேட்டைக்குச் சென்றிருந்தபோது மிருகம் நீர் குடிக்கிறது என்று தவறாகக் கருதி சரயூ நதிக்கரையிலே ஓர் ஏழைப் பிராமணச் சிறுவனைக் கொன்ற இடம் எது தெரியுமா? ராணி அக்கா தோட்டத்திலே பெரிய நாவல் மரத்தடியில் இருக்கிற பள்ளத்தில்தான் அது நடந்தது.

அவனுடைய வீட்டில் ஒரு பழைய புத்தகம் இருந்தது. காகிதங்கள் பழுப்பேறியிருந்தன. புத்தகத்தில் பாதிபாகம் கிழிந்து போயிருந்தது. புத்தகத்தின் பெயர் 'வீரர்ங்கனாகாவ்ய'; ஆசிரியர் பெயர் தெரியவில்லை. முதல் பக்கம் கிழிந்து போயிருந்தது. புத்தகம் அவனுக்கு மிகவும் பிடிக்கும். அதிலே இம்மாதிரி அவன் படிப்பான்.

"நான் அருகில் ஓர் ஏரியைப் பார்த்தேன். அந்த ஏரிக்கரையிலே ஒரு ராஜகுமாரன் குப்புறவிழுந்து கிடந்தான். அவனுடைய கால்கள் முறிந்து போயிருந்தன. அதைப் பார்த்து நான் அழுதேன்! ஐயோ! கடவுளே! இந்தத் துர்க்கனவை எனக்கேன் காட்டினாய்?"

சண்டி தேவியின் விரதத்தின்போது அவன் அம்மாவுடன் வடபுற மைதானத்தில் இருக்கும் அந்த வறண்டுபோன குளத்திற்கு வன போஜனத்திற்காகப் போவான். ஆனால், அந்தக் குளம் மகாபாரதத்தில் வரும் துவைபாயன் ஏரி என்பது யாருக்கும் தெரியாது. அந்த அமைதியான மைதானத்தில் குளத்தின் நடுவே ஒரு வீரன் கால் முறிந்து கிடக்கிறான். ஒருவர் கண்ணிலும் அவன் படுவதில்லை. யாரும் அவனைத் தேடுவதும் இல்லை.

வடபக்கத்து மைதானத்திலுள்ள வாழைத் தோட்டத்திலிருந்தும் கத்திரித் தோட்டத்திலிருந்தும் குடியானவர்கள் வருகிறார்கள். எங்கும் அமைதி நிறைந்திருக்கிறது. சோனா டாங்கா மைதானத்துக்கு அப்பாலிருந்து சந்திரனில்லாத இரவின் இருள் மெல்ல மெல்லப் பரவிவருகிறது. ஆயிரக்கணக்கான வருஷங்களுக்கு முன் துணை யின்றி வேதனையால் சூழப்பட்ட ஒரு ராஜகுமாரனிடம் இந்த ஏழைப் பாலகனுக்கு அனுதாபம் உண்டாகிறது. அந்த ஊர் பேர் தெரியாத ஆசிரியருடைய புத்தகத்தைப் படிக்கும் போதெல்லாம் இந்தப் பையனுடைய கண்கள் நனைந்துவிடுகின்றன.

அவனுடைய அப்பா வீட்டிலில்லை. அவர் வீட்டிலிருந்தால் அவன் அறைக்குள் அடைப்பட்டுப்போய்ப் பாடங்களைப் படிக்க வேண்டியிருக்கும். பொழுது போனால்கூட அவனுக்கு விடுதலை கிடைக்காது. அவனுடைய மனம் பொறுமையிழந்து விடுகிறது. எவ்வளவு நேரம்தான் உட்கார்ந்து படித்துக் கொண்டிருப்பது? அவன் விளையாட வேண்டாமா? இனி நேரமெங்கேயிருக்கிறது? அப்பாமீது ரொம்பக் கோபம் உண்டாகிறது.

திடீரென வேண்டா வெறுப்பாக விடுதலை கிடைக்கிறது. அவன் அவசரமாகப் புத்தகத்தை மூடிவைத்துவிட்டு இருள் நிறைந்த தாழ்வாரத்திற்குப் போய் உல்லாசமாகக் குதிக்கிறான்.

மாலை நேரம்தான் அபூர்வமாக, அற்புதமாக இருக்கிறது. மரங்களின் குளிர்ந்த நிழலுக்கடியில் விளையாடலாம். காட்டுக் குள்ளிருந்து உல்லாசமாகத் தென்றல் வருகிறது. பெரியப்பாவின் இடிந்த வீட்டுக் காட்டுக்குள்ளிருக்கும் வேப்பமரத்தின் உச்சியில் பொன் முலாம் பூசப்பட்டிருக்கும். பாதாம் நிறமுள்ள பறவைகள் புதரிலிருந்து பறந்து போகின்றன. புது மண்ணின் வாசனை வீசுகிறது. குழந்தைகள் உற்சாகமாகக் குதித்துக் கும்மாளமிடுகின்றனர். இந்த ஆனந்தம் எப்படிப்பட்டது என்பதை அவனால் பிறருக்கு எப்படி

உணர்த்த முடியும்? இந்த ஆனந்தம் ஊமை கண்ட கனவு போலத் தான்.

மாலை நேரத்திற்குப் பிறகு சர்வஜயா சமையல் செய்து கொண்டிருந்தாள். அப்பு எதிரில் கூடத்தில் பாய் விரித்து உட்கார்ந்து கொண்டிருந்தான். ரொம்ப இருளாக இருந்தது. சில் வண்டுகள் ஒலித்துக்கொண்டிருந்தன.

"துர்கா பூஜைக்கு இன்னும் எத்தனை நாளிருக்குதம்மா!" என்று அப்பு கேட்டான்.

காளான் நறுக்கிக்கொண்டிருந்த துர்கா, "இன்னும் இருபத்தி யொரு நாளிருக்குதல்ல அம்மா?" என்றாள்.

அவள் சரியாகத்தான் கூறினாள். அப்பா ஊருக்கு வந்து விடுவார். அப்புவுக்கும் அம்மாவுக்கும் தனக்கும் விளையாட்டுப் பொம்மைகள், துணிகள், தின்பண்டங்கள் எல்லாம் வாங்கி வருவார்.

இப்போது அவள் பெரியவளாகிவிட்டாள். ஆகையால், அம்மா அவளை அடுத்த தெருவுக்குப்போய் விருந்து சாப்பிட அனுமதிப்ப தில்லை. இப்போது அவள் நல்ல பதார்த்தங்களின் சுவைகளைக்கூட மறந்துவிட்டாள். சந்திரன் மலர்ந்துள்ள இரவில், ஊடையும் பாவும் போல ஒளியும் நிழலும் பின்னிக் கிடக்கின்ற மூங்கில் இலைக் காட்டு வழிகளில் அவள் முன்போலத் தெருவுக்குத் தெரு ஓடிப்போய் லக்ஷ்மி பூஜையின்போது முந்தானை நிறைய அவல் பொரி கடலை வாங்கி வருவதில்லை. வீட்டுக்கு வீடு சங்கு முழங்கும். தெருவெல்லாம் ஏதாவது வீட்டிலிருந்து பூஜைத்தட்டு வரலாம். அவளும் பலகாரங்கள் கொண்டு வருவாள். அவளுடைய அம்மா அதையே இரண்டு நாளைக்கு காலை ஆகாரமாகக் கொடுப்பாள். அவளும் சாப்பிடு வாள். ஆனால், அந்தத் தடவை முகர்ஜி வீட்டு விதவை, "பெரிய குடும்பத்தைச் சேர்ந்த பெண். அவள் கீழ்ச்சாதிக்காரர்களைப் போல வீட்டுக்கு வீடு அவல் பொரி கடலைக்கு அலையலாமா? இது நன்றாக இல்லை. இனி அவளை இப்படி அனுப்பக்கூடாது!" என்று துர்காவின் தாயாரிடம் சொன்னாள்.

அதிலிருந்து அவள் போவதில்லை.

"சீட்டு விளையாடலாமா?" என்று துர்கா கேட்டாள்.

"சரி, அந்த வீட்டிலிருந்து சீட்டுக்கட்டை எடுத்து வா"

துர்கா ஏதோ ஆபத்தில் சிக்கிக் கொண்டவளைப் போல அப்புவைப் பார்த்தாள். அப்பு சிரித்துக்கொண்டு, "வா நானும் வருகிறேன்" என்றான்.

"இங்குதான் இப்படிப் பயந்து கொள்வாய். ஆனால், நாள் முழுதும் ஒரு காடு விடாமல் சுற்றிக்கொண்டிருப்பாள்! அப்போது இந்தப் பயம் எங்கே போய்விடுகிறது? இரவில் இந்த அறையிலிருந்து

அந்த அறைக்குப் போக வேண்டுமென்றால் பயந்து நடுங்கிச் சாகிறாளே" என்றாள் சர்வஜயா.

அப்பு, தான் போயிருந்த ஊரிலிருந்து இந்தச் சீட்டுக்கட்டைக் கொண்டு வந்திருந்தான். இன்னும் அவனுக்கு சீட்டுகளின் பெயர்கள் நன்கு தெரியாது. அடிக்கடி அவனுடைய கைச்சீட்டுக்களை எதிராக விளையாடும் தாயாரிடம் காட்டி, 'இதென்ன? அதென்ன?' என்று கேட்பான்.

துர்கா இன்று மிக்க மகிழ்ச்சியுடனிருந்தாள். இரவில் அநேக மாகச் சமைக்கமாட்டார்கள். மத்தியானம் சமைத்ததையே மீதி வைத்துக்கொள்வார்கள். இன்று சாதம் ஆகிறது. காய்கறிகள் தயாரா கின்றன. இதுதான் அவளுடைய சந்தோஷத்திற்குக் காரணம். இன்று ஏதோ பண்டிகை போலிருக்கிறது! "அம்மா, சீட்டாடும்போது நீ ஒரு கதை சொல்லம்மா!" என்றாள்.

திடீரென அவன் தாயின் மடியில் தலைவைத்துப் படுத்துக் கொண்டான். தாயாரின் முகத்தைப் பிடித்துக்கொண்டு, "அம்மா ஒரு பாட்டு சொல்லம்மா!" என்றான்.

"விளையாடும்போது பாட்டு சொன்னால் விளையாடுவது எப்படி? மேலே எழு!" என்றாள் துர்கா

"உனக்கு இந்தக் காய் எங்கே கிடைத்தது?" என்று சர்வஜயா கேட்டாள்.

"குசாயிகளின் பெரிய தோட்டமிருக்கிறதல்ல? அங்கே ராணிப் பசுவைத் தேடிக்கொண்டு உன்னோடு ஒரு தடவை அங்கு போயிருந் தேனல்ல அப்பு? அங்கு ஏராளமாகப் பூக்கள் பூத்திருந்தன. பெரிய காடுதானே! அதனால் யாருக்கும் தெரியவில்லை. தெரிந்திருந்தால் பறித்துக்கொண்டு போயிருப்பார்கள்.

"நீ அங்கு போயிருந்தாயா? அது அடர்ந்த காடல்லவா?" என்றான் அப்பு.

சர்வஜயா அன்புடன் பையனையே பார்த்துக் கொண்டிருந்தாள். 'நிலவே நிலவே வா வா! வந்து எங்கள் கண்ணுக்கு ஒரு டீக்கா கொடுத்துவிட்டுப் போ' என்பாள். அப்பு பொம்மைபோலக் கைகளை ஆட்டிக்கொண்டு சந்திரனுக்கு டீக்கா கொடுக்க இடுப்பிலிருந்து முன் குனிவான். அதே அப்புதான் இன்று சீட்டு விளையாட உட்கார்ந்து கொண்டிருக்கிறான். அவளுக்கு இந்தக் காட்சி அபூர்வ மாக இருந்தது. அப்பு நன்றாக விளையாடா விட்டாலும் அப்புவிடம் நல்ல சீட்டு வராவிட்டாலும் தாயார் எதிர்க்கட்சியிலிருந்தால் கூட துக்கப்படுவான்.

"இன்று என்ன நடந்தது தெரியுமா அம்மா?" என்று துர்கா கேட்டாள்.

 நற்றிணை பதிப்பகம் ★ 119

“நீ சொன்னாயானால் உன்னிடம் காய் விட்டுவிடுவேன். எங்கே சொல்லித்தான் பாரேன்” என்றான் அப்பு.

“காய்விட்டால் விட்டுவிட்டுப் போ. இவனுக்கு அபினிச் செடிகூடத் தெரியவில்லை. ராஜி வீட்டில் அபினியைக் காய வைத்துக்கொண்டிருந்தார்கள். இவன் அதைப் பார்த்துவிட்டு, ‘ராஜி அக்கா! இதென்ன?’ என்றான். ‘இது அதிமதுரம். சாப்பிட்டுப் பார்’ என்று ராஜி சொன்னாள். அபினி என்று தெரியாமல் சாப்பிட்டுப் பார்த்தான். இவன் சுத்த முட்டாள்.”

அக்காளுடன் காய்விடுவதாகச் சொல்லியிருந்தானல்லவா? ஆனால் அவன் காய்விடப் போவதில்லை. சத்து அன்றைக்குப் பழங்களைத் தூக்கிக்கொண்டு ஓடிவிட்டானல்லவா? அன்று மாலை யிலேயே துர்கா எங்கோ போய் அந்தச் சிவப்புப் பழங்களை முந்தானை நிறையக் கட்டிக்கொண்டு வந்தாள். “காலையில் இதற்குத் தானே அப்படி அழுதாய்?” என்றாள்.

அப்போது அவனுக்கு உண்மையாகவே ரொம்ப சந்தோஷ முண்டாயிற்று. அந்தச் சந்தோஷம் பழங்களை அடைந்ததாலா அல்லது அக்காளுடைய அழகிய சிரித்த முகத்தைப் பார்த்ததாலா என்பது அவனுக்குத் தெரியாது.

“அப்பு, துருப்புச் சீட்டு விளையாட்டு நன்றாகப் பார்த்து ஆடவேண்டும்.”

துர்கா உற்சாகத்துடன் தன் சீட்டுகளை எடுத்து வரிசையாக அடுக்கத் தொடங்கினாள்.

“அக்கா! இதென்ன பூவின் வாசனை?”

“பெரியப்பா வீட்டிற்குப் பின்னால் ஒரு மரமிருக்கிறதல்ல, இது அந்த மரத்தின் வாசனை” என்றாள் தாயார்.

அப்புவும் துர்காவும் மிகுந்த ஆவலுடன், “அம்மா! அந்த மரத்தடியில் ஒரு சிங்கம் வந்ததல்லவா?” என்று கேட்டார்கள்.

ஆனால், தாயார் உடனே சீட்டைக் கீழே போட்டுவிட்டு, “அடடே! சோறு பத்திப் போய்விட்டது. வாசம் வருகிறது. சாதத்தை இறக்கிவைத்துவிட்டு வந்து சொல்லுகிறேன்” என்றாள். சாப்பிடும் போது துர்கா, “காளான் நன்றாயிருக்கிறதல்ல அம்மா?” என்றாள்.

அவளுடைய முகத்தில் மகிழ்ச்சி நிறைந்திருந்தது. உடனே அப்பு, “ஆஹா! இது கறிபோல இருக்குதம்மா! அப்படித்தானே இருக்குது அக்கா? ஒரு இடத்திலே நிறைய காளான்கள் இருந்தது. ஆனால், நான் அதை நாய்க்குடை என்று பேசாமல் வந்து விட்டேன்” என்றான்.

இருவருடைய பேச்சையும் கேட்டு சர்வஜயா திருப்தி அடைந் தாள். இருந்தாலும் இன்னும் தேவையான மசாலா எல்லாம் சேர்க்க

முடியவில்லை. விருந்துகளுக்குச் சமைக்க முகர்ஜி வீட்டு விதவையைத் தான் அழைத்துப் போவார்கள். இவளையும் ஒரு தடவை அழைத்துப் போனார்கள் என்றால் சமையல் என்றால் என்ன என்று காட்டுவாள்.

“துர்கா! அப்புவின் கையைக் கழுவிவிடு. நீ என்ன செய்து கொண்டிருக்கிறாய்? தாழ்வாரத்தின் மத்தியிலேயே கை கழுவு கிறாயா? நான் தினமும் சொல்லுகிறேன்.”

ஆனால், அப்பு ஒரு அடிகூட முன் எடுத்து வைக்கமாட்டான். எதிரில் இடிந்த சுவரில் பிளவு இருக்கும். மூங்கில் காட்டில் இருள் பரவியிருக்கும். செடி கொடிகளின் புதர்களில் பீர்க்கன் விதையைப் போல இருண்டிருக்கும். இடிந்துபோன வீடு மிகப் பயங்கரமாகத் தானேயிருக்கும்? உயிர் இவ்வளவு அபாயகரமான நிலையிலிருக்கும் போது எங்கே கழுவினால்தான் என்ன என்பது அவனுக்குப் புரிவதில்லை.

இதற்குப் பிறகு எல்லோரும் தூங்கிவிட்டார்கள். இரவு மிகுந்த இருளாக இருந்தது. மகிழம் பூவின் வாசனையைச் சுமந்து கொண்டு பனியில் நனைந்த காற்று வீசிக்கொண்டிருந்தது. பாதி ராத்திரி வேளையில் மூங்கில் காட்டிற்கு மேலே கிருஷ்ண பட்சத்துச் சந்திரன் பனியால் நனைந்துள்ள மரம் செடி கொடிகள் மீது பிரகாசித்துக் கொண்டிருந்தது. இருளும் ஒளியும் கலந்த ஒளி ஜாலத்தில் காட்டுத் தேவதைகள் தூங்கும் சொப்பனபுரிபோலக் காட்சி அளித்தது. சில சமயங்களில் காற்றால் மரக்கிளைகள் ஒன்றோடொன்று மோதிக் கொண்டன.

அம்மாதிரி சமயத்தில் அப்பு விழித்துக்கொள்வான்.

அதே தேவிதான். கிராமத்தார் மறந்துவிட்ட விசாலாட்சி தேவிதான் வந்திருப்பது போலிருக்கும்.

ஆனால், அந்தத் தேவி சேறும் சகதியும் நீர்ப்பாசியும் நிறைந்த இந்த இடத்தைவிட்டு ரொம்ப நாளைக்கு முன்பே மறைந்து போய்விட்டாள். ஆனால் புராதனமான அதிஷ்டாத்திரி தேவியின் கோயில் என்று விமரிசையாக பூஜை நைவேத்தியங்கள் நடந்ததுண்டு. ஆனால், இந்தக் காலத்திலுள்ளவர்களுக்கு அவைகளொன்றும் தெரியாது.

தேவி இந்தக் கிராமத்தை இன்னும் மறந்ததாகத் தெரியவில்லை.

இரவு நீண்ட நேரத்திற்குப் பிறகு கிராமத்தில் அமைதி நிலவும் வேளையில் அவள் காட்டுக்குள் மொக்குகளைச் சொடுக்கிவிட்டு பூக்களை மலரச் செய்கிறாள். குருவிக் குஞ்சுகளைக் கவனித்துக் கொள்கிறாள். ஒளி நிறைந்த இரவின் கடைசிச் சாமத்தில் சின்னச் சின்ன தேன்கூடுகளில் காட்டு மலர்களிலிருந்து தேன் எடுத்து வந்து நிரப்புகிறாள்.

எந்தப் புதரிலே பூபாரம் தாங்காமல் செடி வளைந்து இருக்கிறது. காட்டு மல்லிப்பூக்கள் எந்த மரத்தால் மறைக்கப்பட்டிருக்கிறது? இச்சாமதி நதியில் எந்த வளைவில் நீலோற்பலம் செழுமையாகப் பூத்திருக்கிறது? முட்புதர்களில் குருவிக் குஞ்சுகள் எங்கு விழித்துக் கொண்டிருக்கின்றன என்பதெல்லாம் தேவிக்குத் தெரியும்.

அவளுடைய அழகு வெளிச்சத்தில் காடு நிரம்பிவழிகிறது. இரவின் அமைதியும், சந்திரிகையும், சுகந்தங்களும் கண்ணுக்குத் தெரியாத ஒளியால் புனிதமாக்கப்படுகிறது.

ஆனால் பொழுது விடிவதற்கு முன்பே வனலக்ஷ்மி எங்கோ மறைந்துவிடுகிறாள். சுவரூப சக்கரவர்த்திக்குப் பிறகு யாருக்கும் அவளுடைய தரிசனம் கிடைக்கவில்லை.

16

அன்னதா ராய் இப்போது பெரிய சங்கடத்தில் மாட்டிக் கொண்டார்.

கிராமத்தில் மறுபடியும் சர்வே நடந்து கொண்டிருக்கிறது. வடபக்கத்து மைதானத்தில் டேரா போடப்பட்டிருக்கிறது. நிலத்தை அளக்கும் பெரிய அதிகாரி ஆற்றங்கரை அருகே மைதானத்தில் காரியாலயம் அமைத்துக் கொண்டிருக்கிறார். அவருடன் இன்னும் சில உத்தியோகஸ்தர்களும் வந்திருக்கின்றனர். கிராமத்திலுள்ள பெரிய மனிதர்கள் அனைவரும் நிலச் சொந்தக்காரர்கள்தான். அவர்களுடைய அப்பன் பாட்டன் சம்பாதித்த செல்வத்தை இறுகப் பற்றிக்கொண்டு ஜீவனற்ற வஸ்துக்கள் போல எவ்வித செயலிலும் ஈடுபடாமல் செயலற்று உட்கார்ந்து கொண்டு ஒரு விதத்தில் சுகமாகவேதான் நாட்களைக் கழித்துக் கொண்டிருந்தார்கள். ஆனால், இப்போது கொஞ்சம் சிக்கலில் மாட்டிக் கொண்டார்கள். ஒருத்தர் பிறர் பொருளை ஏப்பம் விட்டுவிட்டு நிம்மதியாக உட்கார்ந்து கொண்டிருக்கிறார். இன்னொருத்தர் பத்து ஏக்கராவுக்குத் தான் வரி செலுத்துவார். ஆனால், பன்னிரண்டு ஏக்கராவை அனுபவித்துக் கொண்டிருப்பார்.

இத்தனை நாளும் இவை எல்லாம் ரொம்ப ஜோராக நடை பெற்று வந்தன. அதற்குள் இந்த ஆபத்து வந்துவிட்டது. எல்லோருக்குமே ஏதோ ஒரு விதமான கஷ்டம் நேரிட்டது என்றாலும் அன்னதா ராய்க்கு ஏற்பட்ட கஷ்டம் வேறுவகையைச் சேர்ந்தது. எல்லாவற்றையும்விடப் பயங்கரமானது என்றுதான் சொல்ல வேண்டும். அவளுடைய உறவினரான ஒரு சகோதரர் மேற்கே வசித்துக் கொண்டிருந்தார். அவர் இத்தனை நாளாகத் தம் உறவினருடைய நிலங்களை எவ்விதக் குறுக்கீடுமின்றி அனுபவித்துக் கொண்டு

வந்தார். சர்வே காலத்தில் சகலத்தையும் தம் பேருக்கே எழுதிக் கொள்ளலாம் என்றிருந்தார். ஆனால், கிராமத்திலிருந்து யாராவது அந்த வெளியூர் வாசிக்குக் கடிதம் எழுதிப் போட்டார்களோ அல்லது வேறெப்படி நடந்ததோ தெரியவில்லை. அந்த உறவினருடைய மூத்தமகன் சர்வே நடப்பதைப் பார்ப்பதற்கு வந்திருக்கிறான்.

வாய்க்கு வந்த கவளம் தட்டிப் பறிக்கப்பட்டது. அதோடு கையிலிருந்தும் கொடுக்கவேண்டி நேரிட்டது. அந்தச் சொந்தக்காரர் பங்கில் இருந்த அறைதான் அந்த வீட்டில் நல்ல நிலைமையிலிருந்தது. அன்னதா ராய் இருபது வருஷமாக அதில் அதிகாரம் செலுத்திக் கொண்டு வந்திருக்கிறார். இப்போது சகோதரனுடைய மகன் வந்துவிடவே அவனுக்கு அதை ஒழித்துவிட நேரிட்டது.

சகோதரனுடைய மகன் காலேஜில் படிக்கும் அழகிய வாலிபன். அவன் ஒரு அறையில் படுத்துக்கொண்டு அடுத்த அறையைப் படிக்கும் அறையாகவே வைத்துக்கொண்டான். ஆகையால் மேல் அறையிலிருந்த இரும்புப்பெட்டி, அடகு வாங்கிய பொருள்கள், தஸ்தாவேஜ்கள் முதலானவைகளை அகற்ற வேண்டியதாயிற்று. கீழே இருந்த அறையில் பாலித்து தெருவில் மலிவான விலைக்கு வாங்கிய மரங்கள் இருந்தன. அந்த அறையையும் காலி செய்து தரவேண்டியதாயிற்று.

மாலை நேரம், அன்னதா ராயின் வீட்டில் பல பிரமுகர்கள் உட்கார்ந்து கொண்டிருந்தார்கள். இங்குதான் தினமும் சீட்டுக் கச்சேரி நடப்பது வழக்கம். அன்னதா ராய் ஒவ்வொருவராகக் குசலம் விசாரித்து அனுப்பிக் கொண்டிருந்தார்.

வாசலுக்கு எதிர்ப்புறத்தில் குறைந்த வயதுடைய ஒரு குடியானப் பெண் ஒரு சிறிய பையனுடன் ரொம்ப நேரமாக முக்காடிட்டபடி உட்கார்ந்து கொண்டிருந்தாள். இப்போது தன் முறை வந்து விட்டதென்று நினைத்து அந்தப் பெண் எழுந்து நின்றாள். அன்னதா ராய் தலையைக் கொஞ்சம் தாழ்த்திக் கண்ணாடி மூலம் மேல் நோக்கிப் பார்த்தபடி, "யாரது? உனக்கு என்ன வேண்டும்?" என்றார்.

குடியானப் பெண் முந்தானை முடிச்சை அவிழ்த்தபடி மெதுவாக, "நான் ரொம்பக் கஷ்டப்பட்டு இந்தப் பணத்தைத் தேடிக்கொண்டு வந்திருக்கிறேன். பணத்தை வாங்கிக்கொண்டு களஞ்சியத்தைத் திறந்துவிடுங்கள். படாத பாடுபடுகிறோம் எஜமானரே" என்றாள். அன்னதா ராயின் முகம் மலர்ந்தது. "ஹரி! இவளுடைய ரூபாயை எண்ணிப் பார். கணக்குப் புத்தகத்தை எடுத்துத் தேதி பார். வட்டியை மறுபடியும் கணக்குப் போட்டுப் பார்" என்றார்.

குடியானப்பெண் பணத்தை எடுத்துத் திண்ணையின் ஓரத்தில் வைத்தாள். ஹரிஹரன் எண்ணிப் பார்த்தான். ஐந்து ரூபாயிருந்தது.

 நற்றிணை பதிப்பகம் ✱ 123

“சரி, வரவு வைத்துக்கொள். மீதிப் பணம் எங்கே?” என்று ராய் கேட்டார்.

“இப்போது இதை வாங்கிக்கொள்ளுங்கள். பின்னால் கொடுத்து விடுகிறேன். நான் ஒரு பைசாக்கூடப் பாக்கி வைக்காமல் எல்லா வற்றையும் கொடுத்துவிடுகிறேன். இப்போது இதை வாங்கிக்கொண்டு என் களஞ்சியத்தின் பூட்டைத் திறந்துவிடுங்கள். முதலில் கொஞ்சம் சாப்பிட்டு உயிர் வரட்டும்.”

களஞ்சியத்தின் சாவி கிடைத்துவிடும் என்ற நம்பிக்கையில் அவள் பேசிக் கொண்டிருந்தாள். இன்னும் அவள் ராய் மகாஷயரைப் புரிந்து கொள்ளவில்லை.

“அடே அப்பா! சாவி வாங்க வந்திருக்கின்றவளைப் பாரு! வட்டியும் முதலும் சேர்ந்து நாற்பது ரூபாய் நிற்கிறது. ஐந்து ரூபாயைக் கொடுத்துவிட்டுக் களஞ்சியத்தைத் திறந்துவிடு என்கிறாள். அற்பர் களின் போக்கே ஒரு தினுசாகத்தானிருக்கிறது. ஓடிப் போய்விடு இங்கிருந்து. வீணாக என் நேரத்தைப் போக்காதே!”

இந்தக் குடியானப் பெண்ணை எல்லோருக்கும் தெரியும். தீனு பட்டாச்சாரியாவுக்கு நன்றாகக் கண் பார்வையில்லாததால், “இது யார் அன்னதாவா?” என்று கேட்டார்.

“இவள் அடுத்த தெரு தப்ரேஜின் மனைவி. நான்கு நாளைக்கு முன் தப்ரேஜ் இறந்துவிட்டானல்லவா? வட்டியும் முதலும் நாற்பது ரூபாய் பாக்கியிருக்கிறது. ஆகையால், அவன் இறந்து போன அன்று மாலையில் களஞ்சியத்தைப் பூட்டிவிட்டேன். இப்போது இவள் களஞ்சியத்தைத் திறந்துவிடுங்கள்! இதைச் செய்யுங்கள்! அதைச் செய்யுங்கள்! என்று சொல்ல வந்திருக்கிறாள்.”

காலின் கீழேயுள்ள பூமி நழுவியிருந்தால்கூடத் தப்ரேஜின் மனைவி இவ்வளவு ஆச்சரியமடைந்திருக்கமாட்டாள். இப்போது அவள் சிறிது புரிந்து கொண்டாள். அவள் கொஞ்சம் முன்வந்து, “இப்படி எல்லாம் சொல்லாதீர்கள் எஜமானரே! போன வருஷம் என் குழந்தைக்கு ஒரு வெள்ளி அரைஞாண் கயிறு வாங்கி வந்தார். அதை விற்று இந்த ஐந்து ரூபாயைக் கொண்டு வந்தேன். குழந்தையின் பொருளை விற்கவே மனசு வரவில்லை. ஆனால், என்ன செய்வது? வயிறு நிறைய வேண்டுமே! சரி நல்ல காலம் வந்தால் புதிதாகச் செய்து போட்டால் போகிறது என்று நினைத்துக் கொண்டேன். எஜமானரே சாவியைக் கொடுங்கள்” என்றாள்.

“போ! போ! பணம் காசு விஷயத்தில் இப்படி எல்லாம் கெஞ் சினால் காரியம் நடக்காது. உனக்கு இதெல்லாம் தெரியாது. உன் புருஷன் இருந்தால் தெரியும். சரி, போ. வேறு பேரில் வரவு வைக்கப் படும். மீதி ரூபாயைக் கொண்டு வந்தால் பார்க்கலாம். பையனுக்குச்

சாப்பிடுவதற்கு ஒன்றுமில்லை என்று சொல்கிறாய். அதற்கு நான் என்ன செய்ய முடியும்? உன்னால் முடிந்தால் வழக்குப் போட்டுக் களஞ்சியத்தைத் திறக்கச் செய்."

அன்னதாராய் வீட்டுக்குள் போய்விட்டார். தீனு பட்டாச் சாரியா, "ஏம்மா! தப்ரேஜ் எத்தனை நாள் படுத்துக் கொண்டிருந்தான்? தெரியுமா?" என்றார்.

"பாபா! புதன்கிழமை ஆற்றிலிருந்து மீன் கொண்டு வந்தார். நான் வெங்காயம் சேர்த்துச் சமைத்துப் போட்டேன். வேறு எந்த அறிகுறியும் தெரியவில்லை. நன்றாகச் சாப்பிட்டார். சாப்பிட்டுவிட்டு, 'குளிர் அடிக்குது. கம்பளியைப் போர்த்திவிடு' என்றார். நான் போர்த்திவிட்டேன். அப்புறம், பொழுதுகூட நன்றாக மறையவில்லை. பேச்சு மூச்சைக் காணோம். அடுத்த நாள் மத்தியானம் என்னையும் பையனையும் நடுத்தெருவில் விட்டு விட்டுப் போய்விட்டார்." பேசப் பேச அவளுடைய தொண்டை அடைத்துக் கொண்டது. பிறகு அவள் பணிவுடன், "நீங்கள் கொஞ்சம் சொல்லிக் களஞ் சியத்தின் சாவியை வாங்கிக் கொடுக்கலாகாதா? ரொம்பப் பெரிய கஷ்டத்துக்கு ஆளாகிவிட்டேன். நான் கடனை வைத்திருக்க மாட்டேன். எப்படியாவது."

இதற்குள் உறவுக்காரப் பையன் வந்ததால் பேச்சு தடைப்பட்டு விட்டது. "வா வா! நீரேன்! மைதானத்துப் பக்கம் போயிருந்தாயா? உன்னுடைய அப்பா தாத்தாவுக்கெல்லாம் இதுதான் ஜன்மபூமி. ஊர் எப்படியிருக்கிறது?" என்று தீனு கேட்டார்.

நீரேன் புன்முறுவல் செய்தான். அவனுக்கு இருபத்தியொன்று அல்லது இருபத்திரண்டு வயதிருக்கலாம். நல்ல ஆரோக்கியமான உடல், கல்கத்தாவில் சட்டப்படிப்பு படித்துக் கொண்டிருந்தான். அதிகம் பேசமாட்டான். எப்படியிருந்தாலும் காரியங்களையாவது பார்க்கட்டுமே என்று அனுப்பிவைத்தார். ஆனால், அவன் ஒன்றையும் பார்ப்பதுமில்லை. புரிந்து கொள்வதுமில்லை. இரவு பகலாக நாவல்களைப் படித்துக் கொண்டு துப்பாக்கியைத் தூக்கிக் கொண்டு திரிகிறான். கையோடு துப்பாக்கி கொண்டு வந்திருந்தான். வேட்டைப் பிரியன்.

நீரேன் மேலேயுள்ள தன் அறைக்குப் போனான். அங்கு கோகுலின் மனைவி தரையில் எதையோ பொறுக்கி எடுத்துக் கொண்டிருந்தாள். கதவுக்கு வெளியிலிருந்தே தன் விலையுயர்ந்த வெளிநாட்டு விளக்கு தரையில் விழுந்து கிடப்பதைக் கண்டான். அதனுடைய கண்ணாடி டூம் சுக்கல் சுக்கலாகப் போயிருந்தது. தரையில் கண்ணாடித்துண்டுகள் சிதறிக் கிடந்தன.

கதவுக்கு வெளியே காலடி ஓசை கேட்டதும் கோகுலின் மனைவி திடுக்கிட்டுத் திரும்பிப் பார்த்தாள். தினமும் அறையைச்

சுத்தம் செய்கிறபடி வந்திருக்கிறாள். அவள் விளக்கைப் பற்றவைக்க முயன்றிருக்கிறாள். அது எப்படியோ உடைந்து போய்விட்டது. அவளைப் பார்க்கும்போது அப்படித்தான் தோன்றியது. விளக்கின் எஜமானர் வருமுன்பே குற்றத்தின் அடையாளமில்லாமல் செய்து விடலாம் என்று நினைத்தாள். ஆனால், கையும் களவுமாகப் பிடிபட்டுப் போனாள். அதனால், அவள் மிகுந்த வெட்கமடைந்தாள். அவளுடைய வெட்கத்தைப் போக்குவதற்காக நீரேன் சிரித்துக் கொண்டு, "பேஷ் மன்னி! ஏன் விளக்குக்கு விடுதலை அளித்து விட்டீர்கள்! இப்போது பிடிபட்டுப் போனீர்கள். நான் சட்டம் படித்துக் கொண்டிருப்பவன். இப்போது உடனே சாயாப் போட்டுக் கொண்டு வாருங்கள், பார்க்கலாம். நீங்கள் எவ்வளவு விரைவாகக் காரியங்கள் செய்கிறீர்கள். ஜாக்கிரதையாக நான் வேறொரு டூம் பெட்டிக்குள் வைத்திருக்கிறேன். இருங்கள், நான் விளக்கு ஏற்றிக் கொள்கிறேன்" என்றான்.

கோகுலின் மனைவி நாணத்துடன், "நெருப்புப் பெட்டி கொண்டு வரட்டுமா?" என்றாள்.

நீரேன் குதூகலத்துடன், "நீங்கள் தீப்பெட்டி இல்லாமல் விளக்கை எடுத்து என்ன செய்து கொண்டிருந்தீர்கள்?" என்றான்.

அவள் மறுபடியும் சிரித்துக்கொண்டு, கரி பிடித்திருந்தது. அதைத் துடைக்கலாம், என்று கண்ணாடியைக் கழட்டினேன். ஆனால் எப்படியோ அது" என்று கூறி வார்த்தையை முடிக்காமல் மறுபடியும் சிரித்தாள்.

நீரேன் வந்து பத்துப் பன்னிரண்டு நாட்களாகின்றன. மன்னியிடம், கோகுலின் மனைவியிடம்தான் அவன் அதிகம் பேசியது கிடையாது. ஆனால், கண்ணாடி உடைந்த மாலையிலிருந்து இருவருக்கிடையேயிருந்த சங்கோஜம் விலகியது. நீரேன் நல்ல குடும்பத்தைச் சேர்ந்த வாலிபன். கிராமத்துக்குப் புதிதாக வந்திருக்கிறான். ஆகையால், துணையின்றிப் பொழுது கழிவது கஷ்டமாக இருந்தது. சம வயதுடைய மன்னியின் நட்புக் கிடைத்தாலும் காலையிலும் மாலையிலும் சாயா குடிக்கும்போது சந்தித்துக் கொள்வார்கள். அன்றிலிருந்து நாள் இனிமையாக, ஆனந்தமாகக் கழியத் தொடங்கியது.

அன்று மத்தியானம் துர்கா வந்தாள். அவள் சமையலறையை எட்டிப் பார்த்துக் கொண்டு, "சித்தி! என்ன சமைத்துக் கொண்டிருக்கிறாய்?" என்று கேட்டாள்.

"வா அம்மா, வா! கொஞ்சம் உதவி செய்யேன்! தனியாக எல்லா வேலைகளையும் செய்து முடிக்க முடியவதில்லை.

துர்கா வரும்போதெல்லாம் சித்திக்குக் கொஞ்சம் ஒத்தாசை செய்வாள். அவள் மீனைக் கழுவிக் கொண்டே, "சித்தி! உங்களுக்கு இந்தக் கேங்கடா மீன் எங்கு கிடைத்தது? இந்தக் கேங்கடா மீனைச் சாப்பிடமாட்டார்களே!" என்றாள்.

"ஏன்? ஏன் சாப்பிடமாட்டார்கள்? பீது மீனவன் இதை எல்லாரும் சாப்பிடுகிறார்கள் என்று சொல்கிறான்."

"சித்தி! இதை விலைக்கா வாங்கினாய்?"

"விலைக்கு வாங்காமல்... ஐந்து பைசாவுக்கு வாங்கினேன்."

துர்கா ஒன்றும் பேசவில்லை. சித்தி ரொம்ப நல்லவள். ஆனால், கொஞ்சம் புத்தி இல்லை என்று மனதிற்குள் எண்ணிக் கொண்டிருந்தாள். இந்தக் கேங்கடாவை யாராவது காசு கொடுத்து வாங்குவார்களா? யார் சாப்பிடுவார்கள்? பீது, சாதுவானவள் என்று ஏமாற்றிவிட்டான். இதனால் இந்தக் கபடமற்ற சித்திமீது மேலும் அன்பு ஏற்பட்டது அவளுக்கு.

அன்று கோகுல் சித்தப்பா சித்தியின் தலையில் செருப்பால் அடித்தார் என்று சுவர்ணன் வீட்டுக்குப்போய்ச் சொன்னான். அன்று அவளும் ஆற்றுக்குக் குளிக்கப் போயிருந்தாள். சித்தி குளித்தாள். ஆனால், தலை முழுகவில்லை. எங்காவது வலிக்கும் என்று பயந்து கொண்டாள். அன்று அவளுக்கு ரொம்பத் துக்கமாக இருந்தது. அதைப் பற்றி அவள் ஒன்றுமே பேசவில்லை. அத்தனை பேருக்கு மத்தியில் சித்தி வெட்கமடைவாள் என்று பேசாமலிருந்து கொண்டாள். ஆனாலும், ராய் பெரியப்பா, "ஏம்மா இன்று நீ குளிக்கவில்லை?" என்று கேட்டுவிட்டார்.

சித்தி சிரித்துக்கொண்டு, "தாத்தா, இன்று உடம்புக்குச் சரியில்லாத தால் குளிக்கவில்லை" என்றாள்.

தனக்கு அடி விழுந்த விஷயம் யாருக்கும் தெரியாது என்று சித்தி எண்ணிக்கொண்டிருந்திருப்பாள். ஆனால், சித்தி ஆற்றிலிருந்து போனவுடன் ராய் சித்தப்பா, "கோகுல் வேலையைப் பார்த்தீர்களா? தலையில் ரத்தம் வரும்படி அடித்திருக்கிறான்" என்றார்.

ராய் பெரியப்பா செய்த காரியம் சரியல்ல. அவருக்குத் தெரிந்த தோடு வைத்துக்கொள்ளாமல் எதற்காக இப்படித் தண்டோரா போட வேண்டும்?

மீன்கழுவிக் கொடுத்து விட்டுப்போகும் போது துர்கா, "சித்தி! உங்க வீட்டில் அவல் இடிப்பதற்கு நெல் இருக்கிறதா? அப்பு அவல் வேண்டுமென்கிறான் என்று அம்மா சொல்லி விட்டாள். நாங்கள் இன்னும் நெல் வாங்கவில்லை" என்றாள்.

 நற்றிணை பதிப்பகம் ✱ 127

கோகுலின் மனைவி மெதுவாக, “அப்புறம் வா!” என்றாள். பிறகு தாழ்வாரத்தைச் சுட்டிக் காட்டிக்கொண்டு, “தூங்கின பிறகு வா” என்றாள்.

“உங்கள் வீட்டுக்கு யாராவது வந்திருக்கிறார்களா சித்தி? நான் அவரை ஒருநாள்கூடப் பார்த்ததில்லை” என்றாள்.

“நீ மைத்துனரைப் பார்த்ததில்லையா? இப்போது எங்கோ போயிருக்கிறார். சாயங்காலம் வா. பார்க்கலாம்.”

இதற்கப்புறம் கோகுலின் மனைவி சிரித்துக்கொண்டு, “நீ அவரைக் கலியாணம் செய்துகொள்கிறாயா? ஜோடி பொருத்தமாக இருக்கும்” என்றாள்.

துர்கா வெட்கத்துடன், “சீசீ!” என்றாள்.

கோகுலின் மனைவி மறுபடியும் சிரித்துக்கொண்டு, “ச்சீ என்ன? நம்ம பெண் எதில் குறைந்து போய்விட்டாள்? வா கொஞ்சம் பார்க்கிறேன்” என்று கூறிவிட்டுத் துர்காவின் முகவாயைப் பிடித்து நிமிர்த்தியபடி “துர்காதேவி போன்ற அழகிய முகம்! அப்பா ஏழையாக இருந்தால் என்ன?” என்றாள்.

துர்கா உடனே தன்னை விடுவித்துக்கொண்டு, “போ சித்தி! என்னவெல்லாம் பேசுகிறாய்” என்று கூறிவிட்டுப் பின்புறக் கதவு வழியாக ஓடிவிட்டாள். போகும்போது துர்கா, ‘சித்தி பேசுவது நன்றாகத்தானிருக்கிறது. ஆனால், புத்தி மட்டும் கொஞ்சம் குறைவு! இல்லாவிட்டால் பேசுவதைப் பார்க்கவில்லை. ‘ச்சீ’ என்று நினைத்துக் கொண்டாள்.

துர்கா போனதும் சுவர்ணன் பால் கறப்பதற்கு வந்தான். சித்தி உள்ளிருந்தபடியே, “அடே சரன்! நான் வெறுங்கையோடு இல்லை. கன்று வெளிவாசலில் கட்டியிருக்கிறது. அதைப் பிடித்துக் கொண்டு வா. திண்ணையில் பாத்திரம் துலக்கி வைத்திருக்கிறேன்” என்றாள்.

எஜமானியம்மாளின் பூஜா காரியங்கள் எல்லாம் முடிவதற்கு இவ்வளவு நேரமாகியது. அவள் வெளியில் வந்து வடக்குப் பக்கம் திரும்பி காளி கோயிலைப் பார்த்துக்கொண்டு வணங்கினாள். பிறகு தத்தித் தத்திப் பேசிக்கொண்டு, “மாதா சித்தேஸ்வரி! நல்லவழி காட்ட வேண்டும்! பாவக்கடலைக் கடக்க வேண்டும். அம்மா காப்பாற்று! தாயே! தாயே!” என்றாள்.

கோகுலின் மனைவி சமையல் வீட்டுக்குள்ளிருந்தபடியே, “அத்தை! உங்களுக்கு இரண்டு தேங்காய் லட்டு வைத்திருக்கிறேன். சாப்பிட்டு விட்டுத் தண்ணீர் குடியுங்கள்” என்றாள்.

திடீரென எஜமானி, “இங்கு வந்து பார்!” என்றாள்.

குரலைக் கேட்டதும் கோகுல் மனைவியின் நாடி தளர்ந்து விட்டது. எஜமானியம்மாளைக் கண்டால் அவள் யமனைக்

கண்டதுபோலப் பயந்துவிடுவாள். எஜமானியை ஈவு இரக்கத்துடன் கடவுள் படைக்கவில்லை. இதை நாம் நிச்சயமாகக் கூறலாம். ஒரு மூலையில் துலக்கி அடுக்கி வைத்திருந்த பாத்திரங்களைச் சுட்டிக் காட்டியபடி, "பாரு! கொஞ்சம் நன்றாகப் பாரு! ஏதாவது தெரிகிறதா? முழுவதும் தண்ணீர் வடிந்த அடையாளம் தெரிகிறதா? இங்கிருந்து தான் சரன் பாத்திரம் எடுத்துக்கொண்டு போனான். அப்புறம் நீ சூத்திரன் தொட்ட இந்தப் பாத்திரங்களைச் சமையல் வீட்டுக்குள் கொண்டுபோய் அனாச்சாரம் செய்யப் போகிறாய்! தர்மம் கர்மம் எல்லாம் நாசமாப் போகும்" என்றாள்.

எஜமானி பொறுமையிழந்து உட்கார்ந்து கொண்டாள். அவள் உட்கார்ந்து கொண்டிருக்கிற நிலையைப் பார்த்தால், தகுந்த வயதடைந்த மகன் இறந்த செய்தியைக் கேட்டுக்கூட யாரும் இவளுக்குமேல் நிராசையுடன் இப்படி உட்கார்ந்து கொண்டிருக்க மாட்டார்கள்.

"பசி பட்டினியுடைய குடும்பத்திலிருந்து பெண் எடுத்த தன் பலன்தான் இது! பெரிய வீட்டுப் பழக்க வழக்கங்கள் எப்படி வரும்? அவளுக்கு அவைகளெல்லாம் எப்படித்தான் தெரியும்? பாத்திரம் கழுவினால் சுத்தமாக இருக்கிறதா என்று பார்க்க வேண் டாமா? உச்சிப்பொழுது கழிந்து வந்தேன். கொஞ்சம் தண்ணீரை வாயில் ஊற்றலாம் என்று நினைத்தேன். ஆனால் எச்சிலும் சூத்திரன் தொட்ட பாத்திரமும் இங்கிருக்கிறது. இனி மறுபடியும் குளித்தாக வேண்டும்."

'நான் ஏன் வாயிருக்காமல் சரனைப் பாத்திரம் எடுத்துக் கொண்டு போகச் சொன்னேன்? நானே கொடுத்திருக்கலாமே!' என்று நின்றபடி கோகுல் மனைவி நினைத்துக்கொண்டிருந்தாள்.

"நின்று கொண்டு என்னத்தைப் பார்த்துக் கொண்டிருக்கிறாய்? போ, சமையல் சட்டியை எடுத்து வீசி எறி! பாத்திரங்களை மறு படியும் கழுவு. சமையலறையை மறுபடியும் சாணமிட்டுச் சுத்தம் செய். சுத்த அபாக்யசாலி வீட்டுப் பெண் வந்து சேர்ந்தாளே!" என்று கூறிவிட்டுக் கோபத்தால் உடல் பதறத் தன் அறைக்குள் போய்விட்டாள். வெளியிலடிக்கும் கடும் வெய்யிலை அவளால் இனித் தாங்க முடியாது.

அவளுடைய உத்திரவுப்படி வேலைகளை எல்லாம முடிக்க ரொம்ப நேரமாகிவிட்டது. கோகுலின் மனைவி மறுபடியும் ஆற்றில் போய்க் குளித்துவிட்டு வீடு திரும்பும்போது பசி தாகத்தால் மிகவும் சோர்ந்து போயிருந்தாள்.

ஆற்றங்கரையில் சாயங்கால நிழல் படிந்திருந்தது. அக்கரையில் ஒரு உயரமான மரத்தின் உச்சியில் வெய்யில் பட்டுக்கொண்டிருந்தது. நதியின் வளைவில் ஒரு படகு வளைவைச் சுற்றிக்கொண்டு போனது.

படகின் சுக்கானருகில் ஒருவன் நின்று கொண்டு வேஷ்டியை உலர்த்திக் கொண்டிருந்தான். வேஷ்டி காற்றில் கொடியைப் போலப் பறந்து கொண்டிருந்தது. நடு ஆற்றில் ஒரு ஆமை மேலே வந்து தலையைத் தூக்கி மூச்சு வாங்கிவிட்டு மறுபடியும் நீருக்குள் போய் விட்டது.

ஆற்று நீரில் குளிர்ச்சியான நல்ல வாசனை வீசிக் கொண்டிருந்தது. ஆறு ரொம்பச் சிறியது. அக்கரையில் ஒரு மீன்கொத்திப் பறவை மீன் பிடிப்பதற்காக உட்கார்ந்து கொண்டிருந்தது.

இந்தச் சமயத்தில் நாள்தோறும் அவளுக்குத் தன் குழந்தைப் பருவம் ஞாபகத்துக்கு வந்துவிடும்.

கோகுலின் மனைவி சிறிது நேரம் வரையிலும் மீன்கொத்திப் பறவையையே பார்த்துக் கொண்டிருந்தாள். தாயாரின் முகம் நினைவிலெழுந்தது. இந்த உலகத்தில் அவளைப் போல வேறு யாராவது நேசிக்கப் போகிறார்களா? அம்மா சிறு வயதிலேயே காலமாகிவிட்டாள். அவளது ஏழைப் பிதுர்க்குலத்திலே ஒரேயொரு கஞ்சா குடிக்கிற சகோதரன்தானிருக்கிறான். ஆனால், இப்போது அவன் எங்கிருக்கிறான் என்பது அவளுக்குத் தெரியாது. சென்ற வருஷம் துர்கா பூஜையின்போது இங்கு வந்து நான்கு நாளிருந்தான். தன் பெட்டியில் ஓரணா அரையணாவாகச் சேர்த்து வைத்திருந்த செல்வத்தை யாருக்கும் தெரியாமல் தன் சகோதரனுக்குக் கொடுத்தாள். அதற்கப்புறம் பட்டாணியனிடம் தன் மைத்துனன் பெயரைச் சொல்லி ஒரு சால்வை வாங்கிக் கொண்டான் என்பது அவன் போன பிறகுதான் தெரிந்தது. அந்த விஷயம் வெளிப்பட்டதும் பெரிய கூக்குரல் எழுந்தது. அவளுடைய பிதுர்வர்க்கத்தைப் பற்றி ஆராய்ச்சிகளெல்லாம் எழுந்தது. அவமானம் விளைந்தது.

அப்போதிருந்து தமையனிடமிருந்து ஒரு தகவலும் கிடையாது.

யாருமற்ற அனாதையான தன் சகோதரனை எண்ணி சில மாலை வேளைகளில் கண்ணீர் வடிப்பாள். ஜனசந்தடியற்ற பாதையைப் பார்க்கும்போது அவளுக்கு வீடு வாசலற்ற தன் சகோதரன் எங்கோ வெகுதூரத்தில் தன்னந்தனியாக ஒரு ஒற்றையடிப் பாதையில் நடந்து போய்க்கொண்டிருப்பதுபோலத் தோன்றும். இராத் தங்கலுக்குக்கூட அவனுக்கு இடம் கிடையாது. அவனுக்கு உதவி செய்யத்தான் யாரிருக்கிறார்கள்?

இருதயம் துடிக்கிறது. கண்களில் கண்ணீர் பெருகுவதால் ஆற்றுநீரும் மைதானமும், அக்கரையிலுள்ள பெரிய மரமும், ஆற்று வளைவில் போகும் பெரிய படகும் எல்லாமும் மங்கலாகத் தெரிகிறது.

17

ஒருநாள் அப்பு மீனவர் தெருவுக்குச் சோழி விளையாடப் போனான். இரண்டு இரண்டரை மணியிருக்கலாம். வெய்யில் கடுமையாக அடித்துக்கொண்டிருந்தது. முதலில் அவன் தின்கௌடி வீட்டுக்குப் போனான். அவனுடைய மகன் பங்கா கொய்யா மரத் தடியில் உட்கார்ந்து கொண்டு பச்சை மூங்கிலைச் சிம்பு சீவிக் கொண்டிருந்தான்.

"அடே சோழி விளையாடலாமா?" என்று அப்பு கேட்டான்.

அவனுக்கும் விளையாட விருப்பம்தான். ஆனாலும் பங்கா, "நான் படகுக்குப் போகவேண்டும். விளையாடிக் கொண்டிருந்தால் அப்பா கோபித்துக்கொள்வார்" என்றான்.

அங்கிருந்து அப்பு ராமசரணன் வீட்டுக்குப் போனான். ராமசரணன் திண்ணையில் உட்கார்ந்துகொண்டு சுருட்டு குடித்துக் கொண்டிருந்தான். "இருதயன் வீட்டிலா இருக்கிறான்?" என்று அப்பு கேட்டான்.

"என்ன பண்டிதரே! இருதயனிடம் என்ன வாங்கப்போகிறாய்? சோழி விளையாடவா? சரி போ, இருதயன் வீட்டில் இல்லை" என்றான்.

மத்தியான வேளையில் சுற்றி அலைந்ததினால் அப்புவின் முகம் சிவந்து போய்விட்டது. வேறு பல இடங்களுக்கும் சென்றான். எங்கும் காரியம் ஆகவில்லை. கடைசியாக பாபு ராம்பாடுயி வீட்டருகில் உள்ள புளிய மரத்துக்கு வந்து சேர்ந்தான். அங்கு வந்ததும் முகம் மலர்ந்தது. புளியமரத்தடியில் சோழி விளையாடிக் கொண்டிருந்தார்கள். அங்கு கூடியிருந்த சிறுவர்களனைவரும் மீனவர் வகுப்பைச் சேர்ந்தவர்கள்தான். ஒரு பிராமணச் சிறுவன் பட்டுவும் அங்கிருந்தான். அப்புவுக்கும் பட்டுவுக்கும் எவ்வித நட்பும் கிடையாது. ஏனென்றால், பட்டு வீட்டுக்கும் அப்பு வீட்டுக்கும் ரொம்பத் தூரம்.

பட்டு, அப்புவைவிடச் சிறியவன். பிரசன்ன குருஜி பாட சாலைக்கு முதல் முதலாகப் போன அன்று அந்தப் பட்டுதான் பனை ஓலையை வாயில் கடித்துக் கொண்டிருந்தது அப்புவுக்கு நன்கு ஞாபகம் இருந்தது. அப்பு அவனருகில் சென்று, "எத்தனை சோழிகள் இருக்கின்றன?" என்று கேட்டான்.

பட்டு பையிலிருந்து சோழிகளை எடுத்துக் காட்டினான். சிவப்பு நூலால் தைக்கப்பட்ட சிறிய பை வைத்திருந்தான். இது அவனுக்குப் பிடித்தமான பொருள். "பதினேழு கொண்டு வந்திருக்கிறேன்.

இவைகளில் ஏழு பொன்னிறம். இவைகளைத் தோற்று விட்டால் மேலும் எடுத்துக் கொண்டு வருவேன்" என்றான்.

அவன் மறுபடியும் சிரித்துக்கொண்டு, "இதற்குள் இருபது சோழிகள் வந்துவிடும்" என்றான்.

விளையாட்டு ஆரம்பமாகியது. முதலில் பட்டுவுக்குத் தோல்வி தான். மறுபடி ஜயிக்கத் தொடங்கினான். சோழி விளையாட்டில் அவனுக்கு நிகர் யாருமில்லை என்பதை இந்தச் சிறிய வயதிலேயே தெரிந்து வைத்திருந்தான். ஆகையால்தான் திக் விஜயத்திற்காக இவ்வளவு தூரம் வந்திருக்கிறான். ஜயித்த சோழிகளை ஆசையுடனும் உற்சாகத்துடனும் பைக்குள் போட்டுக் கொண்டான். இன்னும் பை நிறைய எத்தனை சோழிகள் வேண்டுமென்று அனுமானிப்ப தற்காக அடிக்கடி பையைப் பார்த்துக் கொண்டான்.

மீனவச் சிறுவர்கள் தங்களுக்குள் பேசிக் கொண்டார்கள். ஒருவன் பட்டுவிடம், "நீ இன்னும் கொஞ்ச தூரத்திலிருந்து அடிக்க வேண்டும். உன் குறி தவறுவதில்லை" என்றான்.

"அடே! இதென்ன பேச்சு? குறி தவறாமலிருப்பதில் என்ன தப்பு? நீங்கள் ஜயிப்பதை நான் தடுக்கவில்லையே?" என்றான் பட்டு.

அப்புறம் பார்க்கப் போனால் எல்லாப் பையன்களும் ஒன்று சேர்ந்து கொண்டார்கள். ஒருநாளும் இவ்வளவு சோழிகள் ஜெயித்த தில்லை. ஆட்டத்தை இவ்வளவோடு நிறுத்திக் கொள்ளலாமென்று பட்டு நினைத்தான். தூரத்திலிருந்து அடித்தால் தோற்றுவிடுவோ மென்பதைக் கண்டு கொண்டான்.

அவன் அந்தச் சிறிய பையைக் கையில் பிடித்துக் கொண்டு, "நான் நீங்கள் சொன்னபடி ஆடமாட்டேன். நான் வீட்டுக்குப் போகிறேன்" என்றான்.

அவர்களுடைய போக்கையும் கண்களில் தெரிந்த வெறுப்பையும் கண்டு பையை நன்றாகப் பிடித்துக் கொண்டான்.

ஒரு பையன் முன்வந்து, "பண்டிதரே! அது முடியாது. ஜெயித்துக் கொண்டு ஓடப் பார்க்கிறாயா?" என்றான்.

அவன் அத்துடன் நில்லாமல் பட்டு பை வைத்திருந்த கையைப் பிடித்துக்கொண்டான். பட்டு கையை விடுவிக்க முயற்சித்தான். ஆனால், முடியவில்லை. பட்டு துக்கத்துடன், "இதென்னப்பா வேலை? கையை ஏன் பிடித்துக்கொண்டாய்? விடு" என்றான்.

பின்னாலிருந்த ஒருவன் தள்ளிவிட்டான். அதனால், பட்டு விழுந்துவிட்டான். இருந்தாலும் சோழிப்பையை விடவில்லை. அவர்கள் பையைப் பிடுங்கிக்கொள்ள விரும்புகிறார்கள் என்பதைக் கண்டுகொண்டான். கீழே விழுந்ததும் பையை வயிற்றோடு சேர்த்துப்

பிடித்துக்கொள்ள முயற்சித்தான். அவனோ வயதில் சிறியவன். அதோடு பலத்திலும் குறைந்தவன். அந்தச் சிறுவர்களோ இவனை விடப் பெரியவர்கள். பெரிய பையன்களை இவன் எப்படிச் சமாளிக்க முடியும்? கையிலிருந்த பை நழுவியது. சோழிகள் சிதறித் தரையில் விழுந்தன.

அப்பு இவைகளைப் பார்த்து முதலிலிருந்தே சஞ்சலப்பட்டுக் கொண்டிருந்தான். அவனும் பல சோழிகளை இழந்திருந்தான். பட்டு விழுந்ததையும் அகாரணமாக அடிபட்டதையும் கண்டு அப்பு அதிர்ச்சி அடைந்தான். அவன் கூட்டத்துக்குள் நுழைந்து, "இவன் சின்னப் பையன். இவனை ஏன் அடிக்கிறீர்கள்? விட்டு விடுங்கள்" என்றான்.

அப்புறம் அவன் பட்டுவைத் தரையிலிருந்து மேலே தூக்க முயற்சித்தான். ஆனால், பின்னாலிருந்து யாரோ ஒரு உதை கொடுத்தான். அதன் பிறகு கொஞ்சநேரம் வரையிலும் ஒன்றுமே தெரியவில்லை. அதற்கப்புறம் கிடைத்த அடிகளால் அவனும் கீழே விழுந்துவிட்டான்.

அன்று அப்பு நன்றாக உதைப்பட்டான். பெண்களைப் போன்ற கைகால்களில் கொஞ்சம்கூட அவனுக்குப் பலம் கிடையாது. ஆனால், அந்தச் சமயத்தில் நீரேன் அந்த வழியாக வரவே பையன் களனைவரும் ஓட்டம் பிடித்துவிட்டனர். பட்டுவுக்கு நன்றாக அடிபட்டிருந்தது. நீரேன் அவனைக் கீழிருந்து எடுத்து புழுதிகளைத் துடைத்துவிட்டான். கொஞ்சம் சமாளித்துக்கொண்டு சுற்றிலும் பார்த்தான். இரண்டொரு சோழிகள்தான் கிடந்தன. பையைக் காணவே காணோம்.

அதன்பிறகு அவன் அப்புவினிடம் வந்து, "அப்பு அண்ணா! நீ ரொம்ப அடிபடவில்லையே?" என்றான்.

நீரேன் இருவரையும் இந்த மத்தியான வேளையில் இங்கு வந்து சோழி விளையாடிதிற்காகத் திட்டினான். நீரேன் நேரத்தைப் போக்குவதற்காக அன்னதாராய் வீட்டுத் திண்ணையில் தெருப் பிள்ளைகளுக்குப் பள்ளிக்கூடம் துவக்கியிருந்தான். "நாளையிலிருந்து என் பள்ளிக்கூடத்துக்கு வாருங்கள்" என்று இருவரிடமும் சொன்னான்.

பட்டு போகும்போது, 'என்னுடைய சோழிப்பை எவ்வளவு அழகாக இருந்தது! எவ்வளவு சிரமப்பட்டு அதை வாங்கினேன். இப்போது அது போய்விட்டது. நான் ஜெயித்த பிறகு விளையாட வரவில்லை என்றால் அவர்களுக்கென்ன? என் இஷ்டம் விளை யாடுவதும் விளையாடாததும்' என்று நினைத்துக்கொண்டு போனான்.

அப்பு வீட்டுக்குப் போனதும் துர்காவிடம், "அக்கா! மரத்துக் கடியில் நான் பாதி மூங்கில் வைத்திருந்தேனே, அதை நீதான் எடுத்து ரண்டு துண்டு பண்ணினாயா?" என்றான்.

அப்பு வெட்கத்துடன், "பஞ்சமில்லாமல் வேறென்ன? நீ அப்படி ஒரு மூங்கில் கொண்டுவந்து கொடு. நான் தேடிப் பார்த்துக்கொண்டு வந்தால் நீ அதை ஒடித்துவிடுவதா? இது நல்ல விளையாட்டுத்தான்!" என்றான்.

அவனுடைய கண்களில் நீர் நிறைந்துவிட்டது.

"உனக்கு எவ்வளவு வேண்டுமானாலும் கொண்டு வந்து கொடுக்கிறேன். நீ எதற்காக அழவேண்டும்?" என்றாள்.

வளைந்த மூங்கில் அப்புவின் வாழ்க்கையில் ஓர் அரிய வஸ்து, உலர்ந்து, கனமில்லாது, ஒரு பக்கம் சிறியதாகவும் மறுபக்கம் பருத்தும், வளைந்தும் இருக்கின்ற மூங்கிலைக் கண்டுவிட்டால் அப்பு உள்ளம் குதூகலமடைந்துவிடும். மனத்தில் எத்தனையோ கற்பனைகள் பெருக்கெடுக்க ஆரம்பிக்கும். இம்மாதிரி ஒரு மூங்கில் சிம்பைக் கையில் வைத்துக் கொண்டு சில நாட்களில் காலையும் மாலையும் மூங்கில் புதர்கள் அடர்ந்த ஒற்றையடிப் பாதையிலோ ஆற்றங்கரையிலோ உலாவிக் கொண்டிருப்பான்! அவன் ராஜ குமாரனாக இருப்பான். திடீரெனப் புகையிலை வியாபாரியாக மாறி விடுவான்! வழிப்போக்கன்! உடனே சேனாதிபதியாகிவிடுவான்! திடீரென அர்ஜுனனாகத் தன்னைப் பாவித்துக்கொண்டு அர்ஜுனனைப் போலப் பேசத் தொடங்குவான். அம்மாதிரி சம்பவங் கள் எல்லாம் தன் வாழ்க்கையிலும் நிகழ வேண்டுமென்று ஆசைப் படுவான். மூங்கில் சிம்பு எவ்வளவுக்கெவ்வளவு கனமின்றி யும் வளைந்தும் கிடைக்கிறதோ அவ்வளவுக்கவ்வளவு அவனுடைய உள்ளத்திலும் கற்பனை ஊற்று பெருகும். ஆகையால்தான் அம்மாதிரி மூங்கில் கிடைப்பது எவ்வளவு கடினம் என்பதை உணர்ந்திருக்கிறான். எவ்வளவோ தேடிய பிறகல்லவா அம்மாதிரி ஒரு மூங்கில் கிடைக்கிறது!

அப்பு இம்மாதிரி வளைந்த மூங்கிலைக் கையில் பிடித்துக் கொண்டு கற்பனாலோகத்தில் சஞ்சரிப்பதை யாரும் கண்டுகொள்ளக் கூடாது என்பதில் மிகுந்த எச்சரிக்கையாக இருப்பான். அம்மாதிரி சந்தர்ப்பத்தில் யாராவது பார்த்தால் அவனைப் பைத்தியம் என்று தானே நினைப்பார்கள்! ஆகையால், மனிதர்களிருக்கும் இடத்துக்குக் கூடுமானவரையிலும் போகமாட்டான். அந்த இடங்களை விட்டுவிட்டு ஆற்றங்கரைக்கோ, மூங்கில் காட்டுக்கோ அல்லது தன் வீட்டுக்குப் பின்புறமுள்ள புளிய மரத்துக்கடிக்கோ போய் விடுவான்.

அந்த வேளைகளில் யாரும் தன்னைப் பார்க்கக்கூடாது என்று எண்ணுவான். அதற்காக அவன் முழு முயற்சியும் செய்வான். திடீரென யாராவது வந்துவிட்டால் வெட்கத்துடன் கையிலிருக்கும் மூங்கிலை வீசி எறிந்து விடுவான். யாரும் அவனைத் தவறாக நினைத்துக் கொள்ளக் கூடாதல்லவா?

ஆனால், அவனுடைய அக்காளுக்கு இந்த ரகசியம் தெரியும். அக்கா இம்மாதிரி நிலைமையில் அவனை நாலைந்து தடவை பார்த்துவிட்டாள். அப்புறம் அவளிடம் மறைப்பதென்ன? ஆகை யால் வளைந்த மூங்கிலைப் பற்றி அக்காளிடம் தெளிவாகக் கேட்டான். வேறு யாராவதாக இருந்தால் அவன் வெட்கப்பட்டுக் கொண்டு பேசாமலிருந்துவிடுவான். அப்புவுக்கும் வளைந்த மூங்கிலுக்கும் உள்ள ரகசியமான சம்பந்தம் வேறு யாருக்கும் தெரியாது. இருந்தாலும் எல்லோரும் இந்த விஷயத்தைப் பற்றித் தெரிந்து தானிருக்கிறார்கள். அவன் மூங்கிலைப் பற்றிக் குறிப்பிடத் தொடங்கி னால் எல்லோரும் அதைச் செய்யத் தொடங்கிவிடுவார்கள் என்று அப்பு நினைத்தான். ஒரு வளைந்த மூங்கில் கிடைத்த தானால் அவன் பசியைக்கூட மறந்து விட்டு ஆற்றங்கரையிலோ அல்லது ஜனசந்தடியற்ற மூங்கில் காட்டுக்குள்ளேயோ தனியாக நாள் முழுவதையும் கழித்துவிட முடியுமென்பதை யார் புரிந்து கொள்ள முடியும்?

“அக்கா! இதை அம்மாவிடம் சொல்ல வேண்டாம் ” என்று துர்காவிடம் வேண்டிக்கொண்டான்.

துர்கா சொல்லவில்லை. அப்பு சுத்தக் கிறுக்கன் என்று நினைத் தாள். அவனிடத்தில் அளவற்ற அன்பு கொண்டிருந்தாள். சிறிய முட்டாள் தம்பி என்று எண்ணிக்கொண்டிருந்தாள்.

அம்மாவிடம் எதற்காக இதைப்பற்றிச் சொல்ல வேண்டும்?

மதுசங்கராந்திக்கு முதல் நாள் சர்வஜயா மகனிடம், “நாளை மாஸ்டரைச் சாப்பாட்டுக்கு அழைத்துக்கொண்டுவா, மத்தியானச் சாப்பாடு நம் வீட்டில் என்று சொல்லு” என்றாள்.

பெரிய அரிசிச் சாதம், பப்பாளிப் பழரசம், அத்திக்காய்க் கூட்டு, அவியல், ஜீங்கா மீன் குழம்பு, வடை, பாயாசம் இவைகள் தான் விருந்துச் சாப்பாடு.

துர்காவின் தாயார் அவளையே பரிமாறுவதற்கு நியமித்து விட்டாள். துர்காவுக்குக் கொஞ்சம்கூட அனுபவம் கிடையாது. ரொம்பப் பயந்து கொண்டு ஆனாலும் எப்படியோ சமாளித்துக் கொண்டு பரிமாறினாள். அப்படியிருந்ததும் பருப்புக் கிண்ணத்தை விருந்தாளிக்கு முன் வைத்துவிட்டாள். யாரோ தன்னைத் திட்டுவதுபோல நினைத்துக்கொண்டாள். நீரேன் இவ்வளவு பெரிய

அரிசிச் சாதத்தைச் சாப்பிட்டு வழக்கம் இல்லை. இவ்வளவு குறைவாக எண்ணெயும் நெய்யும் உபயோகித்துச் சமைத்த காய்கறி களை ஜனங்கள் எப்படிச் சாப்பிடுகிறார்கள் என்று ஆச்சரியமடைந் தான். பாயசத்தில் இனிப்பு இல்லை. தண்ணீர்ப்பாலில் செய்யப் பட்டிருந்தது. ஒரு வாய் சாப்பிட்ட திலேயே பாயாசத்தின்மீது இருந்த பிரியம் போய்விட்டது. ஆனால், அப்பு மிகுந்த உற்சாகத்துடனிருந் தான். அமோகமாக விருந்து சாப்பிட்டுக் கொண்டிருந்தான். அவனுடைய வீட்டில் இதற்கு முன் இவ்வளவு நல்ல சாப்பாடு சாப்பிட்டதே கிடையாது. இன்று மறக்க முடியாத திருவிழாப் போலிருந்தது. "மாஸ்டர் சாகப்! இன்னும் கொஞ்சம் பாயாசம் போட்டுக் கொள்ளுங்கள்" என்றான்.

அவன் அடிக்கடி அக்காளிடம் ஏதாவது ஒன்றைக் கேட்டுக் கொண்டேயிருந்தான்.

வீட்டுக்குப் போனதும் கோகுலின் மனைவி சிரித்துக்கொண்டு, "உங்களுக்குத் துர்கா பிடித்திருக்கிறாளா? பார்ப்பதற்கு நன்றாக இருப்பாள், பாவம், ரொம்ப ஏழை வீட்டுப் பெண்! அப்பாவிடம் வரதட்சணை கொடுக்கப் பணம் கிடையாது. யார் கையைப் பிடிக்கப் போகிறாளோ தெரியவில்லை! தலையில் எழுதியுள்ளபடி நடக்கிறது. நீங்கள் ஏன் அவளைக் கலியாணம் செய்துகொள்ளக் கூடாது? கோத்திரம் எல்லாம் பொருத்தமாகத்தானிருக்கிறது. பெண்ணும் நல்ல சிவப்பு. பையனும் பெண்ணும் பொம்மை போல அழகாயிருப்பார்கள்" என்றாள்.

சர்வே கூடாரத்திலிருந்து திரும்பிய நீரேன் அன்று ஊருக்குப் பின்னாலிருந்த மாந்தோப்பு வழியாகப் போய்க் கொண்டிருந்தான்.

காட்டுக்குள்ளிருந்து ஒற்றையடிப் பாதை வழியாக வரும்போதே மாந்தோப்புக்குள்ளிருந்து ஒரு பெண் எதிரே வந்து கொண்டிருப் பதைப் பார்த்தான். அவள் அப்புவின் அக்கா துர்கா என்பதைக் கண்டுகொண்டான். "இந்த மாந்தோப்பு உங்களுடையதா?" என்று கேட்டான். துர்கா வெட்கத்துடன் ஒன்றும் பேசவில்லை.

அவள் வழியில் ஒதுங்கி நின்றுகொண்டு நீரேனுக்கு வழி விட்டாள். "வேண்டாம்! வேண்டாம்! நீ முன்னால் போ. உன்னைச் சந்தித்தது நல்லதாகப் போச்சு. நான் அந்தப் பக்கம் ஒரு குளத்திற்குப் போயிருந்தேன். எனக்குத் திரும்பிவர வழி தெரியவில்லை. உங்களூரில் காடுகள் நிறைய இருக்கிறதல்லவா?" என்று கேட்டான்.

முன்னால் போய்க்கொண்டிருந்த துர்கா திரும்பிப் பார்த்தாள். அகஸ்மாத்தாக அவள் துணியில் வைத்திருந்த சில பழங்கள் கீழே விழுந்தன.

"என்னவோ விழுந்துவிட்டதே? இதென்ன பழம்?" என்றான் நீரேன்.

துர்கா குனிந்து அவைகளைப் பொறுக்கிக்கொண்டே நாணத் துடன், "ஒன்றுமில்லை, இது மண் உருளை" என்றாள்.

"மண் உருளையா? சாப்பிடுவதற்கு நன்றாக இருக்குமா? இது என்னமாதிரி பழம்?"

இந்தக் கேள்வி துர்காவுக்கு ரொம்ப விசித்திரமாக இருந்தது. ஒரு ஐந்து வயதுப் பையனுக்குத் தெரிந்துள்ள விஷயம், கண்ணாடி போட்டுள்ள புத்திசாலியான இந்த மனிதருக்குத் தெரியவில்லையே! "இந்தப் பழம் தின்பதற்கல்ல. இது ரொம்பக் கசப்பாக இருக்கும்."

"பின் நீ எதற்காக..."

துர்கா வெட்கத்துடன், "நான் இவைகளை விளையாடுவதற் காகக் கொண்டுபோகிறேன்" என்றாள்.

அன்று சித்தி வேடிக்கையாக இந்தக் கண்ணாடிபோட்ட இளைஞனைக் கட்டிக்கொள்ளும்படி சொன்னாள். அன்றிலிருந்து அந்த இளைஞனை நன்றாகப் பார்க்க வேண்டுமென்று விரும்பினாள். மதுசங்கராந்தி அன்றும் அவனை நன்றாகப் பார்க்க முடியவில்லை. இன்றுகூட அவனைக் கண்குளிரப் பார்க்க முடியவில்லை.

"நாளை காலை புத்தகத்தைக் கொண்டுவரும்படி அப்புவிடம் சொல்லு! சொல்கிறாயா?"

துர்கா நடந்துகொண்டே 'ஆகட்டும்' என்று தலையை ஆட்டி னாள்.

கொஞ்ச தூரம் போனபிறகு வழியில் ஒரு சிறு பாதை பிரிந்தது. துர்கா அந்தப் பாதையைக் காட்டிக்கொண்டு, "இந்த வழி நேராக வீட்டுக்கே போகிறது" என்றாள்.

"சரி நான் போய்க்கொள்கிறேன். உன்னை வீட்டுவரையிலும் கொண்டுவந்து விடட்டுமா? நீ தனியாக எப்படிப் போவாய்?" என்றான்.

துர்கா தன் வீட்டைக் காட்டியபடி, "அதுதான் எங்கள் வீடு. எதிரில்தானே இருக்கிறது! நான் போய்க்கொள்கிறேன். நீங்கள்...

இதற்கு முன் நீரேன், துர்காவை நன்கு பார்த்தது கிடையாது. இவ்வளவு அழகு பொருந்திய கண்களை இதற்கு முன் இவளுடைய தம்பி அப்புவிடம்தான் பார்த்திருக்கிறான். இன்னும் காலை மலரவில்லைதான். அவைகளில் இன்னும் இரவின் கடைசி சாமத்தின் மந்த இருள் தோய்ந்திருந்தது. இருந்தாலும் அவைகள் உதயத்தை நினைவுபடுத்துகிறது. அப்போது எத்தனையோ அழகிய கண்கள் மொக்கு விரிவதுபோல மலர்ந்துவிடுகிறது. எத்தனையோ கன்னிப்

 நற்றிணை பதிப்பகம் ★ 137

பெண்கள் நீர்த்துறைக்குப் போகிறார்கள். ஒவ்வொரு வீட்டிலும் புதிய விழிப்பின் அமுத தாரை பெருக்கெடுக்கிறது. ஒவ்வொரு வீட்டு ஜன்னல் வழியாகவும் பரிமள சுகந்தம் வீசத் தொடங்குகிறது.

துர்கா கொஞ்ச நேரம் தயங்கினாள். அவள் என்னவோ சொல்ல விரும்புகிறாள் என்று நீரேன் கருதினான். ஆனால், அவருக்கு ஒன்றும் நினைவுக்கு வரவில்லை. "இல்லை! இன்னும் கொஞ்ச தூரம் வரையிலும் வருகிறேன். உங்கள் வீட்டுவரையிலும் வந்துவிட்டு வருகிறேன்" என்றான்.

துர்கா சிறிது தயங்கிவிட்டு புன்முறுவல் செய்தாள். இப்போது அவள் ஏதோ சொல்லத்தான் போகிறாள் என்று நீரேன் நினைத்தான். அடுத்த கணமே துர்கா, 'உங்கள் துணை தேவையில்லை' என்று சொல்வது போலத் தலையை ஆட்டிவிட்டுத் தன் வீட்டுக்குப் போகும் வழியில் போய்விட்டாள்.

மத்தியான வேளை, மேல்மாடியில் உலரப் போட்டிருந்த துணிகளை எடுப்பதற்காக மேலே போன கோகுல் மனைவி நீரேன் அறைக்குள் எட்டிப் பார்த்தாள். அப்போது நீரேன் வெய்யிலில் தூக்கம் வராமல் போகவே தரையில் பாயின்மீது உட்கார்ந்துகொண்டு வீட்டிற்குக் கடிதம் எழுதிக்கொண்டிருந்தான்.

கோகுல் மனைவி சிரித்துக்கொண்டு, "நீங்கள் தூங்கவில்லையா? நீங்கள் தூங்கிக்கொண்டிருப்பீர்கள் என்று நினைத்தேன். நீங்கள் வாழைப்பூக் கூட்டு ஏன் சாப்பிடவில்லை? தட்டிலேயே வைத்து விட்டீர்களே. ஆனால், இதற்கு முன் நன்றாகச் சாப்பிட்டீர்களே?" என்றாள்.

"வாங்க மன்னி! வாழைப்பூக் கூட்டு எப்படிச் சாப்பிட முடியும்? நீங்கள் பழைய காலத்தைப்போலக் காரம் அதிகம் போட்டுச் செய்திருக்கிறீர்கள். உங்கள் காரத்தைச் சாப்பிடும் போது தட்டில் என்னென்ன இருக்கிறது என்பதே தெரிவதில்லை" என்றான்.

கோகுல் மனைவி கதவோரத்தில் சாய்ந்து நின்றபடி வழக்கம் போலத் தன் முகத்தின் கீழ்ப்பாகத்தை முந்தானையால் மறைத்துக் கொண்டிருந்தாள்.

"உங்கள் பட்டினத்து வேலையெல்லாம் காட்டாதீர்கள்! உங்கள் வீட்டில் துளியுண்டு காரம் யாரும் சாப்பிடமாட்டார்களா?"

"மன்னித்துக் கொள்ளுங்கள் மன்னி! இதையே 'துளியுண்டு காரம்' என்று நீங்கள் சொன்னால் அதிகமான காரம் என்று எதைச் சொல்லுவீர்கள்? அதை நான் பார்க்காமல் இந்த இடத்தைவிட்டு அசையமாட்டேன். என்னானாலும் சரி. ஒரு நாளைக்கு வெட்கம், நாணம் எல்லாவற்றையும் மூட்டை கட்டி வைத்துவிட்டு எவ்வளவு காரம் வேண்டுமானாலும் போட்டு விடுங்கள்."

"ஐயையோ! அதற்கு நான் எங்கு போவேன். நான்தான் வெட்கப்பட்டுக்கொண்டு அம்மி குழவி எல்லாம் விற்றுவிட்டு உட்கார்ந்து கொண்டிருக்கிறேன்! பேச்சைப் பாருங்கள் பேச்சை!"

சிரித்துச் சிரித்து கோகுல் மனைவியின் கண்களிலிருந்து கண்ணீர் வழியத் தொடங்கியது. தன்னை ஒருவாறு கட்டுப்படுத்திக் கொண்டு, "அதிருக்கட்டும். அங்கு வெய்யில் எப்படி இருக்கிறது?" என்றாள்.

"அங்கு என்று எந்த ஊரைக் குறிப்பிடுகிறீர்கள்? எங்களூரையா? கல்கத்தாவையா? எங்களூர் வெய்யில் எப்படியிருக்குமென்பதை இங்கு வங்காளத்திலிருந்து கொண்டு புரிந்துகொள்ள முடியாது. வைகாசி மாத இரவில் அங்கு யாரும் அறைக்குள் படுத்துக் கொண்டிருக்க முடியாது. மேல்மாடியில் கொஞ்ச நேரம் தண்ணீரைத் தேக்கி வைத்துக் குளிர்ச்சி செய்த பிறகுதான் படுக்க முடியும்."

"நீங்களிருக்குமிடம் இங்கிருந்து எவ்வளவு தூரமிருக்கும்?"

"இங்கிருந்து ரயிலில் போனால் இரண்டு நாளாகும். இன்று காலையில் மாஞ்ஜேர்பாடா ஸ்டேஷனில் ரயில் ஏறினால் நாளை நடு இரவுக்குப் போய்ச் சேரலாம்."

"சரி, கயா, காசிப் பக்கம் மலையைப் பிளந்துகொண்டு ரயில் போகிறது என்று சொல்லுகிறார்களே, அது நிஜமா?"

"நிஜம்தான்! பெரிய பெரிய மலைகள். மேலே காடுகளிருக்கின்றன. கீழே ரயில் போகிறது. உள்ளே இருள் மயமாக இருக்கும். ஒன்றும் கண்ணுக்குத் தெரியாது. அதன் வழியாக ரயில் போகும் போது விளக்கு போட்டுவிடுவார்கள்."

கோகுல் மனைவி உற்சாகத்துடன், "ஆமாம், மலை சரிந்து விடாதா?" என்றாள்.

"எப்படிச் சரிந்து விழும் மன்னி? பெரிய பெரிய எஞ்சினீயர்கள் சேர்ந்து சுரங்கம் அமைத்திருக்கிறார்கள். ஏராளமான பணம் செலவழித்திருக்கிறார்கள். இது உடைந்துபோவது வேடிக்கைதான். உங்கள் தண்ணீர்த் துறைப்படி என்று நினைத்துக் கொண்டீர்களா, இரண்டு வேளையிலும் உடைந்து போவதற்கு?"

'எஞ்சினீயர்' என்பது எந்தப் பறவையின் பெயர் என்று கோகுல் மனைவிக்குத் தெரியாது. "மலை மண்ணால் ஆனதா? பாறையால் ஆனதா? இதைச் சொல்லுங்கள்" என்றாள்.

"மண்ணும் இருக்கிறது. கல்லுமிருக்கிறது. மன்னி! நீங்கள் அசல் நாட்டுப்புறம்! அதிருக்கட்டும். நீங்கள் ரயிலில் எவ்வளவு தூரம் போயிருக்கிறீர்கள்?" என்றான்.

கோகுலின் மனைவி உற்சாகமாகச் சிரித்தாள். கண்களை மூடியபடி மேலே பார்த்துக்கொண்டு குழந்தையைப்போல, "ரொம்பத்

தூரம் போயிருக்கிறேன். காசி, கயா, மக்கா எல்லாம் போய் வந்திருக்கிறேன். போன வருஷம் அத்தை, சத்துவின் அம்மா, நான், எல்லோருமாக ஆடங்காட்டாவிலுள்ள பாலகிருஷ்ணனைத் தரிசித்துவிட்டு வந்தோம். வாழ்க்கையில் இவ்வளவுதான் நான் ரயிலில் பிரயாணம் செய்தது" என்றாள்.

இந்தப் பெண் கொஞ்ச நேரத்திற்குள் தன்னைச் சுற்றிலும் சிரிப்பாலும் உற்சாகத்தாலும் ஒரு மகிழ்ச்சிகரமான சூழ்நிலையை உண்டாக்கிவிடுவாள். இது நீரேனுக்கு ரொம்பப் பிடிக்கும். எல்லையற்ற ஆனந்தமுடைய மனம் படைத்தவர்களும், மட்டற்ற மகிழ்ச்சியைப் பிறருக்கு அள்ளி அள்ளிக் கொடுப்பவர்களும் இந்த உலகத்தில் எத்தனையோ பேரிருக்கிறார்கள். இந்த நாட்டுப்புறப் பெண்ணும் அவர்களோடு சேர்ந்தவள்தான். இப்போதெல்லாம் நீரேன் மன்னியின் வரவுக்காகக் காத்துக்கொண்டிருப்பான். அவள் வராவிட்டால் ஏமாற்றமடைவான். மனத்திற்குள் கொஞ்சம் அகம்பாவம்கூட உண்டாகிறது.

"மன்னி! நீங்களெல்லாரும் ஒரு தடவை மேற்குப் பக்கம் வாருங்கள். உங்களை எல்லா இடத்திற்கும் அழைத்துப்போய்க் காட்டுகிறோம்."

"இந்த வீட்டு ஜனங்கள் அவ்வளவு தூரம் வருவார்களா? நீங்கள் இது தெரியாமல் பேசுகிறீர்களே? அப்படிப் புறப்பட்டு விட்டால் வடப்பக்கத்துத் தோட்டத்துக் கத்திரிக்காய்க்கு யார் காவலிருப்பது?"

பேச்சு முடிவில் அவள் மறுபடியும் ஒருமுறை ஏளனமாகச் சிரித்தாள். சிறிது நேரம் கழித்து மெதுவான குரலில், "நான் ஒன்று சொல்கிறேன். கேட்கிறீர்களா?" என்றாள்.

"என்ன விஷயம் சொல்லுங்கள்?"

"கேட்பதானால் சொல்லுகிறேன்!"

"என்னை வெள்ளைக் காகிதத்தில் கையெழுத்துப் போடச் சொல்கிறீர்களா? நான் வக்கீலுக்குப் படித்துக் கொண்டிருக்கிறேன் என்பது உங்களுக்குத் தெரியாதா மன்னி? முதலில் விஷயத்தைச் சொன்னீர்களானால் சரி என்கிறேன்."

கோகுல் மனைவி கதவை விட்டுவிட்டு அறைக்குள் வந்தாள். தன் மடியிலிருந்து ஒரு பொட்டலத்தை எடுத்து, "இதை வைத்துக் கொண்டு ஐந்து ரூபாய் கொடுக்கிறீர்களா?" என்றாள்.

நீரேன் ஆச்சரியத்துடன், "ஏன்? பணத்தை என்ன செய்யப் போகிறீர்கள்?"

"இப்போது சொல்ல மாட்டேன்! கொடுக்கிறீர்களா?"

“முதலில் பணத்தை என்ன செய்யப்போகிறீர்கள் என்று சொல்லுங்கள். இல்லாவிட்டால்...”

கோகுல் மனைவி மெதுவாக, “நான் ஓர் இடத்திற்கு அனுப்பப் போகிறேன். இந்தக் கடிதத்தில் ஆங்கிலத்தில் என்ன விலாசம் எழுதியிருக்கிறது என்று பாருங்கள்” என்றாள்.

நீரேன் படித்து விட்டு, “மன்னி! உங்களுக்குத் தம்பிகூட இருக் கிறாரா?” என்றான்

“சத்தம் போடாதீர்கள்! இந்த வீட்டில் யாரிடமும் சொல்லக் கூடாது. தம்பி ஐந்து ரூபாய் கேட்டிருக்கிறான். அதற்கு நான் எங்கு போவேன்? நான் எப்படி அடிமையாக இருக்கிறேன் தெரியுமா? அதனால்தான் இந்த நகைகளை வைத்துக்கொண்டு ஐந்து ரூபாய் கேட்டேன். அந்தத் துரதிருஷ்டப் பையனுக்கு இந்த உலகத்தில் வேறு யார் இருக்கிறார்கள்? என்று சொல்லும்போது அவளுடைய தொண்டை அடைத்துக்கொண்டது.

“மன்னி! ஐந்து வேண்டுமானாலும் பத்து வேண்டுமானாலும் பணம் நான் கொடுக்கிறேன். நீங்கள் எப்போது திருப்பிக் கொடுத் தாலும் சரி. ஆனால், இந்த நகைகளை நான் வாங்கிக்கொள்ள மாட்டேன்.”

கோகுல் மனைவி உற்சாகத்துடன் தோள் குலுங்கச் சிரித்துக் கொண்டு, “அது முடியாது. நான் உங்கள் கடனைத் தீர்க்காமலேயே இறந்து போய்விட்டால் அப்புறம் என்னாவது? நீங்கள் வாங்கிக் கொள்ளத்தான் வேண்டும். சரி, நான் போகிறேன். கீழே ரொம்ப வேலையிருக்கிறது” என்றாள்.

அவள் அவசரமாகக் கீழே போனாள். அவள் மாடிப்படிவரை போய்விட்டுத் திரும்பி வந்து, தணிந்த குரலில், “பண விஷயத்தைப் பற்றி யாரிடமும் சொல்லிவிடாதீர்கள் தெரிந்ததா?” என்றாள்.

* * *

துர்கா மிகுந்த உற்சாகத்துடன், “அப்பு! அடே அப்பு!” என்று கூப்பிட்டாள்.

அப்பு விழித்துக் கொண்டுதானிருந்தான். ஆனால் இதுவரை யிலும் பேசாமலிருந்தான். “அக்கா! ஜன்னலை மூடிவிடு. ரொம்பக் குளிர்ந்த காற்று வீசுகிறது” என்றான்.

துர்கா எழுந்துபோய் ஜன்னலை மூடிவிட்டு, “ராணி அக்கா கலியாணம் எப்போது நடக்கப்போகிறது? உனக்குத் தெரியுமா? சமீபத்தில் நடக்குமாக்கும். ரொம்ப தடபுடலாக இருக்கும். இங்கிலீஷ் வாத்தியம் வாசிப்பார்கள். நீ இங்கிலீஷ் வாத்தியம் கேட்டிருக்கிறாயா? எப்படியிருக்கும்” என்றாள்.

"ஆமாம். எல்லோரும் தலைக்குத் தொப்பி வைத்துக் கொண்டு வாசிப்பார்கள். பெரிய பெரிய வாத்தியங்களிருக்கும். ரொம்பப் பெரிய மத்தளங்கள்! ஒரு சின்ன புல்லாங்குழல் இருக்கின்றது. ரொம்பப் பெரிதாக இருக்காது; கறுப்பு நிறமாக இருக்கும். அதை ப்ளூட் என்று சொல்லுகிறார்கள். எவ்வளவு சத்தமாகக் கேட்கிறது தெரியுமா? ப்ளூட் புல்லாங்குழல் எப்போதாவது கேட்டிருக்கிறாயா?"

துர்கா வேறு என்னவோ யோசித்துக் கொண்டிருந்தாள்.

நேற்று மாலை அடுத்த தெருவிலுள்ள சித்தியிடம் போயிருந்தாள். என்னவெல்லாமோ பேசிவிட்டுக் கடைசியில் சித்தி, "துர்கா! உன்னை அவர் எங்கே பார்த்தார்?" என்று கேட்டாள்.

"ஏன் சித்தி? என்ன விஷயம்?" என்றாள்.

அதற்குப் பிறகு அவள் அன்று நடந்த விஷயங்களை எல்லாம் சொன்னாள். வழி தெரியாமல் குளத்துக் காட்டில் அலைந்து கொண்டிருந்ததைச் சொன்னாள்.

சித்தி சிரித்துக்கொண்டு, "நேற்று அவரிடம் உன்னைப் பற்றிச் சொல்லிக் கொண்டிருந்தேன். ஏழை வீட்டுப் பெண். கொடுப்பதற்குச் சக்தியில்லை. ஆனால், பெண் ரொம்ப நல்லவள். இந்தக் காலத்துக்கு ஏற்றவளாக இல்லாவிட்டால் அவளைக் கைப்பிடிக்க வேண்டாமென்று சொன்னேன். அப்போதுதான் உன்னைப் பற்றிக் கேட்டார். தண்ணீர்த் துறைக்கு அருகில் சந்தித்தாராம். வழி தெரியாமல் எங்கோ போய்க்கொண்டிருந்தாராம். இந்த மூன்று நாளாக மாமனாரிடம் சொல்லி உன் அப்பாவிடம் சொல்லச் சொல்லலாமா என்று யோசித்துக் கொண்டிருக்கிறேன். அவரை உனக்குப் பிடித் திருக்கிறதல்லவா?" என்றாள்.

துர்கா கன்றைப் பிடித்து வெய்யிலில் கட்டினாள். மற்ற நாட்களில் வீட்டு வேலைகளும் கொஞ்சம் செய்வாள். இன்று ஒன்றும் செய்யத் தோன்றவில்லை. சில நாளைக்கு மனம் இம்மாதிரி ஊசலாடுகிறது. மற்ற நாட்களில், சுவர் பிளந்து போயிருக்கும் தன் வீட்டில் உட்கார்ந்து கொண்டிருக்கமாட்டாள். வழியிலோ, இந்தத் தெருவிலோ அந்தத் தெருவிலோ சுற்றிக்கொண்டிருப்பாள். காற்று விட்டுவிட்டு அடித்துக் கொண்டிருந்தது. காலையில் வெப்பமும் இல்லை. குளிர்ச்சியுமில்லை. வேப்பம் பூவின் வாசம் காற்றில் மிதந்து வந்தது. என்னவோ நினைவுக்கு வருவது போலிருந்தது. ஆனால் அவளால் என்னவென்று சொல்ல முடியவில்லை.

வீட்டைவிட்டுக் கிளம்பி அவள் ராணியின் வீட்டை அடைந்தாள். புவனமுகர்ஜி நன்கு செலவழிக்கக் கூடிய பெரும் பணக்காரர். சாப்பாட்டு விஷயத்தில் தாராளமாக இருப்பார். இது அவருடைய மூத்த பெண்ணின் விவாகம். ஆகையால், ரொம்ப தடபுடலாகத்தான்

நடத்துவார். வாணக்காரன் வந்து விட்டுப் போய்விட்டான். சீதாநாத் இந்தப் பக்கத்திலேயே பிரபலமான வாத்தியக்காரன். அவனுக்கும் அச்சாரம் கொடுக்கப்பட்டது. கலியாணத்துக்கென்று பல இடங்களிலிருந்து சொந்தக்காரர்கள் வரத்தொடங்கிவிட்டார்கள். அவர்களுடைய பிள்ளைக்குட்டிகள் வீட்டில் நிறைந்திருந்தார்கள்.

துர்காவுக்கு ரொம்ப மகிழ்ச்சி பிறந்துவிட்டது. கொஞ்ச நாளைக்குள் எத்தனை வாணங்கள்விடப் போகிறார்கள்! அவள் எப்போதும் வாணவேடிக்கையைப் பார்த்ததில்லை. அது சர்ரென்று ஆகாயத்துக்குப் போய் மேகங்களில் மோதி சுற்றிச் சுழன்று மறுபடியும் கீழே வருமா? பார்ப்பதற்கு எவ்வளவு அழகாக இருக்கும்! அதை என்னவென்று சொல்லுவது? அப்பு அதைப் பட்டம் என்று சொல்லுவான்.

மத்தியானத்துக்குப் பிறகு தாயார் கூடத்தில் முந்தானையை விரித்துச் சற்றுக் கண்ணயர்ந்தவுடன் அவள் சந்தடியின்றி வீட்டை விட்டுக் கிளம்பிவிட்டாள். பங்குனி பாதி முடிந்து விட்டது. வெய்யிலின் கொடுமை அதிகரித்துக் கொண்டிருந்தது. உஷ்ணக் காற்றினால் ராணியின் தோட்டத்திலிருந்த பெரிய வேப்ப மரத்து இலைகள் உதிர்ந்து கொண்டிருந்தன. எங்கும் அமைதி குடிகொண்டிருந்தது. நேடாலின் வீட்டுப் பக்கத்திலிருந்து தகரத்தை அடிப்பது போன்ற சத்தம் வந்து கொண்டிருந்தது. சீனிக் கண்ணாடிக்காரனா? துர்கா மிகக் கவனமாகப் பார்க்கத் தொடங்கினாள்.

இது சீனிக் கண்ணாடியல்ல. அதில் ஜிகினா ஒட்டியிருப்பானே! இது சுதர்சனப் புழு.

துர்கா மெதுவாக அந்தப் புழு இருக்குமிடம் போனாள். அவன் எதிரிலிருந்த ஒற்றையடிப் பாதையில் உட்கார்ந்து கொண்டிருந்தான். அவனுடைய விசிறியில் வெள்ளையும் சிவப்புமான புள்ளிகள் இருந்தன.

சுதர்சனப்புழு! பெயர் புழு என்றிருந்தாலும் அது உண்மையில் ஒரு தெய்வம். அதன் தரிசனம் ரொம்ப நல்லது என்று அம்மா பல தடவை சொல்லியிருக்கிறாள். அவள் ரொம்ப சாவதானமாக மண்மீது உட்கார்ந்து கொண்டாள். அவள் தன் கரத்தைச் சிரசின் மேல் குவித்துக் கொண்டு, “சுதர்சன்! நன்மையுண்டாக்கு! சுதர்சன்! நன்மையுண்டாக்கு! (இப்படித்தான் பிறரிடமிருந்த கேள்விப்பட்டிருக்கிறாள்) என்று சொல்லத் தொடங்கினாள்.

அதன் பிறகு இந்த மகாமந்திரத்தில் தன் சொந்த வார்த்தைகள் சிலவற்றையும் சேர்த்துக்கொண்டாள். “அப்புவைக் காப்பாற்று! அம்மாவைக் காப்பாற்று! அப்பாவைக் காப்பாற்று! அடுத்த தெரு சித்தியைக் காப்பாற்று!” என்று கூறிவிட்டுச் சற்றுத் தயக்கத்துடன் “நீரேன் பாபுவையும் காப்பாற்று! சுதர்சன்! என் கலியாணமும்

ராணி கல்யாணம் போலவே பல வாத்தியங்களுடன் நடக்கட்டும்" என்று கூறினாள்.

துர்கா தன் பிரார்த்தனையை முடித்துக்கொண்டு பக்தியுடன் வேறு பக்கம் போய்விட்டாள்.

பங்குனி மாத வானம் நீல நிறமாக இருந்தது. ஆனால், மரங் களில் பெரு மூச்சினால் மயிலின் கழுத்து நிறத்தை ஆகாயம் அடைந்துவிட்டது.

தண்ணீர்த்துறைக்குக் காட்டின் வழியாகத்தான் ஓர் ஒற்றையடிப் பாதை சென்றது. அதன் இருபக்கங்களிலும் மாந்தோப்புக்களிருந்தன. மாந்தளிர்களின் இனிமையான வாசனையும், காட்டிலிருக்கும் தேனீக்களின் ரீங்காரமும் குளிர்ச்சி பொருந்திய மாமரங்களில் குயில்கள் 'குச்கூ' என்று இசை எழுப்புவதும் மனோகரமாக இருந்தது.

இந்தத் தோப்புகளைத் தாண்டிப்போனால் விளையாட்டு மைதானத்தை அடையலாம். புற்கள் நிறைந்த மைதானத்தில் நிழல் பரவியிருந்தது. துர்கா புதர்களில் காட்டு இலந்தையைத் தேடிக் கொண்டிருந்தாள். இந்தக் காலத்தில் இலந்தைப் பழம் அபூர்வமாகத் தான் தென்படும். குளிர்கால முடிவில் பழங்கள் உதிர்ந்துவிடும். அந்த அடர்ந்த புதரிலே ஒரு இலந்தை மரம் இருக்கும். அதிலிருந்து நிறைய பழங்கள் சாப்பிட்டிருக்கிறாள். ஆனால், இப்போது இலந்தைப் பழம் கிடையாது. எல்லாம் உதிர்ந்து போய்விட்டன. அடர்ந்த புதர்களுக்கடியில் கறுப்பு மிளகாய்போல உலர்ந்த இலந்தைக் காய்கள் சிதறிக் கிடந்தன. மைனாக்குருவிக் கூட்டம் ஒன்று புதருக்குள் சத்தமிட்டுக் கொண்டிருந்தது. துர்கா அருகில் சென்றதும் பறவைகள் பறந்து சென்றன.

துர்காவின் மனத்தில் மகிழ்ச்சி அலை எழுந்தது. சுபகாரியம் அருகாமையிலிருக்கிறது. ராணியின் அக்கா கலியாணத்தில் தூக்கம் விழித்துப் பாட்டு கேட்கலாம்.

மகிழ்ச்சிப் பெருக்கினால் மைதானத்தில் ஒரு கோடியிலிருந்து மறுகோடி வரையிலும் ஓடலாம் என்ற எண்ணம் எழுந்தது. ஒரு தடவை இரண்டு கைகளையும் இறக்கைபோல விரித்துக்கொண்டு கொஞ்ச தூரம் ஓடினாள். அவள் பறக்க விரும்பினாள். உடல் லேசாக இருந்து, கைகளை இறக்கைபோல வீசிப் பறக்க முடியாமல் ரொம்ப நன்றாக இருக்கும்.

கொஞ்சம் சத்தம் செய்ய வேண்டுமென்ற ஆசையால் உதிர்ந்து கிடந்த மரங்களின் வறண்ட இலைகள்மீது பலமாகக் கால்களை ஊன்றிச் சத்தம் உண்டாக்கினாள். இலைகள் நொறுங்கிப்போய் மண்ணோடு கலந்தன. ஒரு நெடி காற்றிலே கலந்து வீசியது.

கொஞ்ச தூரத்துக்கு முன்னால் சோனாடாங்கா போகும் பாதை இருந்தது. ஒரு மாட்டு வண்டி லொடக் லொடக்கென மைதானப்பக்கம் போய்க் கொண்டிருந்தது. வண்டியில் அடித்துள்ள பச்சை மூங்கில் முனைகளில் கிழிந்துபோன சிவப்புத் துணியைக் கட்டியிருந்தார்கள். அதற்குள் ஒரு சிறிய பெண், குழந்தையைப்போல அழுது கொண்டிருந்தாள். யாராவது ஒரு குடியானப் பெண் தாய் வீட்டிலிருந்து புருஷன் வீட்டிற்குப் போய்க் கொண்டிருப்பாள்.

துர்கா திகைப்புடன் அந்த மாட்டு வண்டியையே பார்த்துக் கொண்டிருந்தாள்.

கலியாணத்துக்குப் பிறகு அம்மா, அப்பா, அப்பு முதலிய அனைவரையும் பிரிந்து எவ்வளவு தூரம் போக வேண்டியிருக்குமோ? அங்கிருந்து அவ்வப்போது வரவிடுவார்களல்லவா? அவள் இவ்வளவு நேரம் இதைப் பற்றிச் சிந்திக்கவேயில்லை. இந்தத் தோட்டங்களையும் வாசனைப் பூக்கள் நிரம்பிய புதர்களையும், தான் அருமையாக நேசிக்கும் ராணிப் பசுவையும், அது கட்டப்பட்டிருக்கும் பலா மரத்தையும், வறண்ட இலைகளின் நறுமணத்தையும், நீர்த்துறைக்குப் போகும் ஒற்றையடிப் பாதையையும் விட்டுப்பிரிய வேண்டியதுதானா? மாட்டு வண்டிக்குள் உட்கார்ந்து கொண்டிருக்கும் அந்தச் சின்னப் பெண் இந்தக் காரணத்தால்தான் அழுகிறாளோ?

கரடுமுரடான பாதையை விட்டு ஒரு சிறிய நிலத்தைக் கடந்தால் ஆறு வந்துவிடும்.

'அக்கரையில் மீன் பிடித்துக்கொண்டிருக்கிறார்களா? அவர்கள் கைரா மீனா பிடித்துக் கொண்டிருக்கிறார்கள்? இந்தப் பக்கம் யாராவது வந்தால் இரண்டு பைசாவுக்கு மீன் வாங்கிக்கொண்டு போகலாம். அப்புவுக்குக் கைரா மீன் என்றால் ரொம்பப் பிரியம்.

வீடு திரும்பிவந்து சாயங்காலத்துக்குப் பிறகு அவள் ரொம்ப நேரம் வரையிலும் பொம்மைப் பெட்டியை அலங்கரித்துக் கொண்டி ருந்தாள். அவளுடைய தாயார் மண்ணெண்ணெய்க் குப்பி ஒன்றை உடைத்துவிட்டாள். தரையிலிருந்து அந்த நாற்றம் வீசிக் கொண்டி ருந்தது. காற்றும் சூடாகத்தான் அடித்துக் கொண்டிருந்தது. பொம்மை களை அடுக்கி முடித்துவிட்டாள். அப்பு வந்து, "அக்கா! என் பெட்டியிலிருந்து சிறிய கண்ணாடியை எடுத்தாயா?" என்றான்.

"கண்ணாடி என்னுடையது. நான்தானே முதலில் அதைக் கண்டெடுத்தேன். போடா! கண்ணாடியை என் பெட்டியில்தான் வைப்பேன்! நீ ஆண்பிள்ளை. கண்ணாடியை வைத்துக்கொண்டு என்ன செய்யப் போகிறாய்?"

"அடே! கண்ணாடி உன்னுடையது எப்படி ஆகும்? அடுத்த தெரு சித்தி வீட்டிலிருந்து இது வந்தது. நான் முதலிலேயே இதை

அம்மாவிடமிருந்து வாங்கிக்கொண்டேனே! முடியாது அக்கா! கொடுத்துவிடு!"

இதைக் கூறிவிட்டு அக்காளுடைய பெட்டிக்கருகில் உட்கார்ந்து கொண்டு கண்ணாடியைத் தேடத் தொடங்கினான்.

துர்கா தம்பியின் கன்னத்தில் ஓர் அறை கொடுத்துவிட்டு, "போக்கிரிப்பயல்! நான் இப்பத்தான் பொம்மைகளை நன்றாக அடுக்கி வைத்திருக்கிறேன்! நீ அதைக் கண்டபடி போடுகிறாயா? என் பெட்டியைத் தொடக்கூடாது! நான் கண்ணாடியைக் கொடுக்க மாட்டேன்! போடா அந்தப் பக்கம்" என்றாள்.

அவள் பேசி முடிக்கு முன்பே அப்பு அவள்மீது பாய்ந்தான். அவளுடைய தலைமயிரைப் பிடித்து இழுத்துப் பல்லால் கடித்துக் குதறினான். அவன் அழுதுகொண்டே, "என்னை அடிப்பதற்கு நீ யார்? என் கண்ணாடியைக் கொடு! இல்லாவிட்டால் நீ திருடியதை எல்லாம் அம்மாவிடம் சொல்லிவிடுவேன்" என்றான்.

திருட்டு விஷயத்தை வெளிப்படுத்துவதாகச் சொல்லக்கேட்டுத் துர்கா மிகுந்த கோபமடைந்தாள். அவளுடைய தம்பியின் காதைப் பிடித்துத் திருகிவிட்டுப் பல அறைகள் கொடுத்தாள். "நான் திருடினேனா? திருடினேனா? போக்கிரி! குரங்கு! நீ அந்தப் பையில் சோழி வைத்திருப்பதை நான் சொல்ல மாட்டேனா?" என்றாள்.

சத்தத்தையும், அடி உதை கலாட்டாவையும் கேட்டுச் சர்வஜயா ஓடி வந்தாள்.

இதற்குள் துர்கா, அப்புவின் காதைப் பிடித்துத் திருகிக் கீழே தள்ளிவிட்டாள். துர்கா தலையைத் தூக்க முடியாதவாறு அப்பு அவளுடைய தலைமுடியைக் குஞ்சிப் பிடித்துக் கொண்டிருந்தான். அப்புவுக்குப் பொறுக்க முடியவில்லை. அவன் அழுதுகொண்டே, "பாரம்மா! என் கண்ணாடியைப் பெட்டியில் வைத்துக்கொண்டு கொடுக்க மாட்டேனென்கிறாள்! என்னை நன்றாக அடித்துவிட்டாள்" என்றான்.

"இல்லையம்மா! நான் பொம்மைகளை நன்றாக அடுக்கி வைத்துக்கொண்டிருந்தேன். இவன் அவைகளைத் தூக்கி எறிந்து விட்டான்" என்றாள் துர்கா.

சர்வஜயா வந்ததும் துர்கா முதுகில் நாலைந்து குத்து விட்டு விட்டு, "நீ இவ்வளவு பெரிய பெண். அவனை அடிக்கலாமா? உனக்கும் அவனுக்கும் எவ்வளவு வித்தியாசமிருக்கிறது! கண்ணாடி அது உனக்கு எதற்கு வேண்டும்? பொம்மைப்பெட்டி வைத்துக் கொண்டிருக்கிறாளாம்! இரு! இரு! நான் சொல்லுகிறேன்" என்றாள்.

இதைக் கூறியதும் துர்காவின் பொம்மைப் பெட்டியைத் தூக்கி வாசலில் கொண்டுபோய் வீசி எறிந்தாள்.

"இவ்வளவு பெரிய பெண் ஒரு வேலையும் செய்வதில்லை! சாப்பிட்டுவிட்டுச் சும்மா ஊரைச் சுற்றி வருவது! எப்போது பார்த் தாலும் பெட்டி பெட்டி என்று கட்டி அழுது கொண்டிருப்பது! நான் இவைகளை எல்லாம் மூங்கில் புதரில் கொண்டுபோய்ப் போட்டுவிட்டு வருகிறேன். அப்புறம் நீ எப்படி விளையாடுவாயோ பார்க்கிறேன்" என்றாள்.

துர்கா மூச்சுகூட விடவில்லை. பொம்மைகள் வைத்திருக்கும் பெட்டி அவளுடைய ஜீவநாடி. குறைந்தது ஒரு நாளைக்குப் பத்துத் தடவையாவது பெட்டியைத் திறந்து பார்க்காமலிருக்க மாட்டாள். பொம்மைகள், கஷ்டப்பட்டுச் சேகரித்துள்ள காட்டுப் பழங்கள், பெட்டியின் மூடு கண்ணாடி, குருவிக்கூடு எல்லாம் இருள் நிறைந்த வாசலில் எங்கே கிடக்கிறதோ! அம்மா தன்னுடைய பெட்டியை இம்மாதிரி தூக்கி எறிந்துவிடுவாள் என்று அவள் கனவில்கூட நினைக்கவில்லை. எத்தனை இடங்களிலிருந்து எத்தனை சிரமப் பட்டுச் சேகரித்துள்ள பொருள்கள்! ஆனால், அவைகளைக் கூறத் தைரியம் உண்டாகவில்லை. அவள் தாயாரின் செய்கையால் நிலைகுலைந்து போய்விட்டாள்.

கொடுக்கப்பட்ட தண்டனை தேவைக்கதிகமானது என்று தெரிந்து கொண்டுதானோ என்னவோ அப்புவும் பேசாமலிருந்து கொண்டான்.

இரவு நெடுநேரமாகிவிட்டது. தரையில் சிந்தியிருந்த மண் ணெண்ணெய் வாசனை வீசிக் கொண்டிருந்தது. மூங்கில் புதர் களுக்குள்ளிருக்கும் கொசுக்கள் வீட்டுக்குள் 'நொய் நொய்' என்று சத்தமிட்டுக் கொண்டிருந்தன. துர்கா சிறிது நேரம் உட்கார்ந்து கொண்டிருந்துவிட்டுப் படுத்துக்கொண்டாள்.

உடைந்துபோன ஜன்னல் வழியாகப் பங்குனிச் சந்திரிகை விழுந்து கொண்டிருந்தது. இடிந்துபோன வீட்டிலிருந்த வேப்ப மரத்தின் பூக்கள் வாசனையை வீசிக் கொண்டிருந்தது

பொம்மைப் பெட்டியையும் சிதறிக் கிடக்கும் சாமான்களையும் எடுத்து வரலாமா என்று ஒரு தடவை எண்ணினாள். நாளை காலை வரையில் அவைகள் இருக்கவா போகின்றன? எத்தனை கஷ்டப்பட்டுச் சேர்த்த சாமான்களிருந்தன! ஆனால் எழத் துணிவு உண்டாகவில்லை. அந்தச் சாமான்களை எடுத்துவரப் போனால் தாயார் மறுபடியும் அடித்தால் என்ன செய்வது?

ரொம்ப நேரமாகிவிட்டது. யாருடைய கையோ தன் மீது இருப்பதைத் திடீரென உணர்ந்தாள். அப்பு பயந்து கொண்டே, "அக்கா!" என்று கூப்பிட்டான்.

துர்கா பேசாமலிருக்கவே அவன் தலையணையில் முகத்தைப் புதைத்துக்கொண்டு விக்கி விக்கி அழுதான். "நான் இனிமேல் அப்படிச் செய்ய மாட்டேன்! என்மேல் கோபம் வேண்டாம் அக்கா; நான் உன் காலைப் பிடிக்கிறேன்" என்றான். அழுதழுது அவனுடைய குரல் கம்மிப் போயிருந்தது.

துர்கா முதலில் மிகுந்த ஆச்சரியமடைந்தாள். அதற்கப்புறம் அவள் எழுந்து உட்கார்ந்து கொண்டாள். தம்பியைச் சும்மா இருக்கும்படி சொன்னாள். "அழாதே! பேசாதிரு. அம்மா கேட்டாளானால் என்னைத்தான் கோபிப்பாள். பேசாதிரு. சரி! நான் கோபிக்கவில்லை. ச்சீ! பேசாதிரு" என்றாள்.

அப்பு அழுவது அம்மாவுக்குத் தெரிந்ததானால் அவள்மீது கோபித்துக்கொண்டு அவளைத்தான் அடிப்பாள் என்று பயப் பட்டாள்.

ரொம்ப சிரமப்பட்டுத் தம்பி அழுவதை நிறுத்தினாள். இருவரும் படுத்தபடியே எத்தனையோ விஷயங்களைப் பற்றிப் பேசினார்கள். முக்கியமாக ராணி அக்கா கலியாணத்தைப்பற்றித்தான் பேசினார்கள். என்னவெல்லாமோ பேசிய பிறகு அப்பு அக்காளுடைய முகத்தின்மீது கையை வைத்துக்கொண்டு, "ஒரு விஷயம் சொல்லட்டுமா அக்கா? உனக்கும் மாஸ்டருக்கும் கலியாணம் ஆகப் போகிறது..." என்றான்.

துர்கா வெட்கமடைந்தாள். அதோடு அவளுக்கு மகிழ்ச்சி யாகவும் இருந்தது. தம்பியிடம் இதைப்பற்றிப் பேசுவதற்குச் சங்கோச மாக இருந்ததால் மௌனமாக இருந்து கொண்டாள்.

"சித்தி இன்று மாலை ராணியின் அம்மாவிடம் சொல்லிக் கொண்டிருந்தாள். மாஸ்டருக்கும் சம்மதமாம்!"

அளவு கடந்த குதூகலத்துடன் எப்படிச் சும்மா இருக்க முடியும்? அவள் அவசரமாக, "சொல்லிக் கொண்டிருந்தாளா? இருக்காது! போடா, உன் பேச்சு ஆச்சரியமாக இருக்கிறது" என்றாள்.

அப்பு படுக்கையிலிருந்து எழுந்து உட்கார்ந்து கொண்டான். "நான் நிஜம்மா சொல்றேன் அக்கா! நான் சத்தியமாகச் சொல்கிறேன். நான் அங்கு நின்று கொண்டிருந்தேன். என்னைப் பார்த்துத்தான் பேசினார்கள். அப்பா, மாஸ்டருடைய அப்பாவுக்குக் கடிதம் எழுதுவாராம்" என்றான்.

"அம்மாவுக்குத் தெரியுமா?"

"நான் அம்மாளிடம் கேட்கலாமென்றிருந்தேன். ஆனால், மறந்துவிட்டேன். இப்போது கேட்கட்டுமா? அம்மாளுக்குத் தெரிந் திருக்காது. நாளை சித்தி அம்மாவை அழைத்துப்போய் சொல்லு வாள்."

மறுபடியும் அப்பு, "நீ நன்றாக ரயில் சவாரி செய்வாய். மாஸ்டர் இங்கிருந்து ரொம்ப தூரத்திலிருக்கிறார். ரயிலில்தான் போக வேண்டும்" என்றான்.

துர்கா பேசாமலிருந்தாள்.

அவள் ரயில் வண்டிப் படம் பார்த்திருக்கிறாள். அது அப்புவின் புத்தகத்திலிருக்கிறது. ரொம்ப நீளமாக இருக்கிறது. அநேக சக்கரங்களிருக்கின்றன. முன்னால் இயந்திரம் இருக்கிறது. அங்கிருந்து நெருப்பும் புகையும் கிளம்புகிறது. ரயில் வண்டி முதலிலிருந்து கடைசி வரையிலும் இரும்பினால் செய்யப்பட்டுள்ளது. சக்கரங்களும் இரும்புதான். மாட்டு வண்டிபோல மரச்சக்கரம் அல்ல. ரயில்பாதை ஓரத்தில் கூரை வீடுகள் கிடையாது. இருக்க முடியாது. இருந்தால் எரிந்துபோகும். ரயில் போகும்போது அதன் குழாயிலிருந்து நெருப்பு வெளிப்படுகிறது. அவள் அப்புவின் உடலைத் தடவிக்கொண்டு, "உன்னையும் கூட அழைத்துக்கொண்டு போகிறேன்'' என்றாள்.

அதற்கப்புறம் இருவரும் மௌனமாகத் தூங்கத் தொடங்கினார்கள். அவள் படுக்கும்போது, அவளுடைய மனத்திலே, சுதர்சன் பாபா தன் வேண்டுகோளை நிறைவேற்றிவிட்டார் என்ற எண்ணமே அடிக்கடி எழுந்தது. இன்றுதானே அவள் சுதர்சன் பாபாவிடம்.... பாபு ரொம்ப தயாளு! அம்மா சொல்வது உண்மைதான்.

"லீலா அக்காளுக்கு எவ்வளவு உயர்ந்த சேலை வாங்கி வந்திருக்கிறார்கள் தெரியும்? லீலா அக்காளின் சித்தப்பா ரானாக் காட்டிலிருந்து வாங்கி வந்திருக்கிறார்!'

18

அப்பு யாரிடத்திலும் இந்த விஷயத்தைப் பற்றிச் சொல்லவேயில்லை. அவனுடைய அக்காளிடம்கூடத் தெரிவிக்கவில்லை.

அன்றொரு நாள் மத்தியான வேளையில் யாருக்கும் தெரியாமல் அப்பாவின் பெட்டியைத் திறந்து பார்த்தான். அந்தப் பெட்டியில் புத்தகங்கள் நிறைந்து இருந்தன. அந்தப் புத்தகங்கள் ஒன்றிலிருந்து ஒரு அற்புதமான விஷயம் தெரிய வந்தது.

வாசலில் மூங்கில் புதரின் நிழல் கிழக்கேயிருந்து இன்னும் மேற்கே சாயவில்லை. சரியாக உச்சி மத்தியான வேளை. வெகு தூரத்திலுள்ள சோனாடாங்கா மைதானத்திலிருக்கும் அரச மரத்துக் கடியிலுள்ள நிழல் போல ஓரிடத்தில் நல்ல நிழல் பரவியிருந்தது.

ஒருநாள் அவனுடைய அப்பா வீட்டிலில்லாதபோது அறைக் கதவை உட்புறம் தாழிட்டுக் கொண்டான். சந்தடியின்றிப் புத்தகப் பெட்டியைத் திறந்தான். மிகுந்த அவசரமாக இந்தப் புத்தகத்தைத்

திறப்பதும் அந்தப் புத்தகத்தைத் திறப்பதும், படம் பார்ப்பதும், கொஞ்சம் படித்துப் பார்ப்பதுமாக ஆராய்ந்தான். ஆனால், பெரிய கதைப் புத்தகம் ஒன்றுகூடத் தென்படவில்லை.

ஒரு புத்தகத்தைக் கையிலெடுத்தான். அதன் அட்டையில் 'சர்வதர்ஷன் சங்ரஹ்' என்று எழுதப்பட்டிருந்தது. இதற்கு என்ன அர்த்தம்? இந்தப் புத்தகம் என்ன விஷயத்தைப்பற்றிக் கூறுகிறது என்பதொன்றும் அவனுக்குத் தெரியவில்லை. புத்தகத்தைத் திறந்ததும் காகிதத்தை அரிக்கும் பூச்சி அட்டைக்கடியிலிருந்து வெளிக்கிளம்பி வேறு பக்கத்துக்கு வேகமாகக் கிளம்பிச் சென்றது. புத்தகத்தை முகர்ந்து பார்த்தான். பழுப்பு நிறமான தடித்த காகிதத்தின் மணம் அவனுக்குப் பிடித்திருந்தது. இந்த வாசனையுடன் அவனுடைய அப்பாவின் நினைவும் வந்தது. எப்போது இந்த வாசமடித்தாலும் அப்பாவின் நினைவு ஏனோ இவனுக்கு வந்து விடுகிறது.

மார்பின் காகிதம் பல இடங்களில் கிழித்துபோயிருந்தது. இந்தப் பழைய புத்தகத்தின்மீது இவனுக்கு அளவு கடந்த மோகம். ஆகையால், இந்தப் புத்தகத்தைத் தலையணைக்கடியில் ஒளித்து வைத்துவிட்டு மற்ற புத்தகங்களைப் பெட்டியில் வைத்து மூடி விட்டான்.

யாருக்கும் தெரியாமல் மறைவாகப் படிக்கும்போது அவனுக்கு ஒரு அற்புதமான விஷயம் தெரிய வந்தது. திடீரென கேட்டால் ஆச்சரியமாக இருக்கும். ஆனால் அச்சடித்த புத்தகத்தில் இந்த விஷயம் தன்மைகளைப் பற்றிச் சொல்லிக்கொண்டு வந்த ஆசிரியர், "கழுகின் முட்டைக்குள் கொஞ்ச நாள் வரையிலும் பாதரசத்தைப் போட்டு வெய்யிலில் வைத்திருக்க வேண்டும். அப்புறம் மனிதன் அதை வாயில் வைத்துக்கொண்டு ஆகாயத்தில் வேண்டுமானாலும் உலாவலாம்."

அப்பு தன் கண்களையே நம்பவில்லை. ஆகையால், அதைப் பல தடவை படித்தான்.

கடைசியில் அந்தப் புத்தகத்தை மூடியில்லாத தன் பெட்டிக்குள் ஒளித்து வைத்தான். பிறகு, வெளியில்போய் இந்த விஷயத்தைப் பற்றித் தீவிரமாக யோசிக்கத் தொடங்கினான்.

அப்பு தன் அக்காளிடம், "அக்கா! கழுகு எங்கே கூடுகட்டிக் கொண்டிருக்கும்?" என்று கேட்டான்.

ஆனால், அவனுடைய அக்காளால் பதில் சொல்ல முடியாமல் போகவே தன் வீதியிலுள்ள சத்து, நீலு, கீனூ, படல், நேடா முதலிய தன் தோழர்கள் அனைவரிடமும் கேட்டான். "இங்கே கிடையாது. வடக்கே உள்ள மைதானத்தில் உயர்ந்த மரத்தின் உச்சாணிக் கிளை

யில் அதனுடைய கூடு இருக்கிறது" என்று ஒருவன் சொன்னான். "எங்கடா வெய்யிலில் சுற்றிக் கொண்டிருக்கிறாய்?' என்று அவனுடைய அம்மா வேறு கோபித்துக் கொள்வாள்.

அப்பு வீட்டுக்கு வந்து தூங்குபவனைப் போலப் படுத்துக் கொள்வான். பிறகு, அந்தப் புத்தகத்தைத் திறந்து அந்த இடத்தைப் படிப்பான். அவனுக்கு ரொம்ப ஆச்சரியமாக இருக்கும். இவ்வளவு சுலபமாகப் பறக்க முடியுமென்பது ஜனங்களுக்கு ஏன் தெரியவில்லை? இந்தப் புத்தகம் வேறு யாருடைய வீட்டிலும் இல்லாமலிருக்கலாம். அப்பாவிடம் மட்டும் இருந்திருக்கிறது. இங்குகூட இது யாருடைய கண்ணிலும் படவில்லையே! பார்வைதானே அதில் பட்டிருக்கிறது!

அவன் புத்தகத்தை முகத்துக்கு நேராகப் பிடித்துக்கொண்டு அதன் மணத்தை நுகருவான். அது அந்தப் பழைய வாசனைதான். இனி இந்தப் புத்தகத்தில் எழுதியிருக்கும் விஷயம் உண்மைதான். அவனுக்குக் கொஞ்சம்கூடச் சந்தேகம் கிடையாது.

பாதரசத்தைப் பற்றி அவனுக்குக் கொஞ்சம்கூடச் சந்தேகம் கிடையாது. கண்ணாடிப் பாதரசம் தானே, அது அவனுக்குத் தெரியும். கண்ணாடிக்குப் பின்னால் பூசியிருப்பார்கள். வீட்டில் ஓர் உடைந்த கண்ணாடிகூட இருக்கிறது. ஆகையால், பாதரசத்தைப் பற்றிக் கவலைப்பட வேண்டியதில்லை. ஆனால், கழுகின் முட்டை எப்படிக் கிடைக்கும்?

மத்தியானச் சாப்பாடு முடிந்த பிறகு துர்கா சில நாளில் அவனைக் கூப்பிட்டு, "அப்பு! ஒரு வேடிக்கை செய்கிறேன் பார்" என்று கூறிவிட்டு ஒரு பிடி சோற்றைக் கையிலெடுத்துக் கொண்டு பின்புறக் கதவு வழியாக மூங்கில் புதருகே போய், "வா வா புலுவா, வா வா!" என்பாள்.

கூப்பிட்டுவிட்டுத் துர்கா தம்பியின் முகத்தைப் பார்த்துப் புன்முறுவல் செய்வாள். இப்போது ஒரு அதிசயம் நடக்கப் போகிறது பார் என்று சொல்வது போலிருக்கும். திடீரென எங்கிருந்தோ ஒரு நாய் ஓடிவரும். துர்கா, "அது வந்துவிட்டது! இது எங்கிருந்து வருகிறது சொல் பார்க்கலாம்" என்பாள்,

அவள் குதூகலத்துடன் கலகலவெனச் சிரிப்பாள்.

தினமும் நாய்க்குச் சோறு போடுவதில் துர்காவுக்குப் பிரியம். எங்கும் யாருமிருக்க மாட்டார்கள். அமைதியாக இருக்கும் வேளையில் கூப்பிட்டால் போதும்... துர்கா சோற்றைக் கீழே வைத்துவிட்டுக் கண்ணை மூடிக்கொண்டிருப்பாள். ஆகையாலும் உற்சாகத்தாலும் அவள் இதயம் படபடவென அடித்துக் கொள்ளும். இன்று நாய் வருமா வராதா? பார்க்கலாம் புலுவா வருகிறதா

இல்லையா என்று. இன்று கூப்பிட்டது காது கேட்டிருக்காதோ என்று நினைத்துக் கொள்வாள்.

ஆனால், திடீரென அடர்ந்த புதருக்குள்ளிருந்து சத்தம் கேட்கும்.

கண்மூடி விழிப்பதற்குள் காட்டுச் செடிகளையும் கொடி களையும் மிதித்துக்கொண்டு குரைத்தபடி புலுவா எங்கிருந்தோ ஓடி வந்துவிடும்.

உடனே, துர்கா உடல் முழுதும், மின்சாரம் பாய்ந்தது போன்ற ஒரு உணர்ச்சி ஏற்படும். ஆச்சரியத்தால் அவள் முகம் பிரகாசிக்கும். நன்றாகக் கேட்டுக் கொண்டிருந்து வருகிறது என்று நினைத்துக் கொள்வாள். 'நாளை கொஞ்சம் மெதுவாகக் கூப்பிட்டுப் பார்க்கலாம்' என்று எண்ணுவாள்.

இந்த ஆனந்தத்தை அனுபவிப்பதற்காக அம்மாவின் திட்டுக் களைப் பொறுத்துக்கொண்டு, சில சமயங்களில் அவளே குறைவாகச் சாப்பிட்டுக் கொஞ்சம் சோற்றைத் தட்டில் மீதம் வைத்துவிடுவாள்.

ஆனால், அப்புவுக்கு இந்த நாயைக் கூப்பிடும் விளையாட்டில் பிரியம் இருப்பதில்லை. அவனுக்கு இந்தப் பெண்பிள்ளை விளை யாட்டு பிடிப்பதில்லை. அந்த மெலிந்த நாய் ஆவலாகச் சோறு தின்பதைக்கூடப் பார்க்க மாட்டான். அவனைக் கழுகு முட்டைதான் சதா சஞ்சலப்படுத்திக் கொண்டிருந்தது.

கடைசியாக ஒருநாள் தகவல் தெரிந்து, இடையர்கள் மாடு களைக் கட்டிவிட்டு எண்ணெயும் புகையிலையும் வாங்குவதற்கு வீடுகளுக்கு வருவார்கள். அப்பு தங்கள் தெரு மாடுகளை மேய்ப்ப வனிடம் போய், "நீ எங்கெல்லாமோ போகிறயே! கழுகின் கூட்டைப் பார்த்திருக்கிறாயா? எனக்கு நீ ஒரு கழுகு முட்டை கொடுத்தால் உனக்கு நான் இரண்டு பைசா கொடுக்கிறேன்" என்றான்.

நாலைந்து நாளைக்குப் பிறகு மாடு மேய்ப்பவன் அவன் வீட்டுக்கு எதிரில் வந்து அவனைக் கூப்பிட்டு, மடியிலிருந்து பையை எடுத்து அதிலிருந்து இரண்டு சிறிய கறுப்பு நிற முட்டைகளை எடுத்து, "இதோ பண்டிதரே! முட்டை!" என்றான்.

அப்பு அவசரமாகக் கையை நீட்டிக்கொண்டு, "கொடு" என்றான்.

அந்த முட்டைகளை மகிழ்ச்சியுடன் பார்த்துக்கொண்டு, "ஆஹா! இது கழுகு முட்டைதானே? உண்மைதானே?" என்றான்.

மாடு மேய்ப்பவன் பல சத்தியங்கள் செய்தான். "இது கழுகு முட்டையேதான். நான் உயிரைப் பொருட்படுத்தாமல் ஒரு உயர மான மரத்தின்மீது ஏறினேன். இதற்குக் குறைந்தது இரண்டணா வாவது கொடுக்க வேண்டும்" என்றான்.

உழைப்பின் சிரமத்தைக் கண்டு அப்பு கலங்கிப்போய் விட்டான்.

"ரொக்கமாக இரண்டு பைசா கொடுத்து விடுகிறேன். என் சோழிகளை வாங்கிக் கொள்கிறாயா? எல்லாவற்றையும் கொடுத்து விடுகிறேன். ரொம்ப நல்ல சோழிகள், பார்க்கிறாயா?" என்றான்.

மாடு மேய்ப்பவன் உலக விஷயங்களில் அப்புவைவிட அதிக புத்திசாலி. ரொக்கத்தைத் தவிர வேறு ஒன்றுக்கும் அவன் இசைய மறுத்துவிட்டான். எவ்வளவோ மன்றாடிய பிறகு நான்கு பைசாவுக்கு ஒத்துக் கொண்டான். அப்பு அக்காளிடம் இரண்டு பைசா வாங்கி அவனுக்கு நான்கு பைசா கொடுத்தான். முட்டைகளை வாங்கிக் கொண்டான்.

இதைத் தவிர மாடு மேய்ப்பவன் சில சோழிகளையும் வாங்கிக் கொண்டான். அந்தச் சோழிகளை உயிருக்குயிராக வைத்திருந்தான். பாதி ராஜ்யமும், ராஜ குமாரியையும் கொடுப்பதாகச் சொன்னால் கூட இந்தச் சோழிகளைக் கொடுத்திருக்க மாட்டான். ஆனால், ஆகாயத்தில் பறப்பதற்கு முன் இவை எல்லாம் எம்மாத்திரம்?

முட்டைகளைக் கையில் வாங்கியதும் அவன் மனம் காற்று நிரம்பிய புகைக் கூண்டுபோல லேசாகிவிட்டது. அவன் மனத்தில் ஒரு துளி சந்தேகம் கூட இதுவரையிலும் ஏற்படவில்லை. கையில் முட்டையை வாங்கிய பிறகுதான் எங்கிருந்தோ இந்தச் சந்தேகம் மெதுவாக வர ஆரம்பித்தது. சாயங்காலத்திற்கு முன் நேடா வீட்டு நாவல் மரத்தடியில் உட்கார்ந்துகொண்டு யோசிக்கத் தொடங்கினான். உண்மையாகவே பறக்க முடியுமா? பறந்துதான் எங்கே போவது? தாயார் ஊருக்கா? அப்பா இருக்குமிடத்திற்கா? ஆற்றுக்கு அப்பாலா? மைனாவைப் போல அவன் ஆகாயத்தில் பறந்து ஒரு நட்சத்திர மிருக்குமிடத்திற்குப் போவான்!

அன்றோ அதற்கு அடுத்த நாளோ தெரியவில்லை. துர்கா மாலை நேரத்தில் விளக்குத் திரிக்காகப் பழைய துணிகளைத் தேடிக் கொண்டிருந்தாள். மண்பானைகளும் சட்டிகளும் அடுக்கி வைத் திருந்த இடத்தில் தேடிக் கொண்டிருந்தாள். அப்போது ஏதோ ஒரு வஸ்து பட்டெனப் பூமியில் விழுந்து உருண்டு ஓடியது. அறை இருளாக இருந்தது. ஒன்றும் நன்றாகத் தெரியவில்லை. துர்கா தரையிலிருந்து அந்தப் பொருள்களை வெளியில் எடுத்துக்கொண்டு வந்து பார்த்தாள். "அடே! இரண்டு முட்டைகள்! விழுந்து உடைந்து போய்விட்டது. அம்மா! அறைக்குள் ஏதோ பறவை வந்து முட்டை இட்டிருக்கிறது பார்த்தாயா?" என்றாள்.

இதற்கப்புறம் என்ன நடந்தது என்பதைச் சொல்லாமல் விடுவதே நல்லது. அப்பு அன்று பகல் முழுதும் சாப்பிடவேயில்லை. அழுதுகொண்டேயிருந்தான். பெரிய ரகளை செய்தான். தாயார் தண்ணீர்த் துறைக்குப் போய், "விசித்திரமான பையன்! இம்மாதிரி பையனைப் பார்த்ததேயில்லை. மன்னி! கழுகு முட்டையால்

மனிதன் பறக்க முடியுமா? அந்த வீட்டு மாட்டுக்காரன் ரொம்பப் பொல்லாதவன். பையன் அவனிடம் சொல்லியதும் எங்கிருந்தோ இரண்டு காக்கை முட்டைகளைக் கொண்டுவந்து கொடுத்துவிட்டு இதுதான் கழுகு முட்டை என்று சொல்லி நான்கு பைசாவை ஏமாற்றி வாங்கிக்கொண்டு போய்விட்டான். இந்தப் பையன் இவ்வளவு முட்டாளாக இருக்கிறானே மன்னி!" என்றாள்.

ஆனால், அப்பாவி சர்வஜயாவுக்கு உண்மை விஷயம் எப்படித் தெரியும்? எல்லோரும் 'சர்வதர்ஷன் சங்ரஹ' படித்ததில்லை. பாதரசத்தின் தன்மைகள் என்னென்ன என்பது எல்லோருக்கும் தெரியாது.

எல்லோருக்கும் தெரிந்திருந்தால் அனைவரும் ஆகாயத்தில் பறப்பார்களே!

19

கிராமத்திலே வயோதிகரான பாபா நரோத்தமதாசிடம் அப்பு ரொம்ப நாளா வந்து கொண்டிருந்தான். கங்கூலி தெருவில் சிரித்த முகமுடைய வயோதிகர் எளிய கூரை வீட்டில் வசித்துக் கொண்டிருந் தார். அவருக்குச் சந்தடி பிடிக்காது. ஆகையால் தனிமையாக வசித்துக் கொண்டிருந்தார். மாலை வேளையில் அடிக்கடி கங்கூலிஜி வீட்டில்போய் உட்கார்ந்து கொள்வார்.

ஹரிஹரன், அப்புவைக் குழந்தைப் பிராயத்திலிருந்தே அவரிடம் எடுத்துப் போவதுண்டு. அப்போதிருந்து அப்புவுக்கு நரோத்தம தாசைத் தெரியும்.

அப்பு கிழவருடைய இருப்பிடத்திற்குப் போய், "பாபா! வீட்டிலிருக்கிறீர்களா?" என்பான்.

கிழவர் அவசரமாக வீட்டுக்குள்ளிருந்து வெளியில் வந்து பனை ஓலைப் பாயை விரித்துக்கொண்டு, "உட்கார் குழந்தாய்!" என்பார்.

அப்பு வேறு எங்காவது போனால் வெட்கப்படுவான். வாயி லிருந்து வார்த்தைகள் வெளிவராது. ஆனால், இந்த எளிய, சாந்த மான கிழவருடன் சங்கோசமின்றி விளையாட்டுத் தோழர்களுடன் பழகுவது போல நெருங்கிப் பழகுவான். நரோத்தமதாஸ் தனியாத் தான் வசித்து வந்தார். அவருக்கு வேறு யாரும் கிடையாது. அவருடைய சாதியைச் சேர்ந்த ஒரு வைஷ்ணவப் பெண், வீட்டுக் காரியங்களைச் செய்துவிட்டுப் போய்விடுவாள். அப்பு பல தடவை மாலை நேரம் முழுதும் அவரிடம் கதை கேட்டுக்கொண்டும் பேசிக் கொண்டும் கழித்திருக்கிறான். பாபா நரோத்தமதாஸ் தன் அப்பாவை விட, அன்னதாராயைவிடப் பெரியவர் என்பது அவனுக்குத் தெரியும். அவர் வயோதிகராக இருப்பதனால்தான் அங்கு வந்ததும்

வெட்கம் மறைந்து விடுகிறது. சரளமாகப் பழக முடிகிறது. பேசும் போது அப்பு மனம் விட்டுச் சிரிப்பான். தன்னை அதிகப்பிரசங்கி என்று கிழவர் சொல்லா வண்ணம் பேசிக் கொண்டிருப்பான். "குழந்தாய்! நீ என்னுடைய சைதன்ய மகாப் பிரபுவேதான். உன் வயதில் மகாப் பிரபுவும் உன்னைப் போலவே தான் அழகாகவும் களங்கமற்றும் இருந்திருப்பார்... அவருடைய கண்களிலும் இம்மாதிரிதான் நிர்மலமான ஒளி வீசிக் கொண்டிருந் திருக்கும்" என்று நரோத்தமதாஸ் கூறுவார்.

வேறு யாராவது இப்படிக் கூறினார்களானால் அப்பு வெட்க மடைந்துவிடுவான். ஆனால், இங்கு அவன் சிரித்துக்கொண்டு, "பாபா! எனக்கு அந்தப் புத்தகத்திலுள்ள படத்தைக் காட்டுங்கள்!" என்பான்.

கிழவர் அறையிலிருந்து 'பிரேம் பக்தி சந்திரிகா' வை எடுத்து வருவார். இது அவருக்கு மிகவும் பிடித்த கிரந்தம். தனிமையில் இதைப் படித்துப் புளகாங்கிதமடைவார். இதில் மொத்தம் இரண்டே படங்கள்தான் இருந்தன. பார்த்து முடிந்தவுடன் கிழவர், "சாகும் போது இந்தப் புத்தகத்தை உனக்குக் கொடுத்துவிட்டுப் போகிறேன். நீ இந்தப் புத்தகத்தைப் போற்றிப் பாதுகாப்பாய் என்பது எனக்குத் தெரியும்" என்பார்.

அவருடைய சிஷ்யப்பிள்ளை ஒருவர் தாம் இயற்றிய பாடலைப் படித்துக் காட்ட வருவதுண்டு. ஆனால் கிழவர் கோபத்துடன், "நீ பாட்டு எழுதியது சரி பாபா! ஆனால், இவைகளை எல்லாம் எனக்குப் படித்துக் காட்டாதே! பாட்டு எழுதுபவர் வித்யாபதி சண்டிதாஸ்தான்! அதற்கப்புறம் பிறந்துள்ள பாடல்கள் என் காதில் நாராசம்போல் ஒலிக்கின்றன. இவை எல்லாம் வேறிடத்தில் படித்துக்காட்டு" என்பார்.

அவருடைய வாழ்க்கைப் பாதை சரளமாக ஆடம்பரமற்றுச் சாதாரணமாக இருந்தது. அவரிடமிருந்து எழும் பக்தி வெள்ளத்தை அப்புவினால் புரிந்துகொள்ள முடிந்தது. பறவைகள், மரம், செடி கொடிகளுடன் ஒட்டிய உறவுபோல அவரிடமும் ஆனந்தமாக உறவாட முடிந்தது. ஆகையால், தாதாஜியிடம் அவன் மகிழ்ச்சியுடன் வந்துகொண்டிருந்தான்.

அவன் வீடு திரும்பும்போது நரோத்தமதாஸ் வாசலில் உள்ள பூச்செடிகளிலிருந்து, ஏராளமாகப் பூக்களைப் பறித்துக் கொண்டு போய்த் தன் படுக்கையில் வைத்துக்கொள்வான். அதற்கப்புறம் விளக்கேற்றியதும் அவன் தந்தையின் கட்டளைப்படி படிப்பதற்காக உட்காரவேண்டியிருக்கும். ஒரு மணிக்கு மேல் அதிகமாகப் படிக்கமாட்டான். ஆனாலும், அப்புவுக்கு இரவு நீண்ட நேரமாகி விட்டது போலத் தோன்றும். அதிலிருந்து விடுபட்டுத் தூங்கப்

போவான். படுக்கையில் படுத்தபடியே நாள் முழுதும் அனுபவித்த வேடிக்கை வினோதங்களை எண்ணி மகிழ்ந்து கொண்டிருப்பான். தாதாஜி வீட்டிலிருந்து கொண்டுவந்துள்ள சண்பகப்பூவின் மணத்தை அனுபவிப்பான். அவன் படுக்கையில் குப்புற படுத்துக் கொண்டு மலர்க் கொத்துகளை முகர்ந்து பார்த்துக் கொண்டிருப்பான்.

அவனுடைய அக்கா அவனிடம், "வனபோஜனத்திற்குப் போகலாமா?" என்றாள்.

அவர்கள் தெருவிலுள்ள அனைவரும் சண்டி விரதத்திற்காக வனபோஜனம் செய்வதற்குக் கிராமத்துக்குப் பின்னாலுள்ள மைதானத்திற்குப் போவார்கள். ஆனால், குழந்தைகளை அழைத்துக் கொண்டு போகமாட்டார்கள். அங்கு எல்லோரும் தங்கள் தங்கள் பொருட்களைக் கையோடு எடுத்துக்கொண்டுபோய் விடுவார்கள். வனபோஜனத்திற்குச் சாதாரணமான அரிசியும் பருப்பும் உதவாது. அங்கு அனைவரும் தங்களிடமுள்ள நல்ல அரிசி, பருப்பு, நெய், பால் முதலியவைகளைக் கொண்டு வருவார்கள். ஆனால், அவனு டைய அம்மா பெரு அரிசியையும், அம்மியில் வைத்து அரைத்த நனைந்த பருப்பையும் இரண்டு மூன்று கத்திரிக்காயையும் கொண்டு வருவாள். அவளுக்குப் பக்கத்தில் புவனமுகர்ஜி வீட்டு விதவையின் மகன் கிண்ணத்தில் பாலும் பழமும் பிசைந்து அதில் கறும்பின் புது வெல்லத்தைக் கூட்டிச் சாப்பிட்டுக் கொண்டிருப்பான். இவை களைப் பார்த்துச் சர்வஜயா தன் குழந்தைகளை எண்ணிக் கொண்டு உருகுவாள்.

அப்புவும் இம்மாதிரி பாலும் பழத்தையும் கிண்ணத்திலிட்டுப் பிசைந்து சாப்பிடுவதை விரும்புவான்...

அமைதியான மைதானத்தின் ஓரத்திலிருந்த காட்டுக்குள் மாலைக் கிரணங்கள் பரவிக் கொண்டிருந்தன. மூங்கில் புதர் நிறைந்த பாதையில் திரும்பி வரும்போது சர்வஜயா தன் குழந்தை களைப் பற்றியே நினைத்துக் கொண்டிருந்தாள்.

காடுகளால் மூடப்பட்ட நீலமணிராயின் வீட்டுப் பக்கத்தில் துர்கா தன் கையாலேயே செடி சத்தைகளை எல்லாம் வெட்டி எறிந்து கொஞ்சம் இடம் செய்து கொண்டு தம்பியிடம், "புளியமரத் துக்கடியிலிருந்து பார், அம்மா வருகிறாளா என்று. நான் போய் அரிசி கொண்டு வருகிறேன்" என்றாள்.

ஒரு தேங்காய்த் தொட்டியில் இரண்டு கரண்டி எண்ணெய் கொண்டு வந்தாள். இப்படியே திருடிக்கொண்டுவந்த பொருட்களை எல்லாம் தம்பியிடம் ஒப்படைத்தாள். "அப்பு சீக்கிரமாக இவைகளை எல்லாம் அங்கு கொண்டுபோய் வைத்துவிடு. பசு சாமான்களைத் தின்றுவிடப் போகுது. பார்த்துக் கொண்டிரு" என்றாள்.

இதற்குள் மாதோவின் தாயார் பின்புறக் கதவு வழியாக வாசலுக்கு வந்தாள். "தபரேஜ் மனைவியா? என்ன விஷயம்?" என்றாள்.

தபரேஜ் மனைவி சிறுவயதினள்தான். பார்ப்பதற்கு நன்றாகத் தானிருப்பாள். ஆனால் கணவன் இறந்த பிறகு கஷ்டங்களால் மெலிந்துபோய் விட்டாள்.

"பண்டகசாலை மைதானத்துக்கு விறகு பொறுக்கப் போயிருந்தேன். அங்கிருந்து நாவல் பழம் கொண்டுவந்தேன். வேண்டுமா?" என்று கேட்டாள்.

துர்கா காட்டுக்குள்தானே போய்த் தேடி அலைந்து நாவல் பழம் கொண்டு வருவாள். அவள் தலையை அசைத்துக்கொண்டு, "வேண்டாம்" என்றாள்.

"வாங்கிக்கொள். ரொம்ப இனிப்பாக இருக்கிறது. நான் மதுக் காலிக் குளத்தருகிலிருந்து பறித்து வந்தேன்" என்று கூறிப் பழத்தைக் காட்டினாள். "ரொம்பப் பெரிய பழங்கள். விறகைக் கொண்டுபோய் விற்றுக் காசு வாங்குவதற்கு ரொம்ப நேரமாகிவிடும். அதற்குள் மாதோவுக்கு வயிற்றுக்கு ஏதாவது இரண்டு பைசாவுக்கு வாங்கிக் கொடுக்கலாமென்று பார்த்தேன். வாங்கிக் கொள்கிறாயா?" என்றாள்.

துர்கா இணங்கவில்லை. "அப்பு, பாத்திரத்தில் ஒரு பிடி வறுத்த அரிசி இருக்கிறது. எடுத்துவந்து மாதோவுக்குக் கொடு" என்றாள்.

அவர்கள் பின்வாசல் கதவுவழியாகவே போய்விட்டார்கள். அப்புறம் அக்காளும் தம்பியும் தங்கள் சாமான்களை எடுத்துக் கொண்டு கிளம்பினார்கள்.

நாற்புறத்திலும் காடே காடுதான். வெளியிலிருந்து யாரும் பார்க்க முடியாது. விளையாட்டுச் சட்டியைப் போன்ற ஒரு சட்டியில் அரிசியைப் போட்டு அடுப்பேற்றினாள். "இதோ பார் அப்பு! நான் எத்தனை சேப்பங்கிழங்கு கொண்டு வந்திருக்கிறேன் பார். இவை எல்லாம் சாதத்திற்குள் போடப் போகிறேன்" என்றாள்.

அப்பு மிகுந்த உற்சாகத்துடன் வறண்ட கொடிகளையும் சுள்ளி களையும் பொறுக்கிவந்தான். இதுதான் அவர்களுடைய முதல் சுதந்திர வனபோஜனம். உண்மையாகவே சாதம் கறிகள் ஆகின்றனவா? அல்லது விளையாட்டு வனபோஜனமா என்ற சந்தேகம் அப்புவுக்கு இன்னும் இருந்துகொண்டுதானிருந்தது. விளையாட்டு வனபோஜனம் எத்தனையோ முறை நடந்திருக்கிறதே!

அன்று பொழுதும் நன்றாக இருந்தது. வனபோஜனத்திற்கான இடமும் அழகாக இருந்தது. நான்கு புறமும் காட்டுப்புதர்கள். மரங்களில் கொத்துக் கொத்தாக மலர்கள் தொங்கிக் கொண்டிருந்தன. அமைதியான புதர் நிழலில் அழகு குடிகொண்டிருந்தது. வசந்த

காலம் ஆரம்பமானதால் எங்கும் பசுமை துளிர்த்திருந்தது. மலர்க் குவியல்கள் இடிந்த வீட்டை மறைத்துக் கொண்டிருந்தன. வேப்ப மரத்தின் இலைகளெல்லாம் உதிர்ந்து போயிருந்தாலும் கிளைகளில் வெள்ளைப் பூக்கள் கொத்துக் கொத்தாகத் தொங்கிக் கொண்டிருந்தன.

இப்போது துர்காவிற்கு இந்தக் கிராமத்திலுள்ள ஒவ்வொரு மரம் செடி கொடிகளைப் பற்றியும் மலர்களைப் பற்றியும் நன்கு தெரியும். காட்டு மரங்களுக்கடியில் போகும் இந்த ஒற்றையடிப் பாதையும் நிழல் நிறைந்த ஆற்றங்கரையும் அவளுக்கு மிகவும் பிடிக்கும். அவளுடைய அப்புவை. அவளுடைய சின்னத் தங்கத் தம்பியை ஒரு நேரம்கூட பார்க்காமல் அவளால் இருக்க முடியாது. அவனை நினைத்தால் மனம் துக்கமடைகிறது. அவனை விட்டுவிட்டு அவள் எத்தனை தூரம் போய்விடப் போகிறாளோ!

நீதம் அத்தை விஷயத்தில் நடந்ததுபோலதான் எப்போதும் திரும்பாமலே போய்விடுவாளோ?

இந்தப் பாழடைந்த வீட்டில்தான் நீதம் அத்தை வசித்து வந்தாள். அவளுக்கு எந்தக் காலத்தில் கலியாணம் நடந்ததோ! பிறகு அவள் தாய் வீட்டுக்குத் திரும்பிவரவேயில்லை. வெகு நாளைக்கு முன் நடந்த சம்பவம். அவள் குழந்தைப் பருவத்திலிருந்து இந்தக் கதையைக் கேட்டுவந்திருக்கிறாள். முர்ஷிதாபாத் ஜில்லாவில் தான் கலியாணமாயிற்று என்று எல்லோரும் சொல்லுகிறார்கள். அது எவ்வளவு தூரத்திலிருக்கிறது? எங்கிருக்கிறது? யாரும் இதைப் பற்றிக் கவலைப்படுவதில்லை. அவள் உயிரோடு இருக்கிறாளா இல்லையா என்பதுகூடத் தெரியாது. நீதம் அத்தை போனபிறகு அப்பாவையோ அம்மாவையோ கூடப் பிறந்தவர்களையோ சந்திக்கும் சந்தர்ப்பம் ஏற்படவில்லை. ஒவ்வொருவராக அனைவரும் போய்விட்டார்கள். ஐயோடி அம்மா! மனிதன் எவ்வளவு கொடூர மானவனாக இருக்கிறான்! அவளை யாருமே தேடிப்போக வில்லையே! தனியாக உட்கார்ந்து கொண்டு எத்தனையோ நாட்கள் அவள் நீதம் அத்தைக்காகக் கண்ணீர் வடித்திருக்கிறாள். இன்று அவள் அகஸ்மாத்தாகத் திரும்பி வந்து தன் அப்பாவின் வீடு இம்மாதிரி இடிந்து காடாகிக் கிடப்பதைக் கண்டால் என்ன நினைப்பாள்?

'அவளுக்கும் இம்மாதிரி நிலைமை ஏற்பட்டுவிட்டால்...' அப்பா, அம்மா, அப்பு ஆகியவர்களை விட்டுப்போன பிறகு மறுபடியும் அவர்களைச் சந்திக்கும் சந்தர்ப்பமே ஏற்படாமல் போய்விடுமோ? அப்படி ஒருநாளும் நடக்காது. அவள் இந்த வீட்டையும் காட்டு மரங்களுக்கடியில் செல்லும் பாதையையும் ஆற்றங்கரையையும் விட்டுப் பிரிந்து ஒருநாளும் போகமாட்டாள்.

யோசிக்கும்போது ரோமம் சிலிர்க்கிறது. தன் வாழ்க்கையில் விரைவில் என்னவோ நடக்கப்போகிறதென்று ஏன்தான் இம்மாதிரி எண்ணம் அடிக்கடி எழுகிறதோ தெரியவில்லை. அவள் திரும்பி வர முடியாதபடி அவள் வாழ்க்கையில் ஏதாவது ஒரு சம்பவம் நிகழப்போகிறதா? இரவு பகல் விளையாடும் போதும் வேலை செய்யும்போதும் அடிக்கடி இந்த எண்ணம் அவள் மனத்தில் எட்டிப் பார்த்துக் கொண்டேயிருக்கிறது. இது என்ன என்றே அவளுக்குப் புரியவில்லை. அந்தச் சம்பவம் எப்போது நிகழப் போகிறது என்பதும் அவளுக்குத் தெரியாது. இருந்தாலும் அதை எதிர்பார்த்துக் கொண்டிருக்கிறாள். 'அந்தச் சம்பவம் வந்து கொண்டிருக்கிறது, வந்து கொண்டிருக்கிறது. விரைவாக வந்து கொண்டிருக்கிறது' என்றே சதா அவள் மனத்தில் தோன்றிக் கொண்டிருக்கிறது.

வனபோஜனத்துக்கு இடையில் அப்புவின் வீட்டு வாசலில் யாரோ வரும் காலடி ஓசை கேட்டது. "பீனி வருவது போலிருக்கிறது. அப்பு, போய் அவளைக் கூட்டி வா அப்பு" என்றாள்.

கொஞ்ச நேரத்திற்குப் பிறகு அப்புவுக்குப் பின்னால் துர்கா வயதுடைய ஒரு பெண் வந்தாள். அவள் சிரித்துக்கொண்டு, "துர்கா அக்கா! என்ன செய்து கொண்டிருக்கிறாள்?" என்றாள்.

"வா, பீனி! வனபோஜனம் செய்து கொண்டிருக்கிறேன். வந்து உட்கார்" என்றாள் துர்கா.

இந்தப் பெண் அந்தத் தெருவிலுள்ள காளிநாத் சக்கரவர்த்தியின் பெண். சாயம்போன சேலையைக் கட்டிக் கொண்டிருந்தாள். கைகளில் கண்ணாடி வளையல் அணிந்திருந்தாள். கொஞ்சம் உயரமானவள். முகம் சரளமாக இருந்தது. அவளுடைய அப்பா கீழ் வகுப்பார்களின் புரோகிதர். ஆகையால் அவரைச் சமூக காரியங்களுக்குக் கூப்பிட மாட்டார்கள். கிராமத்தில் ஓரத்தில் ரொம்ப சங்கோசத்துடன் வசித்து வந்தனர். மோசமான நிலைதான். பீனி, துர்காவின் கட்டளைக்குச் சந்தோஷத்துடன் சம்மதித்தாள். அவள் உலவிவிட்டு வரத்தான் வீட்டைவிட்டுக் கிளம்பினாள். ஆனால், இங்கு ஒரு ஆதாயமுள்ள விஷயத்துக்கு வந்து சேர்ந்து விட்டாள். இந்த விழாவில் அவளை நல்ல முறையாகச் சேர்த்துக் கொள்வார்களா மாட்டார்களா என்ற சந்தேகம் அவளுடைய உல்லாசமான பேச்சுக்களிலிருந்தும் நடத்தையிலிருந்தும் வெளிப்பட்டது.

"பீனி! அடுப்பு நன்றாக எரியவில்லை. இரண்டு மூன்று வறண்ட விறகுகள் எங்கிருந்தாவது எடுத்து வா" என்றாள் துர்கா.

பீனி விறகு பொறுக்கிவர ஓடினாள். பிறகு அவள் ஒரு கத்தை வறண்ட விறகுகளைக் கொண்டுவந்தாள். "இது போதுமல்ல அக்கா? இன்னும் கொண்டு வரட்டுமா?" என்றாள்.

"அப்பு! பீனி வந்திருக்கிறாள். அவளும் இங்கேதான் சாப்பிடு வாள். இன்னும் கொஞ்சம் அரிசி எடுத்துக்கொண்டு வா" என்றாள் துர்கா.

பீனியின் உள்ளம் குளிர்ந்தது!

கொஞ்ச நேரத்திற்குப் பிறகு பீனி தண்ணீர் கொண்டு வந்தாள். அவள் மிகுந்த ஆவலுடன், "என்னென்ன காய்கறிகள் சமைக்கிறாய்?" என்றாள்.

சாதத்தை இறக்கிவிட்டு துர்கா எண்ணெய் விட்டு கத்திரிக்காய் வறுத்தாள். கொஞ்ச நேரத்திற்குப் பிறகு அவள் கத்திரிக்காய் நிறத்தைப் பார்த்து ஆச்சரியமடைந்து, அப்புவைக் கூப்பிட்டாள். "கொஞ்சம்கூட வித்தியாசமின்றிக் கத்திரிக்காய் கறி போலவே இருக்கிறதல்லவா? அம்மா செய்தது போலவே இருக்கிறது" என்றாள்.

அப்புவுக்கும் இந்த விஷயம் மிகவும் ஆச்சரியமாகத்தானிருந்தது. அவர்களுடைய வனபோஜனத்தில் நிஜச் சாப்பாடும் நிஜக் கத்திரிக்காய் கறியும் இருக்குமென்று அவன் நம்பவில்லை.

அதற்கப்புறம் இருவரும் மிக்க மகிழ்ச்சியுடன் வாழை இலை போட்டுச் சாப்பிட உட்கார்ந்தார்கள். சாதமும் கத்திரிக்காய் கறியும் தான். வேறு ஒன்றும் கிடையாது. அப்பு சாப்பிடும்போது துர்கா அவனைப் பார்த்துக்கொண்டிருந்தாள். "கத்திரிக்காய் கறி எப்படியடா இருக்கிறது?" என்று கேட்டாள்.

"அக்கா! நன்றாகத்தான் செய்திருக்கிறாய். ஆனால், உப்பில்லை."

இவர்கள் சாமான்கள் கொண்டுவரும்போது உப்பு கொண்டு வரவில்லை. இருந்தாலும் மூன்று பேரும் மிகுந்த உற்சாகத்துடன் வனபோஜனத்தைச் சாப்பிட்டார்கள். துர்கா முதல் தடவையாக இன்றுதான் சமைத்திருக்கிறாள். ஆகையால், அவள் அபரிமிதமான சந்தோஷத்துடன் தன் கலையை ரசித்துக் கொண்டிருந்தாள். இந்தப் புதர்களுக்குள், காட்டு மரங்களின் வறண்ட இலைக் குவியலுக்குமேல் ஈச்ச மரத்துக்கு அருகில் உட்கார்ந்துகொண்டு சாப்பிடுவது சாதாரண விஷயமல்ல!

சாப்பிடும்போது துர்கா, அப்புவைப் பார்த்துக் கலகலவெனச் சிரித்தாள். ஆனந்தத்தால் சோற்றுக் கவளம் தொண்டையிலேயே சிக்கிக்கொண்டது. பீனி சாப்பிட்டுக்கொண்டே கொஞ்சம் பயத் துடன், "அக்கா! கொஞ்சம் சட்னி செய்யலாமா?" என்றாள்.

"அப்பு, ஓடிப்போய்க் கொஞ்சம் எண்ணெய் கொண்டு வா" என்றாள் துர்கா!

வாழ்க்கை நூற்றுக்கணக்கான இன்பங்கள் நிறைந்த குவியல். பிரகாசமான ஒளியை உடைய சந்திரிகை நிறைந்திருக்கிறது. அவர்கள் தங்கள் தேன் நிரம்பிய வாழ்க்கை யாத்திரையை இப்போது ஆரம்பித்

திருக்கிறார்கள். வாழ்க்கையில் எண்ணற்ற மார்க்கங்கள் அடிவானத்தில் ஒரு கோடியிலிருந்து மறுகோடி வரையிலும் பரவிக் கிடக்கிறது. அந்த மார்க்கத்திலே இவர்கள் சின்னஞ்சிறிய பாதசாரிகள். பாதைத் திருப்பத்திலே மலர்களும் பழங்களும் இன்பங்களும் துன்பங்களும் இவர்களுக்கு வரவேற்பு நடத்தின. அத்தனையும் இவர்களுக்குப் புதியவைதான்.

ஆனந்தம்! ஆனந்தம்! பிரசார ஆனந்தம்தான். வாழ்க்கையில் இடையிடையே எத்தனையோ தடைகள் இருக்கின்றன. மூடு பனியால் சூழப்பட்ட மலைக்கு அப்பாலுள்ள மார்க்கத்தைப் பார்க்க முடிவதில்லை. அதைப் பார்க்க முடியாததால் ஆனந்தம். இன்றைய ஆனந்தம்! மிக மிகச் சாதாரணமான, சின்னஞ்சிறிய அற்பப் பொருளின் ஆனந்தம்!

"அக்கா, அம்மாவிடம் என்ன சொல்லுவாய்? அடுத்த வேளை சாப்பிடுவாயா?"

"ச்சீ! அம்மாவிடம் அதெல்லாம் சொல்லலாமா? சாயங்காலத்துக்குப் பிறகு பார். பசி எடுக்கும்."

கீழ்ச்சாதிக்காரர்களுக்குப் புரோகிதம் செய்கிற காரணத்தால் பீனி குடும்பத்தைச் சேர்ந்தவர்கள் இந்தத் தெருவில் தண்ணீர் குடிக்க விரும்பினால் அவர்களுக்குச் செம்பில் தண்ணீர் கொடுக்கத் தான் செய்வார்கள். ஆனால் அந்தச் செம்பை உடனே கழுவி வைப்பார்கள். பீனி இரண்டொரு தடவை தயக்கத்துடன் அப்புவின் டம்ளரைக் காட்டி, "அப்பு, நான் வாயைத் திறந்து கொள்கிறேன். நீ தண்ணீர் விடு. ரொம்ப தாகமாக இருக்கிறது" என்றாள்.

"பீனி அக்கா! நீயே வாயில் வைத்துக் குடி" என்றான்.

அப்புறமும் பீனிக்குத் தைரியம் வரவில்லை. உடனே துர்கா, "எடுத்துக் குடி பீனி" என்றாள்.

சாப்பிட்ட பிறகு துர்கா, "சட்டியை எறிந்துவிடக்கூடாது. இன்னொரு நாளைக்கு வனபோஜனம் செய்யலாம். ஏன், சரிதானே? அந்த இலந்தைப் புதரில் மறைத்து வைக்கிறேன்" என்றாள்.

"அங்கு அது இருக்கவா போகிறது? மாதோவின் அம்மா விறகு பொறுக்க வந்தாளானால் அதைப் பார்த்து எடுத்துக் கொண்டு போய்விடுவாள். பெரிய திருடி" என்றான் அப்பு.

துர்கா அந்தச் சட்டிகளை இடிந்த சுவரின் பிளவில் மறைத்து வைத்தாள். அப்புவின் மனசு திக்திக்கென அடித்துக் கொண்டது. அதற்குப் பக்கத்தில்தான் அப்பு சிகரெட்டுப் பெட்டியை ஒளித்து வைத்திருந்தான்.

கொஞ்ச நாளைக்கு முன் நேடாவின் அத்தான் தன் சிநேகிதருடன் வந்திருந்தார். கல்கத்தாவுக்கருகில் எங்கோ இருக்கிறார். ரொம்ப

ஷோக் பேர்வழி; நன்றாகச் சிகரெட்டு குடிப்பார். சிகரெட்டைக் கீழே போட்டதும் வேறொன்றைப் பற்றவைத்துக் கொள்வார். தானும் ஒரு தடவை சிகரெட் குடித்துப் பார்க்கவேண்டுமென்று அப்பு ஆசைப்பட்டான். அவனும் நேடாவும் சேர்ந்து கொண்டு ஹரீஷ் ஜோகி கடையில் சிவப்புக் காகிதத்தால் சுற்றப்பட்ட பத்துச் சிகரெட்டுகளை மூன்று பைசாவிற்கு வாங்கினார்கள். அன்று இந்த அடர்ந்த காட்டுக்குள் உட்கார்ந்து கொண்டு சிகரெட் குடித்தான். ஒன்றும் நன்றாக இல்லை. கசப்பு கசப்பாக இருந்தது. இரண்டு தம் இழுத்த பிறகு அப்புறம் குடிக்க முடியவில்லை. ஆனால், தன் பங்கில் மீதியிருந்த நாலு சிகரெட்டையும் எறிந்துவிட மனம் வரவில்லை. அவைகளை நேடாவின் அத்தானுடைய காலி சிகரெட் பெட்டிக்குள் போட்டு அங்கு ஒளித்து வைத்திருந்தான்.

முதல் முதலாகச் சிகரெட் குடித்ததும் தன் தாயார் எங்கு வாய் நாற்றத்திலிருந்து கண்டுகொள்வாளோ என்று ரொம்பப் பயந்து கொண்டிருந்தான். அவன் அதற்காக ஏராளமாக இலந்தைப் பழங்களைச் சாப்பிட்டான். அதற்கப்புறம்தான் அவன் மற்றவர் களுடன் பேச்சு வைத்துக்கொள்ள முன்வந்தான். இன்று கையும் களவுமாகப் பிடிபட்டுப் போவான் போலிருந்தது.

நல்லகாலம் அக்கா அந்தப் பக்கம் போகவில்லை.

20

ஆற்றுத்துறையிலே, சில நாட்களாக நீரேனுக்கும், அன்னதா ராய்க்கும் அவருடைய மகன் கோகுலுக்கும் மனஸ்தாபம் ஏற்பட்டு விட்டது என்பதை சர்வஜயா கேள்விப்பட்டாள். நேற்று மத்தியானம் பெரிய தகராறு ஏற்பட்டுவிட்டதாம். அதனால், நேற்று இரவே நீரேன் தன் சாமான்களை மூட்டை கட்டிக்கொண்டு ஊருக்குப் புறப்பட்டு விட்டானாம்.

அன்னதாராயின் பக்கத்து வீட்டு யஞேஸ்வர்கடியின் மனைவி ஹரிமதி சொல்லிக் கொண்டிருந்தாள்: “நிஜம் பொய் என்னவென்று தெரியாது. கொஞ்ச நாளாகவே பலவிதமான விஷயங்களைக் கேள்விப் பட்டேன். ஆனால் நான் இவைகளை எல்லாம் நம்பவில்லை. அந்தப் பெண் அப்படிப்பட்டவளல்ல. நீரேன் யாருக்கும் தெரியாமல் பணம் கொடுத்தானாம். அந்தப் பெண் பணத்தை எங்கோ அனுப்பி வைத்தாளாம். நீரேன் எழுதிய ரசீது திரும்பி வந்து கோகுல் கையில் கிடைத்து விட்டதாம். இப்படி எல்லாம் கேள்விப்பட்டேன். ஆனால், அந்நியர் விஷயத்தில் நமக்கென்ன அக்கறை? ‘நீங்கள் எல்லாரும் சேர்ந்துகொண்டு ஒரு பெண்ணைத் துன்புறுத்துகிறீர்கள்’ என்று நீரேன் சொன்னானாம். இது சரியான காரியமா? நீங்கள் என்ன

நினைத்துக் கொண்டாலும் சரி; மன்னி ஒரு தடவை அனுமதி அளித்துவிட்டால் காலஞ்சென்ற என் தாய் போலக் கருதித் தலைமீது தூக்கி வைத்துக்கொண்டு போய்விடுவேன். அதற்கப்புறம் நீங்கள் என்ன வேண்டுமானாலும் செய்து கொள்ளலாம்' என்றானாம். 'அப்புறம் கொஞ்ச நேரம் சத்தம் கேட்டது. சாயங் காலத்திற்கு முன் ஒரு மாட்டு வண்டி வந்தது. சாமான்களை எடுத்துக் கொண்டு புறப்பட்டு விட்டான்."

சர்வஜயா கேள்விப்பட்ட விஷயம் அவளுக்குப் பெரிய அதிர்ச்சியை அளித்தது. இதற்கிடையில் அவள் தன் கணவனிடம் நீரேன் தந்தைக்குக் கலியாண விஷயமாகக் கடிதம் எழுதும்படி வற்புறுத்திக் கொண்டிருந்தாள். நீரேனை மேலும் இரண்டு முறை அழைத்து விருந்து வைத்தாள். அந்தப் பையன்மீது சர்வஜயாவுக்கு ரொம்பப் பிரியம் உண்டாகிவிட்டது. 'நீரேன் அப்பா ரொம்பப் பெரிய மனிதர். அவர் தம் வீட்டில் கலியாணம் செய்யமாட்டார்' என்று ஹரிஹரன் பலமுறை சொல்லிப் பார்த்தான்.

இந்தக் கலியாணம் நடந்தே தீரும். அதில் சந்தேகமில்லை என்று எப்படியோ அவள் மனத்தில் தோன்றிவிட்டது. ஹரிஹரன் மனப்பூர்வமாக நம்பாதபோதிலும் மனைவியின் வற்புறுத்தலால் அவன் அன்னதாராயை அடிக்கடி தூண்டிக்கொண்டிருந்தான்.

ஆனால் இப்போது பெரிய விபத்தல்லவா நேர்ந்துவிட்டது!

இதற்கிடையில் ஒருநாள் வழியில் துர்கா கோகுல் மனைவியைச் சந்தித்தாள். நீரேன் ஏன் போனான் என்கிற விஷயத்தைப் பற்றி எவ்வளவோ கூறினாள். அவள் பேசும் போது கண்ணீர்விட்டாள்.

"இப்படித்தான் அடியும் உதையும் வாங்கிக்கொண்டு நாளைக் கழிக்க வேண்டும் துர்கா! எனக்கு யாரும் கிடையாது. என் தம்பி ஒரு மனிதனாக இருந்தாலாவது பரவாயில்லை. அங்கேயாவது இரண்டு நாள் போய் இருந்துவிட்டு வரலாம். அவனுக்கே இருப்ப தற்கு இடம் கிடையாதே!"

துர்கா அனுதாபத்தால் உள்ளம் உருகிவிட்டாள். அத்துடன் சித்தி மீது சுமத்தப்பட்ட குற்றங்களுக்காக மிகவும் வருத்தப்பட்டாள். ஆனால், அவள் வேறு ஒன்றும் சொல்லாமல், "மாமியாரும் பொல்லாத கிழவி! அவர்கள் என்ன வேண்டுமானாலும் சொல்லிக் கொள்ளட்டும். என்ன செய்து விடுவார்கள். சித்தி நீ அழ வேண்டாம். நான் தினமும் உன்னிடம் வந்து போகிறேன்" என்றாள்.

சர்வஜயா அனைத்தையும் கேட்டுவிட்டு ஆவலுடன், "சித்தி என்ன சொன்னாள்? நீரேனைப் பற்றி ஏதாவது சொன்னாளா?" என்றாள்.

நற்றிணை பதிப்பகம் ✱ 163

துர்கா வெட்கத்துடன், "நாளை நீ அவளிடமே கேட்டுக்கொள். எனக்கு ஒன்றும் தெரியாது" என்றாள்.

"இனி மாஸ்டர் திரும்பி வரமாட்டார் என்று சித்தி சொன்னாளா?" என்று அப்பு கேட்டான்.

"எனக்கென்ன தெரியும்?" என்று அவனிடம் கோபித்துக் கொண்டாள்.

வெப்பமற்ற குளிர்ச்சியான பாதையில் போகும்போதுகூட அவள் மனத்தில் ஓர் குறை இருந்து கொண்டேயிருக்கிறது. அந்தக் குறை தம்பியைப் பற்றித்தான். இம்மாதிரி அடிக்கடி ஏற்படும். எத்தனையோ முறை நடந்திருக்கிறது. தம்பி வீட்டை விட்டுப் போய் ரொம்ப நேரமானாலும் அல்லது கொஞ்ச நேரம் அவனைப் பார்க்காதிருந்தாலும் தம்பியின் மானசீகத் துக்கத்தை நினைத்துக் கொண்டு மனத்திற்குள்ளாக வருந்துவாள்.

தங்கச் சிலை போன்ற உன் தம்பி அழுக்கடைந்து கிழிந்துபோன துணியைக் கட்டிக்கொண்டு வாசலுக்கு முன் தன்னந்தனியாகச் சோழி விளையாடிக் கொண்டிருக்கிறான். அவன் ஏதாவது வாங்குவ தற்குக் காசு கேட்கிறான். அவளால் கொடுக்க முடிவதில்லை. அதனால் துக்கப்படுகிறாள்.

பல நாட்களுக்குப் பிறகு, புவன முகர்ஜி வீட்டில் ராணி அக்காவின் கலியாணம் நடந்து முடிந்துவிட்டது. ஆனால், இன்னும் சொந்தக்காரர்கள் அனைவரும் போய்விடவில்லை. குழந்தை குட்டிகள் ஏராளமாக இருக்கின்றன. ஒரு சிறிய பெண்ணுடன் துர்காவுக்கு நெருங்கிய பழக்கம் ஏற்பட்டது. அவளுடைய பெயர் டூனி. அவளுடைய தந்தையும் வந்திருந்தார். இன்று மத்தியானத்திற்கு மேல் பெண்ணையும் மனைவியையும் அங்கேயே விட்டுவிட்டுத் தான் வேலை செய்யுமிடத்திற்குப் புறப்பட்டுவிட்டார். ஏறக்குறைய ஒரு மணி நேரத்திற்குப் பிறகு எஜமானியம்மாளின் கவனம் டூனியின் தாயார் மீது விழுந்தது.

எஜமானி திண்ணைப் பக்கம் வந்து, "ஏண்டி ஹசீ, ஏன் என்ன விஷயம்? ரொம்பப் பரபரப்பாக இருக்கிறாயே?" என்றாள்.

டூனியின் தாயார் பரபரப்பாக, தலையணைக்கடியில், நாற்காலிக் கடியில் இன்னும் எங்கெல்லாமோ தேடிக் கொண்டே, "இப்போது தானே தங்கக் குங்குமச் சிமிழியைப் படுக்கைக்குப் பக்கத்தில் வைத்திருந்தேன். குழந்தை அழுதது. அவர் வீட்டுக்குள்ளிருந்து வந்தார். எடுத்து வைத்த ஞாபகம் இல்லை. எங்கு போச்சோ தெரிய வில்லையே?" என்றாள்.

"எப்படிப் போச்சு? நீ எங்காவது எடுத்துக்கொண்டு போனாயா?" என்று விதவை கேட்டாள்.

“இல்லை மன்னி! நான் அதை இங்கேதான் வைத்தேன். நன்றாக நினைவிருக்கிறது.”

எல்லோரும் சேர்ந்துகொண்டு கொஞ்சநேரம் எல்லா இடங்களிலும் தேடினார்கள். ஆனால், சிமிழ் போனவகை தெரியவில்லை. முதலில் கூடத்தில் எந்த வீட்டுக் குழந்தைகள் இருந்தார்கள் என்பதை விதவை கேட்டுத் தெரிந்து கொண்டாள். அதற்கப்புறம் எல்லாக் குழந்தைகளும் சாப்பிடப் போய்விட்டன. அப்போது வெளியார்களில் துர்காதானிருந்தாள். விதவையின் சிறிய பெண் டேபி, “நாங்கள் சாப்பிடப் போனதும் துர்கா பின்வாசல் வழியாகப் போய்விட்டு இப்போதுதான் வந்திருக்கிறாள்” என்றாள்.

விதவை மௌனமாக யோசிக்கத் தொடங்கினாள். பிறகு கோபத்துடன் துர்காவிடம், “துர்கா! சிமிழைக் கொடுத்து விடு! அதை எங்கே வைத்திருக்கிறாய் சொல்? இப்போதே கொண்டுவந்து கொடுத்துவிடு” என்றாள்.

இதைக் கேட்டுத் துர்காவின் முகம் சுண்டிப்போய் விட்டது. முகர்ஜி வீட்டு விதவையின் ஆர்ப்பாட்டங்களைப் பார்த்து அவளால் பேசக்கூட முடியவில்லை. அவள் கூறியது யார் காதிலும் விழவில்லை. டூனியின் தாயார் இந்நேரம் வரையிலும் மௌனமாக இருந்தாள். ஒரு நல்ல குடும்பப்பெண்மீது இவ்விதம் குற்றம் சுமத்தப் படுவதைக் கண்டு திடுக்கிட்டுப் போய்விட்டாள். அதோடு அவள் சில நாளாகத் துர்காவைப் பார்த்துக் கொண்டிருக்கிறாள். பார்ப்பதற்கு அழகான பெண்ணாயிருப்பதால் அவள் மீது பிரியமாக இருந்தாள். அவள் திருடுவாளா? “மன்னி! அவள் எடுத்திருக்க மாட்டாள். அவளை ஏன்.”

“நீ பேசாமலிரு! அவளைப் பற்றி உனக்கு என்ன தெரியும்? அவள் எடுத்தாளா இல்லையா என்பது எனக்கு நன்றாகத் தெரியும்” என்றாள் விதவை.

“நீ எடுத்திருந்தால் கொடுத்து விடு. இல்லாவிட்டால் இருக்கிற இடத்தைச் சொல்லிவிடு. விஷயம் அத்துடன் முடிந்து விடுகிறது. நல்ல பெண்ணல்ல! என்னத்திற்குத் திருட்டு எல்லாம்!” என்று யாரோ சொன்னார்கள்.

துர்காவின் முகம் எப்படியோ மாறிவிட்டது. அவளுடைய கால்கள் நடுங்கின. அவள் சுவரோடு சாய்ந்துகொண்டு, “சிமிழ் எங்கிருக்கிறதென்று எனக்குத் தெரியாது சித்தி! நான்...”

“நீ சொல்வதை நான் கேட்கமாட்டேன். இவள்தான் எடுத்திருக்கிறாள். அவள் கண்ணைப் பார்த்தாலே தெரிகிறதே! நியாயமாகக் கேட்கிறேன். எங்கிருக்கிறது? சொல்லிவிடு! பொருள் கிடைத்து விட்டால் ஒன்றும் செய்யமாட்டேன். எனக்குப் பொருள் வேண்டும்.”

“நல்ல வீட்டுப் பெண் திருடுவாளா? நாங்கள் இப்படிக் கேட்டதேயில்லை. இதே தெருவிலேயா வசிக்கிறாள்?” என்று ஒரு உறவுக்காரி கேட்டாள்.

“அடி உதவுவதுபோல அண்ணன் தம்பிகூட உதவ மாட்டார் கள்! அந்நியர் பொருளை எடுத்தால் என்ன கிடைக்கும் என்பதைக் காட்டுகிறேன். இன்று உன்னை...”

இவ்வாறு கூறிக்கொண்டே துர்காவைப் பிடித்துத் தாழ்வாரத் துக்கு இழுத்துக்கொண்டு வந்து, “சொல்லு துர்கா! இப்போதாவது சொல்லிவிடு. எங்கே வைத்திருக்கிறாய்? சொல்ல மாட்டாயா? உனக்கு ஒன்றும் தெரியாதா? நீ பச்சைக் குழந்தைபோல வந்தாயா? சீக்கிரம் சொல்லிவிடு. இல்லாவிட்டால் பல்லை உடைத்துக் கையில் கொடுத்துவிடுவேன். சொல்லு! சீக்கிரம் சொல்லு!”

டூனியின் தாயார் கையைப் பிடிப்பதற்காக முன்னால் வந்தாள். அதற்குள் ஒரு உறவுக்காரி, “கொஞ்சமாவது பயப்படுகிறாளா பார்! முகத்தைப் பார்த்தால் தெரியவில்லை. இவள்தான் எடுத்திருப்பாள். திருடனுக்கு உதைதான் மருந்து. பொருளைக் கொடுத்துவிடு. எதற்குத் தொந்திரவெல்லாம்” என்றாள்.

துர்காவின் தலைக்குள் என்னவோ நிகழ்வது போலிருந்தது. அவள் நிராதரவான நிலையில் ரொம்பக் கஷ்டத்துடன் நடுங்கியபடி, “சித்தி! எனக்குத் தெரியாது. அவர்கள் போனதும் நானும் போய் விட்டேன்” என்று கூறிக்கொண்டே விதவைச் சித்தியின் கண்களைப் பார்த்தபடி சுவரோரம் போய்விட்டாள்.

அதற்குப் பிறகு எல்லோரும் சேர்ந்துகொண்டு சொன்னார்கள். ஆனால் அவள், “எனக்குத் தெரியாது” என்றே சொல்லிக் கொண்டி ருந்தாள்.

“அசல் திருடி” என்று யாரோ சொன்னார்கள்.

“சித்தி! தோட்டத்தில் மாங்காய் விழுந்தால் போதும்” என்று டேபி சொன்னாள்.

கடைசி வார்த்தையிலே விதவைக்கு அளவிடமுடியாத கோபம் வந்துவிட்டது. அவள் கூச்சலிட்டபடி, “ஏண்டி! திருடி! நீ சிமிழைக் கொடுக்கமாட்டாயா? எப்படிக் கொடுக்காமலிருக்கிறாயோ பார்க் கிறேன்” என்று கூறிக்கொண்டு துர்காமீது பாய்ந்து அவள் தலையைப் பிடித்துப் பலமாகச் சுவரில் மோதத் தொடங்கினாள். “எங்கே வைத்திருக்கிறாய் சொல்! சொல்!” என்று கத்தினாள்.

டூனியின் தாயார் ஓடிவந்து விதவையின் கையைப் பிடித்துக் கொண்டு, “மன்னி! இதென்ன வேலை? விடுங்கள்! எதற்காக அவளை இப்படி அடிக்கிறீர்கள்! விடுங்கள்! ச்சீ!” என்றாள்.

டூனி அடிப்பதைக் கண்டு அழுதாள். "அடே, ரத்தம் வருகிறதே" என்று ஒரு உறவுக்காரி சொன்னாள்.

துர்காவின் மூக்கிலிருந்து ரத்தம் வழிந்து கொண்டிருப்பதை யாரும் பார்க்கவில்லை. மார்புச் சேலை ரத்தத்தால் நனைந்து விட்டது.

"டேபி, சீக்கிரம் தண்ணீர் கொண்டுவா, சீக்கிரம்" என்று டூனியின் தாயார் சொன்னாள்.

சத்தத்தைக் கேட்டு அக்கம் பக்கத்து வீட்டுக்காரர்கள் எல்லாரும் வந்தார்கள். ராணியின் தாயார் இதுவரையிலும் அங்குதானிருந்தாள். சத்தத்தைக் கேட்டு அவளும் வந்தாள்.

அடிபட்டதால் துர்காவின் தலை சுற்றியது. அவள் அந்த நிலையில் கூட்டத்தைப் பார்த்தாள்.

தண்ணீர் வந்ததும் ராணியின் தாயார் தண்ணீரை முகத்தில் தெளித்து அவளைப் பிடித்து உட்காரவைத்தாள். துர்காவுக்கு மயக்கம் வரும் போலிருந்தது. அவள் அங்கேயே துவண்டுபோய் உட்கார்ந்து கொண்டாள். "அக்கா! இப்படி யாராவது அடிப்பார் களா? சின்னப் பெண்ணு! ச்சீ" என்று ராணியின் தாயார் கூறினாள்.

"உங்களுக்கெல்லாம் அவளைப்பற்றித் தெரியாது. அடியைத் தவிர திருடனுக்கு வேறு மருந்து கிடையாது. பொருள் கிடைக்கா விட்டால் அவளை விடப்போவதில்லை. ஹரிராய் வேண்டுமானால் நம்மைத் தூக்கிலேற்றிக் கொள்ளட்டும்" என்றாள்.

"சும்மா இரு அக்கா! கொஞ்சம் களைப்பாறட்டும். நீ இப்படிச் செய்துவிட்டாயே?" என்றாள் ராணியின் தாயார்.

"விஷயம் இவ்வளவு தூரம் போகும் என்றால் சிமிழ் விஷயத் தையே நான் சொல்லியிருக்கமாட்டேன். எனக்குச் சிமிழ் வேண்டாம். மன்னி அவளை விட்டுவிடுங்கள்" என்றாள் டூனியின் தாயார்.

அந்த விதவைப் பெண் அவளை விட்டிருக்கமாட்டாள். ஆனால், பிறர் அபிப்ராயம் அவளுக்கு விரோதமாக இருந்தது. ஆகையால், குற்றவாளியைவிட நேரிட்டது.

ராணியின் தாயார் அவளைப் பிடித்துக்கொண்டு பின்புறத்துக் கதவு வழியாக வெளியில் வந்தாள். "நீ என்ன கெட்ட வேளையில் வீட்டைவிட்டுப் புறப்பட்டாயோ? போ, மெதுவாகப் போ, டேபி, கதவை நன்றாகத் திறந்து விடு" என்றாள்.

துர்கா சோர்ந்துபோய் வெளியில் வந்தாள். அங்கே நின்று கொண்டிருந்த சிறுவர் சிறுமியர்கள் அவளை உற்றுப் பார்த்துக் கொண்டிருந்தனர். "அப்படி அடிபட்டும் ஒத்துக் கொள்ளவில்லையே! ஒரு துளி கண்ணீர் வந்திருக்கிறதா பார்?" என்று ஒரு பையன் சொன்னான்.

"கண்ணீர் எப்படி வரும்? பயத்தால் வறண்டு போய்விட்டது. கண்ணீர் இருந்தால்தானே? மன்னி அப்படி அடிக்கலாமா?" என்று ராணியின் தாயார் கூறினாள்.

21

கிராமதேவதையின் உற்சவம் ஆரம்பமாகியது. வைத்தியநாத் மஜூம்தார் சந்தா புத்தகத்தை எடுத்துக்கொண்டு வீடு வீடாகச் சென்று சந்தா வசூலிக்கத் தொடங்கினார். "இந்தத் தடவை என் பெயருக்கு ஒரு ரூபாய் எழுதுவது சரியல்ல. ஒரு ரூபாய் கொடுக்கும் நிலையில் இல்லை" என்றான் ஹரிஹரன்.

"என்னப்பா இப்படிப் பேசுகிறாய்? இந்தத் தடவை நீலமணி பார்ட்டி வருகிறது. இந்தப் பக்கத்திலேயே இதற்கு முன் இவ்வளவு பெரிய கோஷ்டி வந்தது கிடையாது. மகேஷ் ஆசாரி மகன் பாட்டுக் காரன் வரப்போகிறான். அவர்கள் எல்லாம் நம் ஊரைப் பற்றி நன்றாக நினைத்துக்கொள்ள வேண்டாமா?" என்று வைத்தியநாத் முகர்ஜி கேட்டார். அவர் பேசிய விதத்திலிருந்து இந்தப் போட்டியில் வெற்றி பெறுவதில்தான் நிச்சிந்தாபுரவாசிகளின் வாழ்வும் தாழ்வும் அடங்கியிருக்கிறது என்று சொல்வது போலிருந்தது.

அப்பு ஒரு மூங்கிலை இழுத்துக்கொண்டு வீட்டுக்குள் நுழைந்த படி, "நன்றாக முற்றிய மூங்கில். இதிலே நல்ல பேனா செய்யப் போகிறேன். குளத்துமேட்டிலுள்ள மூங்கில் புதரிலிருந்து கொண்டு வந்தேன்" என்றான்.

அப்புறம் புன்முறுவலுடன், அதை மேலே தூக்கிக் காட்டிக் கொண்டு, "பேனா செய்து தருவாயல்லவா? நல்ல மூங்கில்தானே?" என்றான்.

உற்சவம் நெருங்கிவிட்டது. வேஷம் போட்டுக்கொண்டு வீடு வீடாக ஆடிக்கொண்டு வந்தார்கள். துர்காவும் அப்புவும் சாப் பாட்டைக்கூட மறந்துவிட்டு அவர்கள் பின்னால் சுற்றிக் கொண்டிருந் தார்கள். பல வீடுகளில் பழைய துணிகள், அரிசி, காசு, பித்தளைப் பாத்திரங்கள் முதலியவைகளைக் கொடுத்தார்கள். அவர்கள் வீட்டில் ஒரு படி அரிசிக்குமேல் கொடுக்கமாட்டார்கள். ஆகையால், எந்த வருஷமும் இவர்கள் வீட்டுப்பக்கம் யாரும் வரமாட்டார்கள். பத்துப் பன்னிரண்டு நாட்கள் இந்த மாதிரி வேடிக்கைகளெல்லாம் நடந்த பிறகு சுவாமி பூஜை நடந்தது.

சுவாமிபூஜை நடக்கும் மாலை பேரீச்சமரத்திலிருந்து முள் எடுத்துவருவார்கள். "ஒவ்வொரு வருஷமும் முள் ஒடித்துக் கொண்டு வருகிற மரத்தில் இந்த வருஷம் முள் ஒடித்துக்கொண்டு வரப் போவதில்லை. ஆற்றங்கரையில் ஒரு மரத்தைத் தேர்ந்தெடுத்

திருக்கிறார்கள்" என்று துர்கா சொன்னாள். தெருவிலுள்ள சிறுவர் களுடன் சேர்ந்துகொண்டு துர்காவும் அப்புவும் முதலிலேயே அங்குப் போய்விட்டார்கள். அங்கு அவர்கள் முள் ஒடித்துக்கொண்டு வருகிற நாட்டியத்தைப் பார்த்துவிட்டு மைதானப் பக்கம் போனார் கள். பேரீச்சமர ஓலைகளால் மண்டபம் நிறைந்தது. மைதானத்தி லிருந்த புதர்கள் எல்லாம் வெட்டிச் சுத்தம் செய்யப்பட்டிருந்தது.

அங்கு புவன முகர்ஜி வீட்டுப் பிள்ளைகளான ராணி, பூண்டி, டுனு ஆகியவர்களைச் சந்தித்தார்கள். அவர்கள் வீட்டில் கண்டிப்பு அதிகம். துர்காவைப்போல வீதிவீதியாகச் சுற்றும் பழக்கம் கிடையாது. ரொம்பச் சிரமப்பட்டு அவர்கள் இந்த மைதானம் வரையிலும் வந்திருக்கிறார்கள்.

"இன்று இரவு வேஷம் போடுபவர்கள் மயானத்துக்குப் போவார்கள்" என்று டுனு சொன்னாள்.

"ஓ! எனக்குக்கூடத் தெரியுமே! ஒரு பிணம் செய்வார்கள். அவனுக்குப் பாடைகட்டி அவனைத் தூக்கிக்கொண்டு வருவார்கள். பிறகு, அவனை எரிப்பார்கள். அதற்கப்புறம் பிணத்தின் தலையைக் கொண்டுவருவார்கள். அதற்கு என்னவெல்லாமோ மந்திரங்களிருக் கின்றன" என்றாள் ராணி.

"இப்போது கோயில் எவ்வளவு அழகாக இருக்கிறது தெரியுமா? நான் பார்த்துவிட்டு வந்தேன். ராணி, நீ பார்த்தாயா?" என்றாள் துர்கா.

"நிஜம்மா இல்லாமல் பின் என்ன? பாதி ராத்திரிக்கு மேலே வந்தால் எல்லாம் பார்க்கலாம். வாங்க, நாம் வீட்டுக்குப் போவோம். இன்று இரவு நன்றாக இருக்காது. அப்பு வா! துர்கா அக்கா வா."

"ஏன் நன்றாக இருக்காது ராணி அக்கா? இன்று ராத்திரி என்ன நடக்கும்?" என்று அப்பு கேட்டான்.

"அவை எல்லாம் சொல்லக்கூடாது. நீ வீட்டுக்குப் போ."

அப்பு போகவில்லை. துர்கா அந்தக் கூட்டத்தோடு போய் விட்டாள். அதற்கப்புறம் கருமேகங்கள் சூழ்ந்து கொண்டன. இருள் மேலும் அதிகரித்தது. அப்பு வீட்டுக்குத் திரும்பிப் போய்க் கொண்டிருந்தான். வழியில் நிசப்தம் குடி கொண்டிருந்தது. மாலையில் அவன் பிணத்தின் சிரசைப்பற்றிக் கேள்விப்பட்டிருந்தான். அந்த வளைவிலிருந்த மூங்கில் புதரருகே வந்துகொண்டிருந்தான். எங்கிருந்தோ துர்நாற்றம் வீசுவது போலிருந்தது. அவன் வேகமாக நடக்கத் தொடங்கினான். கொஞ்ச தூரம் போனபிறகு அவன் நேடாவின் அக்காளைச் சந்தித்தான். நேடாவின் பாட்டி பூஜா பாத்திரங்களுடன் மைதானத்திற்குப் போய்க் கொண்டிருந்தாள்.

அப்பு இருளில் யார் என்று கண்டுகொள்ளவில்லை. அருகில் வரவே தெரிந்துகொண்டு, "பாட்டி, இதென்ன வாசனை?" என்றான்.

"இன்று அவர்கள் கிளம்பியிருக்கிறார்களல்லவா?" இது அவர்களுடைய வாசம்தான்" என்று கிழவி சொன்னாள்.

"யார் பாட்டி கிளம்பியிருக்கிறார்கள்?"

"யாரா? சிவகணங்கள்தான்! இந்நேரத்தில் அவர்கள் பெயரை உச்சரிக்கக் கூடாது."

அப்புவுக்கு ரோமங்கள் சிலிர்த்துவிட்டன. நாற்புறமும் இருள் பரவியிருந்தது. ஆகாயத்தில் மேகங்கள் குவிந்திருந்தன. மூங்கில் புதர்கள், மயானவாசனை, சிவனுடைய பூதகணங்கள், பேய் பிசாசுகள். சின்னப் பையனுடைய மனம் பயத்தால் நடுங்கியது. அவன் நடுக்கத்துடன், "நான் வீட்டுக்கு எப்படிப் பாட்டி போவேன்?" என்றான்.

கிழவி அவனைக் கடிந்துகொண்டாள். "இன்று ஏன் இவ்வளவு நேரம் செய்தாய்? என்னோடு வா. முதலில் பூஜைத் தட்டைக் கொடுத்துவிட்டு உன்னை வீட்டுக்கு அழைத்துப்போய் விடுகிறேன்" என்றாள்.

கிராம பூஜை நடந்த இடத்தில் பசும் புற்களைக் கொத்திவிட்டு மூங்கில் இலைப் பந்தல் போட்டிருந்தார்கள். நாடகக்காரர்கள் வரப்போவதாக இருந்தது. ஆனால், இன்னும் வரவில்லை. மாலை வரையில் பார்த்துவிட்டு நாளை காலையில் வந்து விடுவார்கள் என்று சொல்லுவார்கள். அப்புறம் காலையில் வராவிட்டால் சாயங்காலம் வந்துவிடுவார்கள் என்று சொல்லுவார்கள். அப்பு இரவில் சாப்பாட்டைக்கூட மறந்துவிட்டான். குளிப்பதையும் மறந்துவிட்டான். இரவில் தூக்கம் வருவதில்லை. அணையை உடைத்துக்கொண்டு புறப்படும் வெள்ளம்போல அவனையும் மீறி உற்சாகம் பெருக்கெடுத்துக் கொண்டிருந்தது. நாடகம்! நாடகம்! நாடகம் நடக்கப்போகிறது!

இவ்வளவு பெரிய பெண் தெருவை விட்டுப் போகக் கூடாது என்று தாயார் துர்காவைத் தடுத்து வைத்திருந்தாள். துர்கா யாருக்கும் தெரியாமல் பார்த்துவிட்டு வந்தாள். நாடக மேடை சிவப்பு நீலக்காகிதங்களால் அலங்கரிக்கப்பட்டிருப்பதையெல்லாம் ராஜலட்சுமியிடம் சொன்னாள். அப்பு இவைகளை எல்லாம் கேட்டு விட்டு ஆச்சரியமடைந்தான். தான் தினமும் விளையாடுகின்ற அந்த மைதானத்திலே நீலமணி கோஷ்டியின் நாடகம் நடக்கப் போவது ஆச்சரியமாக இருந்தது. இதை அவனால் நம்பக்கூட முடியவில்லை.

இன்று நாடகக்காரர்கள் வரப்போகிறார்கள் என்று கேள்விப் பட்டான். இதைக் கேட்டவுடன் அவன் உடலில் ரத்தம் வேகமாக ஓடத்தொடங்கியது.

எல்லாப் பையன்களும் சேர்ந்துகொண்டு பாதை முனையில் போய்நின்று கொண்டிருந்தார்கள். தூரத்தில் ஒரு மாட்டுவண்டி வருவது தெரிந்தது. அதில் நாடகச் சாமான்கள் அடங்கிய நாலைந்து பெட்டிகளிருந்தன. பட்டு பெட்டிகளை எண்ணிக்கொண்டு உற்சாகத் துடன், "அப்பு அண்ணா! நாம் இவர்கள் பின்னால் போய் எங்கு தங்குகிறார்கள் என்று பார்த்து வரலாம். நீ வருகிறாயா?" என்றான்.

பெட்டிகளடங்கிய வண்டிக்குப் பின்னால் நாடகக்காரர்கள் வந்து கொண்டிருந்தார்கள். எல்லோரும் வகிடு எடுத்து தலை வாரிக் கொண்டிருந்தார்கள். பட்டு ஒரு தாடிக்காரனைக் காட்டி, "இவன்தான் ராஜா வேஷம் போடுவான்! ஏன் அப்பு?" என்றான்.

அப்புவுக்கு இந்த உலகமே தலைகீழாக மாறிவிட்டது போலி ருந்தது. அப்பு மிகுந்த உற்சாகத்துடன் வீட்டுக்கு வந்தான். அவனு டைய அப்பா என்னமோ வாய்க்குள் முணுமுணுத்துக் கொண்டு எழுதிக் கொண்டிருப்பதைக் கண்டான். அப்பாவுக்குக் கூட நாடகக்காரர்கள் வரும் விஷயம் தெரியும் போலிருக்கிறது. அதனால் தான் இவ்வளவு சந்தோஷமாகக் காணப்படுகிறார் என்று நினைத்துக் கொண்டான். அவன் கையை ஆட்டிக்கொண்டு, "அப்பா! நாலைந்து பெட்டிகளில் வேஷ உடைகள் வந்திருக்கிறது. ரொம்பப் பெரிய கோஷ்டியா?" என்றான்.

ஹரிஹரன் தன் சிஷ்யனுக்குக் கொடுப்பதற்காகத் தாயத்து எழுதிக் கொண்டிருந்தான். அவன் நிமிர்ந்து பார்த்து, "என்ன வேஷப் பெட்டி?" என்றான்.

இவ்வளவு பெரிய விஷயம் அப்பாவுக்குத் தெரியாமலிருக்கிறதே என்று அப்புவுக்கு ஆச்சரியமாக இருந்தது. இதுகூடத் தெரிய வில்லையே என்று அப்பாவிடம் இரக்கப்பட்டான்.

காலையில் எழுந்து அப்பு படிக்கவேண்டியிருந்தது. சிறிது நேரம் உட்கார்ந்து கொண்டிருந்துவிட்டு அப்பு துக்கத்துடன், "அப்பா, நான் மைதானத்துக்குப் போகிறேன். எல்லோரும் போய்க் கொண்டிருக்கிறார்கள். நான்தான் இங்கு உட்கார்ந்து படித்துக் கொண்டிருக்கிறேன்! இப்போதே நாடகம் ஆரம்பமாகிவிட்டால்..." என்றான்.

"படி, படி! இப்போது படி! நாடகம் ஆரம்பமானால் வாத்திய இசை கேட்கும்."

நடுத்தர வயதுக்குமேல் பிறந்த பையன். அதோடு அதிகமாக வெளியூர்களிலேயே இருந்திருக்கிறான். அவன் சில நாட்கள்தான்

ஊரிலிருப்பான். ஆகையால், பையனைக் கண்மறைவாகப் போவதற்கு விடுவதில்லை. கோபத்தால் அப்புவின் கண்களில் நீர் நிறைந்தது. அவன் அழுகை கலந்த குரலில் வாய்ப்பாடு படிக்கத் தொடங்கினான்.

ஆனால் காலை வேளையில் நாடகம் நடக்காது. இரவு நாடகம் நடக்கும் என்று கேள்விப்பட்டான். மாலையில் அப்பு தாயாரிடம் போய் துக்கத்துடன் அப்பாவின் அநீதியைப் பற்றி வர்ணிக்கத் தொடங்கினான். சர்வஜயா கணவனிடம் வந்து, “பையனைப் போகச் சொல்லுங்கள்! வருஷம் முழுவதுமா பண்டிகை நடக்கிறது? நீங்கள்தான் வருஷத்தில் ஒன்பது மாதங்கள் வீட்டிலிருப்பதில்லை. அவன் ஒருநாள் படிப்பில் பண்டிதன் ஆகாமல் போனால் போகிறான்” என்றாள்.

அப்புவுக்கு விடுமுறை கிடைத்துவிட்டது. அவன் மத்தியானம் முழுதும் மைதானத்திலேயே இருந்தான். மாலை நாடகம் ஆரம்பமாவதற்கு முன் வீட்டுக்குச் சாப்பிட வந்தான். அப்பா கூடத்தில் உட்கார்ந்து தாயத்து, மந்திரம் எழுதிக் கொண்டிருந்தார். மற்ற நாளாக இருந்தால் இந்நேரம் அப்பாவின் அருகில் உட்கார்ந்து எழுதிக் கொண்டிருக்கவேண்டும். பையன் கோபித்துக் கொள்ளா திருக்கட்டும் என்று அவனைச் சந்தோஷப்படுத்த பலவிதமான வழிகளைக் கையாள்வான். அப்பு! இதைப் பலகையில் உடனே எழுது! அதோ பூதம் வந்தது!

அப்பு இம்மாதிரி வார்த்தைகளைக் கேட்டு விழுந்து விழுந்து சிரிப்பான். உடனே எழுதிக்கொண்டு வருவான். சிறிது நேரம் இப்படியே நடந்து கொண்டிருக்கும். அதற்கப்புறம் அப்பு, “நான் போகிறேன்” என்பான்.

“போ, அவசியம் போ! ஆனால், இதைப் பலகையில் உடனே எழுதிக்கொண்டு வா!” என்று கூறிவிட்டு விசித்திரமாக ஏதாவது சொல்லுவான். அப்பு அதைக் கேட்டுச் சிரிப்பான்.

இன்றோ ஏதோ ஒரு பிரசண்ட சக்தி அவனை அவனுடைய அப்பாவிடமிருந்து இழுக்கிறது போலிருந்தது. அப்பா தன்னந்தனியாக புதர் நிழல் படிந்த வீட்டிலுட்கார்ந்துகொண்டு எழுதிக் கொண்டிருக் கிறார். இன்று எந்தச் சக்தியாலும் அவனை அங்கு உட்காரவைக்க முடியாது. இன்று அப்பா, ‘அப்பு! உட்கார்ந்து படி’ என்றால் அவன் நாற்றிசையும் கிடுகிடுக்கும்படி பயங்கரக் கூச்சல் போட்டு விடுவான். அதன் அர்த்தம் என்ன தெரியுமா? ‘முடியாது! முடியாது அது முடியாது! நாடகம் ஆரம்பமாகப் போகிறது!’

அவனுடைய உற்சாகமானது இன்று அவனது அப்பாவைச் சக்தியற்றவராகச் செய்துவிட்டது. படி என்று அவரால் மூச்சுக்கூட விட முடியவில்லை. இருந்தாலும் தன் அப்பாவை எண்ணிப் பெருமைப்பட்டுக் கொண்டான்.

"அப்பு, நானும் உன்னோடு நாடகம் பார்க்க வரவேண்டுமென்று அம்மாவிடம் சொல்லு!" என்று துர்கா சொன்னாள்.

"அம்மா! அக்காளும் என்னோடு வந்தால் என்னம்மா முழுகிப் போகும்? பந்தலுக்கடியில் அவளும் உட்கார்ந்து கொள்கிறாள்" என்றான் அப்பு.

"இப்போது வேண்டாம். அடுத்த வீட்டுப் பெண்களுடன் என்னோடு வருவாள்."

அப்பு மைதானத்திற்குப் போகுமுன் துர்கா அப்புவைக் கூப்பிட்டு, "அப்பு இதைக் கேட்டுவிட்டுப் போ" என்றாள்.

அதற்குப் பிறகு, "கையை நீட்டு" என்றாள்.

அப்பு கையை நீட்டினான். துர்கா அவன் கையில் இரண்டு பைசாவை வைத்து அவன் கையை மூடிக்கொண்டு, இரண்டு பைசாவுக்குப் பொரி வாங்கிச் சாப்பிட்டுக் கொள் அல்லது வேறெ தாவது வாங்கிக் கொள்" என்றாள்.

இதற்குச் சரியாக ஏழுநாட்களுக்கு முன் ஒருநாள் அப்பு அக்காளிடம் வந்து, "உன் பெட்டியில் ஏதாவது காசு இருக்கிறதா? எனக்கு ஒரு பைசா கொடுக்கிறாயா?" என்றான்.

"காசை என்ன செய்யப்போகிறாய்?"

அப்பு அக்காளுடைய முகத்தைப் பார்த்துச் சிரித்துக்கொண்டு, "சப்போட்டா பழம் வாங்கிச் சாப்பிடுவேன்" என்று கூறிக்கொண்டு வெட்கத்துடன் சிரித்தான்.

அதற்குப் பிறகு அதற்கு விளக்கம் கொடுத்தான். "வைஷ்ணவர் களுடைய தோட்டத்தில் வேலி போட்டுவிட்டார்கள். ஏராளமான பழங்கள் விழுந்து கிடக்கின்றன. இரண்டு கூடையாகும். காசுக்குப் பெரிசு பெரிசா ஆறு கொடுக்கிறார்கள். சாத்து வாங்கினான். சாதன் வாங்கினான்" என்று கூறிவிட்டுச் சிறிது பொறுத்து, "காசு இருக்கிறதா?" என்றான்.

ஆனால் அன்று துர்கா பெட்டிக்குள் ஒரு தம்பிடிகூட இருக்க வில்லை. ஆகையால் தம்பியைத் திருப்திப்படுத்த முடியவில்லை. அப்பு ஏமாற்றத்துடன் போவதைக் கண்டு மிகுந்த வருத்தமடைந்தாள். ஆகையால் நேற்று மைதானத்தில் வேடிக்கை பார்க்கப் போவதாகச் சொல்லி இரண்டு பைசா வாங்கி வைத்திருந்தாள். தன் அழகிய தம்பி தன்னிடம் ஏதாவது கேட்டுக் கொடுக்க முடியாமல் போனால் அவள் மிகுந்த வருத்தமடைவாள்.

அப்பு போன பிறகு அவனுடைய தாயார் ஆற்றிலிருந்து வந்து, "துர்கா! ஒரு காரியம் செய்கிறாயா? ராணி தோட்டத்துக்குப்போய்க் கொஞ்சம் தூது விளாம் தழை கொண்டு வருகிறாயா? அப்புவுக்கு உடம்புக்குச் சரியில்லை. ரசம் வைத்துக் கொடுக்கலாம்" என்றாள்.

தாயார் சொன்னவுடன் ஒரே ஓட்டத்தில் துர்கா ராணியின் தோட்டத்துக்கு ஓடினாள். அடர்ந்த புதர்களுக்குள் மருந்து இலை தேடத் தொடங்கினாள்.

22

நாடகம் ஆரம்பமாகியது. உலகத்தைக் காணோம். ஒன்றையுமே காணோம்! அப்புவும் இந்த நீலமணி நாடகக் கோஷ்டியும்தான் இருக்கிறார்கள். சாயங்காலத்திலிருந்தே பிடில்காரன் வாசிக்கத் தொடங்கிவிட்டான். பிடில் இனிமையாக இருந்தது. அப்பு கிராமத்துச் சிறுவன். அவன் இதற்கு முன் நல்ல இசையைக் கேட்டதில்லை. ஆகையால் இந்த வாத்தியத்தைக் கேட்டதும் அவனுடைய உள்ளம் பரவசமடைந்தது. 'இன்னும் அப்பா வீட்டிலுட்கார்ந்து கொண்டு எதையோ எழுதிக் கொண்டிருக்கிறாரே! அக்கா இங்கு வரப்பிரயத்னம் செய்தும் வரமுடியவில்லையே' என்று நினைத்தான். முதன்முதலில் பளபளப்பான உடைகளுடன் ராஜாவும் மந்திரியும் வருவதைப் பார்த்தும் தன் அப்பா இவைகளை எல்லாம் பார்க்காம லிருக்கிறாரே என்று மிகவும் வருத்தப்பட்டான். கிராமத்திலுள்ளவர்கள் எல்லோரும் இங்குக் கூடியிருக்கிறார்கள். தன் தெருவிலிருப்பவர்கள் ஒருவர் பாக்கியில்லாமல் வந்திருக்கிறார்கள். ஆனால் அப்பாதான் இன்னும்...

நாடகம் வேகமாக நடந்து கொண்டிருந்தது. எவ்வளவு அழகான உடைகள்! முகங்கள்!

திடீரெனப் பின்னாலிருந்து, "அப்பு! நன்றாகத் தெரிகிறதா?" என்ற குரலைக் கேட்டுத் திரும்பிப் பார்த்தான். அவனுடைய அப்பா அவன் பின்னால் எப்போது வந்து உட்கார்ந்தார் என்பது அவனுக்குத் தெரியவில்லை. அவன் அப்பா பக்கம் திரும்பி. "அப்பா, அக்கா வந்திருக்கிறாளா? பந்தலுக்குள் உட்கார்ந்திருக்கிறாளா?" என்றான்.

மந்திரியின் சதிக் திட்டத்தினால் ராஜா ராஜ்யத்தை இழந்து ராணியுடனும் ராஜகுமாரனுடனும் காட்டுக்குப் போய்க் கொண்டி ருந்தான். அப்போது பிடில்காரன் சோக மயமான இசையைப் பொழிந்து கொண்டிருந்தான். ராஜா கருணாரசத்தை வரவழைப்ப தற்காக ராணியின் கையையும் ராஜகுமாரனுடைய கையையும் பிடித்துக் கொண்டு ஓரடி முன்னால் போவது; பிறகு நின்று கொள்வது; மறுபடியும் முன்னால் போவதுமாக இருந்தான். வனவாசத்திற்குச் செல்லும் எந்த ராஜாவும் இத்தனை பேர்களுக்கு மத்தியில் இப்படிச் செய்யமாட்டான். ராஜாவின் நம்பிக்கைக்குப் பாத்திரமான சேனாதிபதி கோபத்தால் நடுங்கிக் கொண்டிருந்தது, வலிப்பு நோய்க்காரன் பார்த்துப் பொறாமைப் படும்படியாக இருந்தது. ஆனால் அப்பு

கண்களை இமைக்காமல் ஆனந்தமாகப் பார்த்துக் கொண்டிருந்தான். இம்மாதிரி பார்த்ததே கிடையாது என்று அவன் மனத்தில் தோன்றியது.

இதற்கப்புறம் ராஜாவும் ராணியும் எங்கோ போய் விட்டார்கள்...

அடர்ந்த வனத்துக்குள் ராஜகுமாரன் அஜயனும் ராஜகுமாரி இந்துலேகாவும் உலாவிக் கொண்டிருந்தார்கள். அவர்களுக்கு உதவி செய்யவோ வழிகாட்டவோ இந்த வனத்துக்குள் யாரும் கிடையாது. தன் சிறிய தம்பிக்குப் பழங்கள் கொண்டுவரப் போன ராஜகுமாரி இந்துலேகா மறுபடி திரும்பி வரவேயில்லை. அஜயன் வனம் முழுதும் தேடுகிறான். கடைசியாக ஆற்றங்கரையிலே அவளுடைய பிணத்தைப் பார்க்கிறான். பசியினால் விஷக்கனியை உண்டு அவள் இறந்துவிடுகிறாள். இதைக் கண்டு அஜயன் கருணாரசம் நிறைந்த பாடல்களை ஆரம்பித்து விடுகிறான். 'பிராணநாதா! பிராண காந்தா! நீ என்னை இந்த அடர்ந்த காட்டுக்குள் விட்டுவிட்டு எங்கே போய்விட்டாய்?" என்பதே அந்தப் பாட்டின் கருத்து. இந்நேர வரையிலும் கண்களை அகல விரித்துப் பார்த்துக் கொண்டிருந்த அப்பு விக்கி விக்கி அழத் தொடங்கிவிட்டான்.

கலிங்க ராஜாவுக்கும் விசித்திர கேதுவுக்கும் நடந்த போரில் வாட்கள் எப்படி மோதிக் கொண்டன! ஏதாவது மரமாவது விழுந்துவிடும் அல்லது பார்ப்பவரின் கழுத்தாவது துண்டாக்கப்படும் போலிருந்தது. மக்கள் ஜாக்கிரதையாக, 'மரம் ஜாக்கிரதை!' என்று கூச்சலிட்டனர். ஆனால் எதற்கும் கொஞ்சம்கூடச் சேதம் உண்டாக வில்லை. அதுதான் யுத்த தந்திரம்! விசித்திர கேது, நீ வாழ்க!

இடையிடையே பாட்டும் பிடிலும் முழங்கின. அப்போது அவனுடைய அப்பா, "தூக்கம் வருகிறதா? வீட்டுக்குப் போகலாமா?" என்று கேட்டார்.

இதென்னடா கஷ்டகாலம்! தூக்கமா? தூக்கம் எங்கே இருக் கிறது! அடக் கடவுளே! அவன் ஒருகாலும் வீட்டுக்குப் போக மாட்டான். அவனுடைய அப்பா அவனை வெளியில் அழைத்துக் கொண்டுபோய், "இந்தா, இந்த ரண்டு பைசாவை வைத்துக்கொள். ஏதாவது வாங்கிச் சாப்பிடு. நான் வீட்டுக்குப் போகிறேன்" என்றார்.

அப்பு ஒரு தம்பிடிக்கு வெற்றிலைபாக்கு வாங்கிப் போட்டுக் கொள்ளலாம் என்று விரும்பினான். வெற்றிலைக் கடையில் கூட்டம் நிறைந்திருந்தது. இவனுக்கு எரிச்சலாக இருந்தது. சேனாதிபதி விசித்திர கேது வாளை மூடி வைத்துவிட்டுச் சிகரெட் வாங்கிக் குடித்துக் கொண்டிருந்தான். அவனைச் சுற்றித்தான் கூட்டம் கூடி யிருந்தது. ஆச்சரியம்! பரமாச்சரியம்! ராஜகுமார் அஜயன் எங்கிருந்தோ வந்து விசித்திர கேதுவின் கையைப் பிடித்துக்கொண்டு, "கிசோரி அண்ணா! ஒரு பைசாவுக்கு வெற்றிலைபாக்கு வாங்கிக் கொடு" என்றான்.

ஆனால் ராஜகுமாரனிடம் சேனாதிபதிக்கு ராஜபக்தி இருப்ப தாகத் தெரியவில்லை. அவன் கையை உதறிக்கொண்டு, "போடா காசு கிடையாது. நீங்களெல்லோரும் சேர்ந்துகொண்டு சோப்புப் போட்டுக் கொண்டீர்களே! எனக்கு யாராவது கொடுத்தீர்களா?" என்றான்.

ஆனால் ராஜகுமாரன் விடாமல், "திசோரி அண்ணா! நான் உனக்கு ஒன்றும் கொடுத்ததில்லையா?" என்றான்.

ஆனாலும் விசித்திர கேது கையை உதறிவிட்டுப் போய் விட்டான்.

ராஜகுமாரன் அப்பு வயதுதான் இருப்பான். பார்ப்பதற்கு அழகாக இருந்தான். அருமையாகப் பாடினான். அப்பு அவனை விடாமல் பார்த்துக் கொண்டிருந்தான். அவனிடம் பேசவேண்டு மென்று ஆவல் உண்டாயிற்று. அவனுக்கு எங்கிருந்துதான் இந்தத் தைரியம் வந்ததோ தெரியவில்லை. அவனுக்கு முன்னால் போய் வெட்கத்துடன், "வெற்றிலைபாக்கு போடுகிறாயா?" என்றான்.

அஜயன் திடுக்கிட்டுப் போனான். "நீ கொடுக்கிறாயா? சரி, வாங்கிவா" என்றான்.

இருவரும் அறிமுகமானார்கள். அறிமுகம் என்ற சொல் தவறாக இருக்கலாம். அப்பு உள்ளம் உருகிப் போனான். இவனைத்தான் இவ்வளவு நாளாக, இந்த ராஜகுமாரன் அஜயனைத்தான் இவ்வளவு நாளாக உயிருக்குயிராக எண்ணி வந்தான். அவனுடைய தாயார் கூறிய நூற்றுக்கணக்கான கதைகளுக்கிடையில், எத்தனையோ கற்பனை களுக்கிடையில், அவன் உள்ளம் இவனைத்தான் விரும்பியது. அவன் விரும்பியவனேதான் இவன். இதே கண்கள்! இதே முகம். இதே குரல்தான் அவன் ஆசைப்பட்டுக்கொண்டிருந்தது.

"உங்கள் வீடு எங்கே இருக்கிறது? நான் சாப்பிடுவதற்கு ஒரு வீட்டில் ஏற்பாடு செய்திருக்கிறார்கள். ஆனால் அங்கே சாப்பாடு கிடைப்பதற்கு ரொம்ப நேரமாகிறது. உங்கள் வீட்டில் யார் சாப்பிடு கிறார்கள்?"

மகிழ்ச்சியால் அப்புவின் உடல் பூரித்துவிட்டது. "எங்கள் வீட்டில் ஒருவர் சாப்பிடுகிறார். அவர் மிருதங்கக்காரர் என்பதை இப்போதான் கண்டுகொண்டேன். நீயும் நாளையிலிருந்து வா. நான் வந்து அழைத்துப்போகிறேன். இல்லாவிட்டால் இப்படிச் செய்து கொள்ள லாம். நீ சாப்பிடும் இடத்தில் மிருதங்கக்காரர் சாப்பிட்டுக் கொள்ளட்டும்" என்றான்.

சிறிது நேரம் அங்கேயே நின்று கொண்டிருந்தார்கள். பிறகு அஜயன், "சரி, நான் போகிறேன். கடைசி சீனில் நான் பாட வேண்டும். என் வேஷம் உனக்கு எப்படியிருக்கிறது?" என்று கேட்டான்.

இரவின் கடைசி சாமத்தில் நாடகம் முடிந்து, அப்பு வீட்டுக்கு வந்தான். வழியில் நாடகத்தைப் பற்றிப் பலர் பேசிக் கொண்டு வந்தனர். வீட்டுக்குப் போனதும் துர்கா, "அப்பு நாடகம் எப்படி இருந்தது?" என்று கேட்டாள்.

காட்டுக்குள் இந்துலேகா ஏதாவது பேசியிருக்க வேண்டுமென்று நினைத்தான். அவன் சந்தோஷத்துடன், "அம்மா! அஜய வேஷம் போட்டவன் நாளையிலிருந்து நம் வீட்டில் சாப்பிடுவான்" என்றான்.

"இரண்டு பேரா சாப்பிட வருவார்கள்? இரண்டு பேருக்கு"

"இல்லை! ஒருவன் போய்விடுவான். அஜயன் மட்டும்தான் சாப்பிடுவான்."

"அடே அப்பு! உனக்கு நாடகம் எப்படி இருந்தது? இம்மாதிரி பார்த்ததில்லை அல்லவா? ராஜகுமாரி செத்ததும் எவ்வளவு நன்றாக இருந்தது பாட்டு?" என்றாள் துர்கா,

அப்பு இந்தத் தூக்கத் கலக்கத்தில்கூட பிடில் வாத்தியத்தைக் கேட்பது போலிருந்தது. அவன் ரொம்ப நேரம் தூங்கிக் கொண்டிருந்தான். ஆனால், தூக்கம் நன்றாக வரவில்லை. சூரிய வெளிச்சம் கண்களை ஊசி குத்துவதுபோலக் குத்தியது. கண்ணில் தண்ணீர் பட்டதால் கண் எரிந்தது. ஆனால், அவனுடைய காதுக்குள் இன்னும் பிடிலும் மிருதங்கமும் பாட்டும் ஒலித்துக் கொண்டிருந்தன. இன்னும் நாடகத்திலேயே உட்கார்ந்து கொண்டிருப்பது போலிருந்தது.

ஆற்றுக்குப் போயிருந்த பெண்கள் தங்களுக்குள் பேசிக்கொண்டு வந்தார்கள். அவர்களில் ஒருத்தியைத் தீராவதியாகயும் இன்னொருத்தியைக் கலிங்கதேசத்து ராணியாகவும் இன்னொருத்தியை அஜயனுடைய தாயாராகவும் எண்ணிக் கொண்டான். அக்கா, பேச்சு, நடத்தை எல்லாம் ராஜகுமாரி இந்துலேகா போலவே இருக்கின்றன. நேற்று இந்துலேகாவாக வந்தவளும் நன்றாகத்தானிருந்தாள். ஆனால் தன் மனத்திலுள்ள இந்துலேகா தன் அக்காளைப் போலவே இருந்தாள். இதே நிறம்தான். இதே உருவம்தான் அழகிய கண்களும் கூந்தலும் அக்காளுடையதைப் போலவேதான்.

அந்தப் பழைய தேசத்தின் கடந்த வாழ்க்கையை விட்டு இந்துலேகா தன் அன்பு, கருணை இனிமை ஆகியவைகளுடன் இந்தக் காலத்தில் தன் அக்காளாகப் பிறந்திருக்கிறாள் என்று நினைத்துக்கொண்டான். ஆகையால்தான் இந்துலேகாவின் பேச்சிலும் நடிப்பிலும் தன் அக்காளைக் காணமுடிகிறது. அடர்ந்த காட்டில் தன் சிறிய தம்பியைக் காப்பாற்றிக் கொண்டிருந்தபோதும் அவனுக்குச் சாப்பிடுவதற்காகப் பழம் கொண்டுவர அடர்ந்த காட்டுக்குள் போய், காணாமல்

போனதும் அவன் மனதிற்குள் தாங்களிருவரும் பழத்திற்காகக் காட்டில் அலைந்ததை ஞாபகப் படுத்தியது.

அப்பு மத்தியானம் அஜயனைச் சாப்பாட்டுக்கு அழைத்துக் கொண்டு வந்தான். இருவருக்கும் பரிமாறிவிட்டுச் சர்வஜயா, அஜயனைப் பற்றி விசாரிக்கத் தொடங்கினாள். அவன் பிராமணப் பையனாம். அவனுக்கு யாரும் கிடையாதாம். சிறிய தாயார் வளர்த்து வந்தாளாம். அவளும் இறந்துவிட்டாளாம். ஒரு வருஷமாக இந்தக் கோஷ்டியுடன் தானிருக்கிறானாம். அந்தப் பையன்மீது சர்வஜயாவுக்குப் பரிவு ஏற்பட்டது. இதைச் சாப்பிடு. அதைச் சாப்பிடு என்று உபசரித்தாள். சாப்பாடு உயர்ந்த தரம் என்று சொல்ல முடியாது. ஆனாலும், அஜயன் மிகுந்த சந்தோஷத்துடன் சாப்பிட்டான். சாப்பிட்டான பிறகு துர்கா தன் தாயாரிடம், "அம்மா நேற்று பாடிய பாட்டைப் பாடச் சொல்லம்மா?" என்றாள்.

அஜயன் பாடினான். அப்பு தன்னை மறந்துவிட்டான். சர்வஜயா கண்கலங்கினாள். ஐயோ பாவம்! இப்படிப்பட்ட பையனுக்குத் தாயார் இல்லையே! அதற்கப்புறம் வேறு பாட்டுக் களையும் பாடினான்.

"சாயங்காலம் அரிசிப் பொரி பொரிக்கிறேன். வந்து சாப்பிட்டு விட்டுப் போ. வெட்கப்படக் கூடாது. உனக்கு இஷ்டமானபோது வா. இதை உன் வீடாகவே நினைத்துக் கொள்" என்றாள் சர்வஜயா.

அப்பு அவனுடன் ஆற்றங்கரைக்குப் போனான். அப்போது, அஜயன், "உன் குரல் இனிமையாக இருக்கிறது. ஒரு பாட்டு பாடு" என்றான்.

அப்புவுக்கு இவன் முன் பாடிப் புகழடைய வேண்டும் என்று ஆசைதான். ஆனாலும், நாடகக் கோஷ்டியிலிருக்கும் இவன் முன்னால் எப்படிப் பாடுவது என்ற சங்கோசமும் ஏற்பட்டது. ஆற்றங் கரையிலேயே பெரிய இலவமரத்துக்கு அடியில் போகும் ஒற்றையடிப் பாதையில் வெகுதூரம் போய் மூங்கில் புதர் நிழலில் உட்கார்ந்து கொண்டார்கள். அப்பு ரொம்பச் சிரமத்துடன் வெட்கத்தைவிட்டு ஒரு பாட்டு பாடினான்.

இந்தப் பாட்டு தாஷூராம் பாஞ்சாலியிலிருந்து, அப்பு இதைத் தன் அப்பாவிடம் கேட்டு எழுதி வாங்கியிருந்தான். இந்தப் பாட்டைக் கேட்டு அஜயன் ஆச்சரியப்பட்டுப் போனான். "உன் குரல் இவ்வளவு இனிமையாக இருக்கிறதே! நீ ஏன் பாடுவதில்லை? இன்னொரு பாட்டுபாடு" என்றான்.

அப்பு உற்சாகத்துடன் வேறொரு பாடலைப் பாடினான்.

இந்தப் பாட்டை அவனுடைய அக்கா எங்கிருந்தோ கற்று வந்திருந்தாள். வீட்டில் யாருமில்லாதபோது இருவரும் சேர்ந்து இந்தப் பாடலைப் பாடுவார்கள்.

பாட்டு முடிந்ததும் அஜயன் அவனை மிகவும் புகழ்ந்தான் "இம்மாதிரி குரல் இருப்பதற்கு எந்தக் கோஷ்டியில் சேர்ந்தாலும் பதினைந்து ரூபாய் சம்பளம் கொடுப்பார்கள். இன்னும் நிறையக் கற்றுக் கொண்டாயானால் ஏராளமாகக் கிடைக்கும்" என்றான்.

வீட்டில் யாருமில்லாத வேளையில் தன் அக்காளிடம் பாடிக் காட்டி, "நன்றாக இருக்கிறதா அக்கா? என் குரல் எப்படியிருக்கிறது?" என்று கேட்பான்.

அக்காளும் அவனைப் பாராட்டுவாள். என்ன இருந்தாலும் இந்த நாடகக்காரனுடைய புகழ்ச்சியைக் கேட்டு அப்பு புளகாங்கித மடைந்துவிட்டான். "எனக்கு உன் பாட்டைக் கற்றுக்கொடுக்கிறாயா?" என்றான்.

ரொம்ப நேரமாகிவிட்டது. ஆற்றில் படகுகள் சலசலவெனச் சத்தம் செய்தபடி போய்க்கொண்டிருந்தன. ஆற்றோரத்தில் தண்ணீரருகில் யாரோ ஏதையோ தேடிக் கொண்டிருந்தனர். "என்ன தேடுகிறார்கள்?" என்று அஜயன் கேட்டான்.

"சிறிய தவளைகளைத் தேடிக் கொண்டிருப்பார்கள். தூண்டிலில் குத்திப் போட்டு மீன் பிடிப்பார்கள்" என்று அப்பு சொன்னான். பிறகு, நீ எங்கும் போகாமல் எங்களுடன் இருந்து கொண்டால் என்ன?" என்று அப்பு கேட்டான்.

எவ்வளவு அழகான கண்களை உடைய முகம்! அதோடு அப்புவின் கண்களுக்கு அவன் ராஜகுமாரன் அஜயனாக வேறு தோற்றமளிக்கிறான். எங்கோ காட்டுக்குள் அனாதையாக யாரு மின்றிச் சுற்றிக்கொண்டிருந்த ராஜகுமாரனுடன் அகஸ்மாத்தாகச் சந்திப்பு ஏற்பட்டு நட்புண்டாய்விட்டது. வாழக்கைத் தோழன்! இனி இவனை எப்படிப் பிரிவது?

அஜயனும் தன் மனத்திலுள்ள எத்தனையோ விஷயங்களைச் சொன்னான். அவனுக்கும் இம்மாதிரி நண்பன் கிடைத்ததில்லை. ஏறக்குறைய நாற்பது ரூபாய் சேர்த்து வைத்திருக்கிறானாம். இன்னும் கொஞ்சம் பெரியவனான பிறகு இந்தக் கோஷ்டியை விட்டு விடுவானாம். தலைவன் ரொம்ப அடித்துவிடுவானாம். அதற்குத்தான் நல்ல புகழாம். அங்கு இரவில் நல்ல சாப்பாடு கிடைக்குமாம். சாப்பிடாவிட்டால் மூன்றணா கையில் கொடுத்து விடுவார்களாம். இந்தக் கோஷ்டியைவிட்டவுடன் அப்புவின் வீட்டுக்கு வந்து கொஞ்ச நாட்கள் இருந்துவிட்டு வேறு கோஷ்டியில் சேருவானாம். சாயங் காலத்திற்குக் கொஞ்சம் முன்பே அஜயன், "வாப்பா! இனி உடனே

ஆட்டம் ஆரம்பமாகிவிடும். போய் விடலாம். 'பரசுராம கர்வ பங்கம்' இன்று. எனக்கு அதில் ரொம்பப் பெரிய பாட்டு ஒன்று இருக்கிறது" என்றான்.

மேலும் மூன்று நாட்கள் நாடகம் நடந்தது. கிராமத்திலே எல்லோரும் எந்தச் சமயத்திலும் இதைப் பற்றியே பேசிக் கொண்டிருந்தார்கள். வழியில் ஆற்றங்கரையில் எங்கும் இதே பேச்சுதான். படகுக்காரர்கள் படகு செலுத்தும்போதும், இடையர்கள் ஆடு மேய்க்கும்போதும் புதிய பாட்டுகளைப் பாடிக்கொண்டிருந்தனர். கிராமத்துப் பெண்கள் நாடகக் கோஷ்டியைச் சேர்ந்த பையன்கள் அழைத்து வந்து தங்களுக்குப் பிடித்தமான பாடல்களையும் பாடச் சொல்லிக் கேட்டு மகிழ்ந்தனர்.

அப்பு மேலும் இரண்டு மூன்று பாடல்களைக் கற்றுக் கொண்டான். ஒருநாள் நாடகக்காரர்கள் இருக்குமிடத்திற்கு அப்பு அஜயனுடன் சென்றிருந்தான். அங்கே இருந்தவர்கள் அப்புவை ஒரு பாட்டு பாடச் சொன்னார்கள். அவன் நன்றாகப் பாடுவான் என்று அஜயன் மூலம் கேள்விப்பட்டிருந்தனர். ரொம்ப உற்சாகப்படுத்திய பிறகு அப்பு தன் வித்தையைக் காட்டுவதற்கு ஒரு பாட்டு பாடினான். எல்லோரும் அவனை முதலாளியிடம் அழைத்துப் போனார்கள். அங்கும் ஒரு பாட்டு பாடினான்.

முதலாளி கன்னங்கரேலென்ற தொந்தி பெருத்த மனிதன். அவன் எல்லோரிடமும் சகஜமாகப் பழகி வந்தான். அப்புவின் பாட்டைக்கேட்டு விட்டு, "நீ எங்கள் கோஷ்டியில் சேர்ந்துகொள்" என்று அழைத்தான்.

அப்பு ஆனந்தமடைந்தான். இன்னும் சிலரும் அவனைச் சேர்ந்து கொள்ளும்படி தூண்டினார்கள். உடனே சேர்ந்துகொள்ள வேண்டுமென்றுதான் அப்பு ஆசைப்பட்டான். நாடகத்தில் சேர்ந்து கொள்வதுதான் மனிதனுடைய வாழ்க்கை லட்சியம் என்ற அற்ப விஷயம் இத்தனை நாளும் தனக்குத் தெரியாமல் போய்விட்டதே என்று ஆச்சரியமடைந்தான். அவன் அஜயனிடம் ரகசியமாக, "சரி, நான் நாடகத்தில் சேர்ந்து கொண்டால் என்ன வேஷம் கொடுப்பார்கள்?" என்றான்.

"இப்போது தோழி கீழி அல்லது பாலபார்ட் கொடுப்பார்கள். இதற்குப் பிறகு நன்றாகக் கற்றுக்கொண்ட பிறகு..."

ஆனால் அப்புவுக்குச் சகிவேஷம் பிடிக்கவில்லை. அவன் தலையில் கிரீடம் வைத்துக்கொண்டு சேனாதிபதியாகக் கத்திச் சண்டைபோட விரும்பினான். இவன் பெரியவனான பிறகு நாடகத்தில் சேர்ந்து கொள்வான். இதுதான் அவனுடைய வாழ்க்கை லட்சியம். அஜயன் ரகசியமாக ஒரு பையனைக்காட்டி, "இவனுடைய பெயர் விஷ்ணு தேவி. எனக்கும் இவனுக்கும் ஆகாது. நான் என்

காசில் தீப்பெட்டி வாங்கித் தலையணைக்கடியில் வைத்துக்கொண்டு தூங்குவேன். இவன் சிகரெட் குடிப்பதற்காகத் தீப்பெட்டியை எடுத்துக்கொண்டு போவான். அப்புறம் திருப்பியே கொடுக்க மாட்டான். 'அப்பா ராத்திரியில் பயமாக இருக்கிறது. தீப்பெட்டியைக் கொடு' என்று கேட்டேன். இந்தத் துஷ்டப்பயல் என்னைக் கன்னத்தில் அறைந்துவிட்டான். இவன் நன்றாக ஆடுவான். அதனால் முதலாளி இவனை ஒன்றும் சொல்வதில்லை'' என்றான்.

ஐந்து நாளைக்குப் பிறகு நாடகம் முடிந்துவிட்டது. அனைவரும் புறப்பட்டார்கள். அஜயன் சொந்தப்பிள்ளை போல வீட்டுக்கு வந்து கொண்டிருந்தான். அப்புவின் சகோதரனைப் போல இருந்தான். அவனுக்கு அப்புவின் வயதுதானிருக்கும். ஆனால் அனாதை. ஆகையால் சர்வஜயா அவனைச் சொந்தப்பிள்ளை போலவே பாவித்து நடத்தி வந்தாள். துர்காவும் அவனைத் தம் தம்பி போலவே நடத்தினாள். அவனுக்குப் பாட்டு சொல்லிக் கொடுத்தாள். அவனுக்குக் கதை சொன்னாள். அவளுடைய அத்தையைப் பற்றிச் சொன்னாள். மூவரும் சேர்ந்துகொண்டு வீட்டில் விளையாடினார்கள். அவன் சாப்பிடும்போது அன்பாக அனைவரும் உபசரித்தனர். அவன் நாடகக் கோஷ்டியிலிருந்தான். அவனைக் கவனிப்பதற்கு யாரும் கிடையாது. அவன் பிறத்ததிலிருந்தே அவனுக்குக் குடும்ப பாந்தவ்யம் கிடைக்காமலிருந்திருக்கலாம். ஆகையால் அந்த அன்பைப் பெற்றதும் இதைவிட்டுப் பிரிய அவன் மனம் ஒப்பவில்லை.

அவன் போகும்போது தான் கஷ்டப்பட்டுச் சேகரித்து வைத்திருந்த பணத்திலிருந்து ஐந்து ரூபாய் எடுத்து சர்வஜயாவிடம் கொடுக்கப் போனான். அவன் கொஞ்சம் வெட்கத்துடன், "அக்கா கலியாணத்திற்கு இந்த ஐந்து ரூபாய்க்கு ஒரு சேலை எடுத்து...

"வேண்டாம் குழந்தாய்! நீ சொன்னதே போதும்! உனக்கு இந்தச் சமயத்தில் பணம் ரொம்ப தேவையாக இருக்கும். கலியாணம் செய்துகொண்டு சுகமாக இரு!" என்றாள் சர்வஜயா.

இருந்தாலும் அதற்கு அவன் இணங்க மறுத்தான். ரொம்ப நேரம் சொல்லி பிறகு அவனைச் சம்மதிக்கச் செய்தார்கள்.

இதற்குப் பிறகு அனைவரும் வீட்டிலிருந்து கொஞ்ச தூரம் வரையிலும் அவனுடன் போனார்கள். போகும்போது அவன் அடிக்கடி "அக்கா கலியாணத்திற்கு எனக்கு அவசியம் அழைப்பு அனுப்ப வேண்டும்" என்று சொன்னான்.

காட்டு மரங்களுக்கிடையே அழகான அவனது பால உருவம் மறைந்துவிட்டது. இந்தச் பச்சைப் பாலகன் இந்த வயதில் தன் வயிற்றுக்குச் சம்பாதித்துச் சாப்பிடவேண்டியிருக்கிறதே என்று சர்வஜயா நினைத்தாள். அப்புவுக்கும் அந்த நிலை ஏற்பட்டால்...? ஐயோ! அதை நினைக்கக்கூட முடியவில்லையே!

23

ஹரிஹரன் காசியிலிருந்து வந்ததும் அனைவரும் உனக்கு நல்ல எதிர்காலமிருக்கிறது என்று சொன்னார்கள். ஏனென்றால் இந்தப் பிராந்தியத்திலேயே யாரும் இவ்வளவு படித்தவர்கள் கிடையாது என்று சொன்னார்கள். எல்லோரும் அவனுடைய பாண்டித்யத்தைப் புகழ்ந்தார்கள். இனி ஒன்றும் செய்ய வேண்டியதில்லை என்றார்கள். சீக்கிரம் தன் கணவனுக்கு ஒரு நல்ல வேலை கொடுக்கப்போகிறார்கள் என்று சர்வஜயா கூட நினைத்துக் கொண்டாள். (யார் வேலை கொடுப்பவர்கள் என்பது அவள் மூளைக்கு எட்டாத விஷயம்.)

மாதத்திற்குப் பிறகு மாதமும் வருஷத்திற்குப் பிறகு வருஷமும் கழிந்து கொண்டிருந்தன. ஆனால், பாதிராத்திரி வேளையில் ஜரிகைத் தொப்பி அணிந்த குதிரை வீரன் யாரும் இவனை ராஜபுரோகிதனாக்கிவிட்ட கட்டளையைக் கொண்டுவரவில்லை. எந்தத் தெய்வமும் இவனுடைய இடிந்துபோன வீட்டுக்குள் ரத்தினா பரணங்களைக் கொண்டுவந்து கொட்டிவிட்டுப் போகவில்லை. அவன் வீட்டுக் கதவில் உடைந்து போன பலகைகள் நாளுக்கு நாள் ஜீரணித்துக் கொண்டு வந்தன. வீட்டுக் கூரை மேலும் தொங்கத் தொடங்கியது. கையிலிருந்ததை எல்லாம் இழந்த பிறகும் அவனால் நம்பிக்கையை இழக்க முடியவில்லை. ஹரிஹரன் வெளியூரிலிருந்து வரும்போதெல்லாம் இம்மாதிரி ஆசை வார்த்தை களையே கூறிவந்தான். எல்லாம் முடிந்து விட்டது. இன்னும் கொஞ்ச நாள்தான். அப்புறம் ஆனந்தம்தான். ஆனால் அப்படி நடந்ததா?

வாழ்க்கையில் இனிமையே ஒரு எல்லை வரையிலும் கனவையும் கற்பனையையும் ஆதாரமாகக் கொண்டிருப்பதால்தான் வாழ்க்கை தேன் நிரம்பியதாக இருக்கிறதோ? கனவு பொய்யாக இருக்கலாம். கற்பனை உண்மைக்கு முரண்பட்டதாக இருக்கலாம். அதில் கொஞ்சம் கூடப் பலனில்லாதிருக்கலாம். ஆனால் அதுதான் வாழ்க்கையில் செல்வம். அவை வந்து கொண்டேயிருக்கட்டும். வாழ்க்கைக்கும் அவைகளுக்கும் உள்ள சம்பந்தத்தை யாராலும் துண்டிக்க முடியாது. பலன் அற்பமானது. ஆதாயம் கொஞ்சம்கூடக் கிடையாது.

ஹரிஹரன் வீட்டை விட்டுப் போய் இரண்டு மூன்று மாதங் களாகின்றன. ரொம்ப நாளாகப் பணம் காசு ஒன்றும் அனுப்ப வில்லை. துர்கா மிகவும் உடம்புக்குச் சரியில்லாது இருக்கிறாள். இரண்டு மூன்று நாளைக்கு நன்றாக இருக்கிறாள். பிறகு படுத்து விடுகிறாள். அப்புறம் இரண்டு மூன்று நாளைக்கு நன்றாக இருக் கிறாள். மறுபடியும் நோயில் விழுந்துவிடுகிறாள்.

சர்வஜயா தன் மகளுடைய கலியாணத்தைப் பற்றிக் கணவனிடம் அடிக்கடி நினைவூட்டிக் கொண்டேயிருந்தாள். தன் கணவனை

எங்கிருந்தோ ஒரு கிழ முஸ்லீம் சீனிக் கண்ணாடியுடன் கிராமத்துக்கு வந்தான். அவன் அடுத்த தெரு ஜீவன் சௌத்திரி வீட்டு வாசலில் படம் காட்டிக்கொண்டிருந்தான். துர்கா அருகில் தான் நின்று கொண்டிருந்தாள். அவளிடம் காசு கிடையாது. எல்லோரும் ஒவ்வொரு பைசா கொடுத்துக் கண்ணாடியில் எட்டிப் பார்த்தார்கள்.

"பெட்டி வண்டியைப் பார்! யானை சிங்கம் சண்டை பார்!" என்று அந்தக் கிழ முஸல்மான் பெட்டியில் தாளம் போட்டபடி பாடிக்கொண்டிருந்தான்.

பார்த்துவிட்டுப் போன பையன்களிடம் துர்கா போய் மிகுந்த ஆவலுடன், "அதற்குள் என்னடா பார்த்தாய்?" என்று கேட்டாள்.

ஆஹா! அந்தப் பையன்களுக்கு என்ன பார்த்தோமென்று சொல்லத் தெரியவில்லை. "ரொம்ப அற்புதமாக இருந்தது" என்றனர்.

ஒவ்வொருவராக எல்லாப் பையன்களும் பார்த்துவிட்டனர். துர்கா அங்கிருந்து கிளம்பினாள். ஆனால் அந்த முஸல்மான், "பாப்பா! பார்க்கவில்லையா?" என்றான்.

அவள் தலையை அசைத்துக்கொண்டு, "என்னிடம் காசு இல்லை " என்றாள்.

"வா பாப்பா! பார்த்துவிட்டுப் போ! காசு வேண்டாம்" என்றான்.

துர்காவுக்கு வெட்கமாக இருந்தது. 'முடியாது' என்று வாய் விட்டும் சொல்ல முடியவில்லை.

"வா வா! பரவாயில்லை. பார்த்துவிட்டுப் போ."

துர்கா மகிழ்ச்சியுடன் பெட்டிக்குமுன் போய் நின்று கொண் டாள். ஆனால் கண்ணாடிக்குள் எட்டிப் பார்க்காமல் நின்று கொண்டிருந்தாள்.

"பாப்பா! அந்தக் குழாய் வழியாகப் பார்" என்று அவன் சொன்னான்.

காற்றுக்குப் பறந்து கொண்டிருந்த தலைமுடியைக் காதோரம் செருகிக்கொண்டு பார்க்கத் தொடங்கினாள். பத்து நிமிஷம் வரை யிலும் அவள் பார்த்ததை வர்ணிக்கவே முடியவில்லை. எத்தனை துரைகள், துரைசானிகள், சண்டைகள் முதலானவைகளைப் பார்த் தாள். இவை எல்லாம் சொல்லவே முடியாது. எத்தனையோ புதிய விஷயங்களைக் கண்டாள்.

அப்புவுக்கு இதைக் காட்ட வேண்டுமென்ற ஆவல் உண்டா யிற்று. அந்தக் காட்சி எப்பவாவது வரும் என்று துர்கா எதிர் பார்த்துக்கொண்டேயிருந்தாள். ஆனால் மீண்டும் வரவில்லை.

நற்றிணை பதிப்பகம் ✱ 185

கதை நன்றாக முடியுமுன்பே காய்ச்சல் ஆரம்பமாகி விட்டது. அவளால் நன்றாக உட்காரக்கூட முடியவில்லை. அவள் அறைக்குள் போய் போர்த்திப் படுத்துக்கொண்டாள்.

அப்பா ஊரிலில்லை. ஆகையால் அப்பு வீட்டில் தங்குவதே கிடையாது. புத்தகப் பெட்டியைக் கறையான் பிடித்துக்கொண்டது. அதிகாலையில் சோழிப் பையை எடுத்துக்கொண்டு புறப்பட்டு விடுகிறான். அப்புறம் மத்தியானம் சாப்பாட்டுக்குத்தான் வருவான். அம்மா கோபித்துக் கொள்கிறாள். கண்டிக்கிறாள். "பையன் எங்கே போய்விட்டானே! படிப்பதே கிடையாதே! இந்தத் தடவை வந்ததும் எல்லா விஷயத்தையும் சொல்லிவிடப்போகிறேன். அப்புறம் பார்."

அப்பு பயத்துடன் புத்தகத்தை எடுத்துக்கொண்டு உட்காரு கிறான். புத்தகத்தை இப்படியும் அப்படியும் புரட்டுகிறான்.

அவன் உட்கார்ந்துகொண்டு 'காபி' எழுதுகிறான். அதைக் காய வைப்பதற்காக வெய்யிலில் வைக்கிறான். அப்பு உற்சாகத்துடன் அதையே பார்த்துக்கொண்டிருக்கிறான்.

அப்பு உட்கார்ந்துகொண்டு காபி நோட்டில் நாடகம் எழுது கிறான். ஒரு பக்கம் நிறைய எழுதிவிடுகிறான். மந்திரியின் துரோகத் தால் ராஜா காட்டுக்குப் போய்விடுகிறான். ராஜகுமாரன் நீலாம்பரும் ராஜகுமாரி அம்பாவும் காட்டில் திருடர்களிடம் சிக்கிக்கொள்கிறார் கள். பெரிய சண்டை நடக்கிறது. ராஜகுமாரியின் உடல் ஆற்றங் கரையில் கிடக்கிறது. நாடகத்தில் சத்து என்று ஒரு துஷ்டனைச் சிருஷ்டிக்கிறான். அவனை எந்தக் காரணமுமின்றித் தூக்கிலேற்றி விடுகிறான். நாடகத்தின் முடிவில் நாரதர் அருளால் ராஜகுமாரி மீண்டும் பிழைத்துக் கொள்கிறாள். விசுவாசமுள்ள சேனாதிபதியான ஜீவனகேதுவை ராஜகுமாரி விவாகம் செய்து கொள்கிறாள்.

நாடகத்தின் சம்பவங்களைப் பார்த்துவிட்டு, கடந்த வைகாசியில் நடந்த நாடகத்திற்கும் இதற்கும் வித்தியாசமே கிடையாது; பெயர் ஒன்றுதான் மாறியிருக்கிறது என்று சொல்வது பெரிய தவறு! பண்டைக் காலத்தில் ஒரு அமைதியான ஒளி நிரம்பிய இரவில் தீபமற்ற அறையில் படுக்கையில் படுத்துக் கொண்டு ஒரு பண்டைய கவி, நீல மேகங்களைப் பார்த்து மயில்கள் நடனமிடும் வனபூமியைக் கனவில் காண்கிறான். மனிதன் தான் மறந்துவிட்ட அந்த நள்ளிர வைத்தான் ஆயிரக்கணக்கான வருஷங்களாகப் பத்திரப்படுத்தி வைத்துக் கொண்டிருக்கிறானா?

ஒளியிலிருந்துதான் ஒளி புறப்படும்! சாம்பல் குவியலிலிருந்து தீவட்டியைக் கொளுத்த முடியுமா?

புத்தகக் கட்டில் 'சரித்மாலா' என்று ஒரு புத்தகம் இருக்கிறது. 'ஈஸ்வர சந்திரவித்யா சாகர்' என்று அதில் எழுதப்பட்டுள்ளது.

எங்கிருந்தோ ஒரு கிழ முஸ்லீம் சீனிக் கண்ணாடியுடன் கிராமத்துக்கு வந்தான். அவன் அடுத்த தெரு ஜீவன் சௌத்திரி வீட்டு வாசலில் படம் காட்டிக்கொண்டிருந்தான். துர்கா அருகில் தான் நின்று கொண்டிருந்தாள். அவளிடம் காசு கிடையாது. எல்லோரும் ஒவ்வொரு பைசா கொடுத்துக் கண்ணாடியில் எட்டிப் பார்த்தார்கள்.

"பெட்டி வண்டியைப் பார்! யானை சிங்கம் சண்டை பார்!" என்று அந்தக் கிழ முஸல்மான் பெட்டியில் தாளம் போட்டபடி பாடிக்கொண்டிருந்தான்.

பார்த்துவிட்டுப் போன பையன்களிடம் துர்கா போய் மிகுந்த ஆவலுடன், "அதற்குள் என்னடா பார்த்தாய்?" என்று கேட்டாள்.

ஆஹா! அந்தப் பையன்களுக்கு என்ன பார்த்தோமென்று சொல்லத் தெரியவில்லை. "ரொம்ப அற்புதமாக இருந்தது" என்றனர்.

ஒவ்வொருவராக எல்லாப் பையன்களும் பார்த்துவிட்டனர். துர்கா அங்கிருந்து கிளம்பினாள். ஆனால் அந்த முஸல்மான், "பாப்பா! பார்க்கவில்லையா?" என்றான்.

அவள் தலையை அசைத்துக்கொண்டு, "என்னிடம் காசு இல்லை " என்றாள்.

"வா பாப்பா! பார்த்துவிட்டுப் போ! காசு வேண்டாம்" என்றான்.

துர்காவுக்கு வெட்கமாக இருந்தது. 'முடியாது' என்று வாய் விட்டும் சொல்ல முடியவில்லை.

"வா வா! பரவாயில்லை. பார்த்துவிட்டுப் போ."

துர்கா மகிழ்ச்சியுடன் பெட்டிக்குமுன் போய் நின்று கொண்டாள். ஆனால் கண்ணாடிக்குள் எட்டிப் பார்க்காமல் நின்று கொண்டிருந்தாள்.

"பாப்பா! அந்தக் குழாய் வழியாகப் பார்" என்று அவன் சொன்னான்.

காற்றுக்குப் பறந்து கொண்டிருந்த தலைமுடியைக் காதோரம் செருகிக்கொண்டு பார்க்கத் தொடங்கினாள். பத்து நிமிஷம் வரையிலும் அவள் பார்த்ததை வர்ணிக்கவே முடியவில்லை. எத்தனை துரைகள், துரைசானிகள், சண்டைகள் முதலானவைகளைப் பார்த்தாள். இவை எல்லாம் சொல்லவே முடியாது. எத்தனையோ புதிய விஷயங்களைக் கண்டாள்.

அப்புவுக்கு இதைக் காட்ட வேண்டுமென்ற ஆவல் உண்டாயிற்று. அந்தக் காட்சி எப்பவாவது வரும் என்று துர்கா எதிர் பார்த்துக்கொண்டேயிருந்தாள். ஆனால் மீண்டும் வரவில்லை.

கதை நன்றாக முடியுமுன்பே காய்ச்சல் ஆரம்பமாகி விட்டது. அவளால் நன்றாக உட்காரக்கூட முடியவில்லை. அவள் அறைக்குள் போய் போர்த்திப் படுத்துக்கொண்டாள்.

அப்பா ஊரிலில்லை. ஆகையால் அப்பு வீட்டில் தங்குவதே கிடையாது. புத்தகப் பெட்டியைக் கறையான் பிடித்துக்கொண்டது. அதிகாலையில் சோழிப் பையை எடுத்துக்கொண்டு புறப்பட்டு விடுகிறான். அப்புறம் மத்தியானம் சாப்பாட்டுக்குத்தான் வருவான். அம்மா கோபித்துக் கொள்கிறாள். கண்டிக்கிறாள். "பையன் எங்கே போய்விட்டானே! படிப்பதே கிடையாதே! இந்தத் தடவை வந்ததும் எல்லா விஷயத்தையும் சொல்லிவிடப்போகிறேன். அப்புறம் பார்."

அப்பு பயத்துடன் புத்தகத்தை எடுத்துக்கொண்டு உட்காரு கிறான். புத்தகத்தை இப்படியும் அப்படியும் புரட்டுகிறான்.

அவன் உட்கார்ந்துகொண்டு 'காபி' எழுதுகிறான். அதைக் காய வைப்பதற்காக வெய்யிலில் வைக்கிறான். அப்பு உற்சாகத்துடன் அதையே பார்த்துக்கொண்டிருக்கிறான்.

அப்பு உட்கார்ந்துகொண்டு காபி நோட்டில் நாடகம் எழுது கிறான். ஒரு பக்கம் நிறைய எழுதிவிடுகிறான். மந்திரியின் துரோகத் தால் ராஜா காட்டுக்குப் போய்விடுகிறான். ராஜகுமாரன் நீலாம்பரும் ராஜகுமாரி அம்பாவும் காட்டில் திருடர்களிடம் சிக்கிக்கொள்கிறார் கள். பெரிய சண்டை நடக்கிறது. ராஜகுமாரியின் உடல் ஆற்றங் கரையில் கிடக்கிறது. நாடகத்தில் சத்து என்று ஒரு துஷ்டனைச் சிருஷ்டிக்கிறான். அவனை எந்தக் காரணமுமின்றித் தூக்கிலேற்றி விடுகிறான். நாடகத்தின் முடிவில் நாரதர் அருளால் ராஜகுமாரி மீண்டும் பிழைத்துக் கொள்கிறாள். விசுவாசமுள்ள சேனாதிபதியான ஜீவனகேதுவை ராஜகுமாரி விவாகம் செய்து கொள்கிறாள்.

நாடகத்தின் சம்பவங்களைப் பார்த்துவிட்டு, கடந்த வைகாசியில் நடந்த நாடகத்திற்கும் இதற்கும் வித்தியாசமே கிடையாது; பெயர் ஒன்றுதான் மாறியிருக்கிறது என்று சொல்வது பெரிய தவறு! பண்டைக் காலத்தில் ஒரு அமைதியான ஒளி நிரம்பிய இரவில் தீபமற்ற அறையில் படுக்கையில் படுத்துக் கொண்டு ஒரு பண்டைய கவி, நீல மேகங்களைப் பார்த்து மயில்கள் நடனமிடும் வனபூமியைக் கனவில் காண்கிறான். மனிதன் தான் மறந்துவிட்ட அந்த நள்ளிர வைத்தான் ஆயிரக்கணக்கான வருஷங்களாகப் பத்திரப்படுத்தி வைத்துக் கொண்டிருக்கிறானா?

ஒளியிலிருந்துதான் ஒளி புறப்படும்! சாம்பல் குவியலிலிருந்து தீவட்டியைக் கொளுத்த முடியுமா?

புத்தகக் கட்டில் 'சரித்மாலா' என்று ஒரு புத்தகம் இருக்கிறது. 'ஈஸ்வர சந்திரவித்யா சாகர்' என்று அதில் எழுதப்பட்டுள்ளது.

பழைய புத்தகம். ஹரிஹரனுக்குத் தன் பையனுக்குப் புத்தகம் வாங்கிக் கொடுக்க வேண்டுமென்று ஆசை உண்டு. இந்தப் புத்தகத்தை எங்கிருந்தோ கொண்டு வந்தான். அப்பு அதை அடிக்கடி படித்துப் பார்ப்பான். புத்தகம் யாரைப்பற்றி எழுதப்பட்டிருக்கிறதோ அவர்களைப் போல நடக்க வேண்டுமென்று ஆசைப்படுவான். குடியானப் பையனான ரஸ்க்கை உருளைக் கிழங்கு விற்பதற்காகக் கடைவீதிக்கு அனுப்பினால், அவன் வரப்பின் மீது உட்கார்ந்து கொண்டு பீஜ கணிதம் போட்டுக் கொண்டிருப்பானாம். ஆட்டிடையனான டுயூவால் தன் ஆடுகளை மேய விட்டுவிட்டு மரத்தடியில் உட்கார்ந்து கொண்டு பூகோளம் படித்துக் கொண்டிருப்பானாம்.

அப்புவுக்கும் இவர்களைப்போலச் செய்யவேண்டுமென்ற ஆசை. ஆனால் அவனுக்குப் பீஜகணிதத்தைப்பற்றி என்ன தெரியும்? ரஸ்க்கைப்போல அவனுக்கும் பீஜகணிதம் படிக்க வேண்டுமென்ற விருப்பம்தான். அவனுக்குக் காபி எழுதுவதும் பெருக்கல் வாய்ப்பாடு படிப்பதும் பிடிக்கவில்லைதான்! அவனும் மரத்தடியில் உட்கார்ந்து கொண்டு அமைதியாகப் பூகோளம் படிக்கத்தான் விரும்புகிறான். அவன் பெரிய பெரிய புத்தகங்களைப் படிப்பான் பண்டிதனாவான். ஆனால், அவன் இவைகளுக்கெல்லாம் எங்கே போவான்? பூகோளத் திற்கோ அல்லது பீஜகணிதத்திற்கோ அல்லது லத்தீன் இலக்கணத் திற்கோ என்ன செய்வான்? இங்கு சோழிகளை எண்ணிக்கொண்டு வாய்ப்பாட்டைப் படிக்க வேண்டியதுதான்.

அம்மா கோபமடைவாள். ஆனால் அவன் என்ன செய்ய முடியும்? அவன் படிக்க விரும்புவதுதான், இங்கு கிடையாதே!

24

சில நாட்களாக நன்றாக மழை பெய்து கொண்டிருந்தது. அன்னதாராய் வீட்டில் மாலை வேளைகளில் ஜமா கூடுவதுண்டு. அங்கு பலவிதமான கதைகள் அடிபடும். கேட்டுக் கொண்டிருப்ப வர்கள் யாரும் எழுந்து போகப் பிரியப்படமாட்டார்கள். இம்மாதிரி அற்புதமான கதையை விட்டுவிட்டு யார் வீட்டுக்குப் போவார்கள்? அன்று பூகோளத்தில் ஆரம்பமான கதை ஜோதிஷம் வரையிலும் சென்றது. பிறகு, "சம்ஹிதா' போன்ற அருமையான புத்தகம் வேறு எங்கும் கிடையாது. பிறந்த ராசியைச் சொன்னால் போதும், அப்பாவின் பெயர், நீ எந்தக் குலத்தில் பிறந்தவன், உன்னுடைய கடந்தகாலம், எதிர்காலம் அனைத்தையும் சொல்லி விடமுடியும். கிரகங்களும் ராசிச் சக்கரமும் அதில் கொடுக்கப்பட்டுள்ளது. போன ஜன்மத்தில் நீ என்னவா இருந்தாய் என்பதெல்லாம் தெரிந்து கொள்ளலம்' என்று தீனு சௌத்திரி கூறினார்.

எல்லோரும் மிகுந்த ஆவலுடன் கேட்டுக் கொண்டிருந்தனர். இதற்குள் ராம மயன் வெளியில் பார்த்துக்கொண்டு, "வேண்டாம். இப்போது போகலாம். இதற்குமேல் போக முடியாது. பார்த்தால் தெரியவில்லை? தெய்வக்கோபம். புயல் கியல் வராதிருந்தால் க்ஷேமம். அறிகுறிகள் ரொம்ப மோசமாக இருக்கிறது. போங்கப்பா போங்கள்" என்றான்.

மழை அதிகரித்துக்கொண்டிருந்தது. கொஞ்சம் குறைந்தாலும் மறுபடியும் வேகமாக வரத்தொடங்கியது. மழை வேகமாகப் பெய்து கொண்டிருந்ததால் எங்கும் புகை சூழ்ந்து கொண்டிருப்பது போலிருந்தது.

ஹரிஹரன் ஐந்து ரூபாய் மட்டும் அனுப்பியிருந்தான். அதற்கப்புறம் அவனிடமிருந்து கடிதமும் வரவில்லை; பணமும் வரவில்லை. அதன்பின் ரொம்ப நாளாகிவிட்டது. காலையில் எழுந்தவுடன் சர்வஜயா இன்று அவசியம் பணம் வரும் என்று நினைத்துக் கொள்வாள். "நீ இப்படியே சுற்றிக் கொண்டிருப்பதால்தான் பார்ப்பதில்லை. நீ தபால் பெட்டியருகிலேயே உட்கார்ந்து கொண்டிரு. கடிதங்களை எடுக்க வரும்போது நீ கேள்" என்றாள்.

"நான் பார்க்காமல் தானிருக்கிறேனா? நேற்றுகூட பூண்டியின் வீட்டுக்குக் கடிதம் வந்தது. நமக்குக்கூடப் பத்திரிகை வந்ததே. பூண்டியிடம் கேட்டுப் பார். நேற்று தபால்காரன் வராதிருந்தால் பத்திரிகை எப்படி வரும்? நான் தபால்காரனைப் பார்க்காதிருந்தால், எனக்கு இவையெல்லாம் எப்படித் தெரியும்?" என்றான் அப்பு.

மழை பலமாகப் பெய்ய ஆரம்பித்திருந்தது. அப்பு தாயாரின் பேச்சுப்படி அன்னாதாராய் வீட்டில் தபால்காரனை எதிர்பார்த்துக் கொண்டிருக்கிறான். சாதுகர்மகார் வீட்டுக் கூரையிலிருந்து புறாக்கள் நனைந்து கொண்டே இறக்கைகளை அடித்துக் கொண்டு ராய் வீட்டின் தாழ்வாரத்தில் வந்து உட்கார்ந்தன. அப்பு அவைகளைக் கூர்ந்து பார்த்தான். அவனுக்கு இடி இடிப்பது பயமாக இருக்கிறது. மின்னல் வெட்டிய உடனே இனி இடி இடிக்கும் என்று காதுகளைப் பொத்திக் கொள்வான். அதற்குள் அவன் அம்மாவும் அக்காவும் என்ன செய்கிறார்கள் என்று ஓடிவந்து பார்ப்பான். அம்மாவும் அக்காவும் நனைந்து கொண்டு எங்கிருந்தோ சேப்பங்கிழங்கைக் கொண்டுவந்து முற்றத்தில் போட்டிருப்பார்கள்.

"அம்மா எங்கிருந்து கொண்டுவந்தாய்? நிறைய இருக்கிறதே?" என்று அப்பு கேட்டான்.

துர்கா சிரித்துக்கொண்டு, "நீ நன்றாக விளையாடுகிறாய். நாங்கள் நாவல்மரக் குளத்தில் முழங்காலளவு தண்ணீருக்குள் தோண்டினோம்" என்றாள்.

காலையில் தண்ணீர்த்துறையில் சவரத் தொழிலாளி மனைவியைச் சந்தித்தாள். சர்வஜயா சேலைக்குள்ளிருந்து ஒரு வெண்கலத் தட்டை எடுத்து, "இந்தப் பொருள் மிக நல்ல பொருள். அசல் வெண்கலம். இது எங்கள் கலியாணச்சாமான். இந்தக் காலத்தில் இப்படிப்பட்ட பொருள் கிடைக்காது" என்றாள்.

ரொம்ப நேரம் பேரம் பேசிய பிறகு சவரத் தொழிலாளி மனைவி முந்தானை முடிச்சை அவிழ்த்து ஒரு எட்டணாவை எடுத்துக் கொடுத்துவிட்டு தட்டை வாங்கிச் சேலைக்குள் மறைத்துக் கொண்டாள்.

"யாரிடமும் சொல்லிவிடாதே?" என்று சர்வஜயா அடிக்கடி கூறினாள்.

இரண்டொரு நாளில் பலமாக மழை பெய்யத் தொடங்கியது. கீழ்க்காற்று பலமாக வீசத் தொடங்கியது. ஏரி குளங்களெல்லாம் நிரம்பி வழிந்தன. பாதைகளில் முழங்காலளவு தண்ணீர் நின்றது. மூங்கில் புதர்களில் காற்று பலமாக சரசரவென அடித்துக் கொண்டிருந்தது. அங்கங்கே மூங்கில்கள் மண்ணில் விழுந்து கிடந்தன. வானத்தில் மேகங்கள் நிறைந்திருந்தன. சில சமயங்களில் இருள் பலமாகக் கவ்வியது. கருமேகங்கள் ஏராளமாகக் கிழக்கிலிருந்து மேற்கு நோக்கிச் சென்று கொண்டிருந்தது. ஆகாயத்தில் தேவர்களுக்கும் அசுரர்களுக்கும் பிரம்மாண்டமான யுத்தம் ஆரம்பமாகி யிருப்பது போலிருந்தது.

இரவும் பகலும் 'சொய் சொய்' என்று காற்று வீசிக் கொண்டிருந்தது. ஆற்றில் நீர் அதிகரித்துவிட்டது. எத்தனையோ வீடுகள் அப்படியப்படியே உட்கார்ந்துவிட்டன! மாடுகன்றுகள் மரத்துக் கடியிலும், மூங்கில் காட்டிலும், வீடுகளின் தாழ்வாரங்களிலும் நனைந்து கொண்டிருந்தன. பறவைகளின் கலகல கீதம் கேட்பதே யில்லை. இம்மாதிரி கஷ்டத்துடன் நாலைந்து தினங்கள் கழிந்தன. புயல் மழை இஷ்டம்போல அடித்துவிட்டது.

அப்பு தாழ்வாரத்துக்கு வந்து நனைந்த தலையைத் துடைத்துக் கொண்டே, "அக்கா! நம் மூங்கில் புதரில் தண்ணீர் நிறைந்து விட்டது. பார்க்கலாம் வருகிறாயா?' என்றான்.

துர்கா போர்த்திப் படுத்துக் கொண்டிருந்தாள். அவள் எழுந்திராமல், "எவ்வளவு தண்ணீர்?" என்று கேட்டாள்.

"உன் காய்ச்சல் இறங்கிவிட்டால் நாளை பார்த்து வரலாம். புளியமரத்துக்கடியில் போகும் பாதையில் முழங்கால் தண்ணீர் போகிறது என்று கூறிவிட்டு, "அம்மா எங்கே?" என்று கேட்டான்.

வீட்டில் ஒரு பிடி தானியம்கூடக் கிடையாது. கொஞ்சம் பழைய சாதம்தான் இருந்தது. அப்பு அழுதுகொண்டு, "இது

போதாது! எனக்குப் பசி எடுக்காதா? எனக்குச் சோறு வேண்டும்" என்றான்.

"என் கண்ணல்ல! அரிசி மாவில் எண்ணெயும் உப்பும் போட்டுத்தரேன். இப்போது என்னால் எப்படிச் சமைக்க முடியும்? எல்லாம் நனைந்து போயிருக்கிறது பார்! அடுப்பிலும் தண்ணீர் நிற்கிறது" என்றாள்.

அதற்கப்புறம் சர்வஜயா துணிக்குள்ளிருந்து எதையோ எடுத்துச் சிரித்துக்கொண்டு, "இதோ பார்த்தாயா மீன்! மூங்கில் புதரருகே கிடந்தது. ஆற்று வெள்ளத்தில் அடித்துக் கொண்டு வந்திருக்கிறது. ஏரியும் நதியும் ஒன்றாகிவிட்டதல்லவா? இதனால் மீன் துள்ளிக் கொண்டு வந்திருக்கிறது' என்றாள்.

துர்கா திடுக்கிட்டவளாய் போர்வையை வீசி எறிந்து விட்டு எழுந்து உட்கார்ந்து கொண்டு, "எங்கம்மா நான் மீனைப் பார்க்கிறேன்! ஒன்றுதானா? இன்னும் இருக்கிறதா?" என்றாள்.

அப்பு அனைத்தையும் கேட்டுவிட்டு தண்ணீருக்குள் மீன் தேடப் புறப்பட்டான். தாயார் ரொம்பக் கஷ்டப்பட்டு அவனைத் தடுத்து நிறுத்தினாள்.

"காய்ச்சல் இறங்கிவிட்டதால் நாளைக்கு நானும் நீயும் மூங்கில் புதரில் போய் மீன் தேடலாம்" என்றாள் துர்கா.

அதன் பிறகு ஆச்சரியத்துடன் யோசிக்கத் தொடங்கினாள். 'மூங்கில் புதரில் மீனா? எப்படி வந்தது? அம்மா நன்றாகப் பார்த்திருக்க மாட்டாள். இன்னும் அங்கே நிறைய மீன்கள் இருக்கும். நாளை காலையில் பார்க்கலாம், காலையில் காய்ச்சல் நிச்சயம் இறங்கிவிடும்!'

காடுகளையும் தோட்டங்களையும் தன் முந்தானையால் மறைத்துக் கொண்டு அந்தி வந்தது. மேகத்திலும் திரியோதசி இரவிலும் அனைத்தும் மூழ்கியிருந்தன. துர்கா படுத்திருந்த படுக்கையில் மீது தாயாரும் அப்புவும் உட்கார்ந்து கொண்டிருந்தார்கள். இன்று நீரேன் கடிதம் வந்தால் எவ்வளவு நன்றாக இருக்கும் என்று நினைத்துக் கொண்டாள். 'ஆனால் அது நடக்குமோ நடக்காதோ தெரியவில்லை. நீரேனுக்கு விருப்பம்தான். தலையில் என்ன எழுதியிருக்கிறதோ? ஊஹூம்! நம்ம தலையில் அப்படி எங்கே எழுதியிருக்கப்போகிறது? தலை எழுத்து அப்படியிருந்தால் வேறு எதற்காகக் கவலைப்பட வேண்டும்?

தம்பியும் அக்காளும் பலமாக விவாதித்துக் கொண்டிருந்தனர். அப்பு நகர்ந்து வந்து தாயார் அருகில் உட்கார்ந்து கொண்டு "ஒரு பாட்டு சொல்லம்மா?" என்றான்.

சர்வஜயாவுக்குத் தன் குழந்தைகளின் கபடமற்ற சிரிப்பைக் காணும்தோறும் உள்ளம் வெம்பியது. எனக்கு இருப்பதோ ஒரே ஒரு பையன். அவனுக்கு அவசியமானவைகளைச் செய்ய முடிய வில்லையே! என் தலை எழுத்து அவ்வளவு மோசமாக இருக்கிறது! நெய், தயிர் மிட்டாய்கள் ஒன்றும் கொடுக்க முடிவதில்லை. என்னவோ கொஞ்சம் சோறு மட்டும் எவ்விதப் பதார்த்தமுமின்றிக் கிடைக்கிறது!' என்று யோசித்தாள்.

மறுபடியும் யோசிக்கத் தொடங்கினாள். 'இதோ இடிந்த வீடு ஒன்றிருந்தால் ஒன்றிருக்காது. அப்பு பெரியவனாகிவிட்டால் துக்கமனைத்தும் போய்விடும். கடவுள் இவனைக் காப்பாற்றட்டும். அதுதான் என் பிரார்த்தனை.

இதற்குப் பிறகு அவள் உட்கார்ந்துகொண்டு கதை சொல்லத் தொடங்கினாள். அவள் முதல் முதலாக நிச்சிந்தாபுரத்திற்குக் குடும்பம் நடத்த வந்த வருஷமும் இதே மாதிரிதான் தொடர்ந்து மழை பெய்து கொண்டிருந்தது. ஆற்றுக்குப் போகும் வழியிலுள்ள முகர்ஜி தோட்டத்தில் பெரிய பெரிய படகுகள் எல்லாம் போயின.

"எவ்வளவு பெரிய படகம்மா?" என்று அப்பு கேட்டான்.

"ரொம்ப பெரிசு. மேற்கேயிருந்து வரும் படகைப் பார்த்திருக் கிறாயல்லவா, அந்த மாதிரி!"

"ஏம்மா, உனக்கு நான்கு கால் சடை பின்னத் தெரியுமா?" என்று துர்கா கேட்டாள்.

இரவு ரொம்ப நேரத்திற்குப் பிறகு சர்வஜயா விழித்துக் கொண்டாள். "அம்மா! ஓ அம்மா! எழு! என்மேல் தண்ணீர் சொட்டு போடுது" என்றான் அப்பு.

சர்வஜயா அவசரமாக எழுந்து விளக்கை ஏற்றினாள். வெளியில் மழை பெய்யும் பயங்சரச் சத்தம் கேட்டுக்கொண்டிருந்தது. கூரையி லிருந்து பல இடங்களில் தண்ணீர் ஒழுகிக் கொண்டிருந்தது. அவள் படுக்கையைத் தள்ளி விரித்தாள். துர்கா காய்ச்சலில் நினைவிழந்து படுத்துக்கொண்டிருந்தாள். தாயார் அவளருகில் சென்று பார்த்தாள். போர்வை நன்கு நனைந்திருந்தது. "துர்கா! காது கேட்கவில்லையா? கொஞ்சம் எழு. படுக்கையைத் தள்ளிப் போட வேண்டும். துர்கா! சீக்கிரம் எழு! நன்றாக நனைந்து விட்டாயே!" என்றாள்.

பையனும் பெண்ணும் தூங்கிக்கொண்டிருந்தார்கள். சர்வ ஜயாவுக்கு மறுபடி தூக்கம் வரவில்லை. இருண்ட இரவில் இவ்வளவு பயங்கரமான மழையா? அவளுடைய மனம் பீதி அடைந்தது. என்னவோ ஒன்று நடக்கும் போலிருந்தது. உள்ளுக்குள் விசித்திரமான உணர்ச்சி எழுந்தது. தன் கணவன் என்னானான் என்று கடைசியாக யோசித்தாள். 'பணம் வராவிட்டாலும் கடிதமாவது வரக்கூடாதா?

இம்மாதிரி ஒருநாளும் இருந்ததில்லையே! அவருக்கு உடம்பு சரியில்லையோ! மாதா சித்தேஸ்வரி! நல்ல சேதி வராதா?'

அடுத்த நாள் காலையில் மழை கொஞ்சம்விட்டது. சர்வஜயா வெளியில் வந்து பார்த்தாள். மூங்கில் காட்டுக்குள்ளிருந்த பள்ளத்தில் நீர் நிறைந்திருந்தது. ஆற்றுக்குப் போகும் வழியில் நிவாரணனுடைய தாயார் நனைந்துகொண்டே போய்க்கொண்டிருந்தாள். சர்வஜயா அவளைக் கூப்பிட்டு, நீ கம்பளிப் போர்வை வாங்க வேண்டுமென்று சொன்னாயே, வாங்கி விட்டாயா?" என்று வெட்கத்துடன் கேட்டாள்.

"உன்னிடத்திலிருக்கிறதா? கொஞ்சம் மழை நிற்கட்டும். பையனை அழைத்துக் கொண்டு வருகிறேன். போர்வை புதுசா பழசா?" என்றாள்.

"நீயே வந்து பாரு! சும்மா பெட்டியில் கிடந்து கிடந்து பழசாகி விட்டது. ஆனால் யாரும் போர்த்திக் கொண்டது கிடையாது. இப்போது நீ நெல் குத்துவதில்லையா?"

"இம்மாதிரி மழையில் நெல்லை எப்படி உலரப் போட முடியும்? சாப்பாட்டுக்குத்தான் கொஞ்சம் அரிசி வைத்திருக்கிறேன்."

"ஒரு காரியம் செய். எனக்கு அரை பக்கா அரிசி கொடுத்து விட்டுப் போ" என்றாள். பிறகு அருகில் போய் குழைவாக, "மழையினால் கடையில் போய் அரிசி வாங்க முடியவில்லை. யாராவது போகமாட்டார்களா என்று பணத்தை வைத்துக் கொண்டு அலைகிறேன். ரொம்ப கஷ்டமாக இருக்கிறது" என்றாள் சர்வஜயா.

நிவாரணனுடைய தாயார் சம்மதித்தாள். "நான் கொண்டு வருகிறேன். ஆனால் நீங்கள் அந்தப் பெருத்த அரிசியைச் சாப்பிடுவீர்களா? ரொம்பப் பெரிசாக இருக்குமே" என்றாள்.

துர்காவினால் வேப்பமரப் பட்டைக் கஷாயத்தைக் குடிக்க முடிவதில்லை. அவளுடைய காய்ச்சல் அப்படியே தானிருக்கிறது. ஒரு மருந்து கிடையாது. வீட்டு டாக்டர் கிடையாது. வைத்தியர் கிடையாது. கஷாயம்தான். "அம்மா ஒரு பைசாவுக்கு உப்பு பிஸ்கட் வாங்கிக் கொடுக்கிறாயா? ரொம்ப நன்றாக இருக்கும்" என்றாள் துர்கா.

"ஜவ்வரிசிக் கஞ்சிக்கே வழியைக் காணோம். இனி பிஸ்கட் வேறேயா..."

மாலையில் மறுபடியும் பலத்த மழை ஆரம்பமாகிவிட்டது. மழையுடன் புயலும் வீசத் தொடங்கியது. மழையினால் எங்கும் அமைதியாக இருந்தது. எங்கும் நீர் நிறைந்திருந்தது. காற்று பலமாக வீசிக்கொண்டிருந்தது. மேகங்கள் எங்கு கூடுகின்றன எங்கு கலைகின்றன என்பது மாலை இருளில் தெரியவில்லை. கருமேகங்கள் ஆகாயத்தில் சஞ்சரித்துக் கொண்டிருந்தன. மழையின் தடதட

சத்தத்தால் காது செவிடாகிவிடும் போலிருந்தது. கதவு வழியாகவும் சன்னல் வழியாகவும் மழைத் தண்ணீர் வந்து கொண்டிருந்தது. உடைந்து போன கதவைப் புயல்காற்று எந்த நிமிஷத்திலும் தூக்கிக் கொண்டு போய்விடும் போலிருந்தது.

இரவு அனைவரும் தூங்கிய பிறகு மழை மேலும் அதிகமாகியது. சர்வஜயாவுக்குத் தூக்கம் வரவில்லை. அவள் படுக்கையில் எழுந்து உட்கார்ந்து கொண்டாள். வெளியில் விடாது மழை பெய்து கொண்டிருக்கும் சத்தம் கேட்டுக் கொண்டிருந்தது. பொங்கி எழுந்த அரக்கனைப்போல புயல் கர்ஜித்துக் கொண்டு வீட்டை முற்றுகை யிட்டது. அந்தப் பழைய வீடு கிடுகிடென ஆடுகிறது. சர்வஜயா பயத்தினால் மிகவும் களைத்துப்போய் விட்டாள். கிராமத்தின் ஒரு மூலையில் மூங்கில் புதருக்குள் சின்னஞ்சிறிய குழந்தைகளை வைத்துக்கொண்டு தவித்துக் கொண்டிருந்தாள். 'கடவுளே! நான் சாவதைப் பற்றிக் கவலை இல்லை. ஆனால் இவர்களை என்ன செய்வேன்? இந்த இரவில் எங்கு போவேன்?' என்று மனத்திற்குள் சொல்லிக்கொண்டாள்.

"சரி, இந்த வீடு விழுவதானால் முதலில் கூடத்துச்சுவர்தான் விழும். அது விழுந்த சத்தத்தைக் கேட்டவுடன் கதவு வழியாக இவர்களை அழைத்துக்கொண்டு போய்விடலாம்" என்று நினைத் தாள்.

அவளால் உட்கார்ந்திருக்கவும் முடியவில்லை. சில நாட்களாக அவள் கிழங்குளையும் கீரைகளையும்தான் வேக வைத்துச் சாப்பிட்டுக் கொண்டிருந்திருக்கிறாள். பட்டினிக்கு மேல் பட்டினி இருந்து வந்திருக்கிறாள். சாப்பிடுவதற்கு ஏதாவதிருந்தால் அதைக் குழந்தைகளுக்குக் கொடுத்துவிடுவாள். கவலையாலும் பட்டினியாலும் உடல் மெலிந்து போய்விட்டது. தலை வலிப்பது போலிருந்தது.

'சொய் சொய்' என்று புயல் வீசிக் கொண்டிருந்தது. இரவு வெகு நேரத்திற்குப் பிறகு புயல் வேகமாக அடிக்கத் தொடங்கியது. வெளியில் ஏதோ விழுந்தது போலிருந்தது. இனி என்ன செய்வது? கதவைக் கொஞ்சம் திறந்து தன்னைச் சமாளித்தபடி நின்று கொண்டாள். மழையினால் கூந்தலும் சேலையும் நனைந்து விட்டது. காற்று 'சொய் சொய்' என்றே வீசிக்கொண்டிருந்தது. வெளியில் ஒன்றும் தெரியவில்லை. அனைத்தும் ஏகமாகக் கலந்திருந்தது. புயல் மழையிலே ஒன்றும் தென்படவில்லை.

இந்தக் கொடிய புயல் மழை நிறைந்த இரவின் ஆத்மா பிரளய தேவதையின் தூதுவன் போல உலகத்தை விழுங்க அலைந்து கொண்டிருந்தது. இருள், இரவு, மரங்கள், ஆகாயம், பூமி எல்லாமே அதன் கதியில் அகப்பட்டு நசுங்கிக்கொண்டிருந்தன. ஆகையால் உஸ்ஸ்...ஸ்...ஸ்... என்று சத்தம் வந்து கொண்டிருந்தது. வீடு

கிடுகிடுத்தது. இதோ விழப்போகிறது. அதோ விழப்போகிறது என்ற நிலையில் இருந்தது. இந்த மகா பெரிய சக்தி உலகத்தை அழித்துத் துவம்சம் செய்யும் பொறுப்பை மேற்கொண்டிருக்கிறது. யுகயுகாந்திர மாக எத்தனையோ சிருஷ்டிகளை அழித்து இருண்ட இரவில் நட்சத் திரங்களாகத் தூவி விட்டிருக்கிறது. இது அந்தச் சக்திக்கு மிகப் பழக்கமான தொழில்.

பயத்தினால் சர்வஜயா கதவை மூடிவிட்டாள். இந்தச் சமயத் தில் எதாவது உள்ளே வந்துவிட்டதானால்....? மனிதனும் மற்ற பிராணிகளைப் போன்ற ஒரு ஜந்துதானா? நாற்புறத்திலும் மூங்கில் புதர்களும் காடுகளும் தானிருந்தன. அருகில் வீடுகளே கிடையாது. அடடா! மழை நீரால் அறை நிறைந்துவிட்டதே! அப்பு நன்றாக நனைந்து போயிருந்தான். இனி அவள் என்ன செய்வாள் இரவு இன்னும் எவ்வளவு மீதி இருக்கிறது?

அவள் படுக்கையைச் சுருட்டி வைத்துவிட்டு மண்விளக்கை ஏற்றினாள். "அடே அப்பு! எழு!" என்றாள்.

"துர்கா! கொஞ்சம் திரும்பிப் படு. ரொம்பத் தண்ணீர் வந்து விட்டது. கொஞ்சம் தள்ளிப்படு. இங்கே..."

அப்பு எழுந்து உட்கார்ந்தான். தூக்கக் கலக்கத்துடன் இங்கு மங்கும் பார்த்துவிட்டு மறுபடியும் படுத்துக் கொண்டான். திடீரென ஒரு பெரிய வஸ்து விழுந்தது போன்ற சத்தம் கேட்டது. சர்வஜயா அவசரமாகக் கதவைத் திறந்து பார்த்தாள். மூங்கில் புதர் கொஞ்சம் தெரிந்தது. சரிதான் சமையல் வீட்டுச்சுவர் விழுந்துவிட்டது. அவளுக்கு நடுக்கமெடுத்துக் கொண்டது. இனிப் பழைய வீடும் விழுந்துவிடும். இனி யாரிடம் உதவிக்குப் போவாள்? 'கடவுளே! இந்த இரவு கழியட்டும்! இவர்கள் முகத்தைப் பார்...' என்று மனத்திற்குள் சொல்லிக் கொண்டாள்.

இன்னும் நன்றாக விடியவில்லை. புயல் அடங்கியிருந்தது ஆனால் தூறல் கொஞ்சம் இருந்துகொண்டுதானிருந்தது. மாட்டுத் தொழுவம் எப்படியிருக்கிறது என்று பார்ப்பதற்காக நீலமணி முகர்ஜி மனைவி வந்தாள். அதற்குள் பின்வாசல் கதவு தட்டும் சத்தம் கேட்டுக் கதவைத் திறந்தாள். எதிரில் சர்வஜயா நிற்பதைப் பார்த்து ஆச்சரியத்துடன், "என்ன விஷயம்?" என்றாள்.

சர்வஜயா பீதியுடன், "சின்னக்கா! பெரிய மச்சானைக் கொஞ்சம் கூப்பிடுங்கள். அவரை எங்கள் வீட்டுக்கு வரச் சொல்லுங்கள். துர்கா எப்படியோ இருக்கிறாள் என்றாள்.

நீலமணி முகர்ஜியின் மனைவி, ஆச்சரியத்துடன், "துர்காவுக்கா? துர்காவுக்கு என்ன?" என்றாள்.

“கொஞ்ச நாளாகச் காய்ச்சல் அடித்துக்கொண்டிருந்தது. வருவதும், இறங்குவதுமாகவே இருந்தது. நேற்று மாலையிலிருந்து காய்ச்சல் பலமாக அடிக்கிறது. ராத்திரி எப்படி இருந்தது என்று சொல்ல முடியாது. சீக்கிரம் மச்சானை வந்து...”

கலைந்த கூந்தலுடன் இரவு கண் விழித்ததால் சிவந்த கண் களுடன் பரிதாபகரமான தோற்றத்துடனிருந்த சர்வஜயாவைப் பார்த்து நீலமணி முகர்ஜி மனைவி, “ஒன்றும் பயப்பட வேண்டாம். இதோ அழைத்து வருகிறேன் வா, நானும் வருகிறேன். நேற்று மாட்டுத் தொழுவத்தின் கூரை பிய்த்துக்கொண்டு போய்விட்டது. நேற்று இரவு அடித்த புயலைப்போல நான் கண்டதே இல்லை. அவர் விடியற்காலம்தான் படுக்கப் போனார். நான் இதோ போய்க் கூட்டி வருகிறேன்” என்றாள்.

சிறிது நேரத்திற்குள் நீலமணி முகர்ஜி, அவருடைய பெரிய பையன், பணீந்திரன் மனைவி இன்னும் இரண்டு பெண்களும் அப்புவின் வீட்டுக்கு வந்தார்கள். இருண்ட இரவிலே அந்த அரக்கன் கிராமம் முழுவதையும் தன் காலின் கீழ் போட்டு மிதித்து நசுக்கி விட்டுப் போய்விட்டது போலிருந்தது. எங்கு பார்த்தாலும் ஒடிந்த மரக்கிளைகளும் இலைகளும் வீட்டுக் கூரைகளும் பச்சை மூங்கில் இலைகளும் வழிகளை அடைத்துக் கொண்டிருந்தன. சில இடங் களில் மூங்கில் வழியை மறைத்துக் கொண்டு விழுந்து கிடந்தது. “அப்பா! எவ்வளவு பயங்கரத் தாண்டவம்! நவாப்கஞ்ச் சாலையி லிருந்த மரங்களை எல்லாம் இங்கு அடித்துக்கொண்டு வந்திருக் கிறதோ” என்றான் பணீந்திரன்.

நீலமணி முகர்ஜியின் சின்னப் பையன் மூங்கில் புதரிலிருந்து செத்துப்போன ஒரு சிட்டுக்குருவியை எடுத்தான்.

துர்கா படுக்கை அருகில் அப்பு உட்கார்ந்து கொண்டிருந்தான். முகர்ஜி வீட்டுக்குள் நுழைந்ததும், “அப்பு! எப்படியடா இருக்கிறது?” என்றார்.

அப்புவின் முகத்திலே பீதியின் சின்னம் வெளிப்பட்டது. “பெரியப்பா! அக்கா என்னமோ உளறிக் கொண்டிருக்கிறாள்” என்றாள்.

நீலமணி முகர்ஜி படுக்கை அருகில் உட்கார்ந்துகொண்டு “கையைப் பார்க்கிறேன். சரி, காய்ச்சல் அதிகமாகத்தானிருக்கிறது. ஆனால் பயப்படவேண்டியதில்லை. பணீ, நீ போய் நவாப்கஞ்ச் ஷரத் டாக்டரைக் கையோடு கூட்டிக்கொண்டு வா” என்றார்.

அப்புறம் அவர், “துர்கா! துர்கா!” என்று கூப்பிட்டார்.

ஆனால் துர்கா மயக்க நிலையில் இருந்தாள். அவள் ஒன்றும் பதில் அளிக்கவில்லை. “அடே, வீடெல்லாம் ரொம்ப மோசமாக

இருக்கிறதே! நேற்று அடித்த மழையில் வீடு முழுதும் தண்ணீர் நிறைந்திருக்கிறதே! இதில் என்னம்மா வெட்கம்? அங்கு வந்து இருப்பதற்கு என்ன? இந்த ஹரிக்கு வயது ஆயிற்றே ஒழியப் புத்தி கிடையாது. வீடு இந்த நிலையில் இருக்கும்போது அதை ஒழுங்கு படுத்தாமல் போன இடம் தெரியாமல் போய்விடுகிறதா? அவன் வாழ்க்கை முழுதும் இப்படியே கழித்துவிட்டான்" என்றார்.

"வீடு ரிப்பேர் செய்ய வேண்டாமா? வீட்டில் சாப்பாட்டுக்குக் கூடக் கிடையாது. அப்படியில்லாவிட்டால் இம்மாதிரி விட்டு விட்டுப் போவானா? ஐயோ பாவம். இந்தக் காய்ச்சலுடன் இரவு முழுவதும் நனைந்திருக்கிறாள். "கொஞ்சம் சுடு தண்ணீர் வை பணீ! அந்த ஜன்னல் கதவைத் திற" என்று அவனுடைய மனைவி கூறினாள்.

கொஞ்ச நேரத்திற்குப் பிறகு நவாப்கஞ்சிலிருந்து ஷரத் டாக்டர் வந்தார். மருந்து கொடுத்தார். "ஒன்றும் கவலைப்பட வேண்டிய தில்லை. காய்ச்சல் அதிகமாகத்தானிருக்கிறது. நெற்றியில் ஈரத் துணியை வைத்துக் கொண்டிருங்கள்" என்றார்.

ஹரிஹரனுடைய சரியான விலாசம் கிடையாது. இருந்தாலும் கடைசியாக வந்த கடிதத்திலிருந்த விலாசத்திற்குக் கடிதம் எழுதினார் கள். அடுத்த நாளிலிருந்து புயல் நின்றுவிட்டது. ஆனால் மழை தூறிக்கொண்டுதானிருந்தது. நீலமணி முகர்ஜி இருவேளையும் வந்து பார்த்து விட்டுப்போனார். புயல் நின்ற மறுநாளிலிருந்து துர்கா வுக்கு காய்ச்சல் அதிகரித்தது. ஷரத் டாக்டரும் புருவத்தை உயர்ந்த ஆரம்பித்துவிட்டார். ஹரிஹரனுக்கு மறுபடியும் ஒரு கடிதம் எழுதி னார்கள்.

அப்பு தன் அக்காளுடைய தலைமாட்டில் உட்கார்ந்து கொண்டு ஈரத்துணி வைத்துக்கொண்டிருந்தான். "அக்கா! எப்படி இருக்கிறது?" என்று இரண்டு மூன்று தடவை கேட்டுப் பார்த்தான்.

துர்கா நினைவிழந்து படுத்துக்கொண்டிருந்தாள். அவள் தனக்குள் ஏதோ பேசிக்கொண்டிருந்தாள். வெறி பிடித்தவள் போலி ருந்தாள். அப்பு அவளது முகத்தருகே காதுகொடுத்து கேட்டான். ஆனால் அவனுக்கு ஒன்றும் புரியவில்லை.

அன்று மாலை காய்ச்சல் இறங்கியது. துர்கா இவ்வளவு நேரத்திற்குப் பிறகு கண்களைத் திறந்து பார்த்தாள். ரொம்ப பலவீன மடைந்திருந்தாள். மிகவும் மெலிந்த குரலில் பேசினாள். நன்றாகக் கேட்காவிட்டால் அவள் சொல்வது புரியாது.

தாயார் வீட்டுக் காரியங்களைப் பார்க்க எழுந்து போய் விட்டாள். அப்பு அக்கா அருகில் உடகார்ந்துகொண்டிருந்தான். துர்கா அவனைப் பார்த்து, "இப்போது எந்நேரமிருக்கும்?" என்றாள்.

"இன்னும் ரொம்ப நேரமிருக்கிறது. அக்கா! இன்று வெய்யில் அடிக்கிறது பார்த்தாயா? இன்னும் நம் தென்னை மரத்தின்மீது வெய்யில் அடிக்கிறது."

ரொம்ப நேரம் வரையிலும் மறுபடி இருவரும் ஒன்றும் பேசிக் கொள்ளவில்லை. ரொம்ப நாளைக்குப் பிறகு வெய்யில் அடித்தது. ஆகையால் அப்பு மகிழ்ச்சி அடைந்தான். அவன் ஜன்னலருகில் போய் மர உச்சியில் வெய்யில் அடிப்பதைப் பார்த்துக்கொண்டிருந் தான்.

கொஞ்ச நேரத்திற்குப் பிறகு துர்கா, "அப்பு! இங்கு வா" என்றாள்.

"என்ன அக்கா?" என்று கூறிக்கொண்டு அவள் முகத்தருகே குனிந்தான்.

"எனக்கு ஒரு நாளைக்கு ரயில் வண்டி காட்டுகிறாயா?"

"உனக்கு குணமான பிறகு அப்பாவிடம் சொல்லி நாமெல் லோரும் ரயிலில் போய் கங்கா ஸ்நானம் செய்துவிட்டு வருவோம்..."

ஒருநாளும் மறுபடி ஒரு இரவும் கழிந்தது. புயல் வந்த சுவடே தெரியாதபடி பருவநிலை மாறிவிட்டது. நாற்புறத்திலும் வெய்யில் அடித்துக்கொண்டிருந்தது.

காலை சுமார் பத்து மணிக்கு நீலமணி முகர்ஜி ரொம்ப நாளைக்குப் பிறகு ஆற்றில் போய்க் குளிப்பதற்காக உடம்புக்கு எண்ணெய் தேய்த்துக்கொண்டிருந்தார். அதற்குள் அவருடைய மனைவி, "கொஞ்சம் இங்கு வாருங்கள்! அப்புவின் வீட்டிலிருந்து அழுகுரல் வருகிறது" என்ற பயங்கரமான சேதியைக் காதில் போட் டாள்.

விஷயத்தை அறிவதற்காக அனைவரும் ஓடினார்கள்.

சர்வ ஜயா மகளுடைய முகத்துக்கு நேராகக் குனிந்து கொண்டு, "துர்கா! கொஞ்சம் கண்ணைத் திறந்து பார்! நன்றாகக் கண்ணைத் திற! துர்கா" என்று கூறிக்கொண்டிருந்தாள்.

நீலமணி முகர்ஜி வீட்டுக்குள் நுழைந்ததும், "என்ன? கொஞ்சம் எல்லோரும் விலகிப் போங்கள்! காற்றை அடைத்துக் கொள்கிறீர் களே! காற்று வரட்டும்" என்றார்.

பெரிய மைத்துனர் அருகில் இருப்பதைக்கூட மறந்துவிட்டு சர்வஜயா "ஐயோ! இதென்ன? பெண் ஏன் இப்படிச் செய்கிறாள்?" என்றாள்.

துர்கா அதற்குப் பிறகு கண் விழிக்கவில்லை.

நீலவானத்தைப் பிளந்து கொண்டு முடிவற்ற அழைப்பு வருகிறது. பூமியின் மடியிலிருந்து சிறுவர்களும் குழந்தைகளும்

ஓடுகின்றனர். ஓடிப்போய் எல்லையற்ற நீலவானத்தில் மறைந்து விடுகின்றனர். அவர்கள் போகின்ற பாதை அவர்களுக்குத் தெரிந்த பழைய பாதையிலிருந்து வெகுதூரத்துக்கு அப்பாலிருக்கிறது. துர்கா வின் அமைதியற்ற சஞ்சலமான உயிருக்கு அழைப்பு வந்துவிட்டது.

மறுபடியும் ஷரத் டாக்டரை அழைத்து வந்தார்கள். “இது மலேரியாவின் கடைசி ஸ்டேஜ்! ரொம்ப காய்ச்சலடித்த பிறகு காய்ச்சல் இறங்கியதும் இருதயம் நின்றுவிட்டது. தஷ்கரேயில் இப்படித்தான் ஒரு கேஸ் நடந்தது” என்றார்.

அரை மணி நேரத்திற்குள் தெருவாசிகள் அனைவரும் வாசலில் கூடிவிட்டார்கள்.

25

ஹரிஹரனுக்கும் கடிதம் கிடைக்கவில்லை.

இந்தத் தடவை வீட்டைவிட்டுக் கிளம்பிய ஹரிஹரன் கிருஷ்ண நருக்குப் போனான். அங்கே யாரையும் தெரியாது. நல்ல கடை வீதிகள் நிறைந்த நகரம். அங்கே ஏதாவது நடக்கலாம் என்ற ஆசையுடன் போனான். அங்குள்ள வக்கீல்கள் வீடுகளிலோ அல்லது ஜமீந்தார் வீடுகளிலோ சண்டி மகாத்மியம் வாசிப்பதற்குச் சந்தர்ப்பம் கிட்டும் என்று கேள்விப்பட்டிருந்தான். இந்த ஆசையில் பதினைந்து நாட்களைக் கழித்தான். வழிச்செலவுக்கு என்று பெயருக்கு ஏதோ கொண்டு வந்திருந்ததும் தீர்ந்துவிட்டது. ஆனால் இங்கு ஒரு காரியமும் நடக்கவில்லை.

அவன் ரொம்ப தொந்திரவில் மாட்டிக்கொண்டான். முன் பின் தெரியாத இடம்; ஒரு பைசா உதவுவதற்குக்கூட ஆள் கிடை யாது.

கடை வீதியில் அவன் தங்கியிருந்த ஓட்டலிலிருந்து காசு தீர்ந்ததும் வெளியில் போகச் சொல்லிவிட்டார்கள். அங்குள்ள ஹரி சபாவில் வெளியூரிலிருந்து வரும் பிராமணர்களுக்குச் சாப் பாடும் தங்க இடமும் தரப்படுவதாகக் கேள்விப்பட்டான். அங்கு தேடி அலைந்து அந்த ஹரிசபாவில் தங்குவதற்கு ஒரு அறை கிடைத்தது. ஆனால் அங்கு மிகவும் அசௌகரியமாக இருந்தது. வேலையில்லாத கஞ்சா குடிக்கும் ஆசாமிகள் இரவு முழுவதும் கலாட்டா செய்து கொண்டிருந்தனர். அங்கு வரும் பெண்களைப் பார்த்தால் ஹரி தரிசனத்திற்காக வரும் பெண்களைப் போலத் தோன்றவில்லை.

ரொம்ப கஷ்டத்துடனிருந்து கொண்டு நகரத்திலுள்ள பெரிய வக்கீல் வீடுகளுக்கும் பணக்காரர் வீடுகளுக்கும் அலைந்தான். நாள் முழுவதும் அலைந்துவிட்டு இரவு தன் அறைக்கு வந்து பார்த்தால்

அறிமுகமில்லாத ஆள் தன் படுக்கையில் படுத்துக் குறட்டை விட்டுக்கொண்டிருப்பான். ஹரிஹரன் பல நாட்கள் தாழ்வாரத்திலேயே கழித்திருக்கிறான். அடிக்கடி இப்படி நேரவே கஞ்சாக் குடியர்களுடன் தகராறு ஏற்பட்டது. அடுத்த நாள் அவர்கள் ஹரி சபா காரியதரிசியிடம் என்ன சொன்னார்களோ தெரியவில்லை. அவர் இவனைக் கூப்பிட்டு 'ஹரி சபாவில் யாரும் மூன்று நாளைக்கு அதிகமாகக் தங்கக் கூடாது. நீங்கள் வேறு எங்காவது இடம் பார்த்துக் கொள்ளுங்கள்' என்று சொல்லிவிட்டார்.

அன்று மாலையிலே ஹரிஹரன் ஹரி சபாவை விட்டுப் போக நேரிட்டது.

அவன் ஆற்றங்கரையிலே யாருமற்ற இடத்திலே தன் மூட்டையை வைத்துவிட்டு ஆற்றில் இறங்கிக் கைகால்களைச் சுத்தம் செய்து கொண்டான்.

அன்று முழுதும் ஹரிஹரன் ஒன்றும் சாப்பிடவில்லை. ஒரு விறகுக் கடைக்குப் போய் அங்கு உட்கார்ந்துகொண்டு காளிமீது பாடினான். விறகுக் கடை முதலாளி ஒரு ரூபாய் தட்சிணை கொடுத்தான். அந்த ரூபாயை மாற்றி, கொஞ்சம் தயிரும் அவலும் வாங்கிக்கொண்டு வந்தான். ஆனால் தொண்டைக்குக் கீழ் அது இறங்கவில்லை. பத்து நாள் செலவுக்கு வைத்துவிட்டு அவன் வீட்டை விட்டுக் கிளம்பினான். இப்போது இரண்டு மாதமாகப் போகிறது. இதுவரையிலும் ஒரு பைசாகூட அனுப்ப முடியவில்லை. அவர்கள் எப்படி இருக்கிறார்களோ தெரியவில்லை. வீட்டை விட்டுப் புறப்படும்போது அப்பு 'பத்ம புராணம்' வாங்கி வரும்படி பல தடவை சொல்லிவிட்டிருந்தான். பையனுக்குப் புத்தகங்கள் மீது பிரியமிருக்கிறது. அவன் பெட்டியைத் திறந்து புத்தகங்களை எடுத்துப் படிக்கிறான் என்பதும் ஹரிஹரனுக்குத் தெரியும். பெட்டிக் குள் புத்தகம் அருமையாக அடுக்கிவைக்கப்பட்டிருக்கும். அப்பா எந்தப் புத்தகத்தை எப்படி வைத்திருக்கிறார் என்பது பையனுக்குத் தெரியாது. ஆகையால் அவன் தாறுமாறாக அடுக்கிவைப்பான். வீடு திரும்பிய ஹரிஹரன் இது பையனுடைய வேலை என்பதைக் கண்டுகொள்வான்.

வீட்டை விட்டுப் புறப்படுமுன் சாமியார் மடத்திலிருந்து மலிவான ஒரு பத்ம புராணத்தைக் கொஞ்ச நாட்களுக்காக எடுத்து வந்திருந்தான். அப்பு புத்தகத்தின்மீது உரிமை பாராட்டிக் கொண்டு அதைத் தினமும் படிக்கத் தொடங்கினான். அதில் குசினிபாடாவில் சிவபெருமான் மீன் பிடித்த கதை இவனுக்கு மிகவும் பிடிக்கும். "புத்தகத்தைக் கொடு. திருப்பிக் கொடுத்துவிட வேண்டும்" என்று ஹரிஹரன் கேட்பான்.

வேறு பத்ம புராணம் வாங்கிக் கொடுக்கிறேன் என்று வாக்குறுதி கொடுத்த பிறகுதான் அப்பு அந்தப் புத்தகத்தைக் கொடுத்தான். இந்தத் தடவை பிரயாணத்திற்குப் புறப்படுமுன் நிச்சயமாக வரும்போது புத்தகம் வாங்கி வருகிறேன் என்று வாக்களித்துவிட்டு வந்திருந்தான். துர்காவுக்கு இம்மாதிரி பெரிய விஷயங்களைப் பற்றிக் கவலை கிடையாது. ஆகையால் அவள் தனக்கு ஒரு சேலை வேண்டுமென்று மட்டும் சொல்லியிருந்தாள். ஆனால் இந்த விஷயங்கள்தான் ரொம்பப் பெரிய விஷயங்கள். இந்தத் தடவை வீட்டுச் செலவுக்கு என்ன செய்தார்களோ என்ற பிரச்சனைதான் பெரிய பிரச்சனையாக இருந்தது. மாலையில் முன்பு பழக்கமான அந்த விறகுக் கடையில் போய்ப் படுத்துக் கொண்டான். நன்றாகத் தூக்கம் வரவில்லை. ஊருக்கு எந்த வகையில் பணம் அனுப்புவது என்பதைப் பற்றியே யோசித்துக் கொண்டிருந்தான்.

காலையில் எழுந்து எவ்விதக் குறிக்கோளுமின்றி வழியில் ஒரு இடத்தில் நின்று கொண்டான். பாதைக்கு எதிர்புறத்தில் இரும்புக் கதவுகள் கொண்ட செங்கல் கட்டிடம் ஒன்று தெரிந்தது. அந்த வீட்டைக் கூர்ந்து பார்த்தான். அந்த வீட்டில் போய்த் தன் கதையைச் சொன்னால் ஏதாவது வழி பிறக்கும் என்று எண்ணினான். அவன் யந்திரப் பொம்மை போல கதவுக்கு உள்ளே நுழைந்தான். வீடு மிகவும் அழகாக இருந்தது பளிங்குக் கல் படிமீது அழகான பூந்தொட்டிகள் வைக்கப்பட்டிருந்தன. நடுத்தர வயதுள்ள கனவான் ஒருவர் பத்திரிகை படித்துக் கொண்டிருந்தார். புதிய ஆள் ஒருவன் வருவதைப் பார்த்ததும் அவர் பத்திரிகையைப் பக்கத்தில் வைத்து விட்டு, “நீ யார்? என்ன விஷயம்?” என்றார்.

ஹரிஹரன் பணிவுடன், “ஐயா! நான் ஒரு பிராமணன்! சமஸ் கிருதம் தெரியும். சண்டி மகாத்மியம் முதலிய கதைகளைச் செய்வேன். இதைத் தவிர பாகவதம், கீதை உபந்யாசங்களும் செய்வேன்” என்றான்.

அந்தக் கனவான் பேச்சைச் சரியாகக்கூட கேட்காமல், “என்னால் காலத்தை வீணாக்க முடியா” தென்று கூறினார். பிறகு தாட்சண்ய மின்றி, “இந்த வேடிக்கையெல்லாம் இங்கு நடக்காது. வேறு வீட்டுக்குப் போய்ப் பாருங்கள்’ என்று சொல்லிவிட்டார்.

ஹரிஹரன், “ஐயா! நான் புதிதாக நகரத்துக்கு வந்திருக்கிறேன். வெறுங்கையுடன் இருக்கிறேன். ரொம்பக் கஷ்டப்படுகிறேன். சில நாட்களாக....

அந்த மனிதர் ஆளைச் சீக்கிரம் அனுப்பி வைக்க வேண்டி தலையணைக்கடியில் கையை விட்டு எதையோ எடுத்து அவனிடம் நீட்டியபடி, “இதை வாங்கிக் கொண்டு போங்கள். இதற்கு மேல் கிடைக்காது’ என்றார்.

அந்த நாணயம் என்னவாக இருந்தாலும் அதை அவர் மரியாதையாகவும் நல்ல முறையோடும் கொடுத்திருந்தால் ஹரிஹரன் வாங்கியிருப்பான். அம்மாதிரி எத்தனையோ முறை வாங்கியிருக்கிறான். ஆனால் இந்தத் தடவை அவன் பணிவுடன், "நீங்களே அதை வைத்துக் கொள்ளுங்கள். நான் இப்படி யாரிடமும் வாங்குவதில்லை. நான் சாஸ்திரம் சொல்லிக் கொடுப்பேன். அதைத்தவிர நான் யாரிடமும்..." என்றான்.

"சரி, பரவாயில்லை."

ஒரு நல்ல சந்தர்ப்பமும் வந்தது. விறகுக் கடையில் ஒரு தகவல் கிடைத்தது. கிருஷ்ண நகருக்கு அருகிலுள்ள ஒரு பணக்காரர் தன் குல தெய்வத்திற்கு பூஜை செய்வதற்கு ஒரு பிராமணனைத் தேடிக் கொண்டிருப்பதாகக் கேள்விப்பட்டான். தன்னைக் காப்பாற்றிவரும் விறகுக் கடைக்காரர் உதவியால் அங்கு சென்றான். வீட்டு எஜமானருக்கும் அவனைப் பிடித்தது. தங்குவதற்கு அறையும் கொடுத்தார். மற்ற உபசாரங்களுக்கும் ஒன்றும் குறைவில்லை.

சில நாட்கள் வேலை பார்த்த பிறகு தசரா வந்தது. ஊருக்குப் புறப்படும்போது பத்து ரூபாய் தட்சிணையும் போகவர, செலவுக்கும் கொடுத்தார். வரும்வழியில் காப்பாற்றி வந்த விறகுக் கடைக்காரர் ஐந்து ரூபாய் தட்சிணை கொடுத்தார்.

ஆகாயத்திலும் காற்றிலும் உஷ்ணம் பரவியிருந்தது. நீ வானத்தைப் பார்த்தாலே உள்ளம் உற்சாகமடையும். மழைக்காலக் கடைசியில் மரம் செடிகள் எல்லாம் பசுமையுடன் விளங்கின. ரயில் பாதையில் மலர்ந்திருந்த மலர்கள் வண்டி போகும் வேகத்தில் தரையில் படிந்தன.

சாந்திபூரிலிருந்து சில வியாபாரிகள் சேலை வாங்குவதற்காகக் கல்கத்தா போயிருந்தார்கள். அவர்கள் படகில் தமாஷாகப் பேசிக் கொண்டிருந்தனர். எங்கு பார்த்தாலும் பண்டிகையும் உற்சாகமும் நிறைந்திருந்தது. ஹரிஹரனும் ராணாகாட் கடை வீதியில் மகளுக்கும் மகனுக்கும் துணிகள் எடுத்தான். துர்காவுக்கு சிவப்புக்கரை போட்ட சேலை பிடிக்கும். ஆகையால் அவளுக்குச் சிவப்புக்கரை போட்ட சேலை எடுத்தான். எங்கெல்லாம் தேடியும்கூட அப்புக்குப் பத்ம புராணம் கிடைக்கவில்லை. ஆகையால் ஆறு அணா கொடுத்து 'சரித்திர சண்டி மகாத்மியம் அல்லது காலகேது உபாக்யான்' ஒன்று வாங்கினான். குடும்பத்துக்கு இரண்டொரு சாமான்கள்... சர்வஜயா பூரி தேய்க்கும் பலகை ஒன்று வாங்கிவரச் சொல்லியிருந்தாள். அதையும் வாங்கினான்.

ரயில் ஸ்டேஷனில் இறங்கி கால்நடையாகவே மாலையில் ஊருக்கு வந்து சேர்ந்தான். வழியில் யாரையும் சந்திக்கவில்லை. தூரத்தில் யாராவது தென்பட்டால்கூட அவர்களைக் கவனிக்காமல்

அவன் ஊரை நோக்கிப் போய்க்கொண்டிருந்தான். வீட்டுக்குள் நுழையும்போது அவன் மனத்துக்குள், 'அடடே! மூங்கில் புதர் சுவர் மீது விழுந்து கிடக்கிறதே! புவன சித்தப்பா மூங்கில் வெட்ட மாட்டார்! இப்போது ரொம்ப கஷ்டமாகவல்லவா போய்விட்டது' என்று சொல்லிக் கொண்டான். அதன் பிறகு வழக்கம் போல ஆவலுடன், "அம்மா துர்கா! ஓ! அப்பு!" என்று கூப்பிடத் தொடங் கினான்.

அவனுடைய குரலைக் கேட்டு சர்வஜயா வீட்டுக்குக்குள்ளிருந்து வெளியில் வந்தாள்.

ஹரிஹரன் சிரித்துக் கொண்டு, "எல்லோரும் சௌக்கியம்தானே? எல்லோரும் எங்கே போய்விட்டார்கள்? வீட்டில் யாருமில்லையா?" என்றான்.

சர்வஜயா அமைதியாகக் கணவனிடமிருந்த பெரிய மூட்டையை வாங்கிக் கொண்டு, "வாருங்கள்! உள்ளே வாருங்கள்" என்றாள்.

மனைவியின் அளவுக்கதிகமான அமைதியைப் பார்த்துக்கூட ஹரிஹரன் மனத்தில் வேறு ஒன்றும் தோன்றவில்லை. அவனுடைய கற்பனை அந்தச் சமயத்தில் வேகமாக வேறு இடத்திற்கு ஓடிக் கொண்டிருந்தது. இப்போது மகளும் மகனும் ஓடி வருவார்கள். துர்கா சிரித்துக்கொண்டு, "அப்பா! இதில் என்ன இருக்கிறது?' என்று கேட்பாள்.

உடனே அவன் மூட்டையை அவிழ்த்து அவளுக்காக வாங்கி வந்துள்ள சேலையை எடுத்துக் கொடுப்பான். அதோடு 'சரித்திர சண்டி மகாத்மியம் அல்லது காலகேது உபாக்யான்' புத்தகத்தையும் தகர ரயில் வண்டியையும் எடுத்து அப்புவை ஆச்சரியத்திலாழ்த்து வான். அவன் வீட்டுக்குள் நுழைந்தும், "பூரி தேய்க்கும் பலகை வாங்கி வந்திருக்கிறேன்" என்றான். அதன் பிறகு நிராசை அடைந்த வனாக ஆவலுடன் நாற்புறமும் பார்த்துக் கொண்டு, "அப்புவும் துர்காவும் வெளியில் போயிருக்கிறார்களா?" என்றான்.

இப்போது சர்வஜயாவால் அடக்க முடியவில்லை. அவள் திடீரென விக்கி விக்கி அழுது கொண்டு, "ஐயோ! இப்போ துர்கா எங்கே இருக்கிறாள்? நம்மையெல்லாம் விட்டுவிட்டுப் போய் விட்டாளே! இத்தனை நாளாக எங்கிருந்தீர்கள்?" என்றாள்.

* * *

கங்கூலி வீட்டில் ரொம்ப நாளாக துர்கா பூஜை நடந்து வருகிறது. இந்த நாளில் கிராமத்தில் உள்ள ஏழைகூட சாப்பிடாமல் இருக்க மாட்டான். பரம்பரையா நடந்து வரும் ஏற்பாடு. தகுந்த காலத்தில் குயவன் வந்து உருவம் செய்துவிடுவான். சித்திரக்காரன்

வந்து சித்திரம் எழுதுவான். பூக்காரன் வந்து அலங்காரங்களைக் கவனித்துக் கொள்வான். மதுக்காளி ஏரியிலிருந்து பாவரி சாதிக் காரர்கள் தாமரைப்பூ கொண்டு வருவார்கள்.

தீனுஷகனாயி சென்ற வருஷம்போல வாத்தியப் பொறுப்பை ஏற்றுக் கொண்டான். பிராதக் கால ஆகாயத்தில் தேவியை வரவேற்று உதயகீதம் எழுந்தது. இந்தச் சமயத்தில் பனிக்காலம் அன்பாக வரவேற்றுக்கொண்டிருந்தது. நெற்பயிரிகளிலே புதிய கதிர்கள் வந்தன. ஹிமாலயத்துக்கு அப்பாலிருந்து பறவைகள் வந்தன. குளிர் நிறைந்த பனிக்கால மாலை வேளை ரொம்ப அழகாக இருந்தது.

ஹரிஹரன் பையனுக்குப் புத்தாடைகளை அணிவித்து அவனை யும் அழைத்துக்கொண்டு விருந்துக்குப் போயிருந்தான்.

கலைந்த கூந்தலுடைய சின்னஞ்சிறு அழகிய முகத்தின் பிடிவாதமான வேண்டுகோள் கதவுக்குப் பக்கத்தில் காற்றில் பரவி யிருந்தது. ஹரிஹரன் வழியில் கவனமின்றி நடந்துகொண்டிருந்தான்! "சீக்கிரம் வாடா! நேரமாகிறது!" என்று பையனிடம் சொல்லிக் கொண்டிருந்தான்.

கங்கூலி வீட்டின் கூடம் உற்சவக் துணிகளால் அலங்கரிக்கப்பட்டு சிரித்த முகத்துடனிருக்கும் சிறுவர் சிறுமியர்களால் நிறைந்திருந்தது. சத்தும் அவனுடைய தம்பியும் அழகான ஆரஞ்சுக் கலர் சொக்காய் அணிந்து கொண்டிருந்தனர். ராயி அக்கா பச்சைச் சேலை கட்டிக் கொண்டிருப்பது எடுப்பாக இருந்தது. கங்கூலி வீட்டுப் பையன்களும் மற்றவர்களும் பேசிச் சிரித்துக்கொண்டிருந்தனர். அப்புவுக்கு நளனியைத் தவிர வேறு சிறுமிகளைத் தெரியாது. அவர்கள் பண்டி கைக்காக வெளியிலிருந்து வந்தவர்களாக இருக்கலாம். நகரத்து வாசிகள் போலப்பட்டது. அவர்கள் அழகாயிருப்பதைப் போலவே நன்றாகச் சிங்காரித்துக்கொண்டிருந்தனர். அப்பு அவர்களையே பார்த்துக்கொண்டிருந்தான். அங்கு யாரோ சத்தமாக, "ஏன் இருட் டாக இருக்கிறது? இப்படிக் காரியங்கள் நடந்தால் எப்படி? மாலை ஐந்து மணிக்கு பிராமணர்கள் சாப்பிட உட்காருவார்கள்" என்று சொல்லிக்கொண்டிருந்தார்.

26

வேகமாக நாட்கள் கழிந்துவிட்டன. குளிர்காலமும் முடிந்து விட்டது.

துர்கா இறந்த பிறகு சர்வஜயா இந்த ஊரை விட்டுப்போய் விட வேண்டுமென்று கணவனை வற்புறுத்தி வந்தாள். ஹரிஹரனும் தன் முயற்சியைச் சளைக்காமல்தான் செய்து வந்தான். ஆனால் எங்கும் காரியம் ஆகவில்லை. இப்போது சர்வஜயா அந்தப் பேச்சை

எடுப்பதையே விட்டுவிட்டாள். இதற்கிடையில் குளிர்காலத்தில் ஹரிஹரனுடைய சொந்தக்காரரான நீலமணிராயினுடைய விதவை வந்திருந்தாள். தன் வீட்டைக் காடு மூடிக்கொண்டிருப்பதைக் கண்டு புவன முகர்ஜி வீட்டில் தங்கியிருந்தாள். ஹரிஹரன் தன் வீட்டில் பார்த்தான். ஆனால் அவள் சம்மதிக்கவில்லை. அவளுடன் பெண் அதிசியும் பையன் சுநீலும் வந்திருந்தனர். பெரிய பையன் சுரேஷ் கல்கத்தாவில் படித்துக்கொண்டிருந்தான். ஆகையால் கோடைக்கால விடுமுறைக்கு முன் வரமுடியவில்லை. அதிசிக்கு பதினான்கு வருஷமாகிறது. சுநீலுக்கு எட்டு வயதாகிறது.

இவர்கள் இங்கு முதல் முதலாக வந்தவுடன் சர்வஜயா தன் பணக்கார ஓரகத்தியைச் சந்திக்க முயன்றாள். அவள் ரொக்கமாகப் பத்தாயிரம் ரூபாய் வைத்துக்கொண்டிருந்தாள். இது தெரிந்ததும் ஓரகத்தியின்மீது அளவில்லாத மதிப்பு ஏற்பட்டது. அவளிடம் பேசுவதற்கு எவ்வளவோ பிரயத்தனப்பட்டாள். ஆனால் சர்வஜயா சாமர்த்தியசாலிப் பெண் அல்லவானாலும் அந்த விதவை இவளுடன் உறவாட விரும்பவில்லை என்பதைத் தெரிந்துகொண்டாள்.

அவளுடைய கணவன் பெரிய உத்தியோகத்திலிருந்தான். ஆகையால் குழந்தைகளை வேறுமுறையில் வளர்த்துவந்தான். அவள் தன்னுடைய ஏழை உறவினர்களை நெருங்க விடாமலே பழகி வந்தாள். சில நாட்களில் சர்வஜயாவே பின்வாங்கி விட்டாள். பேச்சு நடையுடை மற்ற விவகாரங்கள் அனைத்திலுமே சர்வஜயா தன்னை நெருங்கிவிடாமல் பார்த்துக்கொண்டாள். அவளுடைய பேச்சுவார்த்தை பழக்கவழக்கங்கள் அனைத்திலும் தாங்கள் பெரிய வர்கள் என்ற பாவம் வெளிப்பட்டது. பையனுக்கும் பெண்ணுக்கும் எப்போதும் நல்ல துணிகளையே அணிவிப்பாள்.

அதிசியின் கழுத்தில் சங்கிலி, கைகளில் தங்க வளையல்கள், காதில் தங்கத்தோடு போட்டுக் கொண்டிருந்தாள். காலையில் சாயாவோ அல்லது வேறு ஏதாவது பானமோ குடிக்காமல் வெளியில் வரமாட்டார்கள். அவர்களுடன் ஒரு வேலைக்காரனையும் அழைத்துக் கொண்டு வந்திருந்தனர். அவன்தான் வீட்டு வேலை களைச் செய்து வந்தான். சகலவிஷயத்திலும் சர்வஜயாவின் ஏழைக் குடும்பத்திற்கு நேர்மாறாக இருந்தது.

சுநீலுடைய தாயார் தன் மகனைக் கிராமத்திலுள்ள வேறு எந்தப் பையனுடனும் சேர்ந்து விளையாடுவதற்கு விடுவதில்லை. அப்புவுடன் கூடச் சேரவிடுவதில்லை. படிப்பு வாசனையற்ற கிராமத்து மூடச் சிறுவர்களுடன் சேர்ந்து தன் பையன் கெட்டு விடுவானோ என்று பயந்து கொண்டிருந்தாள். இந்தக் கிராமத்தில் வசிப்பதற்காக அவர்கள் இங்கு வரவில்லை. சர்வே காலத்தில் தன் வீடு வாசலையும் நிலபுலன்களையும் மேற்பார்வை செய்ய வந்திருந்தாள்.

புவனமுகர்ஜி இவர்களிடமிருந்து கொஞ்சம் நிலம் வாங்கியிருந்தார். அந்த உறவில் அவர்களுக்கு இரண்டு அறைகளைக் காலி செய்து கொடுத்திருந்தார். இவர்கள் சாப்பாடு முதலானவை தனியாகவே நடந்துவந்தன. ஆனால் புவனமுகர்ஜியுடன் பழகும்போது எவ்விதக் கபட எண்ணமும் வைத்துக் கொள்வதில்லை. ஏனென்றால் புவன முகர்ஜி பணக்காரர். சர்வஜயாவை அவர் மனிதப் பிறவியாகவே மதிப்பதில்லை.

ஹோலிப் பண்டிகையின் போது நீலமணிராயின் மூத்த மகன் சுரேஷ் கல்கத்தாவிலிருந்து வந்து பத்து நாட்களிருந்தான். சுரேஷ் அப்பு வயதுடையவன். ஆங்கிலப் பள்ளியில் ஐந்தாம் வகுப்பு படித்துக் கொண்டிருந்தான். பார்ப்பதற்கு நல்ல சிவப்பு என்று சொல்ல முடியாது. ஆனால் மாநிறம் என்று சொல்லலாம். அவன் வழக்கமாகக் கசரத் செய்து வந்தான். ஆகையால் உடல் ஆரோக்கிய மாக இருந்தான். அவன் அப்புவைவிட ஒரு வருஷம்தான் மூத்தவன். ஆனாலும் அவனைப் பார்த்தால் பதினாறு வயதுடையவன் போலிருப்பான். சுரேஷும் இந்தத் தெருப் பையன்களுடன் சேர்வ தில்லை. அடுத்த தெரு ராமனாத கங்கூலி பையன்தான் அவனுடைய தோழன். கங்கூலி தெருவில் ஸ்ரீராம நவமியும், ஹோலிப் பண்டிகையும் ரொம்ப ரொம்பத் தடபுடலாகக் கொண்டாடினார்கள். சுரேஷ் பெரும்பாலும் அவர்கள் வீட்டிலேயேதான் இருப்பான். கிராமத்தில் வேறு எந்தப் பையனுக்கும் தன்னுடன் பழகுவதற்கு யோக்கியதை கிடையாது என்று நினைத்தான்.

அப்பு பிறந்ததிலிருந்து பார்த்துவரும் அந்த இடிந்த வீட்டுக்குச் சொந்தக்காரர்கள் இவர்கள் என்று தெரியவே அவர்களிடம் இவனுக்கு ஒரு கவர்ச்சி ஏற்பட்டது. சுரேஷ், அப்புவுக்குச் சமவயதினன். சுரேஷ் லீவில் வந்தால் அவனைச் சந்திக்க வேண்டுமென்று அப்பு எதிர்பார்த்துக் கொண்டிருந்தான். சுரேஷும் வந்தான். ஆனால் தான் நினைத்தபடி அவனைச் சந்திக்க முடியவில்லை. அவனுடைய நடையுடை பாவனைகள்தான் கிராமத்துப் பையன்களைவிட உயர்ந்தவன் என்பதை ஒவ்வொரு கணமும் பறையடித்துக் கொண்டிருந்தன. சமவயதினனான அப்பு இந்தக் காரணத்தால் சுரேஷை நெருங்கமால் தள்ளியே இருந்தான்.

அப்பு எந்தப் பள்ளிக்கூடத்துக்கும் போவதில்லை. சுரேஷ் அவனுடைய படிப்பு சம்பந்தமாகக் கேட்டதற்கு அப்பு தான் வீட்டி லேயே அப்பாவிடம் படிப்பதாகக் கூறினான். ஹோலிப் பண்டிகை யன்று சுரேஷ் கங்கூலித் தெரு குளத்துமேட்டில் உட்கார்ந்து கொண்டு கிராமத்துப் பையன்களிடம் கேட்டது போன்ற கேள்விகளைக் கேட்டால் அப்பு எம்மாத்திரம்! அவன் அப்புவிடம், “இண்டியாவின் பவுண்டரி எது? உனக்கு ஜாகர்பி தெரியுமா?” என்றான்.

அப்புவால் இதற்குப் பதிலளிக்க முடியவில்லை. "யாரிடம் கேள்வி கேட்டாலும் சரி! டெசிமல் அல்லது பிராக்ஷன் தெரியுமா? என்பான். அப்புவுக்கு இதொன்றும் தெரியாது.

எப்படித் தெரியும்? அவனுடைய தகரப் பெட்டிக்குள் எத்தனை புத்தகங்கள் இருந்தன, ஒரு பழைய பூகோளம், ஒரு பெருக்கல் வாய்ப்பாடு, பக்கங்கள் கிழிந்து போன வீராங்கனா காவ்யம், அம்மாவினுடைய மகாபாரதம், அவன் இந்தப் புத்தகங்களை எல்லாம் படித்து முடித்துவிட்டான். ஒவ்வொரு புத்தகத்தையும் பலமுறை படித்திருக்கிறான். இன்னும் படித்துக் கொண்டேயிருக் கின்றான்.

அவனுடைய அப்பா அங்குமிங்கும் கேட்டுப் புத்தகம் வாங்கி வருவார். பையன் படிக்கவேண்டும், பண்டிதனாக வேண்டும். அவன் மனிதனாக வேண்டும் என்று அப்பா ஆசைப்பட்டார். இந்த விஷயத்தில் ஹரிஹரன் எந்தப் பைத்தியத்துக்கும் குறைந்த வனல்ல. ஆனால் பணம் கிடையாது. எங்காவது போர்டிங்கில் சேர்த்து படிக்கவைப்பதற்கும் சாமர்த்தியம் கிடையாது. அவனே அதிகம் படித்தவனல்ல. இருந்தாலும் வீட்டிலிருக்கும்போது பையனருகில் உட்கார்ந்து கொண்டு ஏதாவது சொல்லிக் கொடுத்துக் கொண்டிருப்பான். எத்தனையோ விதமான விஷயங்களைச் சொல்லுவான். பையனுக்குக் கணக்குச் சொல்லிக் கொடுப்பதற்காக ஒரு கணக்குப் புத்தகத்தை வாங்கி வந்து குழந்தைப் பருவத்தில் படித்துப் பிறகு மறந்துவிட்ட கணக்குகளை ஞாபகப்படுத்திக் கொண்டு அதிலிருந்து பையனைக் கேள்வி கேட்பான். பையனுக்கு ஞானம் வரட்டும் என்று எல்லாப் புத்தகங்களையும் படிக்கக் கொடுப்பான். அல்லது படித்துச் சொல்லுவான். அவன் பல வருஷங்கள் 'வங்கவாசி' வாரப் பத்திரிகையின் சந்தாதாரராக இருந்திருக்கிறான். பழைய பத்திரிகை அவன் வீட்டிலிருக்கிறது. பையன் பெரியவனான பிறகு படிக்கட்டும் என்று அவைகளைக் கட்டாகக் சுட்டி வைத்திருக்கிறான். இனி அவைகள் பிரயோசனப் படும். சந்தா கட்டாததால் இப்போது பத்திரிகை வருவதில்லை. பையன் இந்த 'வங்கவாசி'ப் பத்திரிகையை விரும்பிப் படிப்பதையும் காலையில் விளையாட்டைக்கூட மறந்துவிட்டு புவனமுகர்ஜி வீட்டில் தபால் பெட்டியருகில் உட்கார்ந்து கொண்டு தபால்காரனை ஆவலுடன் எதிர்நோக்கிக் கொண்டிருப்பதையும் தந்தை அறிவான். ஆனாலும் பையனுக்கு இவ்வளவு பிரியமான பொருளைத் தேடிக் கொடுக்க முடியவில்லை! அவனுடைய உள்ளம் உள்ளுக்குள் வெதும்பிக் கொண்டிருந்தது.

அப்பு 'வங்கவாசி'யின் பழைய பிரதிகளைப் படித்து எத்த னையோ விஷயங்களைத் தெரிந்துகொண்டிருக்கிறான். மார்ட்டினித்

தீவில் எரிமலை கிளம்புவதையும், தங்கக்கல் கதை முதலிய எத்தனையோ விஷயங்களையும் தெரிந்துகொண்டிருக்கிறான். ஆனால் அவனுக்குப் பள்ளிப்படிப்பில் ஒன்றுமே வருவதில்லை. அவனுக்கு வகுத்தல் கணக்கெல்லாம் தெரியும். சரித்திரமும் இலக்கணமும் நன்றாக வருவதில்லை. அவனுக்கு டெசிமல் கணக் கெல்லாம் தெரியாது. ஆங்கிலப் படிப்பு முதல் புத்தகத்தில் குதிரைப் பாடம் வரையிலும்தான்.

பையனுடைய எதிர்காலத்தைப் பற்றி சர்வஜயா வேறுவிதமாக எண்ணிக் கொண்டிருந்தாள். அவள் கிராமத்துப் பெண், பையன் பள்ளிக்கூடத்தில் படித்துப் பெரியவனாகட்டும் என்று அவ்வளவு உயர்ந்த ஆசையை வைத்துக் கொண்டிருக்கவில்லை. அவளுக்குத் தெரிந்தவர்கள் யாருமே பள்ளிக்கூடத்துக்குப் போனதில்லை. கொஞ்ச நாளைக்குப் பிறகு பையன் புரோகிதனாகிவிடுவான்; பழைய வீடுகளுக்குப் புரோகிதம் செய்வான். இதைத்தான் அவள் எதிர்பார்த்தாள். சர்வஜயா மனதிற்குள் இன்னொரு ஆசையும்கூட இருந்தது. கிராமத்துப் புரோகிதர் தீனுபட்டாசாரியர் கிழவராகி விட்டார். அவருடைய பையன்களில் ஒருவர்கூடத் தகுதியில்லாத வர்கள்! ராணியின் தாயார், கோகுலின் மனைவி, கங்கூலி வீட்டுப் பெரிய மருமகள் எல்லோரும் தீனு போம்பலுக்குப் பதிலாக இந்த அழகு பையன் அப்புவே கிராம தேவதைக்கும் லக்ஷ்மி பூஜை செய்ய வேண்டும் என்று வெளிப்படையாகவே கூறிக் கொண்டிருக் கிறார்கள்.

சர்வஜயா பல தடவை தண்ணீர்த்துறையில் இந்தப் பேச்சைக் கேட்டிருக்கிறாள். இதுதான் அவளுக்கு இப்போதைய ஆசை. அவள் ஏழை வீட்டுப் பெண். ஒரு ஏழையைத்தான் கலியாணம் செய்துகொண்டாள். இதைத் தவிர வேறு உயர்ந்த லட்சியங்கள் ஒன்றும் அவளுடைய மனத்தில் கிடையாது. இது நடந்துவிட்டால் அவளுக்கு அஷ்டமாசித்தியும் நவநிதியும் கிடைத்த மாதிரி!

ஒருநாள் இந்தப் பேச்சு புவனமுகர்ஜி வீட்டில் கூட எழுந்தது. மத்தியானம் அனைவரும் சீட்டு விளையாடிக் கொண்டிருந்தார்கள். அப்போது தெருவிலுள்ள பெண்களுமிருந்தனர். சர்வஜயா அனை வருக்கும் பிடித்தமான முறையில், “பெரிய சித்தி, பாட்டி, நடு அக்கா ஆகிய இத்தனை பேருடைய தயவிருந்தால் வருகிற பங்குனியில் அப்புவுக்குப் பூணூல் போட்டுவிடலாம். அப்புறம்தானே அவன் கிராமத்தில் பூஜை செய்ய முடியும்! அப்புறம் அவனுக்கு என்ன கவலை? பத்து வீடு புரோகிதத்துக்கு இருக்கிறது” என்றாள்.

சுநீலுடைய தாயார் முகத்தை மறைத்துக்கொண்டு சிரித்தாள். அவளுடைய பையன் பெரியவனான பிறகு வக்கீலுக்குப் படிப்பான். அவனுடைய பெரியப்பா மகன் பாட்னாவில் பெரிய வக்கீலாக

இருக்கிறான். அவரிடம் சென்று தொழில் செய்வான். சுரேஷின் அந்த மாமாவுக்குப் பிள்ளைகுட்டி கிடையாது. அவருடைய தொழில் நன்கு நடந்து கொண்டிருக்கிறது. சுரேஷை நன்றாகப் படிக்க வைக்கவேண்டுமென்று இப்போதிருந்தே ஆசைப்படுகிறார். ஆனால் அவள் அந்நியர் வீட்டில் எதற்குக் தன் பிள்ளையயை விடுகிறாள், இந்த விஷயங்களை எல்லாம் கள்ளம் கபடமற்ற சர்வஜயாவைப் போல வெளிப்படையாகச் சொல்லாமல் இதற்கு முன்பே பேச்சு வாக்கில் வெளிப்படுத்தியிருக்கிறார்கள்.

புவனமுகர்ஜி வீட்டிலிருந்து வந்த சர்வஜயா தன் மகனிடம், "நீ உன் பெரியம்மாவிடம், "பெரியம்மா எனக்குச் செருப்பு கிடை யாது. ஒரு ஜோடி செருப்பு வாங்கிக் கொடு" என்று ஏன் கேட்கப் படாது? என்றாள்.

"அப்படி எதற்கம்மா கேட்க வேண்டும்?" என்று அப்பு சொன் னான்.

அவர்கள் பெரிய மனிதர்கள். நீ கேட்டால் ஒருவேளை வாங்கித் கொடுத்தாலும் கொடுப்பார்கள். சுரேஷ் எவ்வளவு உயர்ந்த ரகச் செருப்பு போட்டுக் கொண்டிருக்கிறான் பார்த்தாயா? நீ அப்படிச் சிவப்பு செருப்பு போட்டுக் கொண்டால் நன்றாக இருக்கும்."

அப்பு வெட்கத்துடன், அம்மா, எனக்கு ரொம்ப வெட்கமாக இருக்கிறது. என்னால் அப்படிக் கேட்க முடியாது? என்னவாவது நினைத்துச் கொள்வார்கள்..." என்றான்.

"இதில் வெட்கமென்ன? நம்ம மனிதர்கள்தானே, கேட்டுப் பார். ஒருவேளை..."

"ஊ ஹூம்! என்னால் முடியாது. பெரியம்மா முன்னால் என்னால் பேசவே முடியாது."

சர்வஜயா எரிச்சலுடன், "நீ அதெல்லாம் ஏன் செய்கிறாய், வீட்டில் அதிகாரம் பண்ணுவாய், வெறுங்காலோடு திரிகிறாய், இரண்டு வருஷமாகச் செருப்புக்கும் காலுக்கும் சம்பந்தமே இல்லை. பெரிய மனிதர்களாச்சே! ஒருவேளை வாங்கிக் கொடுத்தாலும் கொடுக்கலாம். நீ என்னடான்னா பெரிய வெட்கம் பிடித்தவனாக இருக்கிறாய்!" என்றாள்.

பூர்ணிமை அன்று சத்யநாராயண பூஜைப் பிரசாதம் வாங்கு வதற்காக அப்பு, ராணியின் வீட்டுக்குப் போனான். ராணி அவனைக் கூப்பிட்டு சிரித்தபடி, "நீ முன்பு எங்கள் வீட்டுக்கு அடிக்கடி வருவாயே, இப்போது ஏன் வருவதில்லை ?" என்றாள்.

"வராமல் என்ன? வந்துகொண்டுதானிருக்கிறேன்."

ராணி கோபத்துடன், "வருகிறாயா? எங்கே வருகிறாய்? நான் உன்னைப் பற்றியே நினைத்துக்கொண்டிருக்கிறேன். நீ எப்பவாவது எங்களைப் பற்றி நினைத்ததுண்டா?" என்றாள்.

"வராமல் என்ன? அம்மாவைக் கேட்டுப் பார்!"

இதைவிட மகிழ்ச்சி அளிக்கக்கூடியது வேறு என்ன இருக்கிறது? ராணி அவனை அங்கேயே நிற்க வைத்துவிட்டு உள்ளே போய், பிரசாதத்தோடு பழங்களும் மிட்டாய்களும் கொண்டுவந்து கொடுத்தாள். "தட்டுடன் கொண்டு போ. நான் நாளை சித்தியிடம் வந்து தட்டை வாங்கிக்கொள்கிறேன்" என்றாள்.

ராணி சிரித்த முகத்துடன் பேசியதால் அப்புவின் மனம் மிகுந்த உற்சாகமடைந்தது. இப்போது ராணி அக்கா பார்ப்பதற்கு எவ்வளவு அழகாக இருக்கிறாள். இதுவரையிலும் அவன் ராணி அக்காளைப்போல அழகுடையவர்களைக் கண்டதே இல்லை. அதிசி அக்கா என்னவெல்லாமோ தன்னை அழகுபடுத்திக் கொள்கிறாளே. ஆனால் ராணி அக்கா அழகுக்கு முன் நிற்க முடியுமா? அதோடு இந்த ஊரிலே ராணி அக்காளைப் போல நல்ல மனம் படைத்த பெண் யாராவது இருக்கிறார்களா? தன் அக்காளுக்கு அடுத்தபடியாக அவன் விரும்புவது ராணி அக்காளைத்தான். ராணி அக்காளுக்கும் தன் மீது பிரியம் உண்டு என்பது அவனுக்குத் தெரியும்.

தட்டை எடுத்துக்கொண்டு அவன் போவதற்குத் தயங்கினான். "ராணி அக்கா! உங்கள் மேற்குப் பக்க அறையில் உள்ள அலமாரியில் அத்தனை புத்தகம் இருக்கிறதே! சத்து ஒரு புத்தகம் கொடுக்கிறாயா? படித்துவிட்டு உடனே திருப்பிக் கொடுத்துவிடுகிறேன்" என்றான்.

"எந்தப் புத்தகம்? எனக்குத் தெரியாதே! நீ இங்கேயே இரு. நான் பார்த்துவிட்டு வருகிறேன்."

சத்து முதலில் ஒத்துக்கொள்ள மறுத்துவிட்டான். கடைசியாக, "சரி, ஒரு நிபந்தனைமீது கொடுக்கிறேன். எங்கள் குளத்திலே மீன் திருட்டு நடக்கிறது. பெரியம்மா என்னை மத்தியானத்தில் அங்கு காவலிருக்கும்படிச் சொன்னாள். எனக்கு அங்கே தனியாக இருப்பது பிடிக்கவில்லை. அவன் என்னோடு இருப்பதானால் கொடுக்கிறேன்" என்றான்.

"அடே அப்பா! இது ரொம்ப நன்றாக இருக்கிறது! அவன் குழந்தை! அவன் காட்டுக்குள் உட்கார்ந்துகொண்டு காவலிருப்பானா? இவ்வளவு பெரியவனான உன்னால் செய்ய முடியாததை அவனால் செய்ய முடியும்? நீ ஒன்றும் புத்தகம் கொடுக்க வேண்டாம். நான் அப்பாவிடம் சொல்லி வாங்கிக் கொள்கிறேன்" என்றாள்.

ஆனால் அப்பு சம்மதித்துவிட்டான். ராணியின் அப்பா புவனமுகர்ஜி வெளியூர் போயிருந்தார். அவர் திரும்பி வர ரொம்ப நாளாகும். ஆனால் அப்புவுக்கோ புத்தகத்தின்மீது ரொம்ப ஆசை! அதைப் படிப்பதற்காக சத்துவின் அறைக்குள் அவன் எத்தனையோ முறை போயிருக்கிறான். இரண்டொரு புத்தகங்களை எடுத்துக் கொஞ்சம் படித்துக்கூட இருக்கிறான். ஆனால் சத்துவும் படிக்க மாட்டான். பிறரைப் படிக்கவும் விடமாட்டான். புத்தகத்தை ரசமாகப் படித்துக் கொண்டிருக்கும் போது கதாநாயனுக்குப் பல கஷ்டங்கள் நேரிடும்போது சத்து புத்தகத்தைப் பிடுங்கிக்கொண்டு, "அப்பு வைத்துவிடு, இது சித்தப்பா புத்தகம். எங்கேயாவது கிழிந்துபோனால்...." என்று சொல்லுவான்.

இப்போது அப்புவுக்குச் சுவர்க்கம் கிட்டியது போலத்தான்.

தினமும் சத்துவிடம் வந்து புத்தகத்தை வாங்கிக் கொண்டு போய், குளக்கரையில் மரத்தடியில் உட்கார்ந்து படித்துக் கொண்டிருப்பான். ஏராளமான புத்தகங்களிருந்தன. 'காதலன் காதலி', 'சரோஜ் சரோஜினி', 'குசும குமாரி', 'பாலயோகினி' இப்படி எத்தனையோ விதம். அவன் ஒவ்வொரு புத்தகமாகப் படித்து முடித்துவிட்டுத்தான் மூச்சுவிடுவான். கண்கள் எரியத் தொடங்கும். தலை கனத்த மாதிரி இருக்கும். ஆனாலும் படித்து முடிக்காமல் புத்தகத்தைக் கீழே வைக்கமாட்டான்.

குளக்கரையிலிருக்கும் மூங்கில் புதரின் நிழல் நீண்டு போய் எதிர்க்கரையில் விழும். அப்போதுகூட நேரம் எவ்வளவாயிற்றென்பது அவனுக்குத் தெரியாது.

எவ்வளவு அழகான கதைகள் இருக்கின்றன! சரோஜ், சரோஜி னியைப் படகில் அழைத்துக் கொண்டு மூர்ஷிதாபாத் போய்க் கொண்டிருக்கிறான். வழியில் நவாபின் ஆட்கள் அவர்களைக் கைது செய்கிறார்கள். நவாப் உத்தரவின்படி சரோஜுக்கு மரண தண்டனை கிடைக்கிறது. சரோஜினியை ஒரு இருண்ட அறைக்குள் அடைத்துவிடுகிறார்கள். நடு இரவில் அறைக் கதவு திறக்கப்படுகிறது. வெறி பிடித்த நவாப் உள்ளே வந்து, "சுந்தரி! என் உத்திரவினால் சரோஜ் இறந்துவிட்டான். இனி அழுது பிரயோசன மில்லை" என்று சொல்லுகிறான்.

சரோஜினி கர்வத்துடன் தலையை உயர்த்தி, "அடே! பிசாசே! உனக்கு இன்னம் ரஜபுத்திரப் பெண்களைப் பற்றி ஒன்றும் தெரியாது போலும்! இந்த உடலில் உயிர் இருக்கிற வரையிலும்...."

இந்தச் சமயத்தில் காலடி ஓசை கேட்கிறது. நவாபு திடுக்கிட்டுப் பார்க்கிறான். ஒரு சந்நியாசி நின்று கொண்டிருக்கிறார். அவருடன் நல்ல பலசாலிகளான நாலைந்து ஆட்கள் நின்று கொண்டிருக் கின்றனர். சந்நியாசி கோபத்துடன் நவாபைப் பார்த்துக்கொண்டு,

"அடே அற்பனே! ரட்சகனாகிய நீ பட்சகனாக மாறிவிட்டாய்!" என்கிறார்.

அதற்கப்புறம் சரோஜினியைப் பார்த்து, "குழந்தாய்! நான் உன்னுடைய கணவனுடைய குரு! என் பெயர் யோகானந்த சுவாமி! உன் கணவன் இறக்கவில்லை. என் கமண்டலத்திலுள்ள நீரால் அவனுக்குப் புனர்ஜன்மம் அளித்துவிட்டேன். நீ என் ஆசிரமத்துக்கு வா. சரோஜ் உன்னை எதிர்பார்த்துக் கொண்டிருப்பான் என்றார்.

ஆசிரியருடைய நடை ரொம்ப அழகாக இருந்தது. சரோஜினுடைய புனர்ஜன்மத்தைப் பற்றி வர்ணிப்பதற்காக வாசகர்களை அடுத்த அத்தியாயத்திற்கு அழைத்துக் கொண்டு போகிறார் ஆசிரியர். "வாசகர்களே! வாருங்கள்! நாம் கொலைக்களத்துக்குப் போவோம். சரோஜ் மரண தண்டனை அடைந்த பிறகு எப்படிப் புனர்ஜன்மம் அடைந்தான் என்பதைப் பார்ப்போம்."

அப்பு ஒவ்வொரு அத்தியாயமாகப் படிக்கும் போது துக்கம் தொண்டையை அடைத்துக்கொள்ளும். கண்களில் நீர்பெருகும். அவன் வானத்தைப் பார்த்துக்கொண்டு இரண்டொரு நிமிஷம் யோசித்துக் கொண்டிருப்பான். ஆனந்தத்தாலும் ஆச்சரியத்தாலும் அவன் பெருமூச்சுவிடுவான். அதன் பிறகு அடுத்த அத்தியாயத்தைப் படிக்கத் தொடங்குவான். மாலையாகிவிடும். நாற்புறத்திலும் இருள் பரவத்தொடங்கும். தலைக்குமேல் மூங்கில் புதரில் பறவைகள் சப்தமிடும். கண்ணுக்குப் பக்கத்தில் புத்தகத்தைப் பிடித்துப் படிக்க வேண்டியிருக்கும். எப்போது எழுத்துக்கள் கொஞ்சம் கூடத் தெரியாமல் போகிறதோ அப்போதுதான் அங்கிருந்து எழுந்து போவான்.

அப்பு இம்மாதிரி புத்தகங்களை ஒருநாளும் படித்தது கிடையாது. சீதையின் வனவாசமும் டுயூலால் கதையும் இதற்கு முன் நிற்க முடியுமா?

வீட்டுக்கு வந்தவுடன் தாயார் கோபித்துக் கொள்வாள். "நீ சுத்த முட்டாளாக இருக்கிறாயே! ஒரு புத்தகம் படிப்பதற்காக நீ தனியாக அந்தக் காட்டுக்குள் போய் உட்கார்ந்து கொண்டு மீனுக்குக் காவலிருக்கிறாயே? அவர்களுக்கு ஒரு நல்ல சோம்பேறி கிடைத்தான்" என்பாள்.

ஆனால் முட்டாள் அப்புவுக்கு என்ன லாபம் கிடைத்ததென்பது அவனுடைய தாயாருக்குத் தெரியாது. இப்போது அவனுக்கு இரண்டு புத்தகங்கள் கிடைத்திருக்கின்றன. 'மகாராஷ்டிர வாழ்க்கை உதயம்', 'ரஜபுத்திரர்களின் வாழ்க்கை அஸ்தமனம்' ஆகிய இரண்டு புத்தகங்கள்தான் அவைகள். கறையான் அரித்த பக்கங்கள் கிழிந்து போன அந்தப் புத்தகத்தில் ஜனசந்தடியற்ற காட்டுக்குள் உட்கார்ந்து கொண்டு காட்சிக்கு மேல் காட்சிகள் கண்டு கொண்டிருந்தான்.

ஜுலேகா படகில் உட்கார்ந்துகொண்டு காயமடைந்த நரேந்திரனுக்குச் சிகிச்சை அளித்துக் கொண்டிருக்கிறாள். சிவாஜி, ஔரங்கசீபின் தர்பாரில் ஐயாயிரம் உத்தியோஸ்தர்களுக்கு மத்தியில் கோபத்தால் சீறிக் கொண்டிருக்கிறான்.

ரஜவாடாவிலுள்ள பாலைவனத்திலும், டில்லி, ஆக்ரா ராஜ மஹால்களிலும், கண்ணாடி மாளிகையிலும் ஆடம்பரமான ஆடைகளை அணிந்துள்ள சுந்தரிகளுடன் நாளைக் கழிக்கிறான். சந்திரிகையும், வாட்களோடு வாட்கள் மோதிக் கொள்வதும், அழகிய பெண்களின் கள்ளக்காதலும், நீளமான ஈட்டிகளைக் கையில் பிடித்துக் கொண்டு வீரர்கள் வேட்டைக்குச் செல்லும் அந்த உலகத்தில் சஞ்சரித்துக் கொண்டிருக்கிறான்.

ஒரு சிறந்த வீரனால், ரஜபுத்திரனால், மனிதனால் செய்யக் கூடிய வீரத்தை பிரதாப்சிங் செய்திருக்கிறான். ஹல்தி காடியின் மலைப் பாதைகளில் ஒவ்வொரு பாறையிலும் அவனுடைய வீரக் கதை சித்தரிக்கப்பட்டுள்ளது. யுத்தகளத்துக்குச் சென்ற பன்னிரண்டாயிரம் ராஜபுத்திர வீரர்களின் ரத்தத்தினால் அவர்களுடைய கதைகள் அழியாத எழுத்துக்களால் எழுதப்பட்டுள்ளது.

ரொம்ப நாளைக்குப் பிறகுகூட பழைய வீரர்கள் குளிர்கால இரவுகளில் கணப்புச் சட்டுக்குமுன் உட்கார்ந்துகொண்டு தங்கள் பேரன் பேத்திகளுக்கு ஹல்தி காடியின் வீரக்கதைகளைக் கூறிக் கொண்டிருக்கிறார்கள்.

எங்கிருந்தோ ஒரு வீரன் ஈட்டியை எறிகிறான்.

அப்பு இந்த வன பூமியில் மரம் செடி கொடிகளின் நிழலில், ஈர மண்ணில் பிறந்து வளர்ந்தவன். ஆனாலும் அவனுக்கு ராஜஸ்தானத்திலுள்ள ஆரவல்லி, மேவாடு ஆகிய இடங்களைப் பற்றி நன்கு தெரியும். அவ்விடத்திய காடுகளின் அழகை அறிவான். ஆயுதபாணியாக மலையிலிருந்து இறங்கிக் கொண்டிருக்கும் தேஜ்சிங் எவ்வளவு கம்பீரமாக இருக்கிறார்!

அந்தப் பிராந்தியத்தில் ரொம்ப நாட்களாக மலைவாசிகள் வசிக்கும் குகைகளிலும் மலை உச்சியிலும் பாதி ராத்திரியில் ஒரு பெண் பாடுவது கேட்டது. சில வேளைகளில் அதிகாலையில் அந்த அமைதியான இடத்திலே யாரோ ஒரு நாடோடிப் பெண்ணின் வெளிறிய முகத்தையும் சஞ்சல நயனத்தையும் பார்க்க முடிந்தது. அவள் வன தேவதையாக இருக்கலாம் என்று ஜனங்கள் பேசிக் கொண்டார்கள். அந்தப் பாடலின் கருணா ரசம் மெதுவாக மூங்கில் புதர்களுக்குப் பின்னாலிருந்து காற்றிலே மிதந்து வந்து அப்புவின் காதுகளில் ஒலித்துக் கொண்டிருந்தது.

கமலமேர், சூர்யகடு யுத்தங்கள், சேனாதிபதி ஷஹபாஜ்கான், அழகி நூர்ஜஹான், புஷ்ப குமாரி, மலைவாசிகள், வீரப் பாலகனான சந்தன் சிங் ஆகிய இவர்களெல்லாம் எவ்வளவு அபூர்வமான கற்பனைகள்! அவர்கள் ரொம்ப தூரத்திலிருந்தாலும் அருகாமையில் இருப்பவர்கள் போலத் தோன்றினார்கள். ரஜவாடாவின் பாலை வனமும், ஆரவல்லி மலையின் உயர்ந்த சிகரங்களும், அங்கு மரங்கள் பூக்களைச் சொரிந்து கொண்டிருப்பதும் தெரிந்தது. மேவாடு லஷ்மி யின் ரத்தச்சுவடுகள் வீர நதியின் கரைகளிலுள்ள பாறைகளிலும், சாலைகளிலும், வயல்களிலும், மகிழ மரக்காடுகளிலும் பதிந்திருந்தன. சித்தோட்டைக் காப்பாற்ற முடியவில்லை. ராணா அமர்சிங் முகாலாயர்களுடன் சமாதானம் செய்து கொண்டார். சதா போரிட்டு வந்த தந்தை பிரதாப்சிங் சொர்க்கத்தில் இதைப்பற்றி என்ன எண்ணி யிருப்பார்? அவருடைய மனம் அவ்வளவு வேதனைப்பட்டிருக்காது?

சூடான கண்ணீர் வெளிப்பட்ட காரணத்தால் குளமும் மூங்கில் புதரும் காடும் மங்கலாகத் தோன்றியது. அன்று மத்தியானம் அவனு டைய அப்பா ஒரு காகிதக் கட்டைக் காட்டி "இது என்ன? என்றான்.

அப்பு அவசரமாக படுக்கையிலிருந்து எழுந்து உட்கார்ந்தான். உற்சாகத்துடன், "அப்பா! பத்திரிகைதானே?" என்றான்.

அன்று ராம கவசம் எழுதியதற்கு பிஹாரி கோஷ் மாமியார் மூன்று ரூபாய் கொடுத்தாள். அதில் மனைவிக்குத் தெரியாமல் இரண்டு ரூபாயைப் பத்திரிகைக்கு அனுப்பினான். அது மனைவிக்குத் தெரிந்திருந்தால் பத்திரிகைக்காகப் பணம் அனுப்ப விட்டிருக்க மாட்டாள்.

அப்பு அவசரமாகப் பத்திரிகையை வாங்கிப் பிரித்தான். ஆமாம், பத்திரிகைதான். பெரிய பெரிய எழுத்துக்களில், 'வங்கவாசி' என்று எழுதப்பட்டிருந்தது. புதுக் காகிதத்தின் வாசமடித்தது. இந்தப் பத்திரிகைக்காகத்தான் ஒவ்வொரு சனிக்கிழமையும் புவன முகர்ஜி வீட்டிலிருக்கும் தபால் பெட்டி அருகில் தபால்காரன் வரவுக்காகக் கழுகு போலக் காத்துக்கொண்டிருப்பான். பத்திரிகை! பத்திரிகை! என்னென்ன விஷயங்கள் இருக்குமே! என்னென்ன புதிய விஷயங்கள் தெரிய வருமோ?

இரண்டு ரூபாய்க்குப் பையன் அடைந்த சந்தோஷத்திற்கு ஈடாக எதைச் சொல்ல முடியும்? அடகு வைத்த நகையை மீட்டால் கூட இவ்வளவு சந்தோஷம் உண்டாகி இருக்காதே!

அப்பு சிறிது நேரம் படித்துவிட்டு, "இதில் வெளிநாட்டுப் பிரயாணக் கட்டுரை வந்திருக்கிறது. இன்றிலிருந்துதான் ஆரம்ப மாகிறது. நாம் நல்ல சந்தர்ப்பத்தில் சந்தாதாரர்களானோம் அல்லவா?" என்றான்.

 நற்றிணை பதிப்பகம் ✱ 213

இருந்தாலும் அவன் மனத்தில் வருத்தம் உண்டாகியது. கடந்த வருஷம் திடீரெனப் பத்திரிகை வருவது நின்றுவிட்டதால் அப்போது வெளிவந்து கொண்டிருந்த தொடர்களை முக்கியமாக, 'ராட்சன்' கதையைப் படிக்க முடியவில்லை. ராஜ சபைக்குப் போன பிறகு என்ன நடந்தது? இது அவனுக்குத் தெரியாது.

ஒருநாள் ராணி, "நீ நோட்டில் என்ன எழுதிக்கொண்டிருக்கிறாய்?" என்று கேட்டாள்.

அப்பு ஆச்சரியத்துடன், "எந்த நோட்டில்? உனக்கெப்படித் தெரியும்? என்றான்.

"ஒருநாள் மத்தியானம் உங்கள் வீட்டுக்கு வந்திருந்தேன். உன்னைக் காணோம். நான் ரொம்ப நேரம் வரையிலும் சித்தியுடன் பேசிக் கொண்டிருந்தேன். சித்தி உன்னிடம் சொல்லவில்லையா? அப்போதுதான் நீ எழுதி வைத்திருப்பது தெரிந்தது. என் பெயர் இருந்தது. அப்புறம் தேவசிங்... இன்னும் என்னவெல்லாமோ எழுதியிருந்தாய்."

அப்பு வெட்கமடைந்தான். "அது ஒரு கதை...'

"என்ன கதை? எனக்குப் படித்துக் காட்டு!"

அடுத்த நாள் ராணி ஒரு நோட்டுப் புத்தகத்தை அப்புவிடம் கொடுத்துவிட்டு, "இதில் எனக்கு ஒரு கதை எழுதிக் கொடு! ஆனால் ரொம்பப் பெரிதாக இருக்கவேண்டும். எழுதிக் கொடுக்கிறாயா? நீ நன்றாக எழுதுகிறாய் என்று அதிசி சொல்கிறாள். நீ எழுதிக் கொடு! நான் அதிசியிடம் காட்டுகிறேன்" என்றாள்.

அப்பு அன்று இரவே எழுதத் தொடங்கினான். தாயாரிடம், "அம்மா! இன்னொரு விளக்கு எண்ணெய் விடம்மா! இன்று இன்னும் கொஞ்சம் எழுதிக்கொள்கிறேன்" என்றான்.

"இன்று இரவு ஒன்றும் படிக்கவேண்டாம். இன்னும் இரண்டு விளக்கு எண்ணெய்தான் இருக்கிறது. நாளை எப்படிப் பதார்த்தங்கள் செய்வது? சமையல் செய்து கொண்டிருக்கிறேன். அந்த வெளிச் சத்திலேயே வந்து படி" என்றாள்.

ஆனால் அப்பு சண்டையிட்டான்.

தாயார் கோபத்துடன், "ரொம்ப கிறுக்குப் பையன்! ராத்திரியில் தான் எழுதுவதா? படிப்பதா? பகலெல்லாம் எங்கோ போய்விடுவது! அப்படி எழுதாவிட்டால் என்ன? போ! போ! எண்ணெய் கிடை யாது!" என்றாள்.

கடைசியில் அடுப்பு வெளிச்சத்திலேயே அப்பு எழுவதற்காக வந்து உட்கார்ந்துகொண்டான். 'அப்பு பெரியவனான பிறகு நான் அவனுக்கு ஒரு கல்யாணத்தைச் செய்து வைப்பேன். இந்த வீட்டையே நல்ல வீடாகக் கட்டுவேன். அடுத்த வருஷம் பூணூல்

போட்டுவிடுவேன். அதற்குப் பிறகு கோவில் பூஜை கிடைத்து விட்டால்...” இப்படி சர்வஜயா நினைத்துக்கொண்டாள்.

நாலைந்து நாளைக்குப் பிறகு ராணிக்கு நோட்டைத் திருப்பிக் கொடுத்தான். ராணி ஆவலுடன் நோட்டைப் புரட்டிப் பார்த்துக் கொண்டே, “எழுதிவிட்டாயா?” என்றாள்.

“திறந்து பார்” என்று அப்பு சிரித்துக்கொண்டு சொன்னான்.

ராணி நோட்டைத் திறந்து பார்த்துவிட்டு மகிழ்ச்சியுடன், “அடே! நீ ரொம்ப எழுதியிருக்கிறாயே? இரு, அதிசியிடம் காட்டி விடுகிறேன்” என்றாள்.

அதிசி பார்த்துவிட்டு, “அப்பு எழுதினானா? இருக்காது! ஏதாவது புத்தகத்திலிருந்து காப்பி அடித்திருப்பான்” என்றாள்.

அப்பு அதை மறுத்தபடி, “காப்பி அடிக்கவில்லை. நானேதான் எழுதினேன். பட்டுவிடம் கேட்டுப் பார். அதிசி அக்கா! நான் அவனுக்கு மாலை நேரங்களில் குளக்கரையில் எத்தனையோ கதைகள் சொல்லியிருக்கிறேன்” என்றான்.

“ஆமாம் அக்கா! எனக்குத் தெரியும். அவன்தான் எழுதினான். அவன் இப்படித்தான் எழுதிக் கொண்டிருக்கிறான். இவன் ஒரு நாடகம் எழுதியிருந்தான். அதை எனக்குப் படித்துக் காட்டினான்” என்றாள் ராணி. பிறகு அப்புவிடம், நீ உன் பெயரை எழுத வில்லையே? பெயரை எழுதிக்கொடு” என்றாள்.

அப்பு இப்போது சிறிது வெட்கத்துடன் “இன்னும் கதை முடிய வில்லை. கதை முடிந்தபிறகு என் பெயரை எழுதுகிறேன்” என்றான்.

இந்தக் கதை ‘பாலயோகினி’ என்று ஆரம்பமாகிறது. இது நாடக பாணியில் இருந்தது. முடிவு என்ன என்பதை அவனே இன்னும் தீர்மானிக்கவில்லை. இனி ரொம்ப நாளைக்கு எழுதாமல் வைத்திருக்க முடியாது. அதிசியும் ராணியும் தன்னால் எழுத முடியவில்லை என்று நினைத்துக்கொண்டால் என்ன செய்வது? ஆகையால்தான் கதையை முடிக்கு முன்பே கொடுத்துவிட்டான்.

அப்பா வீட்டிலில்லை. அவன் காலையிலேயே ஊரிலுள்ள இன்னம் சிலருடன் அருகிலுள்ள கிராமத்திற்குச் சிரார்த்த விருந்துக் குப் போய்விட்டான். சுநீலும் அவனுடன் போயிருந்தான். அந்த விருந்து சாப்பாட்டுக்கு ஐந்தாறுமைல் தூரத்திலிருந்துகூட பிராமணர் கள் வந்திருந்தார்கள். ஒவ்வொருவருடனும் ஐந்தாறு குழந்தைகளும் இருந்தன. தங்கள் பையன்களை நல்ல இடத்தில் உட்காரவைக்க வேண்டி கொஞ்சம் சத்தமும் உண்டாகியது.

ஒவ்வொரு இலையிலும் நான்கு லட்டுகள் வைத்த பிறகு பரிசாரகர்கள் கூட்டு எடுத்து வரும்போது ஒரு இலையில் கூட லட்டைக் காணோம். எல்லோரும் கையில் வைத்திருந்த பைகளில்

லட்டுகளை எடுத்து மறைத்துக்கொண்டனர். ஒரு சின்னப் பையன் இந்த விஷயம் தெரியாமல் லட்டைச் சாப்பிட்டுக் கொண்டிருந்தான். அதைக் கண்டு அவனுடைய தந்தை விஸ்வேஸ்வர பட்டாசாரியார் லபக்கென பையனிடமிருந்த லட்டைப் பிடுங்கிப் பையில் போட்டுக் கொண்டு, “இதை வைத்துவிடு. இன்னும் கொடுப்பார்கள் அதைச் சாப்பிடு” என்றார்.

இதற்குப் பிறகு வெகு நேரம் வரையிலும் பயங்கரமான கூச்சல் கேட்டுக்கொண்டிருந்தது. ‘லட்டுக் கூடையை இங்கே கொண்டு வாருங்கள்!” இங்கே பதார்த்தமே வரவில்லையே!” ‘தயிர்! தயிர்!’ இம்மாதிரி சப்தங்கள். ஒவ்வொருவரும் எத்தனை பொருள்களை எடுத்துக்கொண்டு போகலாம் என்பதைப் பற்றி வீட்டுக்காரருடன் சாப்பிட வந்த பிராமணர்கள் தகராறு செய்தார்கள்.

“இப்படிக் கட்டுமானம் செய்வதாயிருந்தால் விருந்துக்கு யாரையும் அழைத்திருக்கக் கூடாது. ராஜா வள்ளாள சேனன் காலத்திலிருந்து இந்த வழக்கம் இருந்து வருகிறது. இதோ உங்கள் பொருள்! இந்தக் கந்தர்ப்ப மஜூம்தார் இம்மாதிரி இடத்திற்கு...”

அப்புறம் வீட்டுக்காரர் கந்தர்ப்ப மஜூம்தாருடைய கால்களை யும் கையையும் பிடித்து சந்தோஷப்படுத்த வேண்டியிருந்தது.

அப்புகூட ஒரு சிறு மூட்டை பலகாரங்கள் கொண்டு வந்தான். சர்வஜயா அவசரமாக வெளியில் வந்து சிரித்துக்கொண்டு, “அடே, நீ கூட இவ்வளவு கொண்டு வந்திருக்கிறாயே? எங்கே பார்க்கலாம். லட்டு, பூரி, பர்பி இன்னும் என்னவெல்லாமோ இருக்கிறதே! மூடி வைக்கிறேன். காலையில் சாப்பிடலாம்” என்றாள்.

“நீயும் சாப்பிடவேண்டும். உனக்காகத்தானே ரண்டு தரம் கேட்டு வாங்கி வந்திருக்கிறேன்?” என்றான் அப்பு.

“ஆமா, எங்கம்மாளுக்கு லட்டு கொடுங்கள் என்றா கேட்டு வாங்கிவந்தாய், நீ சுத்த அசடாக இருக்கிறாயே?” என்றாள் சர்வஜயா.

அப்பு தலையை அசைத்துக்கொண்டு, “அப்படிக் கேட்க வில்லையம்மா! எனக்கென்றுதான் அவர்கள் நினைத்திருப்பார்கள்” என்றான்.

சர்வஜயா மகிழ்ச்சியுடன் வீட்டுக்குள் போனாள்.

அப்பு கொஞ்ச நேரத்திற்குப் பிறகு சுநீல் வீட்டுக்குப் போனான். அவன் வீட்டு வாசற்படியில் கால் வைக்கும் போது சுநீலுடைய தாயார் தன் மகனிடம், “வீணாக இவை எல்லாம் எதற்காகக் கொண்டு வந்தாய்? உன்னை யார் கொண்டு வரச் சொன்னார்கள்?” என்று கேட்டுக் கொண்டிருந்தாள்.

சுநீல் எல்லோரையும் போல பட்சணங்கள் கொண்டு வந்திருந் தான். "இதில் என்னம்மா தப்பு? எல்லோரும்தான் கொண்டு போனார்கள் அப்புகூடக் கொண்டு போனான்" என்றான்.

"அப்பு கொண்டுவராமலிப்பானா? அவன் பிராமணார்த்தம் சாப்பிடும் பிராமணனுடைய மகன். அதோடு அவன் பூஜை செய்வதால் தின்பண்டங்களைக் கொண்டுவந்து கொண்டுதானிருப் பான். இது அவனுடைய தொழில். அவனுடைய அம்மாவோ பரம ஏழை! அதனால்தான் உங்களை எல்லாம் இந்த ஊருக்கு அழைத்து வர விரும்பவில்லை. கெட்ட சகவசாத்தால் கெட்ட பழக்கங்கள் தானே பிடிபடும்! அப்புவைக் கூப்பிட்டு எல்லாவற்றையும் கொடுத்து விடு. இல்லாவிட்டால் தெருவில் தூக்கி எறிந்துவிடு. விருந்து சாப்பாடு சாப்பிட்டுவிட்டு வந்தாய். அது சரி. ஆனால் அற்பர்களைப் போல மூட்டை கட்டிக்கொண்டு வரலாமா?"

அப்பு இவை எல்லாம் கேட்டு விட்டுப் பயந்து கொண்டான். அப்புறம் அவன் சுநீல் வீட்டுக்குள் நுழையவில்லை. 'அம்மா ஏன் அவ்வளவு சந்தோஷமடைந்தாள்? பெரியம்மா ஏன் கோபித்துக் கொண்டாள்? லட்டும் மற்ற பட்சணங்களும் மண்ணா, செங்கல்லா? பெரியம்மா தெருவில் எறியச் சொல்லுகிறாளே! என்னுடைய அம்மா ஏழையா? விருந்து சாப்பிட்டுக்கொண்டு அலைகிற பிராமண னுடைய பையனா நான்? பெரியம்மா இவை எல்லாம் தாராளமாகச் சாப்பிட்டிருப்பாள் போலிருக்கிறது! என்னுடைய அம்மாதான் இவை எல்லாம் சாப்பிட்டதே இல்லையோ? நான்தான் இவை எத்தனை தடவை சாப்பிட்டிருக்கிறேன்? சுநீலைப் பொறுத்த வரையில் குற்றமாக இருப்பது என்னைப் பொருத்த வரையில் அது எப்படிக் குற்றமற்றதாகும்?' இந்த விதம் அவன் வீடு திரும்பும்போது யோசித்துக் கொண்டு வந்தான்.

எழுதப் படிக்க அதிக நேரம் கிடைப்பதில்லை. அவன் இவை களைத்தான் செய்து கொண்டிருந்தான். விருந்து சாப்பிடப் போவது, அங்கிருந்து மூட்டை கட்டிக்கொண்டு வருவது, தந்தையுடன் புரோகிதம் செய்யப்போவது, மீன் பிடிப்பது. மீனவர் தெருவில் அடிவாங்கினானே அந்தச் சின்னப் பையன் பட்டு, அவன்தான் இவனுக்குத் தோழன். இப்போது அவனும் கொஞ்சம் பெரியவனாக வளர்ந்துவிட்டான். அவன் எப்போது பார்த்தாலும் அப்பு அண்ணா வோடேயே சுற்றிக் கொண்டிருந்தான். அடுத்த தெருவிலிருந்து அப்புவுடன் விளையாடுவதற்கு இந்தத் தெருவுக்கு வந்து கொண்டிருந்தான். வேறு யாருடனும் அவன் சேருவது கிடையாது. அப்பு அண்ணா தன்னை மீனவச் சிறுவர்களிடமிருந்து காப்பாற்றும் போது அவனும் அடிபட்டுவிட்டான் என்பதை ஒருபோதும் மறப்பதில்லை.

மீன் பிடிப்பதென்றால் அப்புவுக்கு ரொம்பப் பிரியம். சோனா டாங்கா மைதானத்துக்குக் கீழே, இச்சாமதி ஆற்றில் தூண்டில் போட்டால் மீன் நிறையக் கிடைக்கும். அவன் அடிக்கடி அங்குபோய் மரத்தடியில் உட்கார்ந்துகொண்டு மீன்பிடிப்பான். அந்த இடம் அவனுக்கு மிகவும் பிடித்தமான இடம். அமைதியான ஆற்றங்கரை, எத்தனையோ மரங்களும் கொடிகளும் ஆற்றங்கரையில் வளைந் திருக்கும். அக்கரையில் கோரைப்புல் மைதானம். மைதானத்திலுள்ள மரங்களில் அழகிய கொடிகள் பூத்திருக்கும். தூரத்தில் மாதோபூர் கிராமத்தில் மூங்கில் புதர் தெரியும்.

அவன் சிறுவயதில் பண்டகசாலை மைதானத்திற்கு வந்ததி லிருந்து மைதானம், காடு, நதி என்றாலே மனம் மகிழ்வான். அவன் தூண்டிலைப் பிடித்துக் கொண்டு நாற்புறமும் பார்த்துச் சந்தோஷ மடைவான். மீன் கிடைத்தாலும் கிடைக்காவிட்டாலும் மாலை இருளிலே பட்சிகள் தங்கள் கூடுகளுக்குத் திரும்பி வருவதைப் பார்த்து மகிழ்ச்சி அடைவான். மீன் கிடைக்காவிட்டாலும் பரவா யில்லை. தினமும் இங்கே வந்து உட்கார வேண்டும் என்று நினைத்துக் கொள்வான்.

தினமும் மீன் கிடைத்துக் கொண்டிருக்காது. தண்ணீருக்குள் தூண்டிலைப் போட்டு விட்டு அசையாமல் உடகார்ந்து கொண்டி ருக்க வேண்டும். ஆனால் ஒரே இடத்தில் அவ்வளவு நேரம் அவனால் உட்கார்ந்து கொண்டிருக்க முடியாது. அவன் இங்குமங்கும் சுற்றிக் கொண்டிருப்பான். புதர்களிலே பறவைகளில் கூடுகளைத் தேடிக்கொண்டிருப்பான். உடனே தூண்டிலில் ஏதாவது மீன் பட்டிருக்குமா என்று தூண்டிலை வெளியில் எடுத்துப் பார்த்துவிட்டு, “இங்கே ஜேயா மீன்கூட்டம் இருக்கிறது. இங்கு ஒன்றும் பலிக்காது” என்று சொல்லிக்கொள்வான்.

பிறகு அவன் அங்கிருந்து கொஞ்ச தூரம் தள்ளிப் போய் தூண்டிலைப் போடுவான். அங்கு தண்ணீர் நிழல் படிந்து கறுப்பாக இருக்கும். அதனால் பெரிய மீன்கள் தூண்டிலில் சிக்கும் என்று நினைத்துக் கொள்வான். ஆனால் அந்தப் பிரமை அவனை விட்டு அகல வெகு நேரமாகாது.

சில சமயங்களில் தன்னுடன் புத்தகத்தையும் எடுத்துக் கொண்டு வருவதுண்டு.

தூண்டிலைப் போட்டுவிட்டு படித்துக் கொண்டிருப்பான். சுரேஷிடமிருந்து படங்கள் நிறைந்த ஒரு ஆரம்ப வகுப்புப் புத்தகத்தை வாங்கி வைத்திருந்தான். அவனுக்கு ஆங்கிலம் தெரியாது. ஆனால் ஆங்கிலப் புத்தகத்தில் படம் பார்ப்பான். கதைகளிலே பெருந்தன்மை வெளிப்பட்டால் அந்தக் கதை அவனுக்கு ரொம்பப் பிடிக்கும்.

இந்தப் புத்தகத்தில் அம்மாதிரி பல கதைகள் இருந்தன. ஒரு வழிப்போக்கன் பனிப் புயலில் சிக்கிக் கொண்டான். கொலம்பஸ் சமுத்திரங்களைக் கடந்து அமெரிக்காவைக் கண்டுபிடித்தான். ஒரு ஆங்கிலச் சிறுவனும் சிறுமியும் சமுத்திரக்கரையிலுள்ள மலையில் கழுகு முட்டைகள் எடுக்கப்போய் ஆபத்தில் சிக்கிக் கொண்டனர். இந்தக் கதைகள் எல்லாம் அப்புவுக்கும் நன்றாகத் தெரிந்தவைதான்.

சர்ப பிலிப் சிட்னியின் சிறிய கதையைப் படித்துவிட்டு கண்ணீர் வடித்தான். அவன் சுரேஷிடம் போய், "அண்ணா உனக்கு இந்தக் கதை தெரியுமா? எனக்கு முழுக்கதையையும் சொல்லு" என்றான்.

"அது ஜுட்பேன் சண்டைக் கதை!"

அப்பு திடுக்கிட்டுப் போய், "என்ன? ஜுட் பேனா? அது எங்கிருக்கிறது?" என்றான்.

ஆனால் சுரேஷால் இதற்குமேல் அதிகமாகச் சொல்ல முடிய வில்லை.

ஒரு மாதம் கழிந்தது.

மீன் பிடிக்கப் போனான். ஒரு பெரிய மீன் அவன் தூண்டிலில் சிக்கிக் கொண்டது. இந்த வெற்றியின் காரணத்தால் அந்த இடத்தை விடுவதில்லை என்று தீர்மானித்தான். அவன் அங்கேயே உட்கார்ந்து கொள்வான்.

நாட்கள் கழிந்து கொண்டிருந்தன. ஆற்றங்கரை மைதானத்தில் மறுபடியும் அமைதி நிலவியது.

'வங்கவாசி'யில் அயல்நாட்டுச் சுற்றுப்பயணத்தில் படித்த தெல்லாம் ஞாபகத்துக்கு வந்தது. அவன் சுரேஷுடைய இங்கிலீஷ் புத்தகத்தில் மத்திய தரைக்கடலைப் பார்த்திருக்கிறான். அதற்கு அப்பால் பிரான்சு இருக்கிறது. அது கூட அவனுக்குத் தெரியும்.

அந்தக் காலத்தில் பிரான்சை அந்நியத் துருப்புகள் முற்றுகை இட்டுக் கொண்டிருந்தன. தேசம் ஆபத்தான நிலையில் இருந்தது. ராஜா செயலற்றுப் போனான். எங்கும் அராஜகம் தாண்டவமாடியது. கொள்ளை, கொலைகள் நடந்தன. இந்தக் கோரமான ஆபத்துக் காலத்தில் லாரன்ஸ் மாகாணத்தில் ஒரு சின்ன கிராமத்திலிருந்து ஓர் ஏழைக் குடியானப் பெண் ஆடு மேய்த்துக் கொண்டிருந்தாள். ஆடு மேய்க்கும்போது அவள் தனியாகப் போய் உட்கார்ந்து கொண்டு நீல வானத்தைப் பார்த்தபடி தேசத்தின் நிலையைப் பற்றி யோசித்துக்கொண்டிருப்பாள். அவள் இவ்விதம் பல நாட்கள் யோசித்துக்கொண்டிருந்தாள். கடைசியில் அவள் மனத்திற்குள்ளிருந்து குரல் கேட்டது. 'உன் கையால்தான் பிரான்சுக்கு விடுதலை கிடைக்கப் போகிறது. நீ ஆயுதத்தை எடு! ராஜாவுக்காகச் சேனைகளைத்

திரட்டு. தேசத்தையும் மக்களையும் பாதுகாக்கும் பொறுப்பு உன்னிடம் தான் உள்ளது. கடவுள் உனக்கு அருள் புரிவார்!'

இவ்விதம் பல நாட்கள் வரையிலும் இந்தக் குரல் அவளுக்குக் கேட்டுக்கொண்டேயிருந்தது. அதற்கப்புறம் சேனை புத்துயிர் பெற்று எதிரிகளைத் தோற்கடித்தது. அந்தக் குடியானப் பெண் ஆயுதம் தாங்கி அரச சிம்மாசனத்தில் உட்கார்ந்தாள். அதன் பிறகு அறிவற்ற குருடர்கள் அவளைப் பிசாசு பிடித்தவள் என்று கூறி உயிரோடு எரித்துவிட்டார்கள். இவை எல்லாம் இன்று இவன் படித்தான்.

மாலையில் ஆற்றங்கரையில் உட்கார்ந்து கொண்டு யோசிக்கும் போது இவனுள்ளத்தில் பல விதமான கருத்துகள் எழும். அந்தக் கன்னிப் பெண்ணின் போராட்டத்தையும் வெற்றியையும் தவிர அவன் வேறு ஒன்றையும் சிந்திப்பதில்லை. ஒரு பெண் உட்கார்ந்து கொண்டு தனியாக யோசித்துக் கொண்டிருப்பதும் அருகே ஆடுகள் மேய்வதும் ஒரு பக்கத்தில் எதிரிப்படைகள் நிற்பதும், அவர்களை எதிர்த்து சாதாரண ஒரு கிராமப் பெண் வெற்றிகொள்வதுமான காட்சிகள்தான் அவனுக்குத் தோன்றும்.

இன்னும் எத்தனையோ காட்சிகளைக் காண்பான். நீலக் கடலால் சூழப்பட்ட மார்ட்டின் தீவு. நாற்புறத்திலும் கரும்புத் தோட்டங் களிருக்கின்றன. தலைக்கு மேலே நீலவானம். கண்ணுக் கெட்டிய வரையிலும் நீலவானமும் நீலக்கடலும்தான் தெரிகிறது. நீலம்! நீலம்! எங்கு பார்த்தாலும் நீலத்தைத் தவிர வேறு ஒன்று மில்லை. இன்னும் எத்தனையோ விஷயங்களிருக்கின்றன. அவை களைத் தெரியப்படுத்தவோ விளங்க வைக்கவோ முடியாது.

அவன் தூண்டிலை எடுத்துக்கொண்டு வீட்டுக்குப் புறப்பட ஆயத்தமானான். ஆற்றங்கரையிலிருந்த மரங்களின் மலர்கள் வெள்ளத்தில் மிதந்து வந்துகொண்டிருந்தன. சோனாடாங்கா மைதானத்திலுள்ள கொள்ளையர்களின் அரச மரத்தின் உச்சியில் சூரிய கிரணங்கள் பட்டுக்கொண்டிருந்தன. அழகாபுரியிலுள்ள ஒரு தெய்வக் குழந்தை அங்குள்ள தங்கத்தைக் கீழே வாறி இரைத்துவிட்டு ஆகாயத்தில் பறந்து மேற்கு அடிவானத்தில் எங்கோ ஒரு காட்டுக்குள் போவது போலிருந்தது.

பின்னாலிருந்து யாரோ அவனுடைய கண்களைப் பொத்தினார் கள். அவன் பலவந்தமாகத் தன்னை விடுவித்துக்கொள்ளவே, பட்டு சிரித்துக்கொண்டு, "அண்ணா உன்னை எங்கெல்லாம் தேடினேன் தெரியுமா? கடைசியில் நீ மீன் பிடித்துக்கொண்டிருப்பாய் என்று நினைத்து வந்தேன். மீன் கிடைக்கவில்லையா? ஒன்றுகூடக் கிடைக்க வில்லையா? வா, கொஞ்ச தூரம் படகில் போய்விட்டு வரலாம்" என்றான்.

கதம்ப மரத்தடியிலிருக்கும் சாகப் துறைக்கு வெகுதூரத்தி லிருந்தெல்லாம் படகுகள் வரும். தானியங்கள், முத்துச் சிப்பி முதலானவைகளை ஏற்றிக்கொண்டு வருவார்கள். இந்தப் படகுகள் வரிசையாகக் கட்டப்பட்டிருக்கும். மீனவர்கள் முத்துச் சிப்பிப் படகில் ஒரு பெரிய வலை போட்டிருந்தார்கள். இவர்கள் பிரதி வருஷமும் தெற்கேயிருந்து முத்துச் சிப்பிகளை ஏற்றிக் கொண்டு வருவார்கள். நடு ஆற்றில் படகுகளை நிறுத்தி வைத்துக் கொள்வார்கள்.

ஒரு கறுத்த மனிதன் அடிக்கடி தண்ணீருக்குள் மூழ்கி சிப்பி களை எடுத்து வந்தான். தன் கைக்குக் கிடைத்த சிப்பிகளைப் படகிற்குள் போட்டுக் கொண்டிருந்தான். அப்பு உற்சாகத்துடன் பட்டுவுக்குக் காட்டிக்கொண்டு, "பட்டு அதோ பார்! எவ்வளவு நேரம் வரையிலும் மூச்சு பிடிக்கிறான் பார்த்தாயா? ஒன்று இரண்டு என்று எண்ணு பார்க்கலாம். நீ இவ்வளவு நேரம் மூச்சு பிடிப்பாயா?" என்றான்.

அருகம் புல் முளைத்திருந்த கரை சாய்வாக நீர்வரையிலும் சென்றது. அங்கங்கே உள்ள மரவேர்களில் படகுகள் கட்டப்பட்டி ருந்தன. படகை லங்கர் போட்டும் நிறுத்தியிருந்தார்கள். இந்தப் படகுக்காரர்கள் எத்தனையோ நதிகள் நகரங்கள் எல்லாம் கடந்து புயலையும் மழையையும் எதிர்த்துக் கொண்டு இவ்வளவு தூரம் வந்திருக்கின்றார்கள். படகோட்டிகளிடம் உட்கார்ந்து கொண்டு அவர்களுடைய கதைகளைக் கேட்க வேண்டுமென்று ஆசைப் பட்டான். ஆற்றிலும் கடலிலும் பிரயாணம் செய்யவேண்டுமென்று விரும்பினான். சுரேஷ் புத்தகத்தில் பல தேசப் படகோட்டிகளைப் பற்றியும் படித்ததிலிருந்து அவனுக்கு இந்த ஆசை ஏற்பட்டது. பட்டுவும் அவனும் படகுக்காரர்கள் அருகில் சென்று விசாரிக்கத் தொடங்கினார்கள். "இந்தத் தான்யப் படகு எங்கிருந்து வருகிறது? ஜால்காடிலிருந்தா? எங்கிருக்கிறது? இங்கிருந்து எவ்வளவு தூர மிருக்கும்?

"அப்பு அண்ணா! புளியந்தோப்புத் துறையிலிருந்து ஒரு படகு வாங்கிச் சுற்றி விட்டு வரலாம் என்றான் பட்டு.

இருவரும் ஒரு சிறு படகை நீரில் மிதக்க விட்டு அதில் ஏறி உட்கார்ந்தார்கள். ஆற்றிலிருந்து ஈரக்காற்று வீசிக்கொண்டிருந்தது. கரையோரத்தில் குடியானவர்கள் தங்கள் வேலையில் ஈடுபட்டுக் கொண்டிருந்தனர். சால்தே போதா திருப்பத்தில் கரையிலிருந்த அடர்ந்த புதர்களில் மைனாக்கூட்டம் கலவரம் செய்து கொண்டி ருந்தது.

"அப்பு அண்ணா! ஒரு பாட்டு பாடு. அன்று பாடினாயே அந்தப் பாட்டு."

நற்றிணை பதிப்பகம் ★ 221

"அது வேண்டாம். நான் அப்பாவிடமிருந்து ஒரு நல்ல பாட்டு கற்றுக்கொண்டிருக்கிறேன். இன்னும் கொஞ்சம் மேலே போய்ப் பாடுகிறேன். இங்கே கரையில் ஜனங்கள் இருக்கிறார்கள்."

"அண்ணா நீ ரொம்ப வெட்கப்படுகிறாயே? அவர்கள் எங்கோ வெகுதூரத்திலிருக்கிறார்கள். நீ பாடு."

கொஞ்சதூரம் போன பிறகு அப்பு பாட ஆரம்பித்தான். பட்டு துடுப்பைக் கையில் பிடித்துக்கொண்டான். துடுப்புப் போடவேண்டிய அவசியமில்லை. அது நீரோட்டத்தில் வேகமாகப் போய்க்கொண்டிருந்தது. அப்பு பாடி முடித்ததும் பட்டு பாட ஆரம்பித்தான். இப்போது அப்பு துடுப்பைப் பிடித்துக்கொண்டான். படகு ரொம்ப தூரம் வந்துவிட்டது. பட்டு ஈசானிய மூலையில் கையைக் காட்டிக் கொண்டு, "எவ்வளவு மேகங்கள் நிறைந்திருக்கிறது பார்த்தாயா? புயல் வரும் போலிருக்கிறது. படகைத் திருப்புகிறாயா?" என்றான்.

"புயல் வரட்டும் புயலில் படகோட்டுவதிலும் பாடுவதிலும் இன்பம் இருக்கிறது. வா இன்னும் மேலே போவோம்."

அந்த மேகம் மாதோபூர் மைதானத்திலிருந்து வந்து நாற்புறமும் கவிழ்ந்துகொண்டது. அதனுடைய நிழல் தண்ணீரில் விழுந்தது. பட்டு உற்சாகத்துடன் ஆகாயத்தையே பார்த்துக்கொண்டிருந்தான். 'சொய் சொய்' என்ற சத்தம் கேட்டது. திடீரென மரக்கிளைகள் உஞ்சலாடின. ஒடிந்து விழுந்தன. வைகாசி மாதப் புயல் இவ்விதம் அடிக்கத் தொடங்கியது.

ஆற்று நீர் கறுப்பாக மாறிவிட்டது. பெரிய பெரிய மரங்கள் எல்லாம் ஒடிந்து விழுந்தன. வெள்ளைக் கொக்குகள் படை படையாகப் பறந்து ஓடிக்கொண்டிருந்தன. அப்புவின் உள்ளம் ஆனந்தத்தால் விம்மியது. அவன் புயல் அடிப்பதை உற்றுப் பார்த்துக் கொண்டிருந்தான்.

"காற்று பலமாக வீசுகிறது அண்ணா! இனி நீரை எதிர்த்துப் போக முடியாது. எங்காவது கவிழ்ந்து போனால் என்ன செய்வது? சுநீலைக் கூட்டிக்கொண்டு வராதது நல்லதாகப் போச்சு."

ஆனால் அப்பு அவனுடைய பேச்சைக் கேட்கவில்லை. அவன் மனம் அங்கேயே இல்லை. அவன் படகில் உட்கார்ந்தபடி நதியையும் வானத்தையுமே பார்த்துக்கொண்டிருந்தான். அவனைச் சுற்றிலும் புயலால் கொந்தளித்துக்கொண்டிருந்த ஆற்று வெள்ளத்தையும், பறந்து போகும் வெள்ளைக் கொக்குகளையும், தெற்கத்திய படகுக் காரர்களின் முத்துச் சிப்பி அம்பாரத்தையுமே பார்த்துக் கொண்டிருந்தான். அவன் 'வங்கவாசி'யில் படித்த சுற்றுப்பிரயாணியாகவே தன்னை நினைத்துக்கொண்டான். கல்கத்தாவிலிருந்து இவனது படகு புறப்பட்டது. வங்காள விரிகுடா மூலமாக சாகர் தீவைக்

கடந்து மேலே போய் இன்னும் கடலிலிருந்த எத்தனையோ தீவு களைத் தாண்டிக்கொண்டு பச்சைப் பசேலென்ற தென்னை மரங்களையும் காடுகளையும் கடந்து விசித்திரமான நகரங்களை யெல்லாம் பார்த்துக்கொண்டே போய்க்கொண்டிருக்கிறான்! போய்க் கொண்டேயிருக்கிறான்.

இச்சாமதி நதியின் ஆழ்ந்த கறுப்பு வண்ணநீர்தான் இவன் கண்டிராத கடல்நீர், அதோடு அரேபியக் கடலிலுள்ள தீவுகளிலும் பசுமை நிறைந்த புதர்களிருக்கின்றன. அங்கேயும் இவ்விதம் உட்கார்ந்து கொண்டு மாலை வேளையில் வெளிநாட்டுப் பிரயாணி போல ஒரு அரேபிய அழகியிடம் ஒரு டம்ளர் தண்ணீர் வாங்கிக் குடிப்பான். அந்தப் பிரயாணக் கட்டுரையில் வர்ணித்திருப்பது போலவேதான் பறவைக் கூட்டங்களைப் பார்க்கிறான்.

அவன் அந்த இடங்களுக்கு எல்லாம் போவான். அந்தக் காட்சி களை எல்லாம் பார்ப்பான். வெளிநாடுகளுக்குப் போவான். ஜப்பான் செல்வான். வியாபாரத்திற்காகப் பிரயாணம் செய்வான். பெரிய வியாபாரி ஆவான். இந்தத் தேசத்திலிருந்து அந்தத் தேசத் திற்கும், அந்தத் தேசத்திலிருந்து வேறொரு தேசத்திற்குமாக இடை விடாது பிரயாணம் செய்வான். பெரிய பெரிய ஆபத்துகளில் மாட்டிக் கொள்ளுவான். சீன சமுத்திரத்தில் இந்த வைகாசிப் புயல் போன்ற ஒரு புயலில் இவனுடைய கப்பல் மூழ்கிவிடும். அப்போது 'எனது விசித்திரப் பிரயாணம்' என்ற புத்தகத்தில் படித்தது போல கடல் நடுவிலுள்ள பாறையைப் பிடித்துக் கொண்டே காலம் கழிப்பான்.

எதிரில் மாதோபூர் கிராமத்தில் மூங்கில் புதர்களுக்கு மேல் மேகங்கள் இருண்டு நிற்கின்றன. அவனுக்கு எதிரில் நீலக்கடல், சமுத்திரக்கரை! தென்னைமரக் கூட்டம்! எரிமலை! பனிமூட்டம்! ஜுலேகா, சரயூ கிரேஸ், டார்லிஸ், ஜுட்பேன், கழுகு முட்டையைத் தேடித்திரியும் ஆங்கிலேயச் சிறுவனும் சிறுமியும், தங்கம் செய்யும் மந்திரக்கல், நீல வானத்தையே உற்றுப் பார்த்துக்கொண்டிருக்கும் அந்தக் குடியானப் பெண் ஜோன்... இன்னும் என்னவெல்லாமோ! இந்த விஷயங்கள் எல்லாம் அவன் தன் தகரப்பெட்டியில் வைத் திருக்கிற புத்தகங்களிலும், ராணி அக்கா வீட்டுப் புத்தகங்களிலும் சுரேஷ் கொடுத்த புத்தகங்களிலும், 'வங்கவாசி' பழைய பத்திரிகை களிலும் இருந்து தெரிந்து கொண்டவைதான். இந்தத் தேசங்களி லெல்லாம் தன்னை யாரே எதிர்பார்த்துக்கொண்டிருப்பது போலத் தோன்றியது. அங்கிருந்து ஒரு நாளைக்கு அவனுக்கு அழைப்பு வரும். அவன் போகத்தான் போகிறான்.

அந்தத் தேசங்கள் எத்தனை தூரத்திலிருக்கின்றன? யார் அவனை அழைத்துப் போவார்கள்? இவன் எப்படிப் போக முடியும்

என்பதைப் பற்றியெல்லாம் இவனுக்கு ஒன்றும் தெரியாது. கொஞ்ச நாளைக்குப் பிறகு கோவில் மணி அடித்து வயிறு வளர்க்கப் போகிறவன்! இரவில் எதையாவது படிப்பதற்கு விளக்குக்கு எண்ணெய் கேட்டு அம்மாவின் கோபத்துக்கு ஆளாகிறவன்! இத்தனை நாளும் பள்ளிக்கூடம் போயறியாதவன். நல்ல துணி, நல்ல பொருள் எப்படியிருக்குமென்பதைத் தெரியாதவன். இந்தப் படிப்பு வாசனையற்ற கிராமத்துப் பையனை யார் அங்கெல்லாம் அழைத்துக்கொண்டு போகப் போகிறார்கள்?

அவன் மனத்திலே இக்கேள்விகள் எழுந்தால் அவனுடைய கனவு நனவாவதற்கு ஏதாவது மார்க்கம் வெளிப்படலாம். ஒருவேளை வெற்றியடைவதற்குச் சந்தர்ப்பம் கிடைக்கலாம். ஆனால் அவன் மனத்திலே இக்கேள்விகள் எழுவதில்லையே! இவன் பெரிய வனானதும் எல்லாம் சரியாகிவிடும் என்று நினைத்துக் கொண்டிருக் கிறான்! முன்னால் போனால் எல்லா வசதிகளும் அவனுக்கு வழியில் கிடைத்துவிடும் போலல்லவா இருக்கிறது! சரி, பெரியவனா வதற்கு இன்னும் காலமிருக்கிறது. அவன் பெரியவனான பிறகு தானே சந்தர்ப்பம் கிடைக்கும். அவன் உலகத்தைப் பார்ப்பதற்காக, மனிதர்களைப் புரிந்துகொள்வதற்காக திக்விஜயம் செய்வான்.

எதிர்காலத்தைப் பற்றிக் கனவு கண்டுகொண்டு அவன் மீதி வழியைக் கடந்தான். இப்போது மழை பெய்யவில்லை. புயலினால் கருமேகங்கள் கலைந்துவிட்டன. வானம் நிர்மலமாக இருந்தது. படகைக் கொண்டுவந்து சேர்த்துவிட்டு அவன் பட்டுக்கு முன்னால் உல்லாசமாகச் சீட்டி அடித்துக்கொண்டு வீட்டை நோக்கிப் போனான்.

அவனும் அவனுடைய தாயாரைப்போலவும் அக்காளைப் போலவும் கனவு காணவும் அதிலே பரவசமடையவும் கற்றுக் கொண்டான்.

27

அப்பு தூங்கவில்லை. விழித்துக் கொண்டுதானிருந்தான். அவனு டைய கண்கள் மூடியிருந்தன. இரவு அவனுடைய அப்பாவும் அம்மாவும் பேசிக் கொண்டிருந்ததைக் கேட்டுக்கொண்டுதானிருந்தான். அவர்கள் இந்த ஊரை விட்டு விட்டுக் காசிக்குப் போய்விடப் போகிறார்கள். இந்த ஊரைக் காட்டிலும் காசியில் நல்ல வாய்ப்பு இருக்கிறதென்று அப்பா, அம்மாவிடம் சொல்லிக் கொண்டிருந்தார். ஹரிஹரன் சிறுவயதில் அங்கு நெடுநாள் இருந்திருக்கிறான். அங்கே அவனுக்குப் பல பேர்களைத் தெரியும். எல்லோருக்கும் இவனையும் தெரியும். அங்கு விலைவாசிகளும் ரொம்ப மலிவு. தாயார் இதை ஆவலுடன் வரவேற்றாள். அந்தச் சுவர்ணபுரியிலே எந்தக் கஷ்டமும்

இருக்காது. இங்கு பன்னிரண்டு மாதமும் கஷ்டமே கஷ்டம்தான்! தைரியமாக அங்கு போய்விட்டால் எல்லாத் துன்பமும் நிவர்த்தியாகி விடும். நாளை போவது என்பது முடிவானால் இன்றே போய் விட்டால் என்ன? இங்கு ஒருநாள்கூட இருக்கக்கூடாது என்பதுதான் அம்மாவின் கட்சி! கடைசியாக வைகாசி மாதத்தில் அங்கு போய் விடுவதாக முடிவு செய்தார்கள்.

சர்வஜயா, கங்காநந்தப்பூர் சித்தேஸ்வரிக்கு ஒரு வேண்டுதல் நேர்ந்துகொண்டிருந்தாள். மூன்று மைல் போய் யார் பூஜை போடுவது என்ற காரணத்தாலேயே இன்னும் அது நிறைவேறாமலேயே இருந்தது. ஆனால் இங்கிருந்து போய்விடுவது என்று முடிவு செய்தவுடன், அதற்கு முன்னால் வேண்டுதலைச் செலுத்தியாக வேண்டும். ஆனால் அதற்காக ஒரு ஆளும் கிடைக்கவில்லை.

"நான் போய் வேண்டுதலைச் செலுத்திவிட்டு வருகிறேன். அந்த ஊரில் என்னுடைய அத்தையுமிருக்கிறாள். அத்தையையும் நான் இதுவரையிலும் சந்தித்ததில்லை. இப்போது அவர்களையும் பார்த்துவிட்டு வருகிறேன்" என்று அப்பு சென்னான்.

"போடா! உளறாதே! நீ தனியாக எப்படிப் போவாய்? இங்கிருந்து நான்கு மைல் போக வேண்டுமே?" என்றாள் சர்வஜயா.

அப்பு தாயாருடன் விவாதம் செய்யத் தொடங்கினான். "நான் எப்போதும் வீட்டுக்குள்ளேயே உட்கார்ந்து கொண்டிருக்க மாட்டேன். எனக்குக் கண்ணு காது கால்கள் ஒன்றுமே கிடையாதா?" என்றான்.

"எல்லாமிருக்கிறது. ஆனால் நீ கங்கா நந்தப்பூருக்கு எப்படிப் போவாய்? நீ பெரிய பகதூரராடா?"

ஆனால் அப்பு செய்த ரகளையில் அவனை அனுப்பி வைக்க வேண்டி நேரிட்டது. சோனாடாங்கா மைதானத்தை ஊடுருவிக் கொண்டு ஒற்றையடிப் பாதை சென்றது. வழியின் இருமருங்கிலும் எருக்கு இலைக்காடுகளிலிருந்தன. சிவப்பும் வெள்ளையும் கலந்த நிறமுடைய பூக்கள் செடி நிறையப் பூத்திருந்தன. எங்கும் அமைதி குடிகொண்டிருந்தது. உச்சிவேளைக்கு இன்னும் கொஞ்சம் நேரமிருந்தது. மரநிழல்கள் குறுகிக் கொண்டு வந்தன. அப்புவின் வெறுங்கால் சுட ஆரம்பித்தது. அதை அவன் கொஞ்சம்கூடப் பொருட்படுத்தவில்லை. பாதையோரத்தில் காடுகளிலும் புதர்களிலும் எத்தனையோ விதமான பூக்கள் மலர்ந்திருந்தன. சூரியகாந்தி சூரியனைப் பார்த்துக் கொண்டிருந்தது. ஒருவகையான சிறிய மரத்திலே செக்கச் செவேலென்ற பூக்கள் கொத்துக் கொத்தாகத் தொங்கிக் கொண்டி ருந்தன. வெய்யிலில் காய்ந்த பூமியிலிருந்து ஒருவிதமான வாசனை வந்துகொண்டிருந்தது. அவன் அடிக்கடி புதர்களில் தேடிப் பார்த்து மணல் தக்காளிப் பழத்தைப் பறித்து ஜேபியில் நிறைத்துக் கொண் டான். அவன் மிகுந்த மகிழ்ச்சியுடன் நடந்து கொண்டிருந்தான்.

இந்தச் சூடான மண்ணும், நிழல் நிறைந்த மரங்களும், பறவைகளும், புதர்களும், தொங்கிக் கொண்டிருக்கிற பழங்களும், பூக்களும் எவ்வளவு இனிமை நிறைந்தவை என்பதை அவனால் யாருக்கும் உணர்த்த முடியாது.

வீட்டிலிருக்கவே அவனுக்குக் கொஞ்சம்கூடப் பிடிக்காது. அவனுடைய 'அப்பா நீ பாதைகளிலேயே சுற்றிக்கொண்டிரு' என்று சொன்னால் மிகுந்த சந்தோஷமடைவான். அப்போது இவன் காட்டுப் பூக்களால் மூடப்பட்ட புதர்களின் நிழலுக்குப் பக்கத்தில் பாடிக்கொண்டும் தூரத்துக் காடுகளைப் பார்த்துக் கொண்டும் போய்க் கொண்டேயிருப்பான்! போய்க்கொண்டேயிருப்பான்! அடிக்கடி மூங்கில் புதர்களில் சரசரவென்ற சத்தம் கேட்கும். மாலை வெய்யில் பூமிமீது இட்டுள்ள தங்க நிறக் கோலங்கள் மிக அழகாக இருக்கும். பல வண்ணப் பறவைகளின் இசை கேட்டுக்கொண்டே யிருக்கும். அப்பு குழந்தைப் பருவத்திலிருந்தே இயற்கையுடன் நெருங்கிய உறவாடி வந்திருக்கிறான்.

ஒரு பருவகாலம் மாறி மறு பருவம் தொடங்கும்போது மரங் களும் செடி கொடிகளும் வானமும் எத்தகைய மாறுதலடையும் என்பதை அறிவான். பறவைகளின் கலகல கீதத்திலிருந்தே இதை அறிந்துகொள்வான். பருவ காலம் மாறுவதோடு இச்சாமதி நதியும் எத்தகைய மாறுதலடைகிறது என்பதைப் பார்த்திருக்கிறான். பருவ காலத்தில் புஷ்பங்களும் நீரும் நிலமும் அடையும் கோலத்தையும் நன்கு அறிவான். இவைகளுடன் நெருங்கிய உறவு வைத்துக்கொள்ளப் பிரியப்படுவான். வாழ்க்கையில் இவைகளை விட்டுப் பிரிந்திருக்க அவனால் முடியாது. இந்தப் பிரம்மாண்டமான இயற்கையின் படத்தைப் பார்த்துக் கொண்டே வளர்ந்தவன். கோடைக் காலத்தின் கொடிய வெப்பம் கடைசியில் அடிவானத்தில் நீல மேகங்களாக எத்தகைய எழிலூட்டுகிறது. சூரியஸ்தமன நேரத்திலே சோனாடாங்கா மைதானத்துக்கு மேலே நீல வானத்திலே என்னென்ன வர்ண ஜாலங்கள் நிகழ்கின்றன என்பதெல்லாம் அவனுக்குத் தெரியும். மழைக்காலத்துக் கடைசியில் மலரும் தும்பைப் பூக்களால் நிறைந்த மாதோபூர் கரைகள் நிலவொளியில் புரியும் மாயாஜாலங்கள் எல்லாம் அவனுக்குத் தெரியும். அப்புவின் மலரும் புனிதமான உள்ளத்திலே இயற்கையின் சௌந்தரியம் அழியாத அழகைப் பெய்துள்ளது. அவன் இதயத்திலே அழகுத்தாகம் வழிந்திருந்தது. மௌனமாக அவைகளின் அமுத தாரையை உட்கொண்டிருந்தான். அப்பு எப்போதும் தன் வாழ்க்கையில் இந்தப் படிப்பினையை மறக்கமாட்டான். வாழ்க்கை முழுவதும் அழகுக்கோயிலின் பூசாரி ஆவதற்கு இயற்கை அவனுக்குப் பாடம் கற்றுக் கொடுத்திருந்தது.

நதிடாங்காவில் சிலர் மீன் பிடித்துக் கொண்டிருந்தனர். அவன் சிறிது நேரம் அங்கே நின்று பார்த்துக் கொண்டிருந்தான். கிராமத்தில் ஒரு பிச்சைக்காரன் தம்புரா சுருதியுடன் பாடியபடி பிச்சை வாங்கிக் கொண்டிருந்தான். அப்புவுக்குக்கூட அந்தப் பாட்டு தெரியும். அவன் எத்தனையோ முறை அந்தப் பாட்டைப் பாடியிருக்கிறான். வைஷ்ணவ தாதா இந்தப் பாடலை ரொம்ப அழகாகப் பாடுவார்.

ஹரிஷ்பூரில் நுழைந்ததும் பாதையோரத்தில் அங்கு ஒரு பள்ளிக்கூடம் இருப்பதைப் பார்த்தான். பையன்கள் தாளத்துடன் பெருக்கல் வாய்ப்பாடு படித்துக் கொண்டிருந்தனர். அவன் அங்கு நின்று கேட்டுக் கொண்டிருந்தான். உபாத்தியாயர் வயதில் குறைந்த வர்தான். அவனுடைய கிராமத்து பிரசன்ன குருஜியைவிட குறைந்த வயதுடையவர்தான்.

அவனுக்கு ஒரு விஷயம் அடிக்கடி ஞாபகத்துக்கு வந்து கொண்டிருந்தது. அவன் பெரியவனாகிவிட்டான். சிறியவனல்ல. அவன் சின்னப்பையனாக இருந்தால் அம்மா தனியாக அவனை அனுப்புவாளா? சரி, இனிப்போக வேண்டும். நேராக முன் செல்ல வேண்டும். அடுத்த மாதம் இந்நேரம் எங்கு போய்க் கொண்டிருப் பானோ?

சாயங்காலம் அவன் கங்காநந்தப்பூர் சேர்ந்துவிட்டான். தெருவிற்குள் நுழைந்ததுமே இந்த உலகத்திலுண்டான வெட்க மெல்லாம் அவனை வந்து அடைந்துவிட்டது. அவனால் எந்தப் பக்கமும் பார்க்க முடியவில்லை. எப்படியோ சக்தியனைத்தையும் ஒன்றாக்கிக் கொண்டு அவன் முன்னோக்கிப் போய்க்கொண்டி ருந்தான். எல்லோ்ரும் அவனைப் பார்ப்பது போலிருந்தது. இன்று இங்கு வருவான் என்பது எல்லோருக்கும் தெரியும் போலிருந்தது. ‘இங்கே பாருங்கள். அவன்தான் போய்க் கொண்டிருக்கிறான்!’ என்று எல்லோரும் தங்கள் மனத்திற்குள் சொல்லிக் கொண்டிருக் கலாம். அவன் சிறு மூட்டைக்குள் தேங்காய் பர்பி வைத்திருப்பதைக் கூட எல்லோரும் தெரிந்து வைத்திருக்கிறார்களே! அவனுடைய அத்தை கணவரான குஞ்ச் சக்கரவர்த்தி எங்கே வசிக்கிறார்? இதைக் கூட அவனால் யாரிடமும் கேட்க முடியவில்லை.

கடைசியில் ஒரு கிழவியைத் தனியாகச் சந்தித்து விசாரித்தான். அவள் வீட்டைக் காட்டினாள். வீட்டின் முன்பக்கத்தைச் சுற்றிலும் சுவர் எழுப்பப்பட்டிருந்தது. வாசலில் நுழைந்தான். யாரும் தென்பட வில்லை. இரண்டொரு முறை இருமினான். அவனால் குரல் கொடுத்துக் கூப்பிட முடியுமா? அவன் சித்திரை வெய்யிலில் வெகு நேரம் வாசலில் நின்று கொண்டிருந்தான். கொஞ்ச நேரத்திற்குப் பிறகு பதினெட்டு பத்தொன்பது வயதுடைய ஒரு மாநிறப் பெண் ஏதோ காரியமாக வெளியில் போக வந்தவள் கதவருகில் ஒரு

அழகிய பையன் கையில் மூட்டையுடன் வெட்கத்துடன் நின்று கொண்டிருப்பதைக் காண்டாள். பெண் ஆச்சரியத்துடன், "நீ யார்? நீ எங்கிருந்து வருகிறாய்?" என்று கேட்டாள்.

அப்பு அசட்டுத்தனமாக முன்னுக்கு வந்து மிகுந்த கஷ்டத்துடன், "என்னுடைய ஊர்... நிச்சிந்தாபுரம். என் பெயர் அப்பு" என்றான்.

அவள் வராதிருந்தால் நன்றாக இருந்திருக்கும் என்று எண்ணி னான். இவன் எங்கிருந்து வந்து சேர்ந்தான் என்று அவனுடைய அத்தை நினைத்துக் கொள்வாளோ? கோபித்துக் கொள்வாளோ? அதோடு முன்பின் தெரியாத இடத்துக்கு வந்தால் பேசுவதற்கு இவ்வளவு கஷ்டமாக இருக்குமென்பதை அவன் கண்டானா? அவன் நெற்றியில் வியர்வை துளிர்த்தது.

ஆனால் அந்தப் பெண் ஓடி வந்து அவன் கையைப் பிடித்து உள்ளே அழைத்துக்கொண்டு சென்றாள். அவனுடைய பெற்றோர்கள். சௌக்கியமா என்பதையும் அந்தப் பெண் கேட்டாள். தோள்மீது கை போட்டுக்கொண்டு அன்புடன் எவ்வளவோ விஷயங்கள் கேட்டாள். அவள் அப்புவின் அக்காளைப் பார்த்ததில்லை என்றாலும் துர்காவைப் பற்றி மிகுந்த அனுதாபப்பட்டாள். அவள் தானாகவே அவனுடைய சொக்காயைக் கழற்றினாள். பிறகு கையையும் காலையும் கழுவிவிட்டு உலர்ந்த துண்டினால் துடைத்துவிட்டு அவசரமாக ஒரு கிளாஸ் ஷர்பத் கொண்டுவந்து கொடுத்தாள். 'அத்தை ரொம்ப வயதானவளாக இருப்பாள் என்று நினைத்தோமே; இவள் சிறு வயதாக இருக்கிறாளே' என்று எண்ணிக்கொண்டான். ராணி அக்காளைவிடச் சற்றுப் பெரியவளாக இருப்பாள்.

அவனுடைய அத்தையும் அவனை உற்றுப் பார்த்துக் கொண்டி ருந்தாள். தூரத்து உறவினனான மருமகன் இவ்வளவு அழகாக இருக் கிறான். அதோடு இவ்வளவு சிறு வயதாக இருக்கிறானே என்று ஆச்சரியமாகத்தானிருந்தது. பக்கத்து வீட்டுக்காரி ஒருத்தி வந்து அப்புவை யார் என்று கேட்டாள். அவள் கர்வத்துடன், "என் மருமகன். நிச்சிந்தாபுரம்தான் சொந்த ஊர். எனது சித்தப்பா மகனுடைய பையன். நெருங்கிய சொந்தம் என்றாலும் போக்குவரத்து அதிகம் கிடையாது" என்று சொன்னாள்.

அப்புறம் அவள் கர்வத்துடன் அப்புவைப் பார்த்தாள். 'பார்! என் மருமகன் பார்ப்பதற்கு எப்படி ராஜகுமாரன் போலிருக்கிறான்! நான் எப்படிப்பட்ட குடும்பத்தைச் சேர்ந்தவள் என்பதைத் தெரிந்து கொள்!' என்று சொல்லாமல் சொல்வது போலிருந்தது.

மாலை வேளைக்குப் பிறகு குஞ்ச் சக்கரவர்த்தி வீட்டுக்கு வந்தார். அம்மைத் தளும்பேறிய சொரசொரப்பான முகம். வயது எவ்வளவு என்று தெரியவில்லை. அத்தையைப் பார்த்து அவன் வெட்கமடைந்தான். ஆனால் அத்தை கணவரைப் பார்த்துவிட்டுப்

பயமடைந்தான். சிறுவயதில் அவன் படித்த பிரசன்ன குருஜியின் முகம்போல இருந்தது. ‘அடே நீ பெரிய வாயாடி!’ என்று சொல்லக் கூடிய மனிதராகத் தெரிந்தது அவனுக்கு.

அடுத்த நாள் காலையில் எழுந்து அப்பு தெருவைச் சுற்றிப் பார்த்தான். நாலா பக்கத்திலும் காடுகள்தானிருந்தன. நிலம் சும்மா கிடந்தது. அருகம் புல்லோ மற்ற தாவரங்களோ கிடையாது. அப்படிப் பட்ட காடு. இங்கு ஒரு வீடிருந்தால் காட்டுப்பாதைக்குள் அங்கு ஒரு வீடிருக்கும். அந்த ஒற்றையடிப் பாதை அநேகருடைய வாசல் வழியாகவும் சென்றது. அவன் வயதையொத்த பல சிறுவர்கள் விளையாடிக் கொண்டிருப்பதைப் பார்த்தான். அவர்களுடைய முகங்களைக்கூட அவனால் பார்க்க முடியவில்லை. அப்புறம் அவர்களுடன் அவன் பேசுவதெங்கே?

அத்தையின் வீட்டுக்குத் திரும்பி வந்ததும் அவனுக்குச் சில சங்கடங்கள் ஏற்பட்டன. காலையில் அவனுடைய தாயார் அவனுக்கு அவல், தேங்காய் பர்பி, அல்லது பழையது கொடுப்பாள். ஆனால் இங்கே என்ன கிடைக்கும்? நேற்று இரவு சாப்பிடும் போது பாலுடன் சந்தேஷ் வாங்கி வந்து கொடுத்தார்கள். இன்று உடனே வீட்டுக்குத் திரும்பிப்போனால், ‘பையன் சாப்பாட்டு ராமனாக இருப்பான் போலிருக்கிறது. அதனால்தான் இவ்வளவு அவசரமாக காலையில் வீட்டுக்கு வந்துவிட்டான்’ என்று நினைத்துக்கொண்டால் என்ன செய்வது? தினமும் தின்பண்டம் சாப்பிடலாமா? இல்லை, அவன் வீட்டுக்குத் திரும்பிப் போகமாட்டான் இன்னும் கொஞ்சம் நேரம் இங்குமங்கும் சுத்திவிட்டு சாப்பாட்டு நேரத்திற்குக் கொஞ்சம் முந்திப் போவான். ஆனால் அறிமுகமில்லாத இடத்தில் அவன் இவ்வளவு நேரம் எங்கிருப்பான்? அது வேறு ஒரு கஷ்டமிருக்கிறது!

கடைசியில் தயக்கத்துடன் வீட்டுக்குப் போனான்.

ஆறேழு வயதுள்ள பெண் ஒன்று வெண்கலப் பாத்திரத்தைக் கையில் வைத்துக்கொண்டு வாசலிலிருந்து கூப்பிட்டுக் கொண்டிருந்தது. “பெரியம்மா! சுரைக்காய் செய்தாயிற்றா? எனக்குக் கொஞ்சம் கொடு!

அப்புவின் அத்தை வீட்டுக்குள்ளிருந்தபடியே, “யார் அது குலகியா? அடுத்த வேளைக்குப் பண்ணுவேன். வந்து வாங்கிக் கொண்டு போ” என்றாள்.

குலகி பாத்திரத்தைக் கீழே வைத்துவிட்டுத் தாழ்வாரத்தின் ஓரத்தில் நின்று கொண்டிருந்தாள். தலைமுடி பையன்களுடையதைப் போல சிறிதாக வெட்டிவிடப்பட்டிருந்தது. ஆனால் முடி ஏராளமாக இருந்தது. அவள் அழுக்குத் துணியை அணிந்து கொண்டிருந்தாள். தலையில் எண்ணெய்பட்டதே கிடையாது போலிருக்கிறது. மாநிறம்! அவள் அப்புவைப் பார்த்தாள். பிறகு என்ன நினைத்துக் கொண்டாளோ

புன்முறுவல் செய்தாள். அப்புறம் பாத்திரத்தை எடுத்துக்கொண்டு போய்விட்டாள்.

"அத்தை! இவள் யாருடைய பெண்?" என்று அப்பு கேட்டான்.

"யார், குலகியா? இவள் இந்த ஊர் அல்ல. இவளுக்குத் தாய் தகப்பனும் கிடையாது. நிவாரண முகர்ஜியின் மனைவி இவளுக்கு ஏதோ ஓர் உறவில் பெரியம்மாள் ஆகிறாள். அங்குதானிருக்கிறாள் என்றாள்.

அடுத்த நாள் அந்தத் தெருவிலுள்ள ஒரு பையன் வந்து அறிமுக மானான். அவன் அந்தக் கிராமத்திலுள்ள மற்ற தெருக்களுக்கு எல்லாம் தன்னுடன் அழைத்துக்கொண்டு போய்க் காட்டினான். வீடு திரும்பும்போது அந்தப் பெண் குலகி என்னவோ சாப்பிட்டுக் கொண்டிருப்பதைப் பார்த்தான். அவனைப் பார்த்ததும் அவள் உடனே துணியைப் போட்டு மறைத்துக்கொண்டாள். அவளுடைய முந்தானையில் ஏராளமான பழுக்காத நாவல் காய்கள் இருந்தன. அப்பு அவளைப் பற்றி மேலும் சில விவரங்கள் தெரிந்து கொண்டிருந்தான். நிவாரண முகர்ஜியின் முனைவி அவளைச் சரியாகக் கவனிப்பதில்லை. அவள் நல்ல பெண் அல்ல. கொடுக்க மாட்டாள். ஆகையால் அவள் இங்குமங்கும் வாங்கிச் சாப்பிட்டுக் கொண்டிருக்கிறாள். அவளுக்கே நிறைய குழந்தைகள் இருக்கின்றன. அவர்களுக்குக் கொடுப்பதற்கே இல்லாதபோது அயலார் பிள்ளைக்கு எப்படிக் கொடுப்பாள்? என்று அத்தை சொன்னாள்.

குலகியைப் பார்த்து அப்பு வெட்கப்படவில்லை. சின்னஞ்சிறு பெண்! பாவம். அவளுக்கு யாரும் கிடையாது. அவளிடம் பேச வேண்டுமென்று அப்பு விரும்பினான். அவன் அவளருகில் சென்று, "பாப்பா? என்ன மறைத்து வைத்துக்கொண்டிருக்கிறாய்? என்றான்.

குலகி முந்தானையைச் சுருட்டிக்கொண்டு சிரித்தபடி ஓடி விட்டாள். அவளுடைய போக்கைக் கண்டு அப்புவுக்கும் சிரிப்பு வந்தது. ஓடும்போது அவளுடைய முந்தானையிலிருந்து பழம் விழுந்து கொண்டேயிருந்தது. அவைகளைப் பொறுக்கிக் கொண்டு அப்பு, "விழுந்துவிட்டது! எல்லாம் விழுந்துவிட்டது! பழங்களை வாங்கிக் கொண்டு போ. நான் ஒன்றும் செய்ய மாட்டேன்" என்றான்.

குலகி அதற்குள் ஓடியேவிட்டாள். அவன் குளத்தில் குளித்து விட்டு உட்கார்ந்து கொண்டிருந்தான். பின்வாசல் கதவுக்குப் பின்னா லிருந்து குலகி எட்டிப் பார்த்து விட்டு மறைந்து கொண்டாள். அவனை நேருக்கு நேராகப் பார்த்ததும் குலகி சிரித்தாள். அப்பு எழுந்து நின்று கொண்டு "இப்போது உன்னைப் பிடிக்கப்போகிறேன்" என்றான்.

அவள் கதவுப் பக்கம் ஓடினாள். குலகி திரும்பிக்கூடப் பாராமல் நேராகக் குளக்கரைப் பக்கம் ஓடினாள். அப்புவிடமிருந்து அவள் எப்படித் தப்பிக்க முடியும்? இனி ஓடிப் பிரயோசனமில்லை என்பது தெரிந்ததும் அவள் நின்று கொண்டாள். அப்பு அவளைப் பிடித்துக் கொண்டான். "பெரிய ஓட்டக்காரியாக இருக்கிறாயே? என் கையைத் தொட்டுவிட்டு ஓடுகிறாயா?" என்றான்.

தன்னை அடித்துவிடுவானோ என்று குலகி முதலில் பயந்து கொண்டாள். அப்பு அவளை விட்டுவிட்டுச் சிரித்தான். அதற்கப் புறம்தான் இது ஒரு விளையாட்டு என்று அவளுக்குத் தெரிந்தது.

அவள் மறுபடியும் கலகலவெனச் சிரிக்கத் தொடங்கினாள்.

அப்பு ரொம்ப இரக்கப்பட்டான். அவள் அப்புவுடன் சிநேகித மாக இருக்க விரும்புகிறாள்; விளையாட விரும்புகிறாள் என்பதெல் லாம் அந்தச் சிரிப்பின் மூலம் வெளிப்பட்டது. இன்னும் அவள் குழந்தைதான். நன்றாகப் பேசத் தெரியவில்லை. ஆகையால் இவ்விதம் தூரத்திலிருந்து எட்டிப்பார்த்தும் புன் முறுவல் செய்தும் ஓடியும் தன் விருப்பத்தை வெளிப்படுத்தினாள். அவளுக்கு வேறு ஒன்றும் தெரியாது. அவனுடைய அக்காளைப் போலிருந்தாள். அக்கா இந்த வயதில் இப்படித்தானிருந்திருப்பாள். இப்படித்தான் முந்தானையில் இலந்தைப்பழம், நாவல் பழம் முதலியவைகளைக் கட்டிக்கொண்டு இஷ்டம் போலத் திரிந்திருப்பாள். அவளை யாரும் புரிந்துகொள்ளவில்லை. கவனித்துக் கொள்ளவும் இல்லை. இப்படித் தான் தின்பதற்கு ஆசை கொண்ட அசட்டுப் பெண்ணாக இருந்திருப் பாள்.

இவளுடன் யாரும் விளையாடமாட்டார்கள். ஆகையால் அவளுடன் விளையாடலாம் அன்று அப்பு நினைத்தான். அப்பா, அம்மா இல்லாத அனாதைப் பெண்! இங்குமங்கும் சுற்றிக்கொண்டே யிருக்கிறாள். அப்பு அவளுடைய கையைப் பிடித்துக்கொண்டு, "குலகி விளையாடலாமா? வா குளத்து மேட்டுக்குப் போகலாம். வேண்டாம். நான் உன்னைப் பிடிக்கிறேன். நீ ஓடு. அந்தப் பலாமரம் வரையிலும் வா" என்றான்

கையை விட்டதும் குலகி ஓடத் தொடங்கினாள். "சரி, போ! நீ எவ்வளவு தூரம் போனாலும் சரி! உன்னைப் பிடித்துவிடுவேன். சரி, நீ போய்விட்டாயா? சரி, இப்போது பார்" என்று ஓடத் தொடங் கினான்.

தன் பின்னால் அப்பு ஓடி வருவதைக் கண்டு குலகி வேகமாக ஓடினாள். ஆனால் அப்பு சிறிது நேரத்திற்குள் ஓடிப்பிடித்து விட்டான். "நீ பெரிய ஓட்டக்காரியாக இருக்கிறாயே! ஆனால் என்னிடத்தில் ஒன்றும் முடியாது, சரி, வா. நாம் திருடன் போலீஸ்காரன் விளை யாட்டு விளையாடுவோம். நீ திருடன். பலா மரத்திலையைத்

திருடிக்கொண்டு ஓடு. நான் போலீஸ்காரனாக வந்து பிடிக்கிறேன்” என்றான்.

குலகி அளவு கடந்த மகிழ்ச்சி அடைந்தாள். இவனுடன் சிநேகிதமாக இருக்க விரும்பினாள்.

அந்தப் பெண்ணுக்கு நன்றாகப் பேசத் தெரியவில்லை. குடியானவர்கள் வசிக்கும் ஊரில் இருப்பதால் இம்மாதிரி பேசுகிறாள் என்று நினைத்துக் கொண்டான். அவர்கள் ஊரில்கூட இடையர் களும் சதகோபர்களும் இப்படித்தான் பேசுவார்கள்.

மத்தியானம் அப்புவை அத்தை கூப்பிட்டாள். குலகியும் பின்னால் வந்தாள். அப்பு சாப்பிட்ட பிறகு அவனுடைய அத்தை, “குலகி, நீயும் சாப்பிடுகிறாயா? அப்புவின் இலையில் உட்கார்ந்து கொள்! வாழைப்பூ கூட்டு இருக்கிறது. பருப்பும் போடுகிறேன்” என்றாள்.

‘அடடா! என் இலையில் உட்கார்ந்து சாப்பிடப் போகிறாள் என்பது தெரிந்திருந்தால் இரண்டு மீன் துண்டுகளை மிச்சம் வைத்திருப்பேனே!’ என்று அப்பு நினைத்துக்கொண்டான். குலகி வேண்டாமென்று சொல்லவில்லை. கொஞ்சம்கூட வெட்கப்படாமல் வந்து உட்கார்ந்து கொண்டாள். அவள் நிறைய சாதத்தை வாங்கிப் பருப்போடு பிசைந்து கொண்டாள். வெகுநேரம் வரையிலும் உட்கார்ந்து கொண்டு சாப்பிட்டும் அவளால் அனைத்தையும் சாப்பிட முடிய வில்லை. இலையோரத்தில் குவித்து வைத்துக் கொண்டாள். ஆனால் எழுந்திருப்பதாகக் காணோம். அப்புவின் அத்தை சிரித்துக்கொண்டு, குலகி! சாப்பிட்டது போதும். மூச்சுத் திணறுகிறது. எழுந்திரு! எத்தனை சாதத்தை வீண் பண்ணிவிட்டாய் பார்! உனக்குக் கண் பசிதான்!” என்றாள். பிறகு, “உன் பெரியம்மா காரியத்தைப் பார். இவ்வளவு நேரமாகிவிட்டது. சின்னஞ்சிறு பெண் ஆச்சே! சாப்பிடக் கூப்பிடவில்லையே! எப்படியிருந்தாலும் சிறுபெண்தானே?” என்றாள்.

அப்பு சனிக்கிழமை சித்தேஸ்வரிதேவிக்கு வேண்டுதல் செலுத்தப் போனான். புரோகிதருடைய வெள்ளைத்தாடி மார்பு வரையிலும் வியாபித்திருந்தது. களை பொருந்திய முகம்! அவருடைய விதவை மகளும் அப்பாவுடன் வருவாள். பூஜைக் காரியங்களில் கிழத் தந்தைக்கு உதவி செய்வாள். “அடே பையா! என்ன நாலு பைசா தட்சணை போடுகிறாயே? அது முடியாது. வேண்டிக்கொண்ட பூஜைக்கு இரண்டணாவாது போட வேண்டும்” என்றாள் விதவைப் பெண்.

“அம்மா நாலு பைசாதான் கொடுத்துவிட்டார்கள். என்னிடம் வேறு காசு கிடையாது” என்றான்.

உடனே அந்தப் பெண் ஒரு பழத்துண்டும் கொஞ்சம் பூக்களை யும் ஒரு இலையில் வைத்துக் கட்டி அவனிடம் கொடுத்துவிட்டு, "இதில் தேவியின் பிரசாதம் இருக்கிறது. வில்வ இலையும் குங்குமமும் கூட இருக்கிறது. உங்க வீட்டுப் பெண்களுக்குக் கொடு" என்றாள்.

'நல்ல மனிதர்களாக இருக்கிறார்கள். பைசா இருந்திருந்தால் இன்னும்கூட இரண்டு பைசா கொடுத்திருக்கலாம்' என்று அப்பு நினைத்துக்கொண்டான்.

அவன் அத்தை வீட்டுக்குத் திரும்பி வந்தான். அத்தையும் அவனும் வெளித் திண்ணையில் நிலா வெளிச்சத்தில் உட்கார்ந்து கொண்டு பேசிக்கொண்டிருந்தனர். இதற்குள் குலகியின் வீட்டி லிருந்து அவள் கதறுவது கேட்டது. "பெரியம்மா! இப்படி அடிக்காதே! ஐயையோ! பெரியம்மா என் முதுகிலே ரத்தம் வழியுது! அடிக்காதே!" என்று புலம்பிக் கொண்டிருந்தாள். அப்போது இன்னொரு கடூர மான குரலும் கேட்டது "கெட்ட சாதி நாயே! நீ சௌந்திரி வீட்டில் போய்ச் சாப்பிட்டாயா? பெருந்தீனிக் கழுதை! இரு உன் வயிற்றுக்கு இன்று கரண்டிக் காம்பைக் காய வைத்துச் சூடு போடுகிறேன்! ஊர் முழுதும் வாங்கித் தின்றுகொண்டா திரிகிறாய்? அந்த நாசமாய்ப் போனவர்கள் போட்டுவிட்டு நான் போடலியே! என்கிறார்கள். எங்கிருந்தோ வந்த சனியன்!"

அப்புவின் அத்தை, "எப்படிப் பேசுகிறாள் பார்த்தாயா? உண்மையைச் சொன்னால் விரோதம் ஏற்பட்டுவிடும். உண்மையைச் சொல்லாவிட்டாலும் இப்படி வசவுகளைக் கேட்கவேண்டியதுதான்" என்றாள்.

அப்புவின் உள்ளம் மிகவும் வருந்தியது. தொண்டை அடைத்துக் கொண்டதால் அவனால் பேச முடியவில்லை.

அடுத்த நாள் பிற்பகல் சாப்பாடெல்லாம் முடிந்த பிறகு அப்பு இடையர் வீதிக்குப் போனான். இங்கிருந்து ஒரு வண்டி, புகையிலை பாரத்தை ஏற்றிக் கொண்டு நவாப்கஞ்ச் வரையிலும் போகும். இந்த வண்டியில் அவன் மாலையில் ஏறிக்கொண்டால் விடியற்காலையில் நிச்சிந்தாபுரம் பிரிவில் இறக்கிவிட்டுவிடுவார்கள். இது அவனுடைய அத்தை செய்த ஏற்பாடு.

ஆனால் குலகி அவன் கூறியதை நம்பாமல் சிரித்தாள். இதைப் பார்த்து அவன், "நான் உண்மையாகத்தான் சொல்கிறேன். இதோ பார் மூட்டை! இடையர் தெருவிலிருந்து வண்டியில் போகப் போகிறேன். கொஞ்ச தூரம் என்னோடு வருகிறாயா?" என்றான்.

குலகி பின்னாலேயே ரொம்ப தூரம் வரையிலும் வந்தாள். பிராமணத் தெருவுக்கு அப்பால் ஒரு திறந்த மைதானமிருக்கிறது. குலகி அந்த மைதானத்துக் கடைசி வரையிலும் வந்தாள். அவள்

 நற்றிணை பதிப்பகம் ★ 233

அப்பு போட்டிருந்த சிவப்புச் சொக்காயைக் காட்டிக்கொண்டு, "உன்னுடைய இந்த சிவப்புச் சொக்காய் எத்தனை பைசா?" என்று கேட்டாள்.

அப்பு சிரித்துக் கொண்டு, "இரண்டு ரூபாய், உனக்கு வேணுமா?" என்றான்.

குலகி புன்முறுவல் செய்தாள். 'நீ கொடுத்தால் இப்போதே வாங்கிக் கொள்கிறேன்' என்று சொல்வது போலிருந்தது.

மைதானம் முடிகிற இடத்திலே, எதிரில் உள்ள மரங்களில் அஸ்தமன சூரியனின் கிரணங்கள் பட்டுக்கொண்டிருந்தன. உடனே அவனுக்கு அடுத்த மாதம் எங்கிருப்போமோ; எவ்வளவு தூரம் போக வேண்டுமோ என்ற நினைவு வந்தது. உடனே குலகியிடம், "குலகி! நீ திரும்பிப் போய் விடு ரொம்ப தூரம் வந்துவிட்டாய். மறுபடி வந்தால் சந்திப்போமல்ல? வந்தால்தானே! நாங்கள் வைகாசி மாதம் காசிக்குப் போகப் போகிறோம். அங்கேயே இருந்து விடுவோம் என்றான்.

குலகி மறுபடியும் ஒருமுறை புன்முறுவல் செய்தாள்.

அன்று பூர்ணிமையோ சதுர்த்தசியோ தெரியவில்லை. அப்படித்தான் ஏதோ ஒரு திதி. அவன் அதற்குப் பிறகு அங்கு வரவேயில்லை. ஆனால் சிறு வயதில் தனியாக வெளியூர் சென்ற நினைவு வெகுநாள் வரையிலும் அவன் மனத்தை விட்டு அகலா திருந்தது. மைதானத்திலிருந்து நேராகப் போகும் பாதை முனையில் மரங்களுக்கிடையே பூரணசந்திரன் உதயமாகிக் கொண்டிருந்தான். (பூரணசந்திரனா அல்லது சதுர்த்தசி சந்திரனா என்று அவனுக்கு நன்றாக ஞாபகம் இல்லை) புதிதாக அறிமுகமான கள்ளங்கபடமற்ற ஓர் அனாதைச் சிறுமிதான் அவனை வழி அனுப்பி வைக்க வந்திருந் தாள்.

28

ஹரிஹரன் வைகாசி மாதம் நிச்சிந்தாபுரத்திலிருந்து குடிபோய் விடுவது என்று தீர்மானித்துக் கொண்டான். அவன் எடுத்துக் கொண்டு போக முடியாத பொருட்களை எல்லாம் விற்று சிறு கடன்களைக் கட்டினான். பலாமரத்தால் செய்த பெரிய கட்டிலும் பெட்டிகளும் தலைமுறை தலைமுறையாக வீட்டிலிருப்பவை. தகவல் தெரிந்ததும் அந்தத் தெருவிலிருந்தே வாங்குவதற்கு வந்தார்கள். மலிவாக வாங்கிக் கொண்டும் போனார்கள்.

ஊரிலுள்ள வயோதிகர்கள் ஹரிஹரனுக்குப் புத்தி சொல்லித் தடுக்கப் பார்த்தார்கள். அவர்கள் வாய்மொழியாகவே அகவிலையைப் பற்றி ஒரு அறிக்கையே சமர்ப்பித்துவிட்டார்கள். 'இங்கு மீனும்

பாலும் இவ்வளவு மலிவாகக் கிடைக்கிறதே! இங்கு கொஞ்சம் பணத்தை வைத்துக்கொண்டே குடும்பத்தை நடத்தி விடுலாமே' என்றார்கள். ராமகிருஷ்ண பட்டாச்சாரியாவின் மனைவி சாவித்திரி விரதத்துக்காகச் சாப்பாட்டுக்கு அழைக்க வந்தவள் ரொம்ப நேரம் பேசிக்கொண்டிருந்து விட்டு, "அப்பா! இங்கு என்ன பூமியா இருக்கிறது. உன்னை இரு என்று சொல்வதற்கு? அதோடு ஒரே இடத்தில் அசையாமல் உட்கார்ந்து கொண்டிருப்பதும் புத்திசாலித் தனமான காரியமல்ல. இதை என் சொந்த அனுபவத்திலிருந்தே தெரிந்து கொண்டேன். மனம் சிறுத்துப் போகிறது. மனவளர்ச்சி தடைப்படுகிறது. இந்தத் தடவை சந்திரநாத் தீர்த்தத்திற்குப் போக வேண்டுமென்று ஆசையாக இருக்கிறது. ஆனால் பார்க்கலாம். கடவுள் சித்தம் எப்படியிருக்கிறதோ" என்றாள்.

ராணி கேள்விப்பட்டதும் அப்புவின் வீட்டுக்கு வந்தாள். "ஏண்டா அப்பு! நீ ஊரை விட்டுப் போகப் போகிறாயா? உண்மை தானா?" என்றாள்.

"உண்மைதான் அக்கா! அம்மாவிடம் கேட்டுப் பார்!" என்றான்.

ஆனாலும் ராணியால் நம்பவே முடியவில்லை. கடைசியாக அவள் சர்வஜயாவிடமிருந்து எல்லா விஷயங்களையும் கேட்டு விட்டுத் திகைத்துப் போய்விட்டாள். அவள் வெளி வாசலுக்கு அப்புவை அழைத்துப் போய், "எப்படா போகப் போகிறாய்?" என்றாள்.

"அடுத்த புதன்கிழமை!"

"எப்போதும் வரமாட்டாயா?"

ராணி அழுதுவிட்டாள். "நிச்சிந்தாபுரம் ரொம்ப நல்ல ஊர்; இம்மாதிரி மைதானமும் நதியும் வேறு எங்கும் கிடையாது என்று எங்களுக்குச் சொல்வாயே? நீ ஊரை விட்டு எப்படிப் போகிறாய்?" என்றாள்.

"நான் என்ன செய்வேன்? நான் போகவேண்டுமென்று சொல்ல வில்லையே! அப்பா அங்கு குடிபோய்விடலாம் என்கிறார். இங்கு எங்களால் குடும்பம் நடத்த முடியவில்லை. ராணி அக்கா! நான் எழுதி வைத்திருக்கிற நோட்டுப் புத்தகத்தை உன்னிடம் கொடுத்து விட்டுப் போகிறேன். பெரியவர்களான பிறகு சந்திக்கலாம்" என்றான்.

"நீ என் கதையை முடித்துத் கொடுக்கவில்லை. அதில் உன் பெயரும் போடவில்லை. நீ ரொம்ப விசித்திரமான பையனடா!"

கண்ணீரை அடக்கிக்கொண்டு ராணி வேகமாக வெளியில் போய் விட்டாள். ராணி ஏன் காரணமின்றிக் கோபித்துக் கொண் டாள் என்று அப்புவுக்குத் தெரியவில்லை. அவன் மனப்பூர்வமாக இந்த ஊரை விட்டுப் போகிறானோ?

தண்ணீர்த்துறையில் பட்டுவை அப்பு சந்தித்தான். பட்டுவுக்குக் கூடத் தெரியாது. அப்பு மூலம் எல்லா விஷயங்களையும் கேட்டு மிகுந்த துக்கமடைந்தான். வாடிய முகத்துடன், "நான் உனக்காகத் தண்ணீருக்குள் இறங்கி எவ்வளவு கஷ்டப்பட்டு நீர்ப்பாசிகளை விலக்கியிருப்பேன்? நீ ஒருநாள் கூட அங்கு மீன் பிடிக்கமாட்டாயா?" என்றான்.

இந்தத் தடவை ராமநவமியும், கிராம தேவதை உற்சவமும் அடுத்தடுத்து வரப்போகிறது. ஒவ்வொரு வருஷமும் இந்நாட்களிலும் அப்பு அளவு கடந்த உற்சாகத்துடனிருப்பான், அவனும் அவனுடைய அக்காளும் சாப்பாட்டைக்கூட மறந்து விடுவார்கள். இந்தத் தடவையும் அப்பு உற்சாகமாகத்தானிருந்தான்.

கிராம தேவதை உற்சவத்தின்போது அந்த அதூரிக்கிழவி இறந்துவிட்டாள். இப்போது கிராம தேவதை உற்சவம் கொண்டாடும் மைதானத்தருகில்தான் அதூரிக்கிழவினுடைய இரண்டு கூரை வீடுகளிருந்தன. அங்கே அநேகம் பேர் கூடியிருப்பதைப் பார்த்து இவனும் அங்கு போனான். ஒரு தடவை இந்த அதூரிக் கிழவிக்குப் பயந்துகொண்டுதான் மூங்கில் காட்டிற்குள் ஓடியிருக்கிறான். அப்போது அவன் ரொம்பச் சிறிய பையனாக இருந்தான். இப்போது அதை நினைத்தாலே சிரிப்பாக இருக்கிறது. அதூரிக் கிழவி பேய் பிசாசல்ல என்பது இப்போது தெரிகிறது. அவள் கிராமத்தின் ஒரு மூலையில் தனியாக வசித்து வந்தாள். ஏழை, யாருமற்றவள். அவளுக்கு மகனுமில்லை; மகளுமில்லை. யாராவது இருந்திருந்தால் நாள் முழுதும் பிணம் அப்படியே கிடக்குமா? பிணத்தைத் தூக்குவதற்கு ஆளா கிடையாது? பாஞ்சு படகோட்டியின் மகன் வீட்டுக்குள்ளிருந்து ஒரு பானையை எடுத்து வந்து குப்புறக் கவிழ்த்தான். அந்தப் பானையில் உலர்ந்த மாங்காய் வற்றல்தான் இருந்தது. கிழவி காற்றுக்கு விழும் மாங்காய்களைப் பொறுக்கி வந்து வற்றல் செய்து கடை வீதியில் விற்றுப் பிழைத்து வந்தாள். கடந்த தேர் திருவிழாவின் போது அவள் கூடையில் மாங்காய் வற்றல் விற்றுக் கொண்டிருந்ததைப் பார்த்தான்.

உற்சவம் வெறிச்சென்றிருந்தது. கடந்த வருஷம் உற்சவக் கடையில் அக்கா ஒரு புதிய பொம்மை வாங்கினாள். அதற்காக ரொம்ப சந்தோஷப்பட்டாள். அன்று காலையில் அவனும் அக்காளும் சண்டை போட்டுக் கொண்டது நன்றாக ஞாபகம் இருக்கிறது. சாயங்காலம் அவள், "நான் காசு கொடுக்கிறேன். நீ கடையிலிருந்து சீதா கல்யாணப் படம் ஒன்று வாங்கி வந்து கொடுக்கிறாயா?" என்றாள்.

அப்பு பழிவாங்குவதற்காக, "உனக்கு அந்த உபயோகமில்லாத படம்தான் பிடிக்கும். அதற்குப் பதிலாக ராம ராவண யுத்தப் படம் வாங்கி வரட்டுமா?" என்றான்.

"உனக்கு எப்போதும் சண்டைதான் வேண்டும்! உனக்கு சாமி படம் பிடிக்காதா?"

அப்புவுக்கு எப்போதும் தன் அக்காவினுடைய கலா ரசனையில் அக்கறை கிடையாது.

வீட்டைச் சுற்றிலும் செக்கச் செவேலென செம்பருத்திப் பூவைப் பார்த்தால் அவனுக்கு அக்காளுடைய முகம் நினைவிற்கு வந்துவிடும். பறவைகளின் கலவரத்தையும், அப்போதுதான் மலர்ந்துள்ள மலர்களையும் பார்க்கும் தோறும் அவனுக்கு அக்காளுடைய ஞாபகம் வந்துவிடும். இந்தப் பொருட்களைப் பற்றிப் பேசுபவள். பேசுவதில் மகிழ்ச்சி அடைபவள் எங்கோ போய்விட்டது போலத் தோன்றியது. எவ்வளவு தூரமோ யாருக்கும் தெரியவில்லை. இந்தப் பொருட்களை வைத்துக்கொண்டு விளையாட அவள் இனி திரும்பி வரமாட்டாள்.

உற்சவக் கூட்ட இரைச்சலில் ஒரு புல்லாங்குழல் இசை கேட்டுக் கொண்டிருந்தது. அவனுக்குப் புதிய இசை மிகவும் பிடிக்கும். ஒரு புல்லாங்குழல் வியாபாரி ஒரு கட்டுப் புல்லாங்குழல் விற்பனைக்குக் கொண்டு வந்திருக்கிறான். விளம்பரத்திற்காக அவன்தான் வாசித்துக் கொண்டிருக்கிறான் என்பது தெரிந்தது. "ஒன்று என்ன விலை?" என்று அப்பு கேட்டான்.

வியாபாரியை அவனுக்கு நன்றாகத் தெரியும். அவன் எத்தனையோ தடவை அவர்கள் வீட்டுச் சமையல் கூரையை வேய வந்திருக்கிறான். "நீங்கள் ஊரை விட்டுப் போவதாகக் கேள்விப் பட்டேனே? எங்கே போகிறீர்கள்?" என்று கேட்டான்.

அப்பு மூன்று பைசா கொடுத்து மூங்கில் குழல் ஒன்று வாங்கினான். "நீ எந்தத் துளையில் விரலை வைத்து அடைத்துக் கொள்கிறாய், எனக்குச் சொல்லிக் கொடு" என்றான்.

ஒரு தடவை அப்பு இரவு தூங்கும்போது விழித்துக் கொண்டான். ரொம்ப நேரம் வரையிலும் விழித்துக்கொண்டே இருந்தான். ஆற்றில் மீனவர்கள் வலை போடுவதும் அவர்கள் அதைச் சத்தமிட்டுக் கொண்டு இழுப்பதும் கேட்டுக் கொண்டிருந்தது. அப்போது யாரோ பண்டகசாலை மைதானப் பக்கம் பாடிக் கொண்டு போவது போல் இருந்தது. பண்டக சாலை மைதானப் பக்கம் இரவு நேரங்களில் யாரும் போகமாட்டார்கள். இருந்தாலும் எத்தனையோ சந்திரிகை நிறைந்த இரவுகளில் யாரோ பாடிக் கொண்டிருந்ததைக் கேட்டிருக்கிறான். ஆனால் இன்று அவன் கேட்ட இசை புதிதாக இருந்தது. அந்த இசையை அவனால் தெரிந்து கொள்ள முடியவில்லை. பாதித் தூக்கத்தில் சுரலக்ஷ்மி எங்கு மறைந்து விட்டாளோ தெரியவில்லை. ஆனாலும் அப்பு அந்த இரவை மறந்துவிடவில்லை.

உற்சவத்தைப் பார்த்துவிட்டு பலவர்ணச் சொக்காய்களை அணிந்து கொண்டு குடியானவச் சிறுவர்களும் சிறுமியர்களும் வீடு திரும்பிக் கொண்டிருந்தனர். திருவிழா பார்ப்பதற்காக ஐந்து மைலுக்கு அப்பாலிருந்துகூட வந்திருந்தனர். எல்லோருடைய கையிலும் ஏதோ ஒரு பொருள் இருந்தது. ரப்பர் பறவை, மரப் பொம்மை, காகித விசிறி, பூக்கொத்துகள், சாயச்சட்டிகள் போன்ற பல பொருட்களிருந்தன. சீனுவாச வைஷ்ணவன் திருவிழாவில் பக்கவடாக் கடை ஆரம்பித்திருந்தான். அவனுடைய கடையில் எண்ணெயில் செய்த பலகாரத்தை இரண்டு பைசாவுக்கு வாங்கிக் கொண்டு அப்பு வீடு திரும்பினான். அவர்கள் போய் வசிக்குமிடத்தில் இம்மாதிரி திருவிழா நடக்குமா? இனி அவன் கிராம தேவதை உற்சவத்தைப் பார்க்க முடியாது! அங்கு இந்த விழா இல்லாதிருந்தால் அப்பாவிடம் சொல்லிவிட்டு திருவிழா பார்ப்பதற்காக இங்கு வந்துவிடுவான்! நிச்சிந்தாபுரத்தில் இரண்டு நாளைக்குச் சித்தியோடு இருந்தால் போகிறது!

திருவிழாவுக்கு அடுத்த நாள் மூட்டை முடிச்செல்லாம் கட்டி ஆயிற்று! நாளை மத்தியானம் சாப்பாட்டுக்குப் பிறகு புறப்படப் போகிறார்கள்.

மாலை நேரம். சமையலறை முற்றத்தில் அவனுடைய தாயார் அவனுக்காக புரோடா செய்து கொண்டிருந்தாள். நீலமணி பெரியப்பாவின் இடிந்த வீட்டிலிருந்த தென்னை மரத்தின் மீது சந்திர ஒளி பட்டுக்கொண்டிருந்தது. அதைப் பார்த்து அப்பு துக்கமடைந்தான். இத்தனை நாளாகப் புது இடத்திற்குப் போகிறோம் என்ற உற்சாகம் மனத்தில் நிறைந்திருந்தது. ஆனால் புறப்படுகிற தினம் நெருங்க நெருங்க பிரிவாற்றாமையின் வேதனை அவன் உள்ளத்தை வாட்டத் தொடங்கியது. இது அவனுடைய வீடு, இந்த மூங்கில் புதர், மாந்தோப்பு, ஆற்றங்கரை! அக்காளுடன் வனபோஜனம் செய்த இடம்! அவன் அவைகளிடத்தில் எத்தகைய அன்பு பூண்டி ருந்தான்! அவன் போகப் போகிற இடத்திலே இம்மாதிரி தென்னை மரம் இருக்குமா? அவனுக்கு நினைவு தெரிந்த நாளிலிருந்து அந்தத் தென்னை மரத்தை அதே இடத்தில் பார்த்து வந்திருக்கிறான். நிலா இரவுகளில் அதன் ஓலைகள் எவ்வளவு அழகாக இருக்கும்! இதே முற்றத்தில் உட்கார்ந்து கொண்டு சந்திர ஒளி நிறைந்த இரவுகளில் தென்னை மரத்தைப் பார்த்துக்கொண்டே அக்காளுடன் எத்தனை முறை விளையாடிக் கொண்டிருந்திருக்கிறேன் இந்த நிச்சிந்தாபுரம் எவ்வளவு அழகான ஊர் என்று பலமுறை மனத்தில் நினைத்துக் கொண்டிருந்ததுண்டு. அவன் போகப் போகிற இடத்திலே சமையல் வீட்டு முற்றத்தில் இருந்தால் தெரியும்படியாகத் தென்னை மரமும் அடுத்தாற்போல காடும் இருக்குமா? அங்கே அவன் மீன் பிடிக்க முடியுமா? மாங்காய் பறிக்க முடியுமா? படகு ஓட்ட முடியுமா?

ரயில் விளையாட்டு விளையாட முடியுமா? அங்கே கதம்ப வனத் தருகே உள்ள சாகப் தோணித் துறையைப் போல ஒரு தோணித்துறை இருக்குமா? அங்கே ராணி அக்கா கிடைப்பாளா? சோனாடாங்கா மைதானம் இருக்குமா? இங்கு அவர்கள் நன்றாகத்தானே இருந் தார்கள்? இந்த ஊரை விட்டு ஏன் போகப் போகிறார்கள்?

மத்தியானம் ஒரு சம்பவம் நடந்தது.

அவனுடைய தாயார் சாவித்திரி விரத விருந்து சாப்பிடப் போய்விட்டாள். ஹரிஹரன் சாப்பிட்டு விட்டுப் பக்கத்து அறையில் தூங்கிக் கொண்டிருந்தான். அப்பு பலகை மீதிருந்த பொருட்களில் என்னென்ன கொண்டு போக முடியுமென்பதைப் பரிசீலித்துக் கொண்டிருந்தான், மேல் பலகையிலிருந்த ஒரு மண்சட்டியை நகர்த்தி னான். அதற்குள்ளிருந்து ஏதோ ஒன்று கீழே விழுந்தது. அவன் கீழிறங்கினான். அந்தப் பொருளை எடுத்துப் பார்த்ததும் திகைத்துப் போய்விட்டான். தூசு படிந்து மங்கிப் போயிருந்தாலும் அது என்ன பொருள், அதன் கதை என்ன என்பதை ஒரு நொடியில் கண்டு கொண்டான்.

இது அந்தச் சின்னஞ்சிறிய தங்கச் சிமிழ்தான். அவர்கள் வீட்டிலிருந்து துர்கா திருடிக்கொண்டு வந்த பொருள்தான்!

மத்தியானம் வீட்டில் யாரும் கிடையாது. அந்தச் சிமிழைக் கையில் வைத்துக்கொண்டு வெகு நேரம் வரையிலும் எதையோ யோசித்தபடி நின்று கொண்டிருந்தான். வைகாசி மாத வெப்பத்திலே மூங்கில் புதரிலிருந்து 'சரசர' வென்று சத்தம் வருவது காதில் விழுந்து கொண்டிருந்தது. அபாக்யவதி அக்கா திருடிக்கொண்டு வந்து பானைக் கடியில் ஒளித்து வைத்திருந்திருக்கிறாள் என்று சொல்லிக் கொண்டான்.

கொஞ்ச நேரம் வரையிலும் அவன் யோசித்துக் கொண்டிருந் தான். பிறகு மெதுவாகப் பின்வாசல் கதவருகில் போய் நின்று கொண்டான். ரொம்ப தூரம் வரையிலும் மத்தியான வெய்யிலில் மூங்கில்கள் போதை அடைந்து ஆடிக்கொண்டிருப்பது போலிருந்தது. ஏதோ ஒரு பறவை ஒரு மரத்தின் உச்சாணிக் கிளையிலிருந்து கத்திக் கொண்டிருந்தது. கொஞ்ச நேரம் நின்று கொண்டிருந்து விட்டுக் கையிலிருந்த சிமிழை மூங்கில் புதருக்குள் வீசி எறிந்தான். அவனு டைய அக்கா புலுவா நாயைக் கூப்பிட்டால் அது அம்பைப் போல அருகிலிருக்கும் புதரிலிருந்து வருமே, அந்தப் புதருக்குள்ளோ அல்லது அருகிலுள்ள வேறு செடிகளுக்கு மத்தியிலோ அந்தச் சிமிழ் மறைந்து விட்டது!

'அங்கேயே இருக்கட்டும்' என்று சொல்லிக்கொண்டான். எந்தக் காலத்திலும் யாருக்கும் இது தெரியப் போவதில்லை. அங்கே யார் போக முடியும்?

அப்பு தங்கச் சிமிழைப் பற்றி யாரிடமும் ஒரு வார்த்தை கூடச் சொல்லவில்லை. அதற்கப்புறமும் சொல்லவில்லை. தாயாரிடம்கூடச் சொல்லவில்லை.

கொஞ்ச நேரத்திற்குப் பிறகு ஹீரு வண்டிக்காரனின் மாட்டு வண்டி புறப்பட்டது. காலை மாதிரியே ஆகாயத்தில் அங்கங்கே மேகங்களிருந்தன. ஆனால் பத்து மணிக்கு முன்பே மேகங்கள் கலைந்துவிட்டன. வைகாசி வெய்யில் பதைபதைக்க அடித்துக் கொண்டிருந்தது. பட்டு வண்டிக்குப் பின்னால் ரொம்ப தூரம் வரையிலும் வந்தான். "அப்பு அண்ணா! இந்தத் தடவை தசரா பண்டிகைக்கு நல்ல நாடகக்காரர்கள் வரப் போகிறார்கள். நீ பார்ப்பதற்கு இல்லையே!" என்றான்.

"நீ நிகழ்ச்சி நிரல் ஒன்று எனக்கு அனுப்பி வை" என்றான் அப்பு.

மைதானத்தின் ஓரத்தில்தான் பாதை சென்றது. மைதானம் முழுவதையும் சுத்தம் செய்து கொண்டிருந்தார்கள். அதுவே விழா சமீபத்தில் வரப்போகிறது என்பதைத் தெரியப்படுத்திக்கொண்டிருந்தது. யாரோ தெரியவில்லை. மைதானத்தின் ஓரத்தில் சமைத்துக் கொண்டிருந்தார்கள். ஹரிஹரன் பேசாமல் உட்கார்ந்து கொண்டிருந்தான். அவனுடைய மனத்திலே பல விதமான எண்ணங்கள் சூழ்ந்து கொண்டிருந்தன. 'இந்தக் காரியம் செய்தது சரிதானா? எத்தனை தலைமுறையாக இருந்து வந்த வீடு அது! பக்கத்து வீட்டில் ஆட்டபாட்டமெல்லாம் ரொம்ப நாளைக்கு முன்பே அடங்கி விட்டது. இப்போது சுவர்கள் மட்டும்தான் நின்று கொண்டிருந்தன. ஆனால் இந்த வீட்டில் இதுநாள் வரையிலும் மண் விளக்காவது எரிந்து கொண்டிருந்தது. அதுவும் இன்று மாலைக்குப் பிறகு அணைந்து விடப்போகிறது! தந்தை ராமச்சந்திரதர்க்கவாகீசுவரர் சொர்க்கத்திலிருந்து பார்த்து என்ன நினைத்துக்கொள்ளுவார்?

அதூரிக் கிழவியின் வீடுதான் கிராமத்தின் கடைசியில் இருந்தது. அது தெரிகிறவரையிலும் அப்பு பார்த்துக் கொண்டிருந்தான். அதற்கப்புறம் ஒரு பெரிய ஈச்சமரம் தோட்டத்தருகில் இருந்தது. கிராமம் முடிந்ததும் சர்வஜயா, 'தங்களைப் பிடித்துள்ள ஏழ்மையும், கீழ்நிலையும் சகலமும் பின்தங்கிவிட்டது. இனி எதிரில் புதுக் குடும்பமும், புது வாழ்வும், மகிழ்ச்சிகரமாக இருக்கப் போகிறது' என்று நினைத்துக் கொண்டாள்.

கொஞ்சம் கொஞ்சமாக வெய்யில் தணிந்துகொண்டு வந்தது. அப்போது வண்டி சோனாடாங்கா மைதானத்திற்குள் போய்க் கொண்டிருந்தது. ஹரிஹரன் மைதானத்துக்குள்ளிருந்து ஒரு பெரிய அரச மரத்தைக் காட்டி 'இதுதான் கொள்ளைக்காரர் அரச மரம்' என்றான்.

சர்வஜயா அவசரமாக எட்டிப் பார்த்தாள். பாதையை விட்டுக் கொஞ்சம் தள்ளி மூடிப்போயிருந்த குளத்து மேட்டில் பிரம்மாண்ட மான அரச மரம் நாலா பக்கங்களிலும் கிளைகளைப் பரப்பிக் கொண்டிருந்தது. அவள் கிழப்பிராமணன் கதையை எத்தனையோ தடவை கேட்டிருக்கிறாள். ஐம்பது வருஷத்துக்கு முன் அவளுடைய மாமனாரின் முன்னோர்கள் அந்த மாதிரி ஒரு மாலை வேளையில் அந்த அரச மரத்தடியில் எவ்விதப் பாவமுமறியாத ஏழைப் பிராமண னையும் அவனது கள்ளம் கபடமற்ற பாலகனையும் பணத்திற்கு ஆசைப்பட்டு ஈவிரக்கமின்றி கொன்று அந்தப் பள்ளத்தில் புதைத்து விட்டார்கள். பையனுடைய தாயார் பையன் திரும்பிவருவானென்று எத்தனை மாசம், எத்தனை வருஷம் வீணாக எதிர்பார்த்துக் கொண்டிருந்தாளோ! ஆனால் அந்தப் பையன் மறுபடி திரும்பி வரவேயில்லை. ஐயோ பாவம்! திடீரென்று சர்வஜயா கண்களைக் கண்ணீர் மறைத்துக் கொண்டது. அவளுடைய தொண்டை அடைத்துக் கொண்டது.

சோனாடாங்கா மைதானம் இந்தப் பக்கத்திலேயே பெரிய மைதானம். எத்தனையோ விதமான புதர்களும் மரங்களும் வளர்ந் திருந்தன. பேரீச்சை மரத்திலே கொத்துக் கொத்தாகப் பேரீச்சம் பழங்கள் தொங்கிக்கொண்டிருந்தன. எங்கு பார்த்தாலும் பறவை களின் கானம் ஒலித்துக் கொண்டிருந்தது. வானத்தை எடுத்து மைதானத்தில் கவிழ்த்தியது போல மைதானம் முழுதும் நீலப்பூக்கள் மலர்ந்திருந்தன. அடர்ந்த மரங்களாலும் செடி கொடிகளாலும் சூழப்பட்ட மைதானத்தில் எங்கும் வீடுகள் கிடையாது. எதிரில் கரடுமுரடான பாதை வீட்டைத் துறந்து வெளியேறிய பக்கிரியைப் போல வளைந்து வளைந்து இங்கு மங்கும் போய்க் கொண்டிருந்தது. கொஞ்ச தூரம் போனதும் மதுக்காளி பெரிய ஏரி தென்பட்டது. பழைய காலத்தில் ஏதோ ஒரு நதி வறண்டுபோய் தன் வாழ்க்கைப் பாதையின் சின்னமாக விட்டுவிட்டுப் போயிருந்தது. இப்போது மறைந்துபோன நதியின் பெரிய ஏரியில் தாமரைப் பூக்கள் ஏராளமாக மலர்ந்திருந்தன.

அப்பு வண்டியில் உட்கார்ந்து கொண்டு நாலாபக்கத்தையும் வானத்தையும் பார்த்துக்கொண்டு போனான். அவன்கூட ஊரை விட்டுப் போகிறான். எவ்வளவு தூரம் போக வேண்டுமோ அவனுக்குத் தெரியாது. இப்போதுதான் போகத் தொடங்கியிருக் கிறான். அவன் கனவில் கண்ட வினோதமான வாழ்க்கையை அடையப் போகிறானோ என்னவோ!

ஹரிஹரன் தூரத்தில் தெரிந்த ஒரு கிராமத்தைக் காட்டிக் கொண்டு, "அதுதான் பலாஷ்காச்சி. அதற்குப் பக்கத்தில்தான் நாடாபேடே இருக்கிறது. அங்குதான் பன்பீபி தர்க்கா இருக்கிறது.

ஆவணி மாதத்தில் பெரிய திருவிழா நடக்கும். இங்கு சீதாப்பழம் ரொம்ப மலிவாகக் கிடைக்கும்" என்றான்.

அசாடு கடை வீதியில் இறங்கி வேத்திரவதி ஆற்றைப் படகின் மூலம் கடக்கும்போது சந்திரன் கிளம்பிவிட்டான். சந்திர ஒளியில் நீர் மின்னிக் கொண்டிருந்தது. இன்று இங்கு சந்தை கூடியிருந்தது. ஆகையால் சந்தைக்கு வருபவர்கள் அக்கரையிலிருந்து வந்து கொண்டிருந்தார்கள். வண்டியுடன் அப்பு முதலியவர்கள் படகின் மூலம் அக்கரை போய்ச் சேர்ந்தார்கள். அவன் தன் அப்பாவிடம் சொல்லிவிட்டு கடை வீதியைப் பார்த்துவர இறங்கிப் போனான். ரொம்பச் சிறிய கடை வீதிதான். துணிக்கடைகள்தான் அதிக மிருந்தன. எங்கோ நகைத் தொழிலாளி 'பட் பட்' என அடித்துக் கொண்டிருப்பது கேட்டது. பேரீச்சம்பழ மண்டிக்கெதிரில் பல மாட்டு வண்டிகள் நின்றுகொண்டிருந்தன. இன்னும் மாஞ்ஜோர் பாடா ரயில் ஸ்டேஷன் நான்கு மைலுக்கு அப்பால் இருந்தது. தடம் மோசமாக இருந்தாலும் ரொம்ப அகலமாக இருந்தது. இரு பக்கங்களிலும் துரைமார்கள் நட்ட ஆலமரங்களும் அரசமரங்களு மிருந்தன. வைகாசி ஆரம்பமானதால் சாலை ஓரங்களிலிருந்த அரச மரத்திலும் ஆலமரத்திலும் குயில்கள் உட்கார்ந்து கொண்டு இடை விடாது கூவிக்கொண்டிருந்தன. பல வருஷங்களான ஆலமரங் களில் விழுதுகள் தொங்கிக் கொண்டிருந்தன. புதிய இலைகள் நிலா வெளிச்சத்தில் பிரகாசித்துக் கொண்டிருந்தன.

வங்காளத்தில் வசந்த காலம் சித்திரை வைகாசி மாதங்களில் வனங்களிலும் தோப்புகளிலும் குயில் 'குக்கூ' என்று குரலெழுப்புகிற இடங்களிலும் காட்டு மலர்களின் மணங்களிலும் தென்றலிலும் பூரணமாக நிறைந்திருக்கும். அப்பு இம்மாதிரிதான் வசந்தத்தை முதல் முதலாகப் பார்த்தான். இந்தச் சின்ன வயதிலே வங்காளத்தின் மைதானங்களும் நதிகளும் சந்திரிகை நிறைந்த காடுகளும் அவன் மனத்தில் பதிந்து போயிருந்தன.

இரவு சுமார் பத்து மணிக்கு வண்டி ஸ்டேஷனை அடைந்தது. மாட்டு வண்டி எப்போது ஸ்டேஷனை அடையும் என்று காத்துக் கொண்டிருந்தான். ஆகையால் வண்டி ஸ்டேஷனை அடைந்து வண்டியிலிருந்து கீழே குதித்துப் பிளாட்பாரத்திற்குப் போனான். இரவு எட்டரை மணிக்குப்போகும் வண்டி ஏற்கனவே போயிருந்தது. அப்பாவிடம் கேட்டதிலிருந்து இரவு வேறு வண்டி கிடையாது என்பது தெரிந்தது. இவை எல்லாம் அந்த ஹீரு வண்டிக்காரனால் வந்த வினை! இல்லாவிட்டால் அவன் இதற்குள் ரயிலைப் பார்த்திருக்கலாம். பிளாட்பாரத்தில் பீடித் துண்டுகள் நிறையக் கிடந்தன. நிலா வெளிச்சத்தில் ரயில் தண்டவாளம் வெள்ளியைப் போல மின்னியது. ஸ்டேஷன் அறைக்குள் மேஜைமீது நான்கு

மண்ணெண்ணெய் விளக்குகள் வைக்கப்பட்டிருந்தன. அநேக நோட்டுப்புத்தகங்களும் காகிதங்களும் மேஜைமீது கிடந்தன. அப்பு அறைக்குள் எட்டிப் பார்த்தான். ஸ்டேஷனுக்குள்ளிருந்த ஒருவர் 'கட் கட் கட கட'வென எதையோ அடித்துக்கொண்டிருந்தார்.

ஸ்டேஷன்! ஸ்டேஷன்! இனி அதிக நேரம் ஒன்றுமில்லை. நாளை காலையிலேயே ரயிலைப் பார்ப்பதோடு அதில் ஏறிப் பிரயாணமும் செய்யப் போகிறான்.

பிளாட்பாரத்தை விட்டுப் போவதற்கு அவனுக்கு மனசே இல்லை. அவனுடைய அப்பா அவனைக் கூப்பிட வந்தார்.

ஸ்டேஷனுக்கருகிலிருந்த குளத்து மேட்டில் சமையலுக்கு ஏற்பாடு நடந்து கொண்டிருப்பதைக் கண்டான். ஏற்கனவே அங்கு ஒரு வண்டி நின்று கொண்டிருந்தது. பிரயாணிகளில் பதினெட்டு பத்தொன்பது வயதுள்ள ஒரு யுவதியும் ஒரு யுவனும் இருந்தார்கள். இந்தப் பெண் ஹபீபூரைச் சேர்ந்தவள். அண்ணாவுடன் கணவன் வீடு போகிறாள் என்பது அப்புவுக்குத் தெரியும். இதற்குள் அவனுடைய தாயாருடன் அந்தப் பெண் நன்கு பேசிக்கொண்டிருந்தாள். அவனுடைய தாயார் அரிசியையும் பருப்பையும் கழுவிக் கொண்டிருந்தாள். அந்தப் பெண் உருளைக் கிழங்கை நறுக்கிக் கொண்டிருந்தாள். சாப்பாடு ஒன்றாகவே சேர்ந்து செய்தார்கள்.

காலை ஏழுமணி ரயில் வந்தது. அப்பு ரயில் பார்ப்பதற்காக வெகு நேரத்திலிருந்தே பிளாட்பாரத்தில் நின்று கொண்டிருந்தான். அவன் கழுத்தை நீட்டிப் பார்த்துக்கொண்டிருந்தான். இதற்குள் ஹரிஹரன் வந்து, "அவ்வளவு முன்னால் போகாதே! இங்கு வா" என்றான்.

ஒரு காவல்காரனும் ஜனங்களை எச்சரித்துக் கொண்டிருந்தான்.

ரயில் எவ்வளவு பெரிதாக இருக்கிறது! எவ்வளவு சத்தம் போடுகிறது! முன்னால் இருப்பதற்கு எஞ்சின் என்று சொல்கிறார்கள். ஆஹா! எவ்வளவு அபூர்வமான விஷயம்!

ஹபீபூர் பெண் முக்காட்டை நீக்கிவிட்டு குதூகலத்துடன் ஸ்டேஷனுக்கு வரும் ரயிலைப் பார்த்துக் கொண்டிருந்தாள்.

அவசர அவசரமாக ரயிலில் சாமான்களனைத்தையும் ஏற்றினார்கள். எதிர் எதிராக மரபெஞ்சு இருந்தது. ரயில் பெட்டி சிமிண்டினால் கட்டப்பட்ட ஒரு அறையைப் போலிருந்தது. சன்னல்களும் கதவுகளும் அப்படித்தானிருந்தன. வந்து நின்றுகொண்டிருந்த பெரிய வண்டி மறுபடியும் போகும் என்று அவன் எதிர்ப்பார்க்கவில்லை. போகாமல் கூட இருக்கலாமல்லவா? 'எங்கள் வண்டி இன்று போகாது! எல்லோரும் இறங்கி வாருங்கள்' என்று அவர்கள் சொல்லலாமல்லவா? கம்பி வேலிக்கு அப்பால் ஒரு மனிதன் ஒரு

பெரிய புல்கட்டைத் தலைமீது வைத்துக் கொண்டு வண்டி புறப்படுவதை எதிர்பார்த்துக் கொண்டிருந்தான். ரயில் பிரயாணம் செய்யாமல் மனிதன் எப்படி வாழமுடியும் என்று நினைத்தான். ஹீரு வண்டிக்காரன் கதவருகில் நின்று கொண்டு ரயிலைப் பார்த்துக்கொண்டிருந்தான்.

கடைசியாக ரயில் புறப்பட்டது. ஒரு வினோதமான குலுக்குக் குலுக்கிவிட்டு நகர்ந்தது. பார்க்கப் பார்க்க மாஞ்ஜோர் பாடா ஸ்டேஷனையும் பிளாட்பாரத்தையும் ஹீரு வண்டிக்காரனையும் பின்னுக்கு விட்டுவிட்டு ரயில் முன்னால் போய்க் கொண்டிருந்தது. எவ்வளவு வேகமாகப் போகிறது! இதனுடைய பெயர்தான் ரயில் வண்டி! தரையையே அமுக்கிவிடும் போலிருக்கிறதே! மரம் செடி கொடிகளால் சூழப்பட்ட குடியானவர்களுடைய சிறிய வீடுகளைப் பின்னுக்கு விட்டுவிட்டுச் சென்றது. ரயிலுக்கு அடியிலிருந்து மாவு அரைக்கும் சத்தம்போல வந்துகொண்டிருந்தது. முன்னாலிருக்கும் எஞ்சின் எவ்வளவு பெரிய சத்தம் போடுகிறது!

மாஞ்ஜோர் பாடா கைகாட்டி மரமும் கொஞ்சம் கொஞ்சமாக மறைந்தது.

இன்று ரொம்ப நாளாகிவிட்டது. அக்காளுடன் சேர்ந்து கொண்டு மாட்டுக் கன்றைத் தேடப்போய் கடைசியில் ரயில் தண்டவாளத்தைப் பார்க்கப்போனது வெகு நாளைக்கு முந்தி நடந்த விஷயம். அந்த நாளுக்கும் இந்த நாளுக்கும்தான் எத்தனை வித்தியாசம்! அவர்களிருவரும் துர்காபூர் செல்லும் பாதையில் மரங்களுக்கிடையே நடந்து போய்க்கொண்டிருந்தனர். ரொம்ப நேரம் நடந்தும் அவர்களால் போய்ச் சேர முடியவில்லை. கடைசியாக வீட்டுக்குத் திரும்பி வரும்படி நேரிட்டது.

இன்று அவனுடைய அக்கா சோனாடாங்கா மைதானத் தருகிலிருக்கும் அந்தப் பழைய நாவல் மரத்தடியில் நின்று கொண்டு இவர்களையும் ரயிலையும் பார்த்துக்கொண்டிருப்பது போலிருந்தது.

அவளை யாரும் அழைத்துக்கொண்டு வரவில்லை. எல்லோரும் அவளை விட்டு விட்டு வந்துவிட்டார்கள். அக்கா இறந்து போனால் கூட அவர்கள் விளையாடும் இடங்களிலும் ஆற்றுப் பாதையிலும் மூங்கில் புதர்களிலும் மாந்தோட்டங்களிலும் அக்காள் அவனுடனேயே இருந்துகொண்டுதானிருந்தாள். நிச்சிந்தாபுரம் வீட்டில் ஒவ்வொரு மூலையிலும் அக்கா இருந்தகொண்டுதானிருந்தாள். ஆனால் இன்றுதான் அக்காளிடமிருந்து உண்மையான பிரிவு ஏற்பட்டிருக்கிறது.

அக்காளிடம் யாரும் அன்பு கொண்டிருக்கவில்லை என்று எண்ணினான் அவன். அம்மாகூடத்தான்; யாருமே அவளை நேசிக்க

வில்லை! யாருமே அக்காளை விட்டு வருவதற்குத் துக்கமடைய வில்லை.

திடீரென அப்புவின் உள்ளம் ஒரு விசித்திரமான உணர்ச்சியை அடைந்தது. அதைத் துக்கமென்றும் சொல்ல முடியாது. சுகம் என்றும் சொல்ல முடியாது. பிரிவு என்றும் சொல்ல முடியாது. பின் என்னதான் அது, அது அவனுக்கே தெரியாது. கொஞ்ச நேரத் துக்குள் அவன் மனத்திற்குள் எத்தனையோ விஷயங்கள் தோன்றின. மறைந்தன. அதூரி மந்திரக்கிழவி... ஆற்றங்கரை... அவர்களுடைய வீடு... புரச மரத்துக்கு அடியில் செல்லும் பாதை... ராணி அக்கா... எத்தனையோ மாலை நேரங்கள்... எத்தனையோ மத்தியான நேரங்கள்... எத்தனையோ சிரிப்பு விளையாட்டுகள்... பட்டு அக்காளுடைய முகம்... அக்காளுடைய எத்தனையோ நிறைவேறாத ஆசைகள்...

அக்கா இப்போதுகூட கண் சிமிட்டாமல் உற்றுப் பார்த்துக் கொண்டிருக்கிறாள்.

அடுத்த கணமே அவன் மனத்திலிருந்த சொல்லால் விளக்க முடியாத விஷயம் கண்ணீராகத் தன்னை வெளிப்படுத்திக் கொண்டது. 'அக்கா! நான் போகவில்லை. உன்னை மறக்கவில்லை! நான் மனப்பூர்வமாக உன்னை விட்டுப்போய்க் கொண்டிருக்கவில்லை. இவர்கள் என்னை அழைத்துக்கொண்டு போகிறார்கள்.

உண்மையாகவே அவன் மறந்துவிடவில்லை.

வெளியில் மழை பலமாகப் பெய்து கொண்டிருக்கிறது. ஒரு பழைய வீட்டின் இருண்ட அறைக்குள்ளே நோயடைந்திருக்கும் ஒரு ஏழை கிராமத்துப்பெண். "அப்பு! நான் குணமடைந்த பிறகு என்னை அழைத்துக்கொண்டுபோய் ரயில் காட்டுகிறாயா?" என்று கேட்கிறாள்.

மாஞ்ஜோர்பாடா ஸ்டேஷன் கைகாட்டி மரம் பார்க்கப் பார்க்க மங்கலாகி, பின் முழுவதும் மறைந்தேவிட்டது.

மத்தியானத்திற்குப் பிறகு ராணாகாட் ஸ்டேஷனில் வண்டி மாற்றினார்கள். அப்புவின் கண்களில் இரண்டொரு தடவை கரித்தூசு விழுந்தும்கூட அவன் சன்னலுக்கு வெளியே எட்டிப் பார்த்துக் கொண்டேயிருந்தான். ஸ்டேஷனிலிருந்து அவைகளை என்னென்று சொல்வது? சிக்னலா? அவைகள் எழுந்து பின் ஏன் கீழே சாய் கின்றன? வண்டி நிற்குமிடத்தில் உயரமான மேடை அமைக்கப்பட்டி ருக்கிறது. இதைத்தான் பிளாட்பாரம் என்பதா? பெரிய மரப் பலகையில் ஆங்கிலத்திலும் வங்காளியிலும் 'ஸ்டேஷன் பெயர் எழுதப்பட்டுள்ளது. கூடல்காச்சி, கோவிந்தப்பூர், பான்பூர். வண்டி புறப்படும் போது மணி அடிக்கப்படுகிறது. டண்! டண்! டண்!

ஒரு வட்டமான இரும்புச் சக்கரத்தில் கைப்பிடி பொறுத்தப் பட்டிருக்கிறது. அதைச் சுற்றினால் கைகாட்டி சாய்கிறது. இதை அப்பு கூடல்காச்சி ஸ்டேஷனில் பார்த்தான்.

ரயில் பிரயாணம் செய்வது சர்வஜயாவுக்கு இது இரண்டாவது தடவை ஆகும். ரொம்ப நாளைக்கு முன், ஹரிஹரன் காசியிலிருந்து திரும்பி வந்து புதுக்குடித்தனம் ஆரம்பித்திருக்கிறான். ஒரு ஆவணி மாதம் ஆடங்தாராவுக்கு ராதாகிருஷ்ணரைச் சந்திக்கப் போயிருந் தாள். அது என்ன, நேற்று நடந்த விஷயமா? அவள் உற்சாகத்துடன் தலையை வெளியில் நீட்டிக்கொண்டு ஏறுகிறவர்களையும் இறங்கு கிறவர்களையும் பார்த்துக்கொண்டிருந்தாள். பெண்களும் சிறுமிகளும் ஏறிக்கொண்டும் இறங்கிக்கொண்டுமிருக்கிறார்கள். என்னென்ன விதமான முகங்கள்! எத்தனையெத்தனை விதமான ஆடைகள், நகைகள்!

ஜகன்னாத்பூர் ஸ்டேஷனில் மிட்டாய் விற்றுக் கொண்டிருந் தார்கள். "அப்பு நீ மிட்டாய் சாப்பிடுகிறாயா? என்று கேட்டாள் சர்வஜயா.

தந்திக் கம்பிகள்மீது பறவைகள் உட்கார்ந்து கொண்டிருந்தன. அப்பு அவைகளை நன்றாகப் பார்த்துக்கொண்டு "அம்மா! அதோ பார்! ஒரு மைனா கூண்டிலிருந்து தப்பி வந்திருக்கிறது!" என்றான்.

நயிஹாட்டி ஸ்டேஷனில் வண்டி மாறி, கங்கை பாலத்தைக் கடக்கும்போது அஸ்தமனமாகிக் கொண்டிருந்தது. சர்வஜயா உற்றுப் பார்த்துக் கெண்டிருந்தாள். அக்கரையிலிருந்து காற்று பலமாக வீசிக் கொண்டிருந்தது. கங்கையில் படகுகள் இருந்தன. கங்கையில் இரு கரைகளிலும் நல்ல நல்ல வீடுகளும் தோப்புகளும் இருந்தன. அவள் இம்மாதிரி காட்சிகளைப் பார்த்தது கிடையாது. அவளுடைய மகனுக்குக் காட்டினாள். "அப்பு! அதோ பார்! நீராவிக் கப்பல்!" என்றாள்.

அதன் பிறகு அவள் கைகூப்பிக்கொண்டு, 'தாயே கங்காதேவி! நான் உனக்குமேலே போய்க்கொண்டிருக்கிறேன். குற்றத்தை மன்னித்துவிடு! காசிக்குப்போய் மலர்களால் உனக்குப் பூஜை செய்கிறேன். அப்புவை நன்றாகப் காப்பாற்று! நாங்கள் போகிற காரியம், வெற்றி யடைய அருள் புரிவாயாக' என்று மனத்திற்குள் சொல்லிக் கொண் டாள்.

அவளுடைய மனம் ஆனந்தத்தாலும் உற்சாகத்தாலும் களிப் படைந்திருந்தது. அதோடு ஒரு நிச்சயமற்ற தன்மையாலும் சலனப் பட்டுக் கொண்டிருந்தது. அவள் இதற்குமுன் இம்மாதிரி அனுபவங் களை அடைந்ததில்லை. வசதியினாலோ அல்லது வசதிக் குறை வினாலோ சுதந்திரமான வாழ்க்கையில் இன்பத்தை அடைந்திருந் தாள். மூங்கில் புதர்களால் சூழப்பட்ட கிராமத்து வாழ்க்கையில்

இம்மாதிரி காட்சிகளையும் பரபரப்பான போக்கையும் நிச்சயமற்ற தன்மையையும் அவள் அனுபவித்ததில்லை. தன்னைச் சுற்றிலும் சுவர் எழுப்பிக்கொண்டு சிறிய அளவில் இருந்த வாழ்க்கை இன்று போய்க்கொண்டிருந்தது. போய்க்கொண்டிருந்தது! எதிர்நோக்கிப் போய்க்கொண்டிருந்தது! மேற்கே அஸ்தமனமாகும் சூரியனை நோக்கி நதிகளையும் பல ஊர்களையும் கடந்து ஓடிக்கொண்டிருந்தது! இந்தப் புறப்பாடு அவசியமான புறப்பாடுதான் என்று அவள் மனப்பூர்வமாக நம்பினாள். ஒரு வருஷத்திற்கு முன்பு நிச்சிந்தாபுரத்து வீட்டில் இரவு நேரங்களில் பலதடவை காளிகஞ்சுக்கு கங்கா ஸ்நானத்திற்குப் போக வேண்டுமென்று எண்ணியிருக்கிறாள். ஆனால் அந்தச் சமயத்தில் அது சக்திக்கு மீறிய காரியமாகத் தோன்றியது. ஆனால் இன்று?

பைண்டல் ஸ்டேஷனில் வண்டி வருவதற்குக் கொஞ்சம் முன் எதிரிலுள்ள லயனில் ஒரு நீளமான வண்டி புயலைப் போலக் கிளம்பி சென்றது. அப்பு ஆச்சரியத்துடன் அந்தப் பக்கம் பார்த்துக் கொண்டிருந்தான். எவ்வளவு பயங்கரமான சத்தம்!

பைண்டல் ஸ்டேஷனை வண்டி அடைந்ததும், அவர்கள் வண்டியிலிருந்து இறங்கினார்கள். எஞ்சின் இதற்கும் அதற்கும் ஓடிக்கொண்டிருந்தது. நீளமான கூட்ஸ் வண்டிகள் ஸ்டேஷனை நடுங்க வைத்துக்கொண்டு ஐந்து நிமிஷத்துக்கு ஒருதரம் நிற்காமல் ஓடிக்கொண்டிருந்தன. ஜக்குப்பக்கு, ஜக்குபக்கு என்ற சத்தம் எழுந்தது. எஞ்சின் சீட்டி அடிப்பது காது செவிடாகிவிடும் போலிருந்தது. அங்கே ஒரு பிரயாணிகள் வண்டி புறப்படுகிறது. கார்டு பச்சைக்கொடி காட்டுகிறார். மாலை வேளையில் ஸ்டேஷனுக்கு மேற்கிலும் கிழக்கிலும் எத்தனையோ சிக்கனல்கள் இருக்கின்றன. சிவப்பு, பச்சை விளக்குகள் எரிந்து கொண்டிருக்கின்றன. ரயில், எஞ்சின், பெட்டிகள், மனிதர்கள்!

கொஞ்ச நேரத்திற்குள் காசி போகும் வண்டி பலத்த சப்தத்துடன் பிளாட்பாரத்தில் வந்து நிற்கிறது. ரொம்பப் பெரிய ஸ்டேஷன்! ஏராளமான ஜனக்கூட்டம்! சர்வஜயா தடுமாறிப் போனாள். கணவனுக்குப் பின்னால் ஒரு பெட்டிக்கு முன்வந்து நின்று கொண்டாள். ஹரிஹரன் ரொம்ப கஷ்டப்பட்டு பயங்கரமான கூட்டத்தைக் கண்டு நடுங்கிக் கொண்டிருக்கும் மனைவியையும் மகனையும் ரயில் வண்டிக்குள் அழைத்துப்போய் உட்கார வைத் தான். பிறகு கூலியின் உதவியால் எல்லாச் சாமான்களையும் வண்டிக்குள் சேர்த்தான்.

காலையில் சர்வஜயாவுக்குத் தூக்கம் கலைந்தது. ரயில் புயல் போல வேகமாகச் சென்று கொண்டிருந்தது. இரவு வண்டியானதால் அனைவரும் ஒரே பெட்டியிலிருந்தார்கள். ஹரிஹரன் அவளைப் பெண்கள் பெட்டியில் உட்கார வைக்கவில்லை. கூட்டம் இப்போது

குறைவாகத்தானிருந்தது. பெஞ்சிற்கு ஒரு ஆள் நீட்டிப் படுத்திருந் தனர். மேலே சாமான்கள் வைக்கும் பலகையில் ஒரு மனிதர் குறட்டை விட்டுக் கொண்டிருந்தார். அப்பு வெகு நேரத்திலிருந்து ஜன்னலுக்கு வெளியே எட்டிப் பார்த்துக் கொண்டிருந்தான்.

ஹரிஹரன் கண்விழித்ததும் பையனிடம், "இப்படி எட்டிப் பார்த்துக் கொண்டிருக்காதே. கண்ணில் கரித்துண்டு விழும்" என்றான்.

கரித்துண்டு என்பது சாதாரண விஷயம். கண்ணையே பிடுங்கி விட்டால் கூட அப்புவால் வெளியே எட்டிப் பார்க்காமலிருக்க முடியாது. அவன் இரவு முழுவதும் இப்படியே ஒரே இடத்தில்தான் உட்கார்ந்து கொண்டிருந்தான். அப்பாவும் அம்மாவும் தூங்கிக் கொண்டிருந்தனர். ஆனால் அவன் இதற்குள் எத்தனையோ காட்சி களைக் கண்டான்! எத்தனையோ ஸ்டேஷன்களில் வண்டி நிற்காமல் பிரகாசமான வெளிச்சத்தில் நின்று கொண்டிருந்த மக்களை விட்டு விட்டுப் பட்டுப்பூச்சிபோல பறந்தது. இரவு சிறிது கண்ணயர்ந்து விட்டுக் கண் விழித்துப் பார்த்தான். வண்டி அப்போது ஒரு ஆற்றுப் பாலத்தின் மீது புயல் வேகத்தில் போய்க்கொண்டிருந்தது. எதிரில் உயரமான குன்று தெரிந்தது. குன்றின் மேல் மரம் செடிகொடிகளி ருந்தன. ஆற்று நீரில் நிலவு ஒளி பிரகாசித்துக் கொண்டிருந்தது. வானத்தில் வெண்மேகங்கள் நிறைந்திருந்தன. அதற்குப் பிறகு அம்மாதிரி எவ்வளவோ பெரிய பெரிய குன்றுகள் எதிர்ப்பட்டன. ஒரு பெரிய ஸ்டேஷன், கூட்டம், விளக்கு வெளிச்சம். பக்கத்து லயனில் ஒரு பெரிய வண்டி நின்று கொண்டிருந்தது. அவன் நீரேன் மாஸ்டரிடம் கடிகாரத்தில் மணி பார்ப்பதைக் கற்றுக் கொண்டி ருந்தான். அவன் கணக்கிட்டுப் பார்த்தான். மூன்று மணி இருபத்தி யொரு நிமிடங்களாகியிருந்தன. மறுபடியும் வண்டி புறப்பட்டது. அப்புறம் எத்தனையோ மரங்கள் குன்றுகள் எதிர்ப்பட்டன. சில இடங்களில் தண்டவாளத்துக்கு இரு மருங்கிலும் குன்றுகள் இருந்தன. வண்டிக்குள் அனைவரும் தூங்கிக்கொண்டிருந்தனர். ஒன்றையும் பார்க்க வேண்டிய அவசியமில்லையானால் ரயில் வண்டியில் எதற்காக ஏறவேண்டும்? இது என்ன குன்று என்று யாரிடம் கேட்பான்? வண்டி எவ்வளவு வேகமாகப் போகிறது என்பதை வெளியில் எட்டிப் பார்த்து அனுமானிக்க முயற்சிப்பான். தலைமயிர்காற்றில் பறந்து முகத்தின் மீது விழுந்தது பூமி தெரிய வில்லை. தரையில் யாரோ மெல்லிய கோடு வரைந்து கொண்டு போனது போலிருந்தது. அடடா! ரயில் வண்டி எவ்வளவு வேகமாகச் சென்று கொண்டிருக்கிறது! அவன் அளவு கடந்த உற்சாகத்துடன் இங்குமங்கும் பார்த்துக் கொண்டிருந்தான்.

கிழக்குப் பக்கத்தில் விரைவில் மறையப் போகும் சந்திர ஒளி நிரம்பிய மைதானத்தைப் பார்க்கும்போது அவனால் இதுவரை

வந்துள்ள தூரத்தைக் கணக்கிட முடியவில்லை. இப்போது அவன் எந்தப் பிரதேசத்தில் போய்க்கொண்டிருக்கிறான்?

அவன் மறுபடியும் காலையில் தூங்கிவிட்டான். ஒரு பெரிய ஸ்டேஷனில் ஆரவாரத்துடன் வண்டி நிற்கவே அவனுடைய தூக்கம் கலைந்துவிட்டது. ஸ்டேஷனில் இருந்த பெரிய பலகையில் 'பாட்னா சிடி' என்று எழுதப்பட்டிருந்தது.

அதற்கப்புறம் பல ஸ்டேஷன்கள் வந்தன. பல பெரிய பெரிய பாலங்கள் வந்தன. வண்டி தன் போக்கில் போய்க்கொண்டே இருந்தது. பாலம் முடிவடையாது போலிருந்தது. எத்தனை விதமான சிக்னல்கள்! எத்தனை விதமான தொழிற்சாலைகள்! ஒரு ஸ்டேஷன் அறைக்குள் இரும்புக் கம்பத்தில் பொருத்தப்பட்டுள்ள ஒரு குழாயில் ஒருவர் என்னவோ பேசிக்கொண்டிருந்தார். 'பிரைவேட் நம்பர்?... ஆமாம் சரி... சிக்ஸ்ட்டி நெய்ன்... அறுபத்தி ஒன்பது ஆறு அப்புறம் ஒன்பது. ஆமாம், ஆமாம்...

அவன் வியப்புடன் தன் அப்பாவிடம், "இது என்ன யந்திரம்? அதற்குள் வாயை வைத்து என்ன சொல்லிக் கொண்டிருக்கிறார்?" என்றான்.

அப்போது பொழுது நன்றாக விடிந்திருந்தது. "இனி நாம் காசியை அடைந்துவிடுவோம். கங்கை பாலத்தின் மீது வண்டி போகும் போதே காசி தெரியும்" என்றான்.

அப்பு ரொம்ப நேரமாக ஒரு விஷயத்தைப் பற்றி யோசித்துக் கொண்டிருந்தான். வழி நெடுகிலும் அவன் தந்திக் கம்பிகளைப் பார்த்துக் கொண்டிருந்தான். இந்தத் தடவை மிகவும் கவனமாகப் பார்த்துக் கொண்டிருந்தான். இனி ரயில் விளையாட்டு விளையாடும் சந்தர்ப்பம் ஏற்பட்டால் அவன் இதே மாதிரி தந்திக் கம்பங்களை நடுவான் இதற்கு முன் எவ்வளவு தவறாக தந்தி அமைத்துக் கொண்டிருந்தான்! அவன் போகிற இடத்திலுள்ள காட்டில் ஊணான் கொடி கிடைக்குமல்லவா?

பதினைந்து நாட்கள் கடந்துவிட்டன. ஒரு மூன்றடுக்கு மாடி வீட்டின் கீழ்ப்பாகத்திலே ஹரிஹரனுடைய குடும்பம் நடந்து கொண்டிருந்தது. இதுவரையிலும் பழைய நண்பர்கள் விலாசத்தைக் கண்டுபிடிக்க முடியவில்லை. முதலில் வசித்துக் கொண்டிருந்த இடத்தில் சென்று விசாரித்துப் பார்த்தான். அங்கிருந்தவர்களால் சரியான விலாசம் கொடுக்க முடியவில்லை. பழைய நண்பர்களில் அல்வா வியாபாரி ராம கோபால் சாஹூதான் இன்னும் உயிருடன் இருந்தான்.

மேல் மாடியில் ஒரு பஞ்சாபிக் குடும்பம் இருந்தது. நடுவில் ஒரு வங்காள வியாபாரி வசித்து வந்தான். வெளி அறையில்

அவனுடைய கடை இருந்தது. அக்கம் பக்கமிருந்த இரண்டு மூன்று அறைகளைப் படுக்கை அறையாகவும் சமையலறையாகவும் உபயோகித்து வந்தனர்.

இந்த நாலைந்து நாட்களுக்குள் சர்வஜயா ஏறக்குறைய எல்லா இடங்களையும் கணவனுடன் சென்று பார்த்துவிட்டாள். இவ்வளவு பெரிய விஷயத்தை அவள் கற்பனை செய்துகூடப் பார்த்ததில்லை. எப்படிப்பட்ட கோவில்கள்! எந்த மாதிரி கடவுள்கள்! எத்தனை யெத்தனை வீடுகள், மாளிகைகள்! இந்நாள் வரையிலும் ஆடங்காட் ராதாகிருஷ்ணர் கோவில்தான் அவளுடைய கண்ணுக்குள் இருந்து வந்தது. ஆனால் காசி விசுவநாதருடைய ஆலயம், அன்னபூர்ணா தேவி ஆலயம், தஷாஷ்வமேது துறையிலுள்ள சிவப்புக் கோயில்... இவையெல்லாம் என்ன?

ஒருநாள் மேல்மாடியில் குடியிருக்கும் பஞ்சாபிப் பெண்ணுடன் இரவில் விஸ்வநாதருடைய தீபாராதனையைப் பார்ப்பதற்காகச் சென்றிருந்தாள். அந்தக் காட்சி அவளைப் பிரமிப்படையும்படி செய்துவிட்டது. சாம்பிராணிப் புகையில் கோவில் நிறைந்தது. ஏழெட்டு அர்ச்சகர்கள் மந்திரம் சொல்லிக் கொண்டிருந்தனர். கூட்டம் ஏராளமாக இருந்தது. பணக்காரர் வீட்டுப் பெண்கள் ஏராளமாக வந்திருந்தனர். அவர்களுடைய புடவைகளையும் நகைகளையும் என்னென்று சொல்வது? எங்கிருந்தோ ஒரு ராணி வந்திருந்தாள். அவளுடன் நாலைந்து வேலைக்காரிகளிருந்தனர். அவர்கள் விலையுயர்ந்த பனாரஸ் பட்டுச் சேலைகளை அணிந்திருந்தார்கள். தீபவொளியில் முந்தானைத் தங்கச் சரிகைகள் பிரகாசித்தன. ராணியின் கண்கள் பெரிதாக இருந்தன. வில் போன்ற புருவம் எத்தனை அழகாக இருந்தது. முகம் மிகவும் கோமளமாக இருந்தது. அவள் நிஜ ராணியை எப்போதும் பார்த்ததில்லை. கதைகளில்தான் படித்திருக்கிறாள். ஆனால் இந்த ராணி நிஜராணியாகவே இருந்தாள். அவள் ராணியை அதிக நேரம் பார்த்துக் கொண்டிருந்தாளா அல்லது கடவுளின் தீபாராதனையை அதிக நேரம் பார்த்துக் கொண்டிருந்தாளா என்பதைச் சொல்ல முடியாது.

கோயிலைத் தவிர இங்கே குடியிருக்கும் வீடுகளும் ரொம்ப அழகாகத்தானிருந்தன. தசரா பண்டிகையின்போது கங்கூலி வீட்டுக்கு விருந்துக்குப் போவாள். அவர்களுடைய இரண்டடுக்கு மாடி வீட்டையும் அதற்குள்ளிருக்கும் சாமான்களையும்தான் பார்த் திருக்கிறாள். அவள் ஒரு தடவை துர்காவிடம், "பெரிய மனிதர் வீடு எவ்வளவு அழகாக இருக்கிறது பார்த்தாயா?" என்று சொல்லி யிருக்கிறாள்.

ஆனால் இப்போது தெருவில் இரண்டு பக்கங்களிலும் இருக்கும் வீடுகளுடன் ஒப்பிடும்போது கங்கூலி வீடு எம்மாத்திரம்?

அவள் இத்தனை வண்டிகளையும் குதிரைகளையும் ஒரு சேரப் பார்த்ததில்லை. வண்டிகள்தான் எத்தனை விதமாக இருக்கின்றன! வரும்போது ராணா காட்டிலும் நயீகாட்டிலும் குதிரை வண்டிகளைப் பார்த்தாள். ஆனால் அவள் இத்தனை விதமான குதிரை வண்டிகளைப் பார்த்தது கிடையாது. இரண்டு சக்கர வண்டிகளும் ஏராளமாக இருந்தன. தெரு ஓரத்தில் நின்றுகொண்டு இவைகளையே பார்த்துக் கொண்டிருக்கலாம் என்று ஆசைப்பட்டாள். ஆனால் அவளுடன் அந்தப் பெண்ணும் இருந்ததால் வெட்கத்தால் ஒன்றும் சொல்ல முடியவில்லை.

அப்புவுக்கும் அளவிட முடியாத ஆச்சரியமாக இருந்தது. இவை எல்லாம் நடக்கும் என்று அவன் கற்பனை செய்துகூடப் பார்த்ததில்லை. அவனிருக்கும் இடத்திற்கும் தஷாஷ்வமேது துறைக்கும் அதிக தூரமில்லை. அவன் தினமும் மாலை வேளைகளில் அங்கு உலாவப் போவான். அங்கு தினமும் திருவிழாபோல கூட்டமிருக்கும். இங்கு பாட்டுக் கச்சேரி நடந்து கொண்டிருந்தால் அங்கு கதா காலட்சேபம் நடந்து கொண்டிருக்கும். யாராவது ராமாயணம் படித்துக் கொண்டிருப்பார். அப்பு அங்கே சுற்றிப் பார்த்துவிட்டு வீட்டுக்கு வந்து இரவில் அனைத்தையும் சொல்லுவான்.

ஒரு வேலைக்காரன், ஒரு சிறுவனுடைய இடுப்பில் கயிற்றைக் கட்டிப் பிடித்துக்கொண்டு உலாவ அழைத்து வருவான். அப்பு அவனைச் சிநேகிதம் செய்து கொண்டான். அவனுடைய பெயர் பலட்டு. அவனால் நன்கு பேச முடியாது. ஆனால் ரொம்பக் குறும்புக்காரன். ஆகையால் வீட்டிலுள்ளோர் அவன் எங்கேயாவது தவறிவிடுவான் என்று இம்மாதிரி கைதியைப்போல நடத்துகிறார்கள். அப்பு அவனைப் பார்த்தால் விழுந்து விழுந்து சிரிப்பான். கயிற்றை அவிழ்த்துவிடும்படி வேலைக்காரனிடம் சொன்னான். ஆனால் அவன் பயந்து கொண்டு கயிற்றை அவிழ்க்க மறுத்துவிட்டான். கைதி ஒன்றும் தெரியாத சிறுவன். ஆகையால் அவனுக்குத் 'தகராறு' செய்ய வேண்டுமென்றுகூடத் தோன்றவில்லை.

வீட்டுக்குத் திரும்பி வந்தால் தினமும் சர்வஜயா, "நீ தன்னந் தனியாக ஏன் இப்படிச் சுற்றிக்கொண்டிருக்கிறாய்? பெரிய நகரம். எங்காவது காணாமல் போய்விட்டால் என்ன செய்வது?" என்பாள்.

தன் சம்பந்தப்பட்டவரையில் இவ்விதம் பயமடைவது வீண் என்றும் காரணமற்றது என்றும் அப்பு சொல்லுவான்.

காசிக்கு வந்தபிறகு ஹரிஹரனுடைய வருமானமும் அதிகரித்தது. பல இடங்களுக்கு அலைந்த பிறகு தினமும் கோயிலில் புராணம் படிக்கும் வேலை கிடைத்தது. ஒருநாள் சர்வஜயா, "நீங்கள் தஷாஷ்வமேது துறையில் மாலை வேளைகளில் ஏன் புத்தகத்துடன் உட்கார்ந்து கொண்டிருக்கப்படாது? ஜனங்கள் எத்தனையோ

வழிகளில் சம்பாதிக்கிறார்கள். நீங்கள் என்னடான்னா காற்று வாங்கிக் கொண்டிருக்கிறீர்கள்!" என்றாள்.

பத்தினியின் மிரட்டலுக்கு இணங்க ஹரிஹரன் காசி காண் டத்தை எடுத்துக்கொண்டு அங்கு போய் உட்காரத் தொடங்கினான். தர்ம நூல்களைப் படித்துச் சொல்வது அவனுக்குப் புதிதல்ல. தன் ஊர்ப் பக்கங்களில் புண்ணிய காலங்களில் புராணம் படித்து வந்திருக்கிறான். அவன் துறையில் போய் உட்கார்ந்துகொண்டு இறைவணக்கம் பாட ஆரம்பித்தான்.

நல்ல கூட்டம் கூடியது.

அவன் வீட்டுக்கு வந்து காகிதத்தில் ஏதோ எழுதத் தொடங் கினான். அவன் தன் மனைவியிடம், "சுலோகங்களை மட்டும் சொல்லிக்கொண்டிருந்தால் யாரும் கேட்கமாட்டார்கள்! கதை படிப்பவனிடம் அதிகக் கூட்டம் சேர்கிறது. ஆகையால் நானும் வேறு விதமாகச் செய்யப் போகிறேன். அதில் பாட்டு இருக்கும். கதை படிப்பது போலத்தானிருக்கும். இல்லாவிட்டால் ஜனங்கள் வரமாட்டார்கள். முந்தாநாள் அந்தக் கதை படிப்பவனிடம் பேசிக்கொண்டிருந்தேன். அவன் வைத்திருக்கும் புத்தகத்திலுள்ள எழுத்துக்களை எருமை மாதிரி பெரிது பெரிதாக இருக்கிறது. கொஞ்சம் பிலாக்கணத்தையும் சொல்லிப் பெண்களை ஏமாற்றி காசு சம்பாதிக்கிறான். என் தட்டில் ஆறு அணா எட்டணா விழுவதே கஷ்டமாக இருக்கிறது. ஆனால் அவனுக்கு எப்போதும் ஒரு "ரூபாய்க்குக் குறைவதில்லை. நான் எப்படி எழுதியிருக்கிறேன் பார்" என்றான்.

அவன் பாடிக் காட்டினான். "நான் அந்தக் கதைக்காரனுடைய புத்தகத்தைப் பார்த்து வனத்தின் வர்ணனையை எழுதிக் கொள்ள லாம் என்று நினைத்தேன். ஆனால் அவன் புத்தகத்தைக் கொடுக்க மாட்டான்' என்றான்.

"நீங்கள் எங்கே உட்கார்ந்து கொண்டு கதை படிக்கிறீர்கள்? நானும் ஒரு நாளைக்கு வந்து கேட்கிறேன்."

"அவசியம் வா. ஷீதலாஜி கோவிலுக்குக் கீழே உட்கார்ந் திருப்பேன். நாளையே வா. புதிய கதை ஆரம்பிக்கிறேன். நாளை ஏகாதசி. நல்ல நாள்."

"வரும்போது தெருமுனையிலுள்ள கடையில் அப்புவுக்கு ஒரு ஜிலேபி வாங்கி வாருங்கள். மேலே இருக்கும் பஞ்சாபிப் பெண், அவர்கள் வீட்டில் ஏதோ விசேஷம் என்று என்னை அழைத்துக் கொண்டு போயிருந்தாள். அப்போது ஜிலேபி கொடுத்தாள். ரொம்ப நன்றாக இருந்தது. விஸ்வநாத் தெருவில் விற்கிறதாம். நான் சாப்பிடும் போது அப்புவுக்கு ஜிலேபி ரொம்ப இஷ்டமாச்சே என்று நினைத்துக்

கொண்டேன். அதை அவர்களிடம் எப்படிச் சொல்வது? ஆகையால் நீங்கள் வரும்போது வாங்கி வாருங்கள்" என்றாள்.

சில நாட்களாக ஹரிஹரனுடைய கதைக்கு ரொம்பக் கூட்டம் சேர ஆரம்பித்தது.

நாரதகாட் காளி கோவிலைச் சேர்ந்த வேலைக்காரி ஒரு பெரிய கூடை நிறைய உணவுப் பதார்த்தங்களைக் கொண்டுவந்து வீட்டுக்குள் வைத்தாள். சர்வஜயா மகிழ்ச்சியுடன், "இன்று எதாவது விசேஷ பூஜையா? அவர் வருவதைப் பார்த்தாயா?" என்றாள்.

வேலைக்காரி போன பிறகு, சர்வஜயா மகனை அழைத்து, "அப்பு இங்கு வா! உனக்கு தேங்காய்ப் பூ இருக்கிறது பார். உனக்குத் திராட்சை பிடிக்குமல்ல? வாழைப்பழம் இருக்கிறது. எவ்வளவு பெரிய மாம்பழம் பார்! வா, வந்து சாப்பிடு" என்றாள்.

ஹரிஹரனுக்கு ஊக்கம் உண்டாகிவிடவே தன் பெட்டியிலிருந்த புத்தகங்களை வெளியிலெடுத்தான். "நீங்கள் துருவ சரித்திரம் படிக்கக் கேட்டுக் கேட்டு ஜனங்கள் காது செவிடாகப் போயிருக்கும். வேறு கதை எதையாவது படியுங்கள்" என்றாள் சர்வஜயா.

ஹரிஹரன் புத்தகங்களை ஆராய்ந்து ஒரு புதுக்கதையைத் தயார் செய்து கொண்டான். இதே காசியில் இன்றைக்குச் சரியாக இருபத்திரண்டு வருஷத்திற்கு முன் கீதகோவிந்தத்தைக் கற்றுக் கொண்டான். அப்போது அவனுடைய வயது இருபத்தி நான்கு. அவன் தன் சொந்தக் கிராமத்துக்குப் போன பிறகு அவனுடைய வாழ்க்கை லட்சியம் என்ன என்பது தெளிவாகத் தெரிந்தது. காசியில் இதற்கெல்லாம் இடமில்லை. ஆனால் அவனுடைய கிராமத்தைச் சுற்றி தாஷுராயின் பாடல்களும், தீவான்ஜியின் பாடல்களும், கோவிந்த அதிகாரியினுடைய கிளி மைனா சண்டைப் பாட்டும் நடந்து கொண்டிருந்தன. இவையெல்லாம் அவனுடைய மனத்தில் ஓர் புதிய கிளர்ச்சியை உண்டு பண்ணின.

அவன் இரவு நேரங்களில் தன் மனைவியிடம், "நான் கடை வீதியில் கவிகள் பாடியதைக் கேட்டேன். என்ன புரிகிறதா? நான் உட்கார்ந்து கொண்டு கேட்டேன். என்ன புரிகிறதா? என்ன புரிகிறதா? ரொம்ப சாதாரணமாக இருந்தது. குடும்பம் ஒரு நிலைக்கு வரட்டும். நான் புதிய பாடல்களைத் தயார் செய்கிறேன். இவர்களெல்லாம் பழைய பாட்டுகளைப் பாடிக் கொண்டிருக்கிறார் கள். இதைத்தான் நான் நேற்று ராஜுவிடம் சொல்லிக் கொண்டி ருந்தேன்" என்பான்.

ஹரிஹரன் இரவு நேரங்களில் படுக்கையிலிருந்து எழுந்து உட்கார்ந்து கொண்டு எதையோ யோசித்துக் கொண்டிருப்பான். ஏதோ விவரிக்க முடியாத ஆனந்தத்தால் அவன் மனம் வானத்தில்

சஞ்சரிக்கும். அவனுடைய எதிர்காலம்தான் எவ்வளவு பிரகாச முடையதாக இருக்கப்போகிறது.

தேசத்திலுள்ள சகல சபைகளிலும் கிராமங்களிலும் அவன் இயற்றிய பாடல்களைப் பாடுகிறார்கள். காளி தேவியைப் பற்றி எழுதிய பாடல்களைப் பல இரவுகள் பாடிக்கொண்டேயிருக்கிறார்கள். மேலும் அவனை எழுதிக் கொடுக்கும்படி பெரிய மனிதர்கள் எல்லாம் வந்துவேண்டுகிறார்கள். அவனுடைய கற்பனை கண் கொண்டு இவை எல்லாம் பார்த்தான்.

'ஆஹா! ரொம்ப அழகாக இருக்கிறது! யார் இந்தக் கவிதை யையும் பாடலையும் இயற்றியது? கவிகளுக்கெல்லாம் கரு பண்டித ஹரூ! ஹரூ பண்டிதருடையதா இது? நிச்சிந்தாபுரத்து ஹரிஹரராய் மகாஷயர் இயற்றியதல்லவா இது?"

இதே தஷாஷ்வமேது படித்துறையில் உட்கார்ந்து கொண்டு இருபத்திரண்டு வருஷங்களுக்கு முன் அவன் என்னென்ன கனவுகளைக் கண்டுகொண்டிருந்தான்! அதற்குப் பிறகு அவைகளைக் கொஞ்சம் கொஞ்சமாக மறந்துவிட்டான். அவனிடமிருந்த கைப்பிரதி களும் பெட்டியின் மூலைக்குள் எங்கே ஒளிந்து கொண்டன. இளமையின் கனவு நிறைந்த வாழ்க்கை, மத்தியான வெப்பத்தால் அடிவானத்தில் மறையும் மூடுபனிபோல மறைந்துவிட்டது.

இழந்துவிட்ட இளமையைத் திரும்பிப் பார்த்தால் இதயம் எவ்வளவோ சஞ்சலமடைகிறது. எத்தனையோ விஷயங்கள் நினைவுக்கு வருகின்றன. அந்தக் கழிந்துபோன இளமையின் நாட் களை மறுபடியும் திரும்ப அடைய முடியாதா?

தஷாஷ்வமேது நீர்த்துறையில் அப்புவுக்குப் பல பையன்கள் சிநேகிதமானார்கள். ஆனால் இங்கு இவனையொத்த வயதுடைய பையன்கள் எல்லாம் பள்ளிக்கூடத்திற்குப் போய்க் கொண்டிருக் கிறார்கள். நிச்சிந்தாபுரத்தில் மீன் பிடித்துக்கொண்டு படகோட்டிக் கொண்டிருப்பது சாத்தியமாக இருந்தது. ஆனால் இங்கே தான் படிக்கவில்லை என்று தன் நண்பர்களிடம் சொல்லுவதற்கு வெட்க மாக இருக்கிறது.

இங்கு பழக்கமான பையன்களெல்லாம் நல்ல குடும்பத்தைச் சேர்ந்தவர்கள். பலட்டுவின் அண்ணா ஒருநாள் பேசிக் கொண்டி ருக்கும்போது "எங்கள் அப்பா வெளியூர்களில்தான் அதிக நாளிருப் பார்" என்று சொன்னான். இதைக் கேட்டு அப்பு, 'உங்களுக்கு ஏராளமாக புரோகித வீடுகளிருக்கின்றதோ?" என்றான்.

அந்தப் பையன் உடனே ஆச்சரியத்துடன், "புரோகிதமா? என்ன புரோகிதம்?" என்றான்.

அப்பு ஒன்றும் பதிலளிக்காமலிருக்கவே அவன், "என் அப்பா கண்ட்ராக்டர்! எங்களுக்குப் பூமியும் இருக்கிறது. ஆனால் இந்தக் காலத்தில் என்ன மிஞ்சுகிறது?" என்றான்.

அப்பு தன் அப்பா புராணக் கதைகளைப் படிப்பதைக் கேட்பதும் உண்டு. மான் குட்டியை மூர்க்க மிருகம் அடித்துக் கொன்றுவிட்டது. மான்குட்டியை வளர்த்துக் கொண்டிருந்த ராஜரிஷி பரதன் எவ்வாறு பதைபதைத்துப் போனார் என்பதைக் கேட்கும்போது அப்புவின் கண்களில் கண்ணீர் நிறைந்துவிடும்.

மாலை வேளையில் கோவிலில் சங்கும் மணியோசையும் முழங்கும். அப்போது அஸ்தமன சூரியனின் பொற்கிரணங்கள் அழகைப் பொழியும். அதே சமயத்தில் கீழ்வானில் பரவிவரும் கங்குலுடன் பிரிவாற்றாமையால் புலம்பும் ராஜ ரிஷியின் துக்கமும் இரண்டறக் கலந்துவிடும்.

வீட்டில் பேனாவையும் காகிதத்தையும் கையில் எடுத்துக் கொண்டு அப்பு,"நீ படிப்பதை எனக்கு எழுதிக் கொடு" என்றான்.

ஹரிஹரன் மகிழ்ச்சியுடன், "நீ கேட்டுக் கொண்டுதானே இருக்கின்றாய்?" என்றான்.

"நான் தினமும் கேட்டுக்கொண்டுதானிருக்கிறேன். நேற்று பரதனுடைய தாயார் இறந்துபோன கதையைச் சொல்லிக் கொண்டிருக்கும்போது நான் கோவிலில் படிக்கட்டில் உட்கார்ந்து கொண்டிருந்தேன்."

"எப்படியிருந்தது? நன்றாக இருந்ததா?"

"ரொம்ப! ரொம்ப! நான்தான் தினமும் கேட்டுக் கொண்டிருக் கிறேனே?"

அப்பு ஒரு விஷயத்தைச் சொல்லாமல் விட்டுவிட்டான். விளையாடுவதற்குத் தோழர்கள் கிடைத்துவிட்டால் அன்று கதை கேட்கப் போகமாட்டான். அன்று அவன் தந்தையிடமிருந்து எழுந்து போகத் தொடங்கினான். உடனே ஹரிஹரன், "அப்பு! ஓ, அப்பு!" என்று கூப்பிட்டான்.

"அவனுக்கு உன்னைத் தெரியுமா?" என்று அவனுடைய தோழன் கேட்டான்.

"ஆமாம்" என்று தலையை ஆட்டிக் கொண்டான். நண்பர் களுடன் சேர்ந்து கொண்டு அவன் எப்போதும் தந்தையிடம் போகமாட்டான். அவனுடைய அப்பா கதை படிப்பவர் என்று காட்டிக்கொள்ள அவன் விரும்புவதில்லை. பலட்டுவின் அண்ணா விடம் தவிர மற்ற சிநேகிதர்கள் அனைவரிடமும் காசியில் தங்களுக்கு வீடு இருக்கிறது. தேக ஆரோக்கியத்திற்காக வந்திருக்கிறோம். சொந்த

ஊரிலும் பெரிய மாளிகை இருக்கிறது. அப்பா பெரிய பணக்காரர், அதோடு 'ஜமீன்தார்' என்றும் சொல்லி வைத்திருந்தான்.

அவனுடைய சிநேகிதர்களுக்கும் அவனுடைய வயதுதானிருக்கும். அவன் கூறுவதையும், அவனுடைய உடையையும் பார்த்து அவர்களால் ஒன்றும் கண்டுகொள்ள முடிவதில்லை. முக்கியமாக அவனுடைய அழகிய முகத்தைப் பார்த்து நம்பி விடுவார்கள்.

பூரணமியன்று கதை கேட்க ஏராளமானவர்கள் கூடியிருந்தார்கள். மாலை வேளையில் ஹரிஹரன் கதையை முடித்துக் கொண்டு இளைப்பாறிக் கொண்டிருந்தான். அப்போது கதை படிப்பவன் தண்ணீரில் இறங்கிக் கைகால்களைச் சுத்தம் செய்து கொண்டிருந்தான். அவன் ஹரிஹரனைப் பார்த்து,'' நீங்கள் இங்கேயா இருக்கிறீர்கள்? இன்று பூரணமி அல்லவா? பழங்காலமாக இருந்தால் அரைமணிவரையிலும் அரிசி வரும். இந்தக் காலத்தில் யார் இதெல்லாம் செய்கிறார்கள்? யாரும் ஒருபிடி அரிசிகூடக் கொண்டு வருவதில்லை. சரி, நீங்கள் எங்கே படிக்கிறீர்கள்?" என்றான்.

"காசியில்தான் படித்தேன். அது ரொம்ப நாளாகிவிட்டது. இத்தனை நாளும் சொந்த ஊரிலிருந்து விட்டு இப்போதுதான் இங்கே வந்தேன்'' என்றான்.

"உங்கள் வீடு பக்கத்திலா இருக்கிறது? கொஞ்சம் சாயா கொடுக்க முடியுமா? ரொம்ப நாளாகச் சாயா குடிக்க வேண்டுமென்று நினைத்துக் கொண்டிருக்கிறேன். இதோ பாருங்கள். தேயிலையை மடியில் வைத்துக்கொண்டு அலைகிறேன். எங்கும் கிடைக்காவிட்டால் மிட்டாய் கடைக்குப் போய் சுடுதண்ணீர் வாங்க வேண்டியதுதான். தொண்டை எப்படியோ இருக்கிறது. கொஞ்சம் சாயா குடித்தால் தான்...''

"வாருங்கள்! என் வீடு பக்கத்தில் தானிருக்கிறது. போகலாமா?"

ஹரிஹரன் வேறொரு கதைக்காரனையும் அழைத்துக் கொண்டு வீட்டுக்கு வந்தான்.

வீட்டில் சாயா குடிக்கும் பழக்கம் கிடையாது. பாத்திரத்தில் தண்ணீரைச் சூடு செய்தார்கள். சாயா தயாராகிறது. அப்பு பூப்போட்ட கிளாசில் சாயாவும் ஒரு தட்டில் கொஞ்சம் பட்சணங்களையும் வைத்து கதைக்காரர் எதிரில் வைத்தான். பட்சணத்தைப் பார்த்ததும் கதைக்காரருடைய முகம் மலர்ந்தது. அவர் அதை எதிர்பார்க்கவில்லை.

"இவன் உங்களுடைய பையனா, பேஷ்! ரொம்ப நல்ல பையன்! வா! வா!" என்றார்.

"உங்கள் குழந்தைகளெல்லாம் இங்குதானிருக்கிறார்களா?'' என்று ஹரிஹரன் கேட்டான்.

“மனைவியே இல்லாதவனுக்குக் குழந்தைகள் எப்படியிருக்கும்? பத்து ஏக்ரா நிலம் என் கையிலிருந்து நழுவிவிட்டது. இரண்டு மூன்று ஏக்ரா நிலமிருந்தால் பிழைப்பதற்கு இவ்வளவு தூரம் வருவேனா? இங்கு யாராவது மனிதர்களிருப்பார்களா? பாபா விஸ்வநாதர் என் தலைக்கு மேலே இருக்கட்டும். குளிர் காலம் வந்துவிட்டது. ஈச்சமரச் சாறு இங்கு எங்காவது கிடைக்குமா? அல்லது ஈச்சமர வெல்லம்தான் எங்காவது பார்த்திருக்கிறீர்களா? எனக்கு இரண்டு வரிசை ஈச்சமரம் இருந்தது. இப்போதிருக்கும் நிலையைப் பாருங்கள்....”

“உங்கள் சொந்த ஊர் எது?”

“சத்கீரேவுக்கு அருகில் ஷீதலகாட்டி கிராமத்தைக் கேள்விப்பட்டி ருக்கிறீர்களா? ஷீதலகாட்டி சக்கரவர்த்தியை ரொம்ப உயர்ந்த பிராமணனாகக் கருதுவார்கள்.”

ஹரிஹரன் ஹுக்காவைப் பற்றவைத்து இரண்டொரு இழுப்பு இழுத்துக்கொண்டு அதைக் கதைக்காரர் கையில் கொடுத்தான்.

“பங்குனி மாதம் போயிருந்தேன். ஒரு தோட்டம் இருந்தது. அதையும் இழந்துவிட்டு வந்தேன். நாங்கள் ஸ்ரோத்திரிய பிராமணர் கள். பத்து ஏக்கர் நிலமிருந்தது. அதை அடகுவைத்து வரதட்சனை கொடுத்துக் கலியாணம் செய்தேன். பத்து வருஷம் குடும்பம் நடத் தினேன். அப்புறம் என்னாச்சு? மாலை வேளையில் சமையலறைக் கூரையில் சீதாப்பழம் பறிக்கப் போனாள். அங்கே கருநாகம் தயாராகப் படுத்துக் கொண்டிந்தது. அவ்வளவுதான். அவளுடைய கையைக் கொத்தியது. கெட்ட காலத்திற்கு அன்று நான் ஊரில் இல்லை. ஆகையால் யாரும் ஒன்றும் செய்யவில்லை. எந்த வைத்தியமும் பார்க்கவில்லை. அப்போது நான் ஆற்றைக் கடந்து வந்துகொண்டிருந்தேன். எதிரில்வந்த எங்களூர்க்காரன், ‘சீக்கிரம் வீட்டுக்குப் போ, வீட்டில் பெரிய ஆபத்து’ என்றான். ‘என்ன ஆபத்து?’ என்று கேட்டேன். அவன் சொல்லவில்லை. வீட்டுக்குப் போய்ப் பார்த்தேன். பிணமாகிக் கிடந்தாள். பூமிக்குப் பூமியும் போய் இந்தக் கதிக்கு ஆளாகிவிட்டேன். இனி சொந்த ஊரில் இருந்து என்ன பயன் என்று யோசித்தேன். மறுபடியும் கல்யாணம் செய்வதற்கு முந்நூறு நானூறு ரூபாயாவது வேண்டும். சரி, பாபா விஸ்வனாதர் காலடி சேர்ந்துவிட்டால் பட்டினியாவது கிடக்கா மலிருக்கலாமே! இங்கு வந்து எட்டு வருஷமாகிறது. ஒரு சித்தப்பன் மகன் இருக்கிறான். அவனுக்குக் கொஞ்சம் பூமி இருக்கிறது. அதில் பங்குக்குப் போனேன். உனக்குக் கொஞ்சம்கூடப் பாகம் கிடையாது என்று சொல்கிறான். இல்லாவிட்டால் போகிறது என்று சொல்லி விட்டேன். சரி, போகிறேன். சாயா நன்றாக இருந்தது. உங்கள் பையன் எங்கே? ரொம்ப நல்ல பையன்” என்றார்.

அவர் தனது பழைய கேன்வாஸ் செருப்பைக் காலில் மாட்டிக் கொண்டு கிளம்பினார். போகும்போது, "நாளை விசேஷ நாள், எப்படியிருக்கிறதோ பார்க்கலாம்" என்று கூறிக்கொண்டே போனார்.

29

ஹரிஹரன் குடியிருக்கும் வீடு நல்ல வீடல்ல. கீழ்மாடியில் இரண்டு அறைகள். எப்போதும் இருண்டு கிடக்கும். வெளியிலிருந்து உள்ளே வந்தால் ஒன்றுமே தெரியாது. சர்வஜயா இம்மாதிரி இடத்தில் வசித்ததே கிடையாது. அவர்களுடைய கிராமத்து வீடு பழைய வீடாக இருந்தாலும் வெளிச்சமும் காற்றும் வருவதற்காகப் பெரிய பெரிய கதவுகளும் ஜன்னல்களும் இருந்தன. பழையகால வழக்கப்படி உயரமான வீடு. எப்போதும் வீட்டுக்குள் ஈரமிருக்காது. இந்த வீட்டிலுள்ள ஈரத்தாலும் இருளாலும் சர்வஜயாவுக்குத் தலைவலி இருந்துகொண்டேயிருந்தது. அப்பு வீட்டிலிருப்பதேயில்லை. சூரிய ஒளியில் வளரும் பசும்செடியைப் போல அவனுடைய முகம் எப்போதும் தளதளப்பாகவே இருந்தது. அவன் நிச்சிந்தாபுரக் காட்டிலும் ஆற்று மேட்டிலும் வளர்ந்தவன். ஆகையால் காற்றோட்ட மில்லாத இந்த வீட்டுக்குள்ளிருந்தால் இருமல் எடுத்துக்கொள்ளும், ஒரு கணமும் அவன் வீட்டுக்குள்ளிருக்க மாட்டான்.

அவனுக்கு காசி கொஞ்சம் ஏமாற்றத்தை அளித்தது. இங்கே பெரிய பெரிய வீடுகள் இருப்பதெல்லாம் சரிதான். ஆனால் காடுகள் கிடையாதே!

ஒருநாள் மாலை கதைக்காரர் ஹரிஹரன் வீட்டுக்கு வந்தார். அவர் பேசிக்கொண்டிருந்துவிட்டுக் கடைசியில், "உங்கள் மகனைக் காணவில்லையே?" என்றார்.

"எங்காவது விளையாடப் போயிருப்பான். தஷாஷ்வமேது நீர்த்துறைக்குப் போயிருப்பான்."

கதைக்காரர் போர்வையின் தலைப்பில் இருந்த முடிச்சை அவிழ்த்தார். "உங்கள் மகனிடம் எனக்கு ரொம்ப பழக்க மேற்பட்டு விட்டது. அன்று அவனிடம் பேசிக்கொண்டிருந்தேன். சோழி ஆட்டத்தில் அவனுக்கு ரொம்பப் பிரியம் போலிருக்கிறது. எனக்கு இரண்டு சோழி கிடைத்தது. அப்புவுக்குக் கொடுக்கலாமென்று வந்தேன். நீங்கள் வைத்திருந்து அவன் வந்ததும் கொடுத்து விடுங்கள்" என்றார்.

மார்கழி கடைசியில் அப்பு தன் தந்தையிடம் தான் பள்ளியில் சேர்ந்து படிக்க விரும்புவதாகச் சொன்னான். "எல்லோரும் பள்ளிக் கூடத்தில் படிக்கிறார்கள். விட்டு ஐந்து வருஷங்களாகின்றன. அவன் மறுபடியும் பள்ளிக்கூடத்தில் சேர்ந்தான்.

மாசி மாத மத்தியில் கதைக்காரர் ஒரு காகிதத்தை எடுத்துக் கொண்டு வந்து ஹரிஹரனுக்கு முன் வைத்துவிட்டு, “பாருங்கள், இப்படி எழுதினால் போதுமா?” என்றார்.

ஹரிஹரன் படித்துப் பார்த்தான். காசியில் உள்ள ஸ்ரீராம் கோபால சக்கரவர்த்தி என்ற பெயருடையவர் கதைக்காரருக்குத் தம் கிராமத்திலுள்ள பத்து ஏக்ரா நிலத்தையும் தானமாக எழுதிக் கொடுத்திருந்தார். அதற்குச் சாட்சிகளும் உண்டு.

“விஷயம் இதுதான். எங்கள் ஊர்ப்பக்கம் குமுரே கிராமத்தில் ராம கோபால் சக்கரவர்த்தி பெரிய பண்டிதர். சாவதற்கு ஒரு வருஷத்துக்கு முன் என்னிடம், “ராமதன், உன்னிடம் ஒன்றும் கிடை யாது. உனக்குப் பத்து ஏக்ரா நிலம் கொடுக்கலாம் என்றிருக்கிறேன். வாங்கிக்கொள்கிறாயா?” என்றார். நான் யோசித்துப் பார்த்தேன். நல்ல பிராமணனாக இருக்கிறார். தானம் கொடுக்க விரும்புகிறார். இதில் தவறு என்ன? எனக்கு அவர் வாய்மொழியாக நிலத்தைக் கொடுத்துவிட்டார். விஷயம் அத்தோடு முடிந்தது. நான் அப்புறம் ஒன்றும் கவனிக்கவில்லை. நான்தான் காசியிலிருக்கிறேனே! அங்கு பூமியை வைத்துக் கொண்டு என்ன செய்வது? இதற்கப்புறம் சக்கரவர்த்தி பரலோகம் அடைந்துவிட்டார். தானம் வாய்மொழி யாகவே இருந்தது. இத்தனை நாளைக்குப் பிறகு மறுபடியும் ஊருக்குக் திரும்பிப் போகலாம் என்று நினைக்கிறேன். குழந்தை யில்லாத வாழ்க்கை என்ன வாழ்க்கை? உங்களிடம் ஒளிக்காவிட்டால் என்ன? பட்டினி கிடந்து முந்நூறு ரூபாய் சேர்த்து வைத்திருக்கிறேன். நூறு ரூபாய்க்கு ஸ்ரோத்திரிய குலப்பெண் கிடைப்பாள். ஆகவே பூமி வேண்டியதுதானே? தானம் கொடுப்பதாக வாயில் சொன்னது தான். இதைச் சக்கரவர்த்தியினுடைய பிள்ளைகள் ஏற்றுக்கொள்வார் களா? ஆகையால் யோசித்துப் பார்த்து இந்த தஸ்தாவேஜைத் தயார் செய்தேன். எழுதியதும் நான்தான். கையெழுத்துப் போட்டதும் நான்தான். சாட்சிக் கையெழுத்தும் என்னுடையதுதான். இனிமேல் அவர்களுடைய பிள்ளைகள் என்ன சொல்லுவார்களோ பார்க் கிறேன். உங்கள் அப்பா நிலதானம் செய்திருக்கிறார் என்கிறேன்...”

எழுந்து போகும்போது கதைக்காரர், “நல்ல வேளை ஞாபகம் வந்தது. செவ்வாய்க்கிழமை மாசி பௌர்ணமியன்று டம்டார் ராஜா கட்டியுள்ள கோவிலுக்கு உங்கள் மகனையும் அழைத்துக் கொண்டு போகப்போகிறேன். இரவு ஒவ்வொரு வருஷமும் பிராமண போஜனம் நடக்கும். அன்று நான் பையனை அழைத்துக்கொண்டு போகிறேன்” என்றார்.

மாசி பௌர்ணமியன்று அதிகாலையில் யாத்ரிகர்களின் கூட்டத்தைக் கண்டு சர்வஜயா ஆச்சரியமடைந்தாள். ஆண்களும் பெண்களும் கோவணத்தை இழுத்துக் கட்டிக்கொண்டு “ஜய

விஸ்வனாத்ஜி! பம் பம் பம்!' என்று சொல்லிக் கொண்டு குளிரைக் கூட பாராட்டாமல் குளிக்கப் போய்க்கொண்டிருந்தார்கள். கொஞ்சம் நன்றாக விடிந்த பிறகு பஞ்சாபிப் பெண்ணும் சர்வஜயாவும் குளிக்கப்போனார்கள். கங்கையிலும், படிகளிலும், கோவில்களிலும், பாதைகளிலும் ஆண்களும் பெண்களும் நிறைந்திருந்தனர். தண்ணீருக்குள் இறங்குவதற்கே கஷ்டமாகப் போய்விட்டது. ஷஷ்டிதேவி கோவிலில் சிவப்புக்கொடி பறந்து கொண்டிருந்தது.

அன்று சாயங்காலம் கதைக்காரர் அப்புவை அழைத்துப் போக வந்தார். "அனுப்பி வையுங்கள். அவருக்கு வேறு யாருமில்லாததால் அப்புவிடம் பிரியமாக இருக்கிறார். அவனை அழைத்துக் பேசிக் கொண்டிருக்கிறார். ஒருநாள் பப்பாளிப்பழம் கூட வாங்கிக் கொடுத்து அனுப்புங்கள்" என்று சர்வஜயா கூறினாள்.

கதைக்காரருடன் அப்பு அவருடைய இடத்திற்குப் போனான். ஓட்டு வில்லை வீடு. மண்சுவர். அந்த மண்சுவரில் என்னென்னவோ கணக்குகள் எழுதிவைத்திருந்தார். குறிப்பிடத்தக்க சாமான்கள் ஒன்றும் அவர் வீட்டிலில்லை. ஒரு பழைய பாய் விரிக்கப்பட்டிருந்தது. ஒரு சிறிய பெட்டி, வேஷ்டி உலரப்போட ஒரு கயிறு, ஒரு ஜோடி செருப்பு, சுவரில் ஒரு தாமரைக்காய் மாலை தொங்கிக்கொண்டிருந்தது.

"கமலா ஆரஞ்சு சாப்பிடுகிறாயா?" என்று கதைக்காரர் கேட்டார்.

"உங்களிடத்தில் இருக்கிறதா? என்று அப்பு கேட்டான்.

கதைக்காரரிடம் அவனுக்கென்னவோ சங்கோசம் உண்டாகவில்லை. அவன் கமலாப்பழத்தின தோலை உரித்துக்கொண்டே "நீங்கள் ஒரு பாட்டு பாடுங்கள்" என்றான்.

கதைக்காரர் பாடினார். அவனுடைய அப்பா இதைவிட நன்றாகப் பாடுவார் என்று அப்புவுக்குக் தோன்றியது.

அவர் ஊருக்குக் கொண்டு போவதற்காக பொம்மைகள், சிவலிங்கம், மாலைகள் எல்லாம் வாங்கிவைத்திருந்தார். அப்புவுக்குக் காட்டிக்கொண்டு, "காசிப் பொருள்கள் என்ன கொண்டுவந்தாய் என்று கேட்பார்கள். இதோ இவைகளை வாங்கி வந்திருக்கிறேன் என்பேன்" என்றார்.

பல மோசமான தெருக்களைத் தாண்டிப்போய் ஒரு இருண்ட மாளிகையின் கதவருகில் கதைக்காரர் போய் நின்று கொண்டார். கதவு மிகவும் கீழாகவே இருந்தது. எப்படியோ கதைக்காரருடன் அப்பு உள்ளே போய்ப் பார்த்தான். அங்கு யாரும் இருப்பதாகத் தெரியவில்லை. அமைதி நிலவியது. கதைக்காரர் இரண்டொரு தடவை இருமினார். அதைக் கேட்டு தாழ்வாரத்தில் பாய் விரித்துப் படுத்துக் கொண்டிருந்த ஒரு ஆள் தூக்கத்திலிருந்து விழித்துக் கொண்டான். அவன் ஹிந்தியில் என்னவோ கேட்டான். அது

அப்புவுக்குப் புரியவில்லை. கதைக்காரர் தான் யாரென்பதைச் சொன்னார். அப்போதும் அவரைத் தெரிந்து கொண்டதாகத் தெரியவில்லை. இங்கு எதிர்பார்த்ததாகவும் காட்டிக் கொள்ள வில்லை. கடைசியில் அவன் எரிச்சலுடன் யாரிடமோ என்னவோ கேட்பதற்காகப் போனான். அவன் வருவதற்குத் தாமதமாவதைப் பார்க்க அப்பு, அவன் திரும்பி வந்து, 'உங்களுக்கு அழைப்புக் கிடையாது. போங்கள்' என்று சொல்லுவான் என எதிர்பார்த்தான்.

எப்படியோ ஒரு பதினைந்து நிமிஷத்திற்குப் பிறகு அவன் திரும்பி வந்து தாழ்வாரத்தின் ஒரு மூலையில் மங்கிய வெளிச்சத்தில் இருவருக்கும் இலை போட்டான். ஒரு பெரிய பித்தளை டம்ளரில் தண்ணீர் வைத்தான். கதைக்காரர் கொஞ்சம் பயந்தவர்போல இலையில் உட்கார்ந்தார். ராஜா வீடு, என்ன படைப்பார்களோ? ரொம்ப ஆவலுடன் மேலும் இருபது நிமிஷம் இலைக்கு முன் உட்கார்ந்து கொண்டிருந்தார்கள். ஆனால் ஒரு தகவலும் இல்லை. 'சாப்பாடு இல்லை போலிருக்கிறது? என்று அப்பு நினைக்கத் தொடங்கினான். அப்போது பரிசாரகன் மேடையில் தோன்றினான். பெரிய பெரிய பூரி, அதற்குத் தொட்டுக்கொள்ள ஒன்றும் கிடையாது. கடைசியில் பெரிய பெரிய லட்டுகள்! அப்பு லட்டை ரொம்ப சிரமப்பட்டு பல்லால் கடித்து உடைத்தான். கதைக்காரர் பத்துப் பன்னிரண்டு பூரிகளை வாங்கி வாங்கிச் சாப்பிட்டார். அடிக்கடி அப்புவைப் பார்த்து, "அப்பா, வெட்கப்படாதே! ரொம்ப நல்ல சாப்பாடல்லவா? லட்டு ரொம்ப அழகாயிருக்கிறதல்லவா, இன்னும் பற்கள் நன்றாகத்தானிருக்கின்றன! நான் எப்படிச் சாப்பிடுகிறேன் பார் என்று சொல்லிக் கொண்டிருந்தார்.

நூறு வருஷத்திற்கு ஒன்றாக இருந்தால் கூட இரண்டு மனிதர்களுடைய உள்ளங்கள் ஒன்றாகாது. ஏதாவது ஒரு சம்பவத்தில் மாறுபட்டேயிருப்பார்கள். அப்பு சிறு பையனாக இருந்தாலும் இந்த அழைப்பு ரொம்ப அவமானகரமான அழைப்பு என்று எண்ணி னான். இந்தச் சாப்பாட்டைப் புகழ்கிறதைக் கேட்டு அப்பு அசந்து போய்விட்டான். கதைக்காரர் சாப்பாட்டையே கண்டதில்லை போலிருக்கிறது என்று நினைத்துக்கொண்டான். சாப்பிடுவதற்கு இவருக்குக் கிடைப்பதில்லை. அதனால்தான் இந்த லட்டை விரும்பிப் புசிக்கிறார். அம்மாவிடம் சொல்லி நம் வீட்டில் ஒரு நாளைக்கு விருந்து வைக்கவேண்டும் என்று கருதினான்.

கருணைதான் அன்புக்கு மூலகாரணம். அந்தக் குழந்தை உள்ளத்திலே அவனுடைய அக்காளுக்கும் குலகிக்கும் கொடுத்த இடத்தைத்தான் இந்தக் கதைக்காரருக்கும் கொடுத்தான். லட்டு சாப்பிடும்போது அவர் காட்டிய அளவு கடந்த உற்சாகம்தான் இதற்குக் காரணம்,

இதற்குக் கொஞ்ச நாளைக்குப் பிறகு கதைக்காரர் வங்காளத் துக்குக் திரும்பிப் போய்விட்டார். கதைக்காரருடைய வற்புறுத்தலால் ஹரிஹரன் அப்புவை அழைத்துக்கொண்டு ஸ்டேஷன் வரையிலும் போய் வழி அனுப்பிவிட்டு வந்தான். இருபத்திரண்டு வருஷத்திற்குப் முன் ஹரிஹரன் எந்தக் காரணத்திற்காக ஊருக்குக் திரும்பிப் போனானோ, அதே காரணத்திற்காக கதைக்காரர் ஊருக்குத் திரும்பிப்போய்க் கொண்டிருக்கிறார். ஆகையால் தனக்கும் வயது அதிகமாகி விடவில்லை என்று நினைத்துக்கொண்டான். இன்றைக்கும் ஏதாவது வேலை செய்ய விரும்பினால் செய்ய முடியும்.

வண்டி புறப்பட்டதும் அப்பு அழுதுவிட்டான். அதிக வயதான வரிடம் குழந்தைக்கு அதிக அன்பு ஏற்பட்டுவிடுகிறது. ஆனால் இப்படி ஏற்படுவது துர்லபம்தான். ஆகையால் அதனுடைய பெருமை யையும் மதிப்பிட முடியாது.

மாசி மாதக் கடைசியில் ஒருநாள் ஹரிஹரன் வீட்டுக்குள் நுழைந்து உட்கார்ந்து கொண்டான். சர்வஜயா ஏதோ செய்து கொண்டிருந்தாள். அவசரமாக அவள் வேலையை விட்டுவிட்டு எழுந்து ஓடிவந்து, “என்ன விஷயம்? ஏன் இப்படி உட்கார்ந்து கொண்டிருக்கிறீர்கள்? உடம்புக்குச் சரியில்லையா?” என்றாள். பேசுவதை நிறுத்திக் கொண்டாள். ஹரிஹரனுடைய இரண்டு கண்களும் ரத்தம் போலச் சிவந்து இருந்தன. வலதுகை நடுங்கிக் கொண்டிருந்தது. சர்வஜயா அவன் கைகளைப் பிடித்து மேலே தூக்கினாள். அவன் சோகத்துடன், “அப்பு எங்கே?” என்றான்.

சர்வஜயா உடம்பில் கை வைத்துப் பார்த்தாள். உடல் தணல் போல கொதித்துக்கொண்டிருந்தது. ஜாக்கிரதையாகப் படுக்கையில் படுக்க வைத்தாள். “அப்பு வந்துவிடுவான். மேலே இருக்கும் நந்தபாபு அவனைக் கடைக்கு அழைத்துப் போயிருப்பார்” என்றாள்.

அப்பு கடைக்குப் போகவில்லை. நந்தபாபு அறைக்கு எதிரில் மாடியில் உட்கார்ந்து கொண்டு படித்துக்கொண்டிருந்தான். ஒரு மாதத்திற்குள் நந்தபாபுவுக்கும் அவனுக்கும் நெருங்கிய நட்பு ஏற்பட்டுவிட்டது. நந்தபாபுவுக்கும் என்ன வயதாகியது என்பது அப்புவுக்குத் தெரியாது. ஆனால் அவனுடைய அப்பாவைவிட இளையவர் என்பது தெரியும். அவன் நந்தபாபு அறையில் ஏராள மான புத்தகங்கள் இருப்பதைக் கண்டான். நந்தபாபு வீட்டிலிருக்கும் போது அவன் புத்தகத்தைப் படித்தபடி மாடியில் உட்கார்ந்து கொள்வான். நந்தபாபு புத்தகத்தைப் பிடுங்கிக் கொள்வாரோ என்று பயப்படுவான். ஒருநாள் அப்படித்தான் நடந்தது. மாடியின் ஒரு மூலையில் வெய்யிலில் உட்கார்ந்து கொண்டு அப்பு புத்தகம் படித்துக் கொண்டிருந்தான். அதற்குள் நந்தபாபு வீட்டுக்குள் எதையோ தேடிக்கொண்டு வந்தார். அவனைக் கண்டதும் கோபத்துடன்,

"வை! வை! புத்தகத்தை வைத்துவிடு! வேறு வேலை ஒன்றுமில்லை! சும்மா உட்கார்ந்து படித்துக்கொண்டிருக்க வேண்டியதுதான்! சரியான இடத்தில் வைப்பதில்லை. ஆகையால் தேடும்போது கிடைப்பதில்லை. புத்தகத்தை வைத்து விட்டு வெளியே ஓடு" என்றார்.

அவன் வீட்டுக்குள்ளிருக்கும் வேறு எந்தப் பொருளையும் தொடமாட்டான். அப்படியிருக்க இப்படிக் கோபிக்க வேண்டிய காரணம் என்ன? அப்போதிருந்து அவன் பயந்துகொண்டுதான் புத்தகம் வாங்குவான்.

நந்தபாபு மாலை வேளைகளில் நன்றாக உடுத்திக்கொண்டு வாசனைத் திரவியங்களைப் பூசிக்கொண்டு வெளிக்கிளம்புவார். அவர் அப்புவுக்கும் அந்த வாசனையை ஒருநாள் தடவிவிட்டார். ரொம்ப வாசனையாக இருந்தது.

அவன் முதலில் மாலை நேரத்திற்குப் பிறகுகூட நந்தபாபு அறைக்குப் படிக்கப் போவான். ஆனால் பாபு அலமாரியிலிருந்து ஒரு பாட்டலை எடுத்து அதிலிருந்து சிவப்பாக ஒரு மருந்தை ஊற்றிக் குடிப்பார். ஒருநாள் அப்பு அறைக்குள் நுழையும்போது அவர் அதைக் குடித்துக்கொண்டிருந்தார். உடனே அவர் ரொம்பக் கோபித்துக் கொண்டார். நந்தபாபு வீட்டுக்குப் போகும் படிகள் வேறு பக்கமிருந்தது. ஒருநாள் என்ன நடந்தது தெரியுமா? அவன் ஒரு இரவு அங்கு போகும் போது ஒரு பெண் அங்கு உட்கார்ந்து பேசிக் கொண்டிருப்பதைக் கண்டான். உடனே நந்தபாபு, "அப்பு நீ போ என் மைத்துனி என்னைப் பார்க்க வந்திருக்கிறாள். நீ போய்விடு" என்றார்.

அப்பு கீழே இறங்கிப்போகும்போது நந்தபாபு தன் மைத்துனி யிடம், "கீழே குடியிருக்கிறார்கள். இந்தப் பையனுக்குச் சமய சந்தர்ப்பம் ஒன்றும் தெரிவதில்லை" என்று கூறிக் கொண்டிருந்தார்.

நந்தபாபு அடிக்கடி அவனுடைய தாயாரைப் பற்றி கேட்டுக் கொண்டிருப்பார். ஒருநாள், "உன் தாயாரிடம் போய் வெற்றிலை வாங்கிக் கொண்டுவா. இன்று என் வேலைக்காரன் வாங்கிவர வில்லை" என்றார்.

அப்பு தாயாரைத் தொந்தரவு செய்து வெற்றிலை மடித்து வாங்கிக்கொண்டு போவான். நந்தபாபு அப்போதைக்கப்போது அப்புவிடம், "உன் தாயார் என்னைப்பற்றி ஏதாவது கேட்பார்களா?" என்பார்.

அப்பு வீட்டுக்கு வந்து, நந்தபாபு ரொம்ப நல்ல மனிதர். தினமும் உன்னைப் பற்றிக் கேட்பார்" என்பான்.

"என்னைப் பற்றியா? என்னைப் பற்றி என்ன?"

"நான் உன் தாயாரைப் பற்றி விசாரித்துக் கொண்டிருக்கிறேன். நான் நல்ல மனிதன் என்று சொல்லச் சொன்னார்.

"சொல்லிக்கொண்டிருக்கட்டும். மேலே எதற்கு இவ்வளவு தடவை போகிறாய்?"

ஹரிஹரனுடைய ஜுரம் கொஞ்சம் தணிந்தது. அப்பு பள்ளியிருந்து வந்து புத்தகத்தை வைத்தான். காலடி ஓசையைக் கேட்டு, "அப்பு! இங்கே வா" என்றான்.

அப்பு பள்ளிக்கூடத்தில் நடந்த விஷயங்களை எல்லாம் சொன்னான். அவன் சிரித்துக் கொண்டு மெதுவாக, "பள்ளிக்கூடம் போகத் தொடங்கி இரண்டு மாதம்தான் ஆகிறது. அதற்குள் எல்லோரும் என்னை நேசிக்கிறார்கள். தினமும் முதலில்தான் உட்கார்ந்து கொண்டிருப்பேன். எங்கள் வகுப்பில் இரண்டு மாதத்திற்கு ஒரு பத்திரிகை வெளியிடுகிறோம். பத்திரிகை நடத்துபவர்களில் நானும் ஒருவன், பத்திரிகை வெளிவரட்டும் உனக்குக் காட்டுகிறேன்" என்றான்.

ஹரிஹரன் பையனுடைய கையிலிருந்து கட்டுரையை வாங்கிப் படிக்கத் தொடங்கினான். பையன் எழுதுவான் என்பது அவனுக்குத் தெரியாது. ராஜகுமாரன் கதையை நன்றாக எழுதியிருந்தான். ஹரிஹரன் சந்தோஷமாக படுக்கையில் சாய்ந்து உட்கார்ந்து, கொண்டு, "அப்பு நீ எழுதியதா?" என்றான்.

"நான் இன்னும் எவ்வளவோ எழுதியிருக்கிறேனே! பேய் பிசாசுக் கதை, ராஜகுமாரி கதை, ஊரிலிருக்கும் போது ராணி அக்கா நோட்டில் கதை எழுதிக் கொடுத்திருக்கிறேன்."

பண விஷயம் வந்துவிட்டதால் சர்வஜயா கதை கேட்பதில் ஆர்வம் காட்டவில்லை. நோயாகப் படுத்துக் கொண்டிருக்கிறான். இருக்கிற பணம் குடும்பச் செலவுக்கே சரியாக இருக்காது. கட்டுரையை அச்சடிக்க வேண்டிய அவசியம் என்ன? ஹரிஹரன் எவ்வளவோ சமாதானம் கூறி பணத்தைக் கொடுக்கச் சொன்னான். "கொடுத்துவிடு! பையனுடைய கட்டுரை அச்சாகட்டும். நோய் குணமானதும் பாசுவதம் படிப்பது இருக்கவே இருக்கிறது. அதில் பணம் கிடைத்துவிடும்" என்றான்.

இரண்டு நாளைக்குப் பிறகு அப்பு துக்கத்துடன் தன் தந்தையிடம், "காரியம் ஆகவில்லை. அச்சடிக்க அதிகமாகக் கேட்கிறார்கள். அதனால் நான்கு ரூபாய் தரவேண்டுமாம்" என்றான்.

பையனுடைய ஏமாற்றத்தைக் கண்டு ஹரிஹரன் துக்கமடைந்தான். கொஞ்சநேரம் வரையிலும் பேசிக்கொண்டிருந்து விட்டு, "அப்பு! அம்மா எங்கிருக்கிறாள் பார்!" என்றான். பிறகு தலையணைக்

கடியிலிருந்து சாவிக் கொத்தை எடுத்து, "அந்த மரப்பெட்டியைத் திறந்து மூலைக்குள் எத்தனை ரூபாயிருக்கிறது பார்" என்றான்.

இதற்குப் பிறகு பையன் பெட்டியைத் திறக்கவே ஹரிஹரன் மகிழ்ச்சியுடன் மகனைப் பார்த்துக் கொண்டிருந்தான். கள்ளம் கபடமற்றவன்! அவனுடைய தாயாருடைய முகத்தைப் போல அழகான முகம்! அவனுடைய கண்கள் தாயாருடைய கண்களேதான். புதிதாகக் கலியாணம் செய்து கொண்டு சர்வஜயாவை ஊருக்கு அழைத்து வந்தபோது புதுமணப் பெண்ணின் முகத்திலே குடி கொண்டிருந்த அந்தச் சிரிப்பு பதினொரு வயது பாலகனுடைய முகத்திலே இப்போதிருக்கிறது.

காரணமின்றி ஹரிஹரன் உணர்ச்சிவசப்பட்டுப் போகிறான். அவனுடைய கண்களில் நீர் நிறைகிறது.

அப்பு வசந்தத்தின் புதிய தளிர்! அவன் முகத்திலேயே இருக்கும் ஆனந்தம் உதயத்தின் செவ்வொளி போலிருக்கிறது. அவனுடைய பெரிய பெரிய விழிகளிலே கனவுகள் தேங்கி நிற்கின்றன.

அப்பு மெதுவாகத் தந்தையிடம் காட்டிக் கொண்டு, "அப்பா! நான்கு ரூபாயிருக்கிறது" என்றான்.

ஹரிஹரன் ஏதாவது சமயசந்தர்ப்பங்களுக்கு உதவட்டும் என்ற இந்த நான்கு ரூபாயையும் தன் பெட்டியில் மறைத்து வைத்திருந்தான். சர்வஜயாவுக்கு இது தெரியாது. ஆகையால் அவன் கவலையின்றி, "அந்தப் பணத்தை எடுத்துக் கொள். ஆனால் அம்மாவிடம் சொல்லி விடாதே" என்றான்.

அப்பு மகிழ்ச்சியுடன், "அச்சடித்த பிறகு உனக்குக் காட்டுகிறேன். என்பெயரை அச்சடிப்பார்கள். இந்தத் திங்களுக்கு அடுத்த திங்கள் வெளிவரும்" என்றான்.

அடுத்த நாள் காலை ஹரிஹரனுக்கு மறுபடியும் ஜுரம் அதிகரித்தது. சர்வஜயா பயந்து கொண்டு, "போய் நந்தபாவுவை அழைத்து வா" என்றாள்.

நந்தபாபு பார்த்துவிட்டு, "அபூர்வ டாக்டரை அழைத்து வர வேண்டும். உன் அம்மாவிடம் சொல்லு" என்றார்.

மாலையில் நந்தபாபு ஒரு டாக்டரைக் கையுடன் அழைத்து வந்தார். டாக்டர் பார்த்துவிட்டு, 'குளிர்பட்டிருக்கிறது. பிராங்கோ நிமோனியா! நல்ல சிகிச்சை அளிக்க வேண்டும். இந்த மாதிரி அறையில் யாராவது குடியிருப்பார்களா? கண்ணு நீ ஒரு பாட்டிலை எடுத்துக் கொண்டு வா. நான் மருந்து கொடுக்கிறேன்" என்றார்.

அப்பு கொஞ்ச நாள் தஷாஷ்வமேது துறையிலிருக்கும் டாக்டர் டிஸ்பன்சரியிலிருந்து மருந்து வாங்கி வந்து கொடுத்துக் கொண்டிருந்தான். ஆனால் பலன் ஒன்றும் தெரியவில்லை. ஹரிஹரன்

நாளுக்கு நாள் மெலிந்து கொண்டு வந்தான். கையிலிருந்த கொஞ்ச பணமும் டாக்டருக்கு மருந்துக்கும் கொடுத்து தீர்ந்தது. குறைந்தது ஒரு சேர்பாலும் பழங்களும் சாப்பிடாவிட்டால் நோயாளி உடம்பு தேறாது என்றார் டாக்டர்.

டாக்டர் மூன்றரை ரூபாய்க்கு ஒரு டானிக்கூட எழுதிக் கொடுத்தார். அயலூர் தைரியம் கூறுவதற்குக் கூட ஆள் கிடையாது. சர்வஜயா கண் கலங்கினாள்.

இந்த ஆபத்தான சமயத்தில் சர்வஜயா வேறொரு கஷ்டத்திலும் மாட்டிக்கொண்டாள். மேல் மாடியிலிருந்த பார்த்தால் கீழே சர்வஜயா சமையல் செய்வது நன்றாகத் தெரியும். இதற்க முன்பலதடவை நந்தபாபு மேலிருந்து எட்டிப் பார்ப்பதைக் கண்டிருக்கிறாள். ஆனால் ஹரிஹரன் நோயில்படுத்த பிறகு நந்தபாபுவின் சேஷ்டைகள் அதிகமாய்விட்டன. பலவிதமான சாக்குப் போக்கு சொல்லிக் கொண்டு நந்தபாபு அறைக்குள் வரத்தொடங்கினார். முதலில் அப்புவை இடையில் வைத்துக் கொண்டு பேசிக் கொண்டிருந்தார். இப்போது நேருக்கு நேர் பேசத் தொடங்கினார். முதலில் சர்வஜயா இதைக் கவனிக்கவில்லை. ஆபத்து காலத்தில் இந்த மனிதர் உதவி செய்கிறார் என்று நன்றியுடையவளாகக் கூட இருந்தாள். ஆனால் கொஞ்சம் கொஞ்சமாக ஏதோ மோசக் கருத்து இருக்கிறதைக் கண்டு கொண் டாள். நந்தபாபு தாமே வெற்றிலையை வாங்கி வந்து சர்வஜயாவின் முன் வைத்துவிட்டு, "வாழ்க்கை முழுதும் வேலைக்காரர்கள் மடித்துக் கொடுத்த வெற்றிலையை போட்டுப் போட்டு மனசு கலித்து போச்சு, நீங்கள் கொஞ்சம் வெற்றிலை மடித்துக் கொடுங்கள் மன்னி!" என்றார்.

சர்ஜயா தன் கையிலிருந்து வெற்றிலையை வாங்குவாள் என்று நினைத்தார். அப்பு ஒரு பைத்தியம். அதிகமாக வீட்டிலிருக்க மாட்டான்.அடுத்த அறையிலே ஹரிஹரன் நினைவின்றிப் படுத்துக் கொண்டிருக்கின்றான். அப்பு வெளியே சென்றுவிட்ட சமயம் பார்த்து நோயாளியைப் பார்க்க வருவார். அதையும் இதையும் பேசிக் கொண்டு அரைமணி நேரம் ஆகாமல் போகமாட்டார். "மன்னி!" கொஞ்சம் கூடக் கவலைப்படாதீர்கள். நான் மேலே இருக்கிறேன். அப்பு இல்லாவிட்டால் நீங்கள் படிமீது ஏறி ஒரு குரல் கொடுங்கள். ஆபத்துக்காலத்தில் எல்லாம் செய்ய வேண்டித் தானே இருக்கிறது. கொஞ்சம் சுண்ணாம்பு கொண்டு வாருங்கள். விரவிலேயே கொடுங்கள்" என்பான்.

ஹரிஹரனுடைய நினைவு வந்ததும் பையனைத்தான் தேடுவான். இங்குமங்கும் பார்த்துக் கொண்டு மெலிந்த குரல், "பையன் எங்கே?" என்று கேட்பான்.

"வந்து விடுவான். அந்த முட்டாள் பயல் பக்கத்திலிருப்பதில்லை. கங்கைக்குப் போயிருப்பான்!"

பையன் வீட்டுக்கு வந்ததும். "அப்பாவிடம் இருப்பதற்கென்ன? அவர் 'அப்பு! அப்பு!' என்று பைத்தியம் பிடித்தலைகிறார். ஆனால் நீ அதைப் பொருட்படுத்தினால்தானே? போ, அவரருகில் உட்கார்ந்து கையைக் காலைப் பிடித்துவிடு. பையன் இருப்பதெதற்கு சொர்க்கத்துக்கு ஏணி வைக்கவா?" என்பாள்.

அப்பு வெட்கத்துடன் தந்தையின் தலைமாட்டில் உட்கார்ந்து கொள்வான். கொஞ்ச நேரம் உட்கார்ந்து கொண்டிருந்துவிட்டு 'எத்தனை நேரம் உட்கார்ந்து கொண்டிருப்பது என்று நினைப்பான். நான் விளையாட வேண்டாமா? வெளியில் போக வேண்டாமா? கடுமையான குளிரினால் கை கால்கள் நடுங்குகிறது' என்று அவன் மனம் பரபரப்படைகிறது. ஒரே ஓட்டத்தில் தஷாஷ்வ மேது துறைக்கு ஓடிவிடுகிறான். நீரின் வேகமும், நிர்மலமான காற்றும், நல்ல ஆடைகள் அணிந்துள்ள மனிதக் கூட்டமும், பலட்டு, கதீர், குல்லு, படல் ஆகியவர்களும் அவனுடைய மனதைக் கவர்ந்து விடுகின்றனர்.

ஒருநாள் காலை சர்வஜயா மகனிடம், "அந்த வெள்ளை மாளிகைக்குப் பக்கத்தில் இருப்பது யாருடைய சத்திரம்?" என்றாள்.

"எனக்குத் தெரியாது."

"இங்கு வந்த பிறகு நீ ஒருநாள்கூடச் சத்திரத்தில் சாப்பிட்ட தில்லையே? ஆனால் காசிக்கு வந்தால் சத்திரத்தில் சாப்பிட்டாக வேண்டும். இது உனக்குத் தெரியாதா, இன்று அங்குபோய் சாப்பிட்டுப் பார்த்துவிட்டுவா" என்றாள்.

"காசிக்கு வந்தால் எதற்காகச் சத்திரத்தில் சாப்பிட வேண்டும்?".

"சாப்பிடுவது நல்லது. இன்று தஷாஷ்வமேது துறையில் குளித்து விட்டு அங்கு சாப்பிட்டு வா.'

பன்னிரண்டு மணிக்குச் சத்திரத்தில் சாப்பிட்டுவிட்டு அப்பு வீடு திரும்பினான். அவனுடைய தாயார் சமையலறைத் தாழ் வாரத்தில் உட்கார்ந்து கொண்டு சாப்பிட்டுக் கொண்டிருந்தாள். அவனைப் பார்த்ததும் அதை மறைக்க முயன்றாள். ஆனாலும் அப்பு அதற்குள் அருகில் வந்துவிட்டான். ஆகையால் அவன் சந்தேகப்படாதிருக்கட்டும் என்று சாதாரணமாக, "நீ சாப்பிட்டாயா, எப்படி இருந்தது?" என்றாள்.

தாயார் ஊறவைத்த துவரையைச் சாப்பிட்டுக் கொண்டிருந்தாள்.

"சுத்த மோசம்! உட்கார்ந்து உட்கார்ந்து சலித்துப் போனேன். ரொம்ப அழுக்குத் துணிகளைப் போட்டுக் கொண்டிருப்பவர்கள்தான் அங்கு வருகிறார்கள். எனக்கு நன்மை தேவையில்லை. நீ என்னம்மா

 267

சாப்படுகிறாய்? நீ ஏதாவது விரதம் இருக்கிறாயா? வீட்டில் சமைக்கவில்லையா?'

"இன்று குலதெய்வ விரதம். ஆகையால் ஊறவைத்த பருப்பைச் சாப்பிடுகிறேன். சாப்பிடுவதற்கு நன்றாக இருக்கிறது. ரொம்ப நன்றாக இருக்கிறது. அடுத்த வேளைக்கு நீயும் இதைச் சாப்பிடு."

இரவும் அடுப்பு எரியவில்லை. "ஊற வைத்த பருப்பைச் சாப் பிட்டுப் பார். நன்றாக இருக்கும். இந்த வேளை சமையல் செய்ய வில்லை. நீதான் என்னத்தைச் சாப்பிடுகிறாய்? பருப்பைச் சாப்பிட் டாள் அப்புறம் வேறு ஒன்றையும் சாப்பிடமாட்டாய். துளியுண்டு வயிறு" என்றாள்.

அடுத்த நாள் மத்தியானம் நந்தபாபு, அப்புவின் கையில் வெற்றிலையைக் கொடுத்து, "உன் அம்மாவிடம் போய் வெற்றிலையை மடித்துக் கொடுக்கச் சொல்லு" என்றார்.

சர்வஜயா, நோயாளியின் அறைக்கருகில் உட்கார்ந்து கொண்டு வெற்றிலை மடித்துக் கொண்டிருந்தாள். நந்தபாபு செருப்பு சத்தம் செய்ய மாடியிலிருந்து இறங்கி வந்தார். நோயாளியின் அறைக்குள் போனார். பிறகு அங்கிருந்து சர்வஜயா வெற்றிலை மடித்துக் கொண்டிருந்த இடத்திற்கு வந்தார். இரவு முழுதும் விழித்துக் கொண்டிருந்தபடியால் சிறிது கண்ணயர்ந்து விட்டாள். செருப்பு சத்தம் கேட்டு கண் விழித்தாள். எதிரில் நந்தபாபு நிற்பதைக் கண் டாள். "மன்னி! வெற்றிலை மடித்துவிட்டீர்களா?" என்றார்.

சர்வஜயா ஒன்றும் பேசாமல் வெற்றிலைத் தட்டை எதிரில் வைத்தாள். நந்தபாபு வாயில் எடுத்துப் போட்டுக் கொண்டு, "மன்னி! நீங்கள் கொடுக்கும் வெற்றிலையில் சுண்ணாம்பு குறை வாகவே இருக்கிறது. கொஞ்சம் விலகுங்கள். நான் எடுத்துக் கொள் கிறேன்" என்றான்.

வெற்றிலைத்தட்டு சர்வஜயாவிற்கு மடிக்கு அருகிலிருந்தது. வீட்டில் யாரும் கிடையாது. அப்பு எங்கோ போயிருந்தான். பக்கத்து அறையில் ஹரிஹரன் மருந்து வேகத்தில் தூங்கிக் கொண்டிருந்தான். மத்தியான அமைதி நிலவியிருந்தது. நந்தபாபு சுண்ணாம்பு எடுக்கும் சாக்கில் தன்னை நெருங்கிக் கொண்டிருக்கிறார் என்று அவளுக்குத் தோன்றியது. அவள் திடீரென்று கூச்சலிட்டபடியே அறைக்கு வெளியே போய்விட்டாள். அவள் உடல் கூசியது. அவள் விரலால் மாடிப்படியைக் காட்டிக் கொண்டு, 'மேலே போய்விடுங்கள்! இனி மேல் கீழே வரவேண்டாம்! நீங்கள் கீழே வந்தீர்களானால் மண் டையை உடைத்துவிடுவேன்! நீங்கள் எதற்காக வருகிறீர்கள்? ஜாக் கிரதை! இனி வரவேண்டாம்!" என்றாள்.

சர்வஜயா ஆபத்தில் மாட்டிக்கொண்டாள். வெளியூர்க்காரி; அதோடு வீட்டிலோ நோயாளி, கையிலே தம்பிடிகூடக் கிடையாது. தெரிந்தவர்களும் இல்லை. பையனுக்கு வயது பதினொன்றுதான் ஆகிறது. அவனும் சுத்த அசடு. அதனால் இந்தக் கலாட்டா நடந்தது.

மேலே குடியிருக்கும் பஞ்சாபிப் பெண் அடிக்கடி கீழே வர மாட்டாள். ஒரே ஒருதரம் சர்வஜயாவை மேலே அழைத்துப் போயிருந்தாள். காசிக்கு வந்து ஐந்தாறு மாதம் ஆகியும் கூட சர்வஜயாவுக்கு ஹிந்தி பேசவும் தெரியாது. புரிந்து கொள்ளவும் தெரியாது. ஆகையால் பேசுவதற்கு வழியில்லை. இன்று அவளிடம் சென்று நந்தபாபுவின் காரியங்களை எல்லாம் சொல்லிக்கொண்டு அழுதாள். பஞ்சாபிப் பெண்ணின் பெயர் சூர்யகுமாரி. கணவன் மனைவி இருவரும் அசல் பஞ்சாபிகள். கணவன் ரயில் இலாக்காவில் ஓவர்சியராக இருந்தான். பெண் அதிக வயதானவள்தான். ஆனால் பார்ப்பதற்குக் குறைந்த வயதுடையவள் போல்தானிருப்பாள். அவள் எல்லாவற்றையும் கேட்டுவிட்டு, "பயப்பட வேண்டியதில்லை. நீங்கள் கவலை அடையாதீர்கள். ஏதாவது தொந்திரவு செய்தால் என்னைக் கூப்பிடுங்கள். என் கணவரிடம் சொல்லி அவன் மூக்கை அறுத்துவிடச் சொல்லுகிறேன் என்றாள்.

மத்தியான வேளை. பல இரவுகள் கண்விழித்துக் கொண்டிருந்த தால் முந்தானையை விரித்துக் கீழே படுத்தாள். வடபுறத்துச் சன்னலி லிருந்து சூரிய வெளிச்சம் தாழ்வாரத்தில் பட்டுக் கொண்டிருந்தது. அப்பு பூந்தொட்டியில் செடிகள் வைத்திருந்தான். இரண்டு மூன்று பூக்கள் கூட மலர்ந்திருந்தன. அருகில் ஒரு பூனைக்குட்டி உட்கார்ந்து கொண்டிருந்தது. அப்பு தன் அப்பா அருகில் உட்கார்ந்து கொண்டி ருந்தான். அவனுடைய அப்பா இன்று காலையிலிருந்தே சற்றுக் குணமடைந்தவர் போலிருந்தார். இனிப் பிழைத்துக் கொள்வார் என்று டாக்டரும் சொன்னார். நோயாளி முதலிலிருந்ததற்கு இப்போது தேவலாமே ஒழிய பூர்ண குணமடைந்துவிடவில்லை.

ஹரிஹரன் கண்களை விழித்துக்கொண்டு பையன் பக்கம் திரும்பி என்னவோ சொன்னான். அப்பா தன்னை அருகில் கூப்பிடு கிறார் என்று நினைத்துக் கொண்டான். அப்பு அருகில் போனான். ஹரிஹரன் தன் மெலிந்துபோன கைகளால் அவனது கழுத்தைக் கட்டிக்கொண்டான். பிறகு வெகுநேரம் வரையிலும் உற்றுப்பார்த்துக் கொண்டிருந்தான். அப்புவுக்கு ஆச்சரியமாக இருந்தது. அப்பு தன் தந்தையின் கண்பார்வை அப்படியிருந்ததை எப்போதும் பார்த்த தில்லை.

இரவு பத்து மணிக்குத் தூங்கிக்கொண்டிருந்த அப்பு ஏதோ சத்தம் கேட்டு விழிப்படைந்தான். வீட்டுக்குள் மங்கலாக விளக்கு எரிந்து கொண்டிருந்தது. தாயார் ஆழ்ந்த உறக்கத்திலிருந்தாள்.

 நற்றிணை பதிப்பகம் ✻ 269

ஆனால் அப்பாவின் தொண்டைக்குள்ளிருந்து ஒரு விசித்திரமான சத்தம் வந்துகொண்டிருந்தது. அவனுக்கு என்னவோ பயமாக இருந்தது. கன்னங்கருப்பாக இருந்த வீட்டுச் சட்டமும், ஈரமான தரையும், கடுமையான குளிரும், அடுப்பு விறகுப் புகையும் சேர்ந்து ஒரு பயங்கரமான கெட்ட கனவு போலிருந்தது. அப்பாவுக்கு உடம்பு குணமானால்தான் உயிர் வரும்.

இரவின் கடைசிக் சாமத்தில் தாயார் அப்புவைப் பலமாகத் தட்டி எழுப்பினாள். அவன் எழுந்துகொண்டான், "அப்பு! மேலே ஓடிப்போய் அந்தப் பெண்ணை அழைத்து வா" என்றாள்.

அப்பு எழுந்து பார்த்தான். அப்பாவின் தொண்டையிலிருந்து வந்து கொண்டிருந்த சத்தம் இப்போது அதிகரித்திருந்தது. மேலிருந்த சூர்யகுமாரி வந்த சிறிது நேரத்திற்கெல்லாம் இரவு நான்கு மணிக்கு ஹரிஹரனுடைய உயிர்ப் பறவை பறந்தோடி விட்டது.

பருவ மழை விடாமல் பெய்துகொண்டு காற்றிலே தூசிகள் நிறைந்திருக்கும் போது உலகத்திலே வெய்யில் அடித்துக் கொண்டி ருந்த காலம் ஒன்றிருந்ததே அது நிஜம்தானா என்ற சந்தேகம் உண்டாகிறது. இந்த மேகங்களும் இந்தக் கெட்ட நாளுமே எதிர் காலத்தின் எல்லையற்ற மார்க்கத்தில் வழித்துணையாக அமைந்து விட்டது. அடிவானத்தின் மாய வினோத விளையாட்டுப் போல சித்திரை வைகாசி மாதத்திய நாட்கள் இறந்த காலத்தோடு மறந்து விடுகிறது. இனி அவை திரும்பவா போகின்றன?

சர்வஜயா ஒரு பயங்கரமான புழுதியில் அகப்பட்டுக் கொண்டாள். அவளுக்கு ஒரு வழியும் புலப்படவில்லை. தெரிந்தவர்களும் யாரு மில்லை. தான் எங்கிருக்கிறோம் என்பதும் அவளுக்குத் தெரிய வில்லை. பொழுது கிளம்பிய பிறகு வெய்யில் வந்தபிறகு இந்தப் புழுதி இப்படியே இருக்குமா என்றுதான் தோன்றியது. ஆனால் விஷயம் என்னவென்றால் அதற்குப் பின்னால் வானத்தை முட்டும் அளவுக்குக் கருமேகங்கள் குவிந்திருந்தன.

ஆபத்துக் காலத்தில் பஞ்சாபி ஓவர்சியர் ஜாலிம்சிங்கும் அவரு டைய மனைவியும் மிகவும் உதவினார்கள். ஜாலிம்சிங் ஆபீசுக்கு லீவு போட்டுவிட்டு பாடை தூக்குவதற்கு ஆட்களுக்கு ஏற்பாடு செய்வதற்காக வங்காளி குடியிருப்புகளில் வளையவந்தார். தகவல் தெரிந்து ராமகிருஷ்ண மிஷினைச் சேர்ந்தவர்கள்கூடச் சிலர் வந்தனர்.

மணிகர்ணிகா துறையில் எரித்துவிட்டு மற்ற காரியங்களை எல்லாம் செய்தபிறகு அப்பு குளித்துவிட்டு குளிரில் நடுங்கியபடி படியேறினான். ராமகிருஷ்ண மிஷினைச் சேர்ந்த ஒரு ஊழியரும் நந்தபாபுவும் கர்மகாரியங்களுக்குப் பாத்தியப்பட்டவன் என்பதற்காக அவனுக்குக் கோடித்துணி அணிவித்தார்கள். பொழுது சாய்ந்து

விட்டது. சூரிய கிரணங்கள் கோவில் சுவர்களின் மேல் விழுந்து கொண்டிருந்தது. நாள் முழுதும் நடந்த சம்பவங்களால் அப்பு கலக்கமடைந்திருந்தான்.

இன்று எல்லோராலும் சேர்ந்து மணிகர்ணிகா கட்டிடத்தில் எரிக்கப்பட்ட அவனுடைய தந்தை நோயிலும், வாழ்க்கைப் போராட்டத்திலும் தோல்வி அடைந்த அவனுடைய தந்தை அவனைப் பொறுத்தவரையில் ஓர் கனவு போலத்தான். அவன் அப்பாவை அறிந்து கொள்ளவும் இல்லை. தான் பூர்ணமாக நம்பக் கூடிய மனிதர் என்பதுதான் தன் தந்தையைப் பற்றிய கருத்து. அவனுடைய சிரித்த முகமுடைய தந்தை எங்கோ கிழக்குநோக்கி உட்கார்ந்து கொண்டு இனிய குரலில் ஆசிர்வதித்துக் கொண்டிருப்பார்.

30

எப்படியோ ஒரு மாதம் கழிந்து விட்டது. இந்த ஒரு மாதத்திற்குள் சர்வஜயா எவ்வளவோ யோசித்துப் பார்த்தாள். தங்கள் சொந்த ஊருக்குப் போகலாம் என்று தோன்றாமலில்லை. ஆனால் அந்த எண்ணத்தை அடியோடு ஒதுக்கிவிடுவாள்.

ஊரிலே அந்த ஒரு வீட்டைத்தவிர மீதி எல்லாவற்றையும் கடனை அடைப்பதற்காக விற்றுவிட்டார்கள். வேறு பூமி ஒன்றும் கிடையாது. அங்கிருந்து புறப்படும்போது சந்தித்தவர்களிடமெல்லாம் தங்கள் எதிர்காலத்தைப் பற்றி பிரமாதமாகப் பெருமை அடித்துவிட்டு வந்தாள். இந்த நிச்சிந்தாபுரம் மண்ணை விட்டுப் போய்விட்டால் போதும். இந்தக் கல்வி அறிவற்ற ஊரிலே அவளுடைய பண்டிதக் கணவனை மதிக்கத் தெரியவில்லை. ஆனால் அவர்கள் போகப் போகிற இடத்திலே அனைவரும் கைநீட்டி வரவேற்பார்கள். தங்களுக்கு நல்ல காலம் வருவதற்கு ஒரு வருஷம் போதுமே என்று சொல்லியிருந்தாள். இப்போது சித்திரை ஆரம்பமாகிவிட்டது. ஒரு வருஷம் பூர்த்தியாகவில்லை. அதற்குள் அவள் திக்கற்ற நிலையில் கடந்தகால வாழ்க்கைக்கே வந்துவிட்டாள். அதோடு விதவையாகி விட்டாள். இனி அவள் எந்த முகத்தைக்கொண்டு அவர்கள் முன் போய் நிற்பாள்? இதை நினைக்க நினைக்க அவளுடைய மனம் அவமானத்தாலும் வேதனையாலும் படாதபாடுபட்டது. என்ன வானாலும் இங்கேயே இருப்பது. அவள் பையன் கையைப் பிடித்துக் கொண்டு காசித் தெருக்களில் பிச்சை எடுத்தாவது பையனைக் காப்பாற்றுவாள். இங்கு யார் அவளைப் பார்க்க வருகிறார்கள்?

ஒரு மாதத்திற்குப் பிறகு வேறொரு சந்தர்ப்பம் கிடைத்தது. கேதார் காட்டில் வசித்துவந்த ஒரு கனவான் ராமகிருஷ்ணமிஷின் ஆபீசுக்கு தமக்குத் தெரிந்த ஒரு பணக்காரக் குடும்பத்துக்கு ஒரு பிராமண வேலைக்காரி தேவை என்று தகவல் கொடுத்தார். அவர்

வீட்டிலேயே இருந்துகொண்டு வேலை பார்க்க வேண்டும். மிஷினுடைய முயற்சியால் அந்தக் கனவான் அப்புவையும் அவனுடைய தாயாரையும் அங்கு அனுப்பச் சம்மதித்தார்.

ஆழ்கடலில் அகப்பட்டவனுக்குத் துரும்பு கிடைத்தது போலிருந்தது சர்வஜயாவுக்கு. அவர்கள் காசிக்கு வரப்போகிறார்கள். கொஞ்சநாள் காசியில் இருந்துவிட்டு அந்தப் பணக்காரக் குடும்பம் ஊருக்குப் போகும்போது அழைத்துக் கொண்டு போய்விடுவார்கள் என்ற தகவல் அந்தக் கனவானிடமிருந்து வந்தது.

மஞ்சள் நிறப் பெரிய மாளிகை அது. அம்மாதிரி காசியில் பல மாளிகைகளிருக்கின்றன. எல்லோருக்கும் பின்னால் சர்வஜயா பையன் கையைப் பிடித்துக்கொண்டு மாளிகைக்குள் நுழைந்தாள்.

மாளிகைக்குள் கால்வைத்ததும் பிரமாதமான வரவேற்பு கிடைத்தது. இந்த வரவேற்பு இவளுக்கல்ல. காசியில் புதிதாகக் குடியேறியிருக்கும் அந்தப் பணக்காரக் குடும்பத்துக்குத்தான்.

கூட்டமும் கூச்சலும் அடங்கியபிறகு மாளிகையின் எஜமானி அம்மாள் சர்வஜயா எதிரில் வந்தாள். நல்ல பருத்த உடல், ஒரு காலத்தில் அழகியாகக்கூட இருந்திருப்பாள் போலிருந்தது. வயது ஐம்பதிருக்கலாம். எஜமானி அம்மாளை வணங்கியதும் அவள், "இருக்கட்டும்! இருக்கட்டும்! வா வா! ஐயோ பாவம், இந்த வயதிலா, இவன்தான் பையனா, நல்ல பையன். இவனுடைய பெயர் என்ன?" என்றாள்.

"சொந்த ஊர் காசிதானா? இல்லையா, அப்படியானால்..." என்று யாரோ கேட்டார்கள்.

அனைவரும் தன்னையே ஆவலுடன் பார்ப்பதைக் கண்டு சர்வஜயா வெட்கமடைந்தாள். எஜமானியின் உத்திரவின் மேல் ஒரு வேலைக்காரி அவளை அவளுக்காக ஒதுக்கியிருந்த அறைக்கு அழைத்துப் போனபிறகுதான் உயிர்வந்தது.

அடுத்த நாளிலிருந்து சர்வஜயா சமையல்கட்டில் புகுந்தாள். சமையல் செய்வதற்கு இன்னும் நாலைந்து வேலைக்காரிகளிருந்தனர். இரண்டு மூன்று சமையலறைகளிருந்தன. மீன், கறிவகையறாக்களுக்கு என்றும், வைஷ்ணவச் சாப்பாட்டுக்கு என்றும் தனித் தனியாக சமையலறைகளிருந்தன. அது தவிர, பால் அறை, ரொட்டி அறை, விருந்தினர் சமையலறை முதலியவைகளிருந்தன. வேலைக்காரர்கள் ஏராளமாக இருந்தனர். சமையல்கட்டு அந்தப்புரத்தில் இருந்தது என்றாலும் அதைவிட்டுக் கொஞ்சம் தள்ளித்தானிருந்தது. அங்குதான் வேலைக்காரர்கள் இருந்தனர். முக்கிய காரணமில்லாமல் அவர்கள் முன்பக்கம் வரமாட்டார்கள்.

சர்வஜயாவுக்கு என்ன சமைக்க வேண்டும் என்ற பிரச்சனை எழுந்தது. சர்வஜயாவுக்குத் தான் நன்றாகச் சமைப்பவள் என்ற

எண்ணம் உண்டு. வைஷ்ணவச் சமையலின் பொறுப்பு அவளுக்கு விடப்பட்டது. இதைக் கேட்டு சமையல்காரி மோட்சதா புன்முறுவ லுடன், "உன் பாபுக்களுக்குச் சமைக்கத் தெரியுமா?" என்று கேட்டு விட்டு, அவள் பஞ்சி வேலைக்காரியைக் கூப்பிட்டு, "அடி பஞ்சி! கேட்டாயா விஷயத்தை! காசியிலிருந்து வந்திருக்கிற இவள் பாபுக் களுக்கு சைவப் சாப்பாடு செய்வாளாம்? உன் பெயர் என்னம்மா? நான் ரொம்ப மறதி பிடித்தவள்" என்றாள்.

அன்று மோட்சவின் கேலிப் பேச்சுகள் அவளுக்கு வருத்தத்தைத் தான் அளித்தன. ஆனால் இரண்டொரு நாளில் தன் நாட்டுப்புறச் சமையல் இங்கு எடுபடாது என்பதைக் கண்டு கொண்டாள். ரசத்திற்குச் சர்க்கரை போடுவதை இங்குதான் முதல் முதலாகப் பார்த்தாள்.

எஜமானி இரண்டொரு மாதங்கள் வரையில் சர்வஜயாவை நன்றாகக் கவனித்துக் கொண்டாள். சுலபமான வேலைகளைக் கொடுப்பது, சமையல் காரியங்களைச் கேட்டுத் தெரிந்து கொள்வது மாக நடந்து கொண்டாள். ஆனால் கொஞ்ச நாளில் மற்ற வேலைக் காரர்களோடு ஒன்றாகிவிட்டாள். தினமும் இரண்டு மணி வரையில் வேலை செய்து களைத்துப் போவாள். இம்மாதிரி தொடர்ந்து அடுப்படியிலிருந்த பழக்கம் கிடையாது. அதற்குள் பசி கூடத் தணிந்துவிடும். சமையல் செய்யும் மற்ற பெண்கள் காய்கறிகளையும் மீனையும் தங்களுக்காக எடுத்து மறைத்து வைத்துக் கொள்வார்கள். கொஞ்சத்தைச் சாப்பிட்டு விட்டு மீதியை எங்கோ எடுத்துக் கொண்டு போய் விடுவார்கள். ஆனால் சர்வஜயா பெயருக்குத்தான் சாப் பிட்டாள்.

இந்தப் பிரமாதமான சமையல் ஏற்பாட்டைப் பார்த்து சர்வஜயா ஆச்சரியப்படுவாள். அவள் இம்மாதிரி தடபுடலான ஏற்பாட்டைக் கனவில் கூடக் கண்டதில்லை. தினமும் இரண்டு வேளைக்கு மூன்று சேர் எண்ணெய் செலவாகிறது. எண்ணெயைப் போலவேதான் நெய்யும் செலவாகிறது. கிராம வாழ்க்கையின் அனுபவத்திலிருந்து இந்த விஷயங்களை எல்லாம் அவளால் புரிந்துகொள்ள முடிவ தில்லை.

ஒருநாள் அடுப்பிலிருந்து பெரிய சாப்பாட்டுக் தவலையை இறக்குவதற்காக, அவள் மோட்சதாவை அழைத்து, "சித்தி! இந்தத் தவலையை இறக்கு வா!" என்றாள்.

ஆனால் மோட்சதா கேட்டும் கேட்காதவள் போலிருந்து விட்டாள்.

இதைக்கண்டு சர்வஜயா தானே தவலையை இறக்கினாள். இறக்கும் போது காலில் கஞ்சி பட்டுவிட்டது. உடனே கொப்பளித்து விட்டது. எஜமானி உடனே அவளை ரொட்டி அறைக்கு அனுப்பி

விட்டாள். கால் குணமாகும் வரையிலும் அவளுக்கு ஓய்வு கிடைத்த மாதிரிதான்.

சர்வஜயா பையனுடன் கீழே ஒரு அறையில் வசித்து வந்தாள். அந்த அறை மேல்புறத்து தாழ்வாரத்துக்கு அருகில் இருந்தது. ரொம்பத் தாழ்வான இடத்திலிருந்ததால் எப்போதும் தரை ஈரமாகவே இருக்கும். அதோடு ஏதோ துர்நாற்றம் வீசிக்கொண்டேயிருக்கும். இதைவிடக் காசி வீடே தேவலாம். சுவரின் அடிப்பாகம் உப்பு பொரிந்திருந்தது. அப்பு அறைக்குள் நுழையும் போதெல்லாம், "இந்த நாற்றம் எங்கிருந்து வருகிறதென்று பார்த்தாயாம்மா?" என்று கேட்பான்.

எஜமானர்கள் இந்த அறையை மனிதர்கள் வசிப்பதற்காகக் கட்டவில்லை. இங்கே சமையல்காரர்கள். வேலைக்காரர்கள் முதலியவர்கள்தான் வசிப்பார்கள்.

அப்பு மேல்மாடியிலுள்ள அறைகளை எல்லாம் சுற்றிப் பார்த்திருக்கிறான். பெரிய பெரிய ஜன்னல்கள், கதவுகளிருக்கின்றன. ஜன்னல்களில் கண்ணாடி பொருத்தப்பட்டிருக்கிறது. ஒவ்வொரு அறையிலும் மெத்தை போட்ட நாற்காலிகள். அழகான மேஜைகளிருக்கின்றன. அருமையான கம்பளங்கள் தரையில் விரிக்கப்பட்டிருந்தன. சுவரில் கண்ணாடி மாட்டப்பட்டிருந்தது. அவைகளில் அப்புவின் முழு உருவமும் தெரிந்தது. இவ்வளவு பெரிய கண்ணாடி எங்கே கிடைக்கும்? ஒருவேளை ஒன்று சேர்த்துச் செய்திருப்பார்களோ என்று நினைத்துக்கொள்வான்.

இரண்டாம் அடுக்கில் ஒரு வட்டமான அறை இருந்தது. அது எப்போதும் மூடியபடியே இருந்தது. அதைச் சுத்தம் செய்தவதற்காக வேலைக்காரர்கள் திறப்பதுண்டு. அப்போது அதைப் பார்க்க வேண்டுமென்று அப்பு ஆசைப்பட்டான். ஒருநாள் அந்த அறை திறந்திருப்பதைப் பார்த்து உள்ளே நுழைந்தான். அடேயப்பா! எவ்வளவு பெரிய படங்களிருக்கின்றன! கல் பொம்மைகள்! மெத்தை நாற்காலிகள்! கண்ணாடிகள்!

அவன் அனைத்தையும் நன்கு பார்த்தான். இதற்குள் அங்கு அவனைப் பார்த்த வேலைக்காரன், கோபத்துடன், "யாரடா நீ? எதற்காக இங்கே நுழைந்தாய்?" என்றான்.

அன்று அடி கிடைத்திருக்கும். அதற்குள் ஒரு வேலைக்காரி. அவனைப் பார்த்து 'அடே சோட்டு, விட்டுவிடு, அவனுடைய அம்மா இங்குதான் வேலை செய்து கொண்டிருக்கிறாள்" என்று தடுத்தாள்.

அனைவரும் சாப்பிட்ட பிறகு தினமும் சர்வஜயா தன் அறைக்கு வந்து கொஞ்ச நேரம் ஓய்வு எடுத்துக் கொள்வாள். அம்மாவுடன் பேசுவதற்கு இதுதான் தகுந்த நேரம். ஆகையால் அப்பு இந்தச் சமயத்தில் அறைக்குள் இருப்பான். தாயார் தன் மகனுடன் கொஞ்ச

நேரம் கழிப்பதை விரும்புவாள். இந்த வீட்டுக்கு வந்த பிறகு அப்பு கொஞ்சம் விலகிப் போய்விட்டது போலத் தோன்றியது. நாள் ஆக ஆக பையன் விலகிப்போக வேண்டியிருக்கிறது. அவள் பாதி ராத்திரிக்கு மேல் வேலையை முடித்துக் கொண்டு வருவதற்குள் அப்பு தூங்கிவிடுவான். ஆகையால் அவள் மத்தியான நேரத்தை எதிர்பார்த்துக் கொண்டிருப்பாள்.

கதவுக்கப்பால் காலடி ஓசை கேட்டதும் சர்வஜயா, "யார், அப்புவா, வா...." என்றாள்.

கதவைத் திறந்து கொண்டு பிராமணச் சித்தி மோட்சதா அறைக்குள் வந்தாள். 'வா சித்தி! உட்கார்" என்றாள் சர்வஜயா.

அப்புவும் வந்தான். பிராமணசித்தி பாபுக்களுக்கு ஏதோ ஒரு உறவாகிறாள். ஆகையால் அவளை மரியாதையாக வரவேற்று உட்கார வைத்தாள். சித்தியின் முகம் கவலை அடைந்திருந்தது. சிறிது நேரம் பேசாமலிருந்து விட்டு, "இன்று பெரிய மருமகள் போக்கைப் பார்த்தாயா? நீ ரொட்டி அறையிலிருந்தாய். வேலைக் காரி வந்து கூடையில் மீனை வைத்து விட்டுப் போனாள். முட்டைக் கோஸ் மேல்படும் என்று நினைத்தேன். எவ்வளவு அவமானப் படுத்தினாள் பார்த்தாயா, மீன் புலவுக்காக என்றால் வேலைக் காரியிடம் சொல்லி அனுப்பியிருக்க வேண்டும். அந்த வேலைக்காரி எப்பேர்ப்பட்டவள் என்றிருக்கிறாய், அவளுக்குத் தரையிலே கால் படுவதில்லை. மேலே போய் ஒண்ணுக்குப் பத்தாகச் சொல்லி யிருக்கிறாள். ஸ்ரீகண்டனும் கூடத்தானே இருந்தான். ஆனால் ஏதாவது சொன்னானா?" என்றாள்.

இம்மாதிரி விஷயங்களிலேயே நாட்கள் கழிந்து கொண்டிருந்தன. "போகிறேன். டிபனுக்கு மாவு கலக்க வேண்டும். மணி நாலு அடித்துவிட்டதா?" என்றாள்.

சித்தி போனபிறகு அப்பு தாயார்மீது சாய்ந்து உட்கார்ந்து கொண்டான். அவனுடைய தாயார் அன்புடன், "மத்தியானம் எங்கிருந்தாய்?" என்றாள்.

அப்பு சிரித்துக் கொண்டு, "மேல் அறையில் கிராமபோன் பாடிக் கொண்டிருந்தது. நான் வெளியிலிருந்து கேட்டுக் கொண்டி ருந்தேன்" என்றான்.

சர்வஜயா மகிழ்ச்சி அடைந்தாள்.

"பாபுக்கள் பையன்களுடன் உனக்குப் பழக்கம் ஏற்பட வில்லையா? உன்னை அழைத்து உட்காரச் சொல்லமாட்டார்களா?"

"ஓ! சொல்லுவார்களே!"

அப்பு பொய்தான் சொன்னான். அவனை அழைத்து யாரும் உட்காரச் சொன்னதில்லை. மேலே கிராமபோன் பாடிக்கொண்டி ருந்தால் இவன் பயந்துகொண்டே மேலே போய் கதவுக்கு வெளியில்

நின்று கொண்டு பாட்டுக் கேட்டுக் கொண்டிருப்பான். தன்னைக் கீழே போகச் சொல்லுவார்களோ என்று ஒவ்வொரு நிமிஷமும் பயந்து கொண்டிருப்பான். பாட்டு முடிந்து கீழே இறங்கும்போது யாரும் ஒன்றும் சொல்லவில்லை என்று நினைத்துக் கொள்வான். எதற்குச் சொல்லுகிறார்கள், நான் வெளியில்தானே நின்றுகொண்டு பாட்டு கேட்டுக் கொண்டிருந்தேன். பாபுக்களின் அறைக்குள் போகவில்லையே! இவர்கள் ரொம்ப நல்லவர்கள்."

இந்த வீட்டுச் சிறுவர் சிறுமியர்களுடன் அவனுக்கும் பழக்கம் ஏற்படவில்லை. அவர்கள் இவனை அருகில் வர அனுமதிப்பதில்லை. அன்று ரமேஷ், ரமேந்திரன், சமீர், சந்தூர் எல்லோரும் ஏதோ ஒரு புது விளையாட்டு விளையாடிக் கொண்டிருந்தார்கள். அதற்குப் பெயர் கேரம் என்றார்கள். அவன் கொஞ்ச தூரம் தள்ளி நின்று கொண்டு அந்த விளையாட்டைப் பார்த்துக் கொண்டிருந்தான்.

வைகாசி ஆரம்பத்தில் பெரிய பாபு மகள் கல்யாண சம்பந்த மாக மாளிகையில் ஏராளமாகக் கூடியிருந்தனர். கயா, முங்கேர், காசி, கல்கத்தா ஆகிய இடங்களிலிருந்து குடும்பங்களோடு வந்து கூடியிருந்தார்கள். அனைவரும் பெரிய வீட்டுப் பெண்கள். ஒவ்வொருவரும் தங்களுடன் வேலைக்காரிகளையும் வேலைக்காரர் களையும் அழைத்து வந்திருந்தனர். இரவில் கீழ் தாழ்வாரத்திலும் வாசலிலும் அவர்கள் படுத்துக் கொண்டார்கள். ஏறக்குறைய இரவு முழுதும் கலகலப்பாக இருந்தது.

காலையில் எஜமானி சர்வஜயாவை அழைத்து, "நீ ஒரு காரியம் செய்! இரண்டொரு நாளைக்கு சமையல் வீட்டுக்குள் போக வேண்டாம். பல இடங்களிலிருந்து சீர்வரிசைகள் வந்து கொண்டிருக் கின்றன. நீயும் மோட்சதாவும் வருகிற பட்சணங்கள் எல்லாம் ரொட்டி அறையில் வைத்துக்கொண்டிருங்கள். மிட்டாய்களும் அங்கேயே இருக்கட்டும். பூ, பழம் போன்றவைகளை சத்து வேலைக் காரியிடம் கொடுத்தனுப்பு அல்லது வைத்துக்கொள் அப்புறம் மோட்சதா வந்து அழைத்துப் போவாள்" என்றாள்.

காலையிலிருந்து மாலை வரையிலும் வேலைக்காரர்களும் வேலைக்காரிகளும் எவ்வளவோ இடங்ளிலிருந்து சீர்வரிசைகளைச் சுமந்துகொண்டு வந்தனர். சர்வஜயாவால் எண்ணிப் பார்க்கக்கூட முடியவில்லை. வைப்பதற்கு இடமில்லாத அளவு மிட்டாய்கள் வந்தன. பதினைந்து பதினாறு சந்தனப் பேலாக்கள் வந்தன. இன்னும் மாம்பழம் கடைகளுக்கு வரவில்லை. ஆனால் இங்கு ஒரு கூடை மாம்பழம் வந்தது.

சர்வஜயா சித்திக்குச் சாப்பாடு போட்டுக்கொண்டு, "இவ்வளவு நல்ல பொருட்கள் எல்லாம் வந்திருக்கிறது. ஆனால் அந்தப் பையனுக்கு ஒன்றுகூடக் கொடுக்க முடியாது. அவன் வேலைக் காரர்கள் அறைக்குள் ஒரு மூலையில் வெட்கத்துடன் உட்கார்ந்து கொண்டு

வயிற்றை நிரப்பிக்கொள்ள வேண்டும். ஒரு மீன் துண்டோ, கொஞ்சம் நல்ல பதார்த்தங்களோ, ஒரு கிளாஸ் பாலோ என் மகனுக்குக் கொடுக்க முடியாது! அப்படிக் கொடுத்தால் இந்த வேலைக்காரி சத்து உடனே போய் கோள்மூட்டிவிடுவாள்" என்றாள்.

கலியாணத்தன்று கூட்டம் ஏராளமாக இருந்தது. மாப்பிள்ளை வீட்டார்கள் நகரத்தில் வேறு ஒரு மாளிகையில் தங்கியிருந்தனர். மாலையில் ரொம்ப தடபுடலாக மாப்பிள்ளை வீட்டார் ஊர்வலமாக வந்தனர்.

வெளிக்கூடம் விருந்தினர்களால் நிறைந்திருந்தது. கூடம் முழுதும் ஜமுக்களம் விரிக்கப்பட்டிருந்தது. மாப்பிள்ளை உட்காரும் இடத்தில் அழகான தலையணைகளிருந்தன. பெரிய பெரிய மாலைகள் தொங்கவிடப்பட்டிருந்தன. நாற்புறத்திலும் நாற்காலிகள் போடப்பட்டிருந்தன. வெளிநாட்டு வாசனாதிகளும் பன்னீரும் மணந்துகொண்டிருந்தன.

அப்பு இவைகளை எல்லாம் நன்றாகப் பார்க்கவில்லை. அவன் தூங்கிவிட்டான். அவன் வீட்டுக்குள் ஒரு தடவை நான் போனேன். அப்போது பெண்கள் ஏதோ சடங்குகளைப் பற்றிப் பேசிக் கொண்டிருந்தார்கள். இரவு ரொம்ப நேரமாகிவிட்டது அம்மாவைக் காணவில்லை. கலியாணக் காரியங்களில் எங்கே மூழ்கியிருந்தாளோ! விலையுயர்ந்த பனாரஸ் புடவைகளைக் கட்டிக்கொண்டிருந்த பெண்களுக்கு நிற்பதற்குக்கூட இடமில்லாதபடி கூட்டம் நிறைந்திருந்தது. சின்னபாபுவின் பெண் அருணா யாருடனோ என்னவோ கொண்டுவரச் சொல்லிக் கொண்டிருந்தாள். கலியாணத்திற்கு இரண்டு நாளைக்குப் பிறகு நாட்டிய நாடகத்திற்கு ஏற்பாடாகியிருந்தது. அதற்கும் ஏராளமாகக் கூட்டம் வந்திருந்தது. வாசலில் ஒரு மூலையில் மேடை தயார் செய்து இருந்தார்கள். மேடையை ரோஜாப் புஷ்பங்களால் நன்கு அலங்கரித்திருந்தனர். இன்று நாடகம் எப்படி நடக்கப்போகிறது என்பதைப் பற்றி அப்புவுக்கு ஒன்றும் தெரியவில்லை. நாடகம் பார்க்க வேண்டுமென்கிற உற்சாகத்தால் அப்பு எல்லோருக்கும் முதலில் மேடைக்கருகில் ஒரு இடத்தைப் பிடித்துக்கொண்டான்.

கொஞ்சம் கொஞ்சமாக அழைக்கப்பட்ட கனவான்கள் வந்து கொண்டிருந்தனர். எங்கும் விளக்கின் ஒளி பிரகாசித்துக் கொண்டிருந்தது. மானேஜர் இங்குமங்கும் ஓடிக் காரியங்களைக் கவனித்துக் கொண்டிருந்தார். திரையைத் தூக்கும் சமயத்தில் குமாஸ்தா கிரீஷ் சர்க்கார் இவனை அருகில் பார்த்ததும், "யாராடா நீ?" என்றார்.

அப்பு வாய் திறந்து பேசுவதற்கு வெட்கப்பட்டுக் கொண்டு பேசாமலிருந்தான்.

கிரீஷ் சர்க்கார் அவனைத் தெரிந்துகொண்டார்.

அப்பு அவரைப் பார்த்துக்கொண்டே பெருக்கல் வாய்ப்பாடு ஒப்பிப்பது போல், "நான் சாயங்காலத்திலிருந்து இங்கு உட்கார்ந்து கொண்டிருக்கிறேன். பின்னால் நிறைந்திருக்கிறது! நான் எங்கு போகட்டும்?" என்றான்.

அவன் பேசி முடிப்பதற்குள் கிரீஷ் சர்க்கர் அவனைப் பிடித்துத் தள்ளிவிட்டு, "இதுதான்டா உனக்கு வேண்டும். பெரிய வாயாடியாக இருக்கிறானே? இது பாபுக்கள் உட்காருமிடம் என்று தெரியாதா? சமையல்காரி பையன் உட்காரும் இடத்தைப் பார்த்தாயா?" என்றார்.

பின்னாலிருந்து இரண்டொருவர், "கிரீஷ்? என்ன சத்தம்? யார் அது?" என்றனர்.

"இந்த வாயாடிப் பையனுடைய காரியத்தைப் பார்த்தீர்களா? பாபுக்களோடு வந்து உட்கார்ந்து கொண்டான். அவனுக்கு உட்காரு வதற்கு இடம் வேண்டுமாம்."

"இரண்டு உதை கொடுப்பதுதானே?" என்று மானேஜர் சொன்னார்.

அப்பு நடுங்கிப்போய் யாரையும் பாராமல் கூட்டத்தை விட்டு வெளியில் வந்துவிட்டான். கூட்டத்திலுள்ள அனைவரும் தன்னையே உற்சாகத்துடன் பார்த்துக்கொண்டிருப்பதாக அப்பு நினைத்துக் கொண்டான். இவர்களுடைய கண்களுக்குப் படாமல் எங்கேயாவது ஓடிவிடலாம் என்றுதான் முதலில் நினைத்தான். இதற்குப் பிறகு ஒரு தூண் மறைவில் போய் நின்றுகொண்டான். அவன் உடல் நடுங்கிக்கொண்டிருந்தது. பயம், அவமானம் ஆகிய உணர்ச்சிகளால் அவனுடைய உள்ளம் வேதனை அடைந்திருந்தது. அவன் ஒருவாறு தன்னைச் சமாளித்துக்கொண்டு தூண் மறைவிலிருந்தபடி எட்டிப் பார்த்தான். சுற்றிலும் வேலைக்காரிகளிருந்தனர். மேலே கூட்டத்தில் பெண்கள் உட்கார்ந்து கொண்டிருந்தனர். வேலைக்காரிகளும், சமையல் செய்யும் பெண்களும் அருகில் நின்றுகொண்டிருந்தனர். இவர்கள் அனைவரும் இந்தச் சம்பவத்தைப் பார்த்துக் கொண்டிருந் திருப்பார்கள். இவர்களெல்லோரும் என்ன நினைத்துக் கொண்டார் களோ! என் அறியாமையினால் என்ன காரியத்தைச் செய்து விட்டேன்! இது பாபுக்களுடைய இடம் என்று எனக்கு எப்படித் தெரியும்? இந்தச் சம்பவம் யாருக்கும் தெரிந்திருக்காது' என்று ஆறுதலாக எண்ணிக் கொண்டான். வெளியிருந்து வந்திருப்பவர் களுக்கு இவனை எப்படித் தெரியப்போகிறது?

அதற்கப்புறம் நாடகம் ஆரம்பமாகிறது. அவனுடைய கவனம் அங்கு செல்லவில்லை. எதிரிலுள்ள கூட்டத்தையும் பிரகாசமான விளக்குகளையும் வேலைக்காரர்களுடைய கூச்சலையும் அவன் கவனிக்கவில்லை. சோட்டு வேலைக்காரப் பையன் வெள்ளித்தட்டில் பீடாக்களை வைத்துக்கொண்டு விருந்தினர்களுக்குக் கொடுத்துக் கொண்டிருந்தான். அதைப் பார்த்ததும் அப்புவின் உள்ளம்

கிளர்ச்சியடைந்தது. அவன் மேலே கூடத்தைப் பார்த்துக் கொண்டு அம்மா இருக்கிறாளா என்று தேடினான். இது அம்மாவுக்குத் தெரிந்திருக்குமா? அப்பு காரணமின்றிச் சந்தேகப்பட்டான். அம்மா இந்தப் பக்கத்திலேயே இல்லை என்பது அவனுக்குத் தெரியாது.

31

அந்நியர் வீட்டில் அடிமையாக திருடனைப்போல அடங்கி யிருந்தது சர்வஜயா வாழ்க்கையில் இதுதான் முதல் தடவை. இன்பமாகட்டும் துன்பமாகட்டும். அவள் அனுபவித்தது எதுவாக இருந்தாலும் சரி, அவள் வீட்டுக்கு அவள் எஜமானியாக இருந்தாள். அவள் ஏழை வீட்டு ராணியாக இருந்தாள். இங்கு எஜமானியினுடைய உத்திரவு அமுலாவது போல அங்கு அவளுடைய உத்திரவு அமுலாகிக் கொண்டிருந்தது. இங்கு ஒவ்வொரு சமயத்திலும் அடங்கி நடக்க வேண்டியிருக்கிறது. ஒவ்வொரு சமயத்திலும் மனவேதனைப்பட நேரிடுகிறது. வேறொருவர் முகத்தைப் பார்த்து நடக்க வேண்டியிருக் கிறது. ஒரு துளி தவறுகூட நேராமல் பார்த்துக் கொள்ளவேண்டும். இங்குள்ள சிறியவர்களைவிட இவள் வயதில் சிறியவள். இது அவளுக்குப் பொறுக்க முடியாமலிருந்தது. உழைத்து உழைத்து ரத்தம் கக்கினாலும் இங்கு கேட்பதற்கு ஆள் கிடையாது. உயிரைத் தான் கொடு, இங்கு ஏனென்று கேட்பதற்கு ஆளில்லை. இவர்கள் ஏதாவது கொடுப்பதானாலும் கர்வத்துடன் வீசி எறிகிறார்கள். கொடுக்க வேண்டியதைத்தான் கொடுப்பதாக நினைப்பதில்லை. நாம் எதாவது பெறவேண்டுமானால் முழங்கால் மண்டியிட்டுத்தான் கேட்க வேண்டும்.

இந்த நிலை அவளுக்குப் பொறுக்க முடியாததாக இருந்தது. ஆனால் விடுதலையாவது எப்படி? வெளியில் போவதற்குச் சந்தர்ப்பமே கிடையாது. யார் அடைக்கலம் கொடுப்பார்கள், அங்கு எங்கு போய் நிற்பாள்?

இறக்கும் நாள்வரையிலும் இப்படியேதான் கழிக்க வேண்டுமா, அந்தப் பிராமணச் சித்தியைப்போல.

இன்னும் கலியாணச் சந்தடி அடங்கவில்லை. இன்று பெண்கள் விருந்து, சாயங்காலத்திலிருந்தே அழைக்கப்பட்ட பெண்கள் வந்துகொண்டிருந்தனர். உள்ளேயுள்ள பெரிய கதவைக் கடந்து போனால் இரண்டாம் மாடிக் கூடத்திற்குப் போவதற்காகப் பளிங்குக் கல்லாலான பெரிய மாடிப்படி இருக்கிறது. அதில் நீலப்பூப்போட்ட 'கார்பட்' விரிக்கப்பட்டிருந்தன. கூடத்திலும் மாடிப்படியிலும் கேஸ்லைட்டுகள் எரிந்து கொண்டிருந்தன. இரண்டாம் மாடிக் கூடத்தில் பெரிய கேஸ்லைட் எரிந்து கொண்டிருந்தது. இரண்டு மருமக்கமார்களும் மற்ற பெண்களும் விருந்தினர்களை வரவேற்று

 நற்றிணை பதிப்பகம் ✱ 279

மேலே அனுப்பிக் கொண்டிருந்தனர். அழைக்கப்பட்ட பெண்களில் சிலர் புன்முறுவலுடனும், சிலர் மெதுவாகவும் நடந்து வந்தனர். சிலர் அழகாகவும், சிலர் அவலட்சணமாகவும் இருந்தனர்.

அப்பு ரொம்ப நேரமாகக் கீழ் கூடத்துக் தூணருகில் நின்று கொண்டு பார்த்துக் கொண்டிருந்தான். அவன் இம்மாதிரி காட்சி களை வாழ்க்கையில் முதல் தடவையாக இப்போதுதான் பார்க் கிறான். கலியாண இரவன்று அவன் தூங்கிவிட்டான். ஆகையால் விசேஷங்கள் ஒன்றையும் பார்க்க முடியவில்லை. அவனுக்கு இந்த வீட்டுப்பெண் சுஜாதாவை நன்கு பிடித்தது. அவள் கார்பட் விரித் திருந்த சலவைக்கல் மாடிப்படியில் பல தடவை கீழே வந்து போய்க்கொண்டிருந்தாள். விருந்தினர்களைப் பார்த்துப் புன்முறுவல் செய்த வண்ணமிருந்தாள். “அடே! மணி அக்காளா? மன்னி வர வில்லையா? ஏன்?” என்று கேட்டாள்.

அந்தப் பெண் சிரித்துக்கொண்டு, “ஆறு மணியிலிருந்து வண்டியைத் தயார் செய்து கொண்டிருந்தேன். வீட்டை விட்டுப் புறப்படுவதென்பது சுலபமான காரியமா, எப்படியோ புறப்படுவதற்கு நேரமாகிவிடுகிறது” என்றாள்.

சுஜாதா ரோஜா நிற சைனா கிரேப் பாவாடை அணிந்திருந்தாள். அவள் விருந்தினர்களை அழைத்துக்கொண்டு அவர்களுடன் கை கோர்த்துக் கொண்டு மாடிப்படியில் ஏறிப் போவாள். ‘அம்மா சொன்னார்கள். மன்னி அடுத்த மாதம் கல்கத்தா போவார்களாம். அம்மா புதன் கிழமை போயிருந்தார்களல்லவா?” என்று சொல்லிக் கொண்டு போனாள்.

மாடிப்படிக்கு மேல் நடு மருமகள் காணப்பட்டாள். வயது கொஞ்சம் அதிகமானவள். முப்பதுக்கு மேலிருக்கலாம். ஆனால் அபூர்வமான அழகு படைத்திருந்தாள். அவளுடைய ஆடைகள் ரொம்ப சாதாரணவைகளாக இருந்தன. அகலக் கரைபோட்ட பட்டுப் புடவையைக் கட்டிக்கொண்டிருந்தாள். சேலையின் ஒரு தலைப்பைத் தலைமீது போட்டுக்கொண்டிருந்தாள். விளக்கு வெளிச்சத்திற்கு கழுத்திலணிந்திருந்த வைரமாலை பிரகாசித்துக் கொண்டிருந்தது. முகம் தங்கம் போலிருந்தது. அத்துடன் கம்பீரமாக இருந்தாள். ஒரு மாதத்திற்கு முன்புதான் அவளுடைய சகோதரன் காலமாகிவிட்டான். அந்தச் சோகம் இன்னும் முகத்தை விட்டு அடியோடு நீங்கிவிட்டதாகத் தெரியவில்லை. ஆனால் அவளுடைய அழகுக்கு அது பொருத்தமாகத்தானிருந்தது.

மணி அக்கா மாடிப்படியில் அவளைப் பார்த்ததும் நின்று கொண்டாள். “அக்கா உன் உடம்பு எப்படியிருக்கிறது? வரலாம் வரலாம் என்று நினைத்துக் கொண்டிருப்பது, ஆனால் வரத்தான் முடிவதில்லை. நேற்று அவர்கள் இடாவாவிலிருந்து வந்து விட்டார் கள். இதனால் இரவு வெகு நேரம் வரையிலும்...”

இவ்வளவு அழகாகக்கூட இருப்பார்கள் என்பது அப்புவுக்குத் தெரியாது. அப்பு இப்போதுதான் முதன் முதலாக நடு மருமகளைப் பார்த்தான். இதுவரையிலும் அவள் இங்கே இருக்கவில்லை. அண்ணா இறந்த பிறகு தாய் வீட்டிலிருந்து கொஞ்ச நாளைக்கு முன்தான் இங்கு வந்தாள். அப்பு கண் இமைக்காமல் இவைகளை எல்லாம் உற்றுப் பார்த்துக் கொண்டிருந்தான். இவ்வளவு வெளிச்சம், பார்க்குமிடமெல்லாம் அழகிகளின் கூட்டம், மனத்தைப் பறிக்கும் வாசனைகள், வீணையின் நாதத்தைப் போன்ற குரல்களும் சிரிப்புகளும்! இந்தக் காற்றிலே ஒரு போதை நிறைந்திருப்பதைப் போலிருந்தது. இப்படியே எப்போது மிருந்தால்...?

நடு மருமகள் ரொம்ப நேரமாகவே தூண் மறைவில் ஒரு பையன் நின்று கொண்டிருப்பதைக் கவனித்துக் கொண்டிருந்தாள். அவளுக்கு எல்லோரையும் தெரியாது. அவளுடைய தந்தை பெரிய பணக்காரர். ஆகையால் அவள் பெரும்பாலும் தாயார் வீட்டில் தானிருப்பாள். அவள் இரண்டுபடி கீழிறங்கி வந்து, "பையா இங்கே வா, ஏன் நின்று கொண்டிருக்கிறாய், நீ எங்கிருந்து வருகிறாய்?" என்றாள்.

அப்பு வேறு பக்கம் சில புதிய விருந்தினர்களைப் பார்த்துக் கொண்டிருந்தான். தன்னை நடு மருமகள் கூப்பிடுவதைக் கண்டு ஆச்சரியம் அடைந்தான். அவனால் தன் கண்களையே நம்ப முடியவில்லை. உடனே உலகத்திலுள்ள வெட்கமனைத்தும் அவனை வந்து அடைந்துவிட்டது. மேலே போவதா அல்லது வெளியில் ஓடிப் போவதா என்பதை அவனால் தீர்மானிக்க முடியவில்லை. அதற்குள் அவள் கீழே இறங்கி வந்தாள். அருகில் வந்து, "நீ எங்கிருந்து வருகிறாய்? என்று கேட்டாள்.

ரொம்ப சிரமப்பட்டுக் கடைசியாக அப்பு வாய்திறந்து, "நான்.... நான்... அம்மா... இந்த வீட்டிலிருக்கிறாள்" என்றான்.

உடனே அவனுக்கு ஒரு பயமும் உண்டாயிற்று. 'சமையல்காரி மகன் இங்கு நிற்பதா? இவனைக் காதைப் பிடித்து வெளியில் கொண்டுபோய்விடு என்று யாரிடமாவது சொல்லுவாள்' என்று எதிர்பார்த்தான்.

ஆனால் அவள் அப்படி ஒன்றும் செய்யவில்லை. அவள் ஆச்சரியத்துடன் "உன்னுடைய அம்மா இங்கு இருக்கிறாளா? யார் அது? என்ன வேலை? நீங்கள் எத்தனை நாளாக இங்கு இருக்கிறீர்கள்?" என்றாள்.

அப்பு எப்படியோ பூரா விவரங்களையும் சொன்னான். நடு மருமகள் இவர்களைப்பற்றி இங்கு வந்த பிறகுதான் கேள்விப்பட்டிருப்பாள் 'நீங்கள் காசியிலிருந்து வந்தவர்கள்தானே? உன்னுடைய பெயர் என்ன?" என்றாள்.

அவனுடைய அழகிய கண்களைப் பார்த்து அவள் மனத்தில் கருணை கொண்டாள் போலும். "மேலே வா. இங்கே ஏன் நின்று கொண்டிருக்கிறாய்? மேலே வா" என்றாள்.

அப்பு திருடனைப்போல தயங்கியபடி அவள் பின்னால் மேலே சென்றான். ஒரு மூலையில்போய் நின்று கொண்டான்.

மேலே ஏராளமான பெண்கள் கூடியிருந்தார்கள். கூடம் முழுதும் கார்பட் விரிக்கப்பட்டிருந்தது. அநேக அலங்காரங்கள் செய்யப் பட்டிருந்தன. ஒரு பக்கத்தில் வாத்தியக் கருவிகள் வைக்கப்பட்டி ருந்தன. ஒரு பெண் பாடினாள். பெண் அழகாக இல்லை. மாநிறம் தான். ஆனால் குரல் மிகவும் இனிமையாக இருந்தது. அதற்குப் பிறகு வேறொரு பெண் வந்து பாடினாள். இந்தப் பெண்ணும் பார்ப்பதற்கு அவ்வளவு நன்றாக இல்லை. நடு மருமகள் பெண் லீலா தலையை ஆட்டிக் கொண்டு ஒரு ஹாஸ்ய ரசம் நிறைந்த கவிதையைச் சொல்லி எல்லோரையும் சிரிக்க வைத்தாள். ரொம்ப அழகான பெண். தாயாரைப் போலவே அழகாயிருந்தாள். அவளு டைய சிரிப்புத்தான் எவ்வளவு இனிமையாக இருக்கிறது!

அவனுடைய தாயார் ஒருதடவை இங்குவைத்து இதையெல்லாம் ஏன் பார்க்கக்கூடாது என்று அப்பு நினைத்தான். ஆனால் அப்பாவி அம்மா சமையல் வீட்டுக்குள்ளேயே உயிரை விட்டுக் கொண்டிருப் பாள்! இதையெல்லாம் வந்து பார்த்தால் என்ன ?

பெண்களுடைய கூட்டம் நடந்து கொண்டிருந்தது. அதற்குள் கீழேயிருந்து பலமான சத்தம் கேட்டது. கிரீஷ் சர்க்கார் உரக்கப் பேசிக்கொண்டிருந்தார்.

வேலைக்காரி சிரித்துக் கொண்டே மேலே வந்து, "வேலையைப் பார்த்தாயா? ஹுக்காவுக்குள்! ஹாஹா!" என்று சிரித்தாள்.

இரண்டு மூன்று பெண்கள், "என்னடி? என்ன சிரிப்பு?" என்று கேட்டனர்.

"எங்கிருந்தோ ஒரு சமையல்காரனை விசேஷத்திற்காக அமர்த்தி யிருந்தனர். அவனை அல்வா செய்யச் சொன்னார்கள். அவன் அல்வா கிளறிக் கொண்டிருந்தான். கடைசியில் கொஞ்சம் வெளியில் போய்வருவதாகச் சொன்னான். அவன் கையில் ஹுக்கா வைத்திருந் தான். சோதனை போட்டுப் பார்த்ததில் ஹுக்கா தேங்காய் தொட்டிக்குள் அரை சேர் நெய் திருடி வைத்திருந்தான். குமாஸ்தா பிடித்துக் கொண்டார். ராம்நிகோர்சிங் நன்றாக உடலைப் பழுது பார்த்துவிட்டுவிட்டார். மயிரைப் பிடித்துக் கொண்டு.... ஹி ஹி..."

இன்று சர்வஜயாவுக்குக் காலையிலிருந்து மூச்சு விடக்கூட நேரம் கிடைக்கவில்லை. இரண்டு மணு மீன்களைத் தனியாகவே கழுவினாள். காலை எட்டுமணியிலிருந்து மீன் கழுவிக் கொண்டி ருந்தாள். சத்தம் கேட்டு வெளியில் வந்து பார்த்தாள். கூட்டம்

கூடியிருந்தது. கூட்டத்திற்குள் ஒரு மெலிந்த பிராமண வாலிபனை இரண்டு மூன்று பேர் சேர்ந்து அடித்துக் கொண்டிருந்தனர். விசேஷத்திற்காக இன்றுதான் வேலைக்கு வந்திருந்தான். அவன் நெய் திருடினான் என்று சொன்னார்கள்.

அவனுடைய ஹூக்கா விழுந்து கிடந்தது. நெய் அங்கே வழிந்து கிடந்தது. அவன் என்னவோ சமாதானம் சொல்ல முயற்சித்துக் கொண்டிருந்தான். இதெல்லாம் சகஜம்தானே? இதற்கு இவ்வளவு ஆர்ப்பட்டம் செய்கிறீர்களே என்று சொல்லுவான் போலிருந்தது. அவன் இப்படிக் கூறித்தான் கூட்டத்தை சாந்தப்படுத்த முயன்றான். அதற்குள் தர்வான் ஷம்புநாத் கொடுத்த உதையில் அவன் போய்ச் சுருண்டு விழுந்தான். அவன் தலை கம்பத்தில் மோதியதால் தலையிலிருந்து ரத்தம் வடிந்தது.

சர்வஜயா விவரங்களைக் கேமியிடம் கேட்டுத் தெரிந்து கொண்ட பிறகு, "கேமி சித்தி! இப்படி அடிக்கலாமா? பிராமணப் பையன் பாவம்!" என்றாள். "அடிக்காமல் கும்பிடுவார்களா? இவன் எலும்பை நொறுக்கவேண்டும். இன்னும் சரியாக அடிவிழவில்லையே! இவனைப் போலீசில் ஒப்படைக்க வேண்டும்.."

கேமி சித்தி பேசுவதை உடனே நிறுத்திக் கொண்டாள்.

அவள் மாடிக்குப் போகும் படியைப் பார்த்ததும் திடுக்கிட்டு விட்டாள். சர்வஜயாவும் அங்கே பார்த்தாள். அறுபது அறுபத்தைந்து வயதுடைய கிழவி ஒருவள் கீழே வந்து கொண்டிருந்தாள். அவளுக்குப் பக்கத்தில் எஜமானியும் பின்னால் இரண்டு மருமக்க மார்களும் இன்னும் பெண்களும் அருணா, சுஜாதா ஆகியோரும் வந்து கொண்டிருந்தனர். வேலைக்காரர்கள் அனைவரும் ஒரு பக்கமாக ஒதுங்கி நின்று கொண்டார்கள். என்ன நடக்குமோ என்று அனைவரும் எட்டி எட்டி பார்த்துக் கொண்டிருந்தனர். சர்வஜயா, கேமியிடம், "சித்தி! இவர் யார்?" என்றாள்.

கேமி புன்முறுவலுடன், "யாரோ ராணி" என்றாள்.

சர்வஜயாவுக்கு நன்றாகத் காதில் விழவில்லை. இந்த முகத்தை எங்கோ பார்த்திருப்பதாக நினைத்தாள். இவருடைய பல்லக்குத் தயாராக இருக்கிறதா என்று எஜமானியம்மாள் ஒரு வேலைக் காரனிடம் கேட்டாள். கிழவியுடன் நாலைந்து வேலைக்காரிகளும் இருந்தனர். அவர்கள் பின்னால் வந்து கொண்டிருந்தனர். விடை பெற்றுக் கொள்ளும்போது என்னவெல்லாமோ பேசிக் கொண்டார் கள். எஜமானியும் இந்த வீட்டுப் பெண்களும் போகும்போது புன்முறுவல் செய்தனர். திடீரென இந்த வீட்டு வேலைக்காரர்கள் கீழே விழுந்து கும்பிட்டார்கள். ரொம்ப நேரம் வரையிலும் மேலே எழுந்திருக்கவேயில்லை. இவர்களோ பெரிய பணக்காரர்கள். இவர்களே இவ்வளவு மரியாதை செய்யும் போது இவள் ரொம்பப்

பெரிய வீட்டுப் பெண்ணாகத்தானிருப்பாள் என்று சர்வஜயா நினைத்துக்கொண்டாள்.

அவளை இவ்விதம் வழியனுப்பிவிட்டு எஜமானி முதலியவர்கள் மேலே போய்விட்டார்கள்.

சித்தி ரொட்டி அறைக்குவந்து ரகசியமாக, "எல்லாம் காசு செய்கிற வேலை! காசுக்கு எவ்வளவு மரியாதை பார்த்துக் கொண்டாயா? இவள் பெரிய தாலூக்தாரின் மனைவி. வங்காளத்தில் ஏதோ ஒரு காலேஜுக்கு இரண்டு லட்ச ரூபாய் கொடுத்திருக்கிறாள். காசுக்குத்தானே மதிப்பு!" என்றாள்.

ஆனால் சர்வஜயாவின் கவனம் வேறு பக்கத்திலிருந்தது, இவ்வளவு நேரமாக நினைவு படுத்திக்கொள்ள முயன்ற முகம் இப்போது ஞாபகத்துக்கு வந்துவிட்டது. ஏறக்குறைய இதே மாதிரி முகம்தான். வயதும் இவ்வளவுதானிருக்கும். அவளுடைய கிழ நாத்தனார் இந்திராதான். அவள் கிழிந்து போன சேலையை ஒட்டுப்போட்டு உடுத்திக் கொண்டிருந்தாள். ஒரு சாதாரண சீதாப் பழத்திற்காக அவள் எவ்வளவு அவமானப்பட்டாள்! அவளை யாரும் ஏனென்று கேட்பாரில்லை. மத்தியான வெய்யிலில் வீட்டை விட்டுத் துரத்தப்பட்டாள். வழியிலேயே விழுந்து பரிதாபகரமாகச் செத்தாள்.

சர்வஜயாவின் கண்களிலிருந்து இடைவிடாது கண்ணீர் வழிந்து கொண்டிருந்தது.

மனிதனுடைய அந்தரங்கமான வேதனை மரணத்தின் அக்கரையை எட்டுகிறதோ என்னவோ சர்ஜயாவுக்குத் தெரியாது. ஆனாலும் இன்று மனத்திற்குள் பலதடவை மன்னிக்கும்படி வேண்டிக் கொண்டாள். சிறுவயதில் செய்த குற்றத்திற்குப் பிராயச் சித்தம் செய்ய விரும்பினாள்.

32

சில நாட்களுக்குப் பிறகு அப்பு கூடத்திற்குள் போய்க் கொண்டிருந்தான். மேல்மாடியிலிருந்து நடு மருமகளுடைய மகள் லீலா இறங்கி வந்துகொண்டிருந்தாள். அவனைப் பார்த்து, "நில்லு! உன்னுடைய பெயர் என்ன, அப்புதானே?" என்றாள்.

"அம்மா அப்பு என்றுதான் கூப்பிடுகிறாள். என் முழுப்பெயர் ஸ்ரீ அபூர்வ குமார் ராய்" என்றான்.

அவனுக்கு ஆச்சரியமாக இருந்தது. இந்த வீட்டுச் சிறுவர்களும் சிறுமியரும் இவனிடம் எப்போதும் பேசியதில்லை. லீலா அருகில் வந்து நின்று கொண்டாள். எவ்வளவு அழகான முகம்! ராணி அக்கா, அதிசி அக்கா, அமலா அக்கா எல்லோரும் அழகானவர்கள்.

அவன் பார்த்ததில்லை. இந்த வீட்டிற்கு வந்த பிறகு அவனுடைய அபிப்ராயம் மாறிவிட்டது. முக்கியமாக நடுமருமகளைப் போல ஒரு பெண் அழகாக இருக்க முடியுமென்று அவனால் கற்பனை செய்யக்கூட முடியவில்லை.

லீலாவும் தாயாரைப்போல அழகானவள்தான். அன்று பெண்கள் கூட்டத்தில் ஹாஸ்யக் கவிதையைச் சொல்லும் போது அவளையே அப்பு உற்றுப்பார்த்துக் கொண்டிருந்தான். அவள் கூறிய கவிதையை அவன் கவனிக்கவேயில்லை.

"நீங்கள் எங்கள் வீட்டுக்கு எப்போது வந்தீர்கள், நான் இதற்கு முன் வந்தபோது காணோமே?"

"நாங்கள் பங்குனி மாதம் வந்தோம்."

"நீங்கள் எங்கிருந்து வந்தீர்கள்?"

"காசியிலிருந்த எங்கள் அப்பா அங்கே காலமாகிவிட்டார். அதனால்..."

அப்புவுக்கு நம்பிக்கையே உண்டாகவில்லை. எல்லாச் சம்பவங் களும் அசம்பாவிதமாகத்தான் பட்டது அவனுக்கு. லீலா நடுமருமகள் மகள், அவனை அழைத்துப் பேசிக் கொண்டிருக்கிறாள். மகிழ்ச்சியால் உடல் புல்லரித்தது.

"வா, என் அறைக்குப் போவோம். மாஸ்டர் வருகிற நேரமாகி விட்டது. வா போகலாம்..."

"நானும் வருவதா?" என்று அப்பு கேட்டான்.

லீலா சிரித்துக் கொண்டு, "ஏன்? நான் கூப்பிடுகிறேன். நீ வா! நீ ரொம்ப வெட்கப்படுகிறாயே? நான் படிக்கும் அறையை நீ பார்த்திருக்கிறாயா? மேல்புறத்துக் கூடத்தில் இருக்கிறது!

அறை சிறியதாகத்தானிருந்தது. ஆனால் நன்றாக அலங்கரிக்கப் பட்டிருந்தது. சலவைக்கல் மேஜைக்கு முன் இரண்டு மெத்தை போட்ட நாற்காலியிருந்தது. ஒரு பெரிய படம் போட்ட காலண்டர் இருந்தது. ஒரு டைம்பீசும் இருந்தது. புத்தகம் வைப்பதற்கு ஒரு சிறிய அலமாரி இருந்தது. சுவரில் நாலைந்து போட்டோக்கள் மாட்டப்பட்டிருந்தன. லீலா மேஜைக்குள்ளிருந்து ஒரு படத்தை எடுத்து, "இந்தப் படத்தைப் பார்த்தாயா? மாஸ்டர் வாங்கிக் கொண்டு வந்தார். உனக்கு வகுத்தல் போடத் தெரியுமா?" என்றாள்.

"உனக்கு வகுத்தல் தெரியாதா?"

"உனக்குத் தெரியுமா?"

அப்பு தன் ஞானத்தை வெளிப்படுத்தவேண்டி, "நான் ரொம்ப நாளைக்கு முன்னாலேயே கற்றுக் கொண்டேனே!" என்றான்.

லீலா சிரித்துக் கொண்டு, "நீ பெரிய தோரணையாகப் பேசு கிறாயே?" என்றாள்.

அதற்குப்பிறகு அப்புவின் முகவாயைப் பிடித்துக் கொண்டு, "இதென்ன மச்சமா? உன் முகத்துக்கு மச்சம் நன்றாக இருக்கிறது. உன் வயதென்ன? பதிமூன்றா? எனக்குப் பதினொன்றாகிறது. நான் உன்னைவிட இரண்டு வயது இளையவள்" என்றாள்.

"நீ அன்று சொல்லிய ஹாஸ்யக் கவிதை நன்றாக இருந்தது!"

"உனக்கு ஏதாவது கவிதை தெரியுமா?"

"தெரியும். அப்பா புத்தகத்திலிருந்து படித்தேன்."

லீலாவின் குரல் ரொம்ப இனிமையாக இருந்தது. அவன் வேறு எங்கும் இவ்வளவு இனிமையான குரலைக் கேட்டதில்லை.

அப்பு பாடி முடித்தான். "இது தாஷுராயின் பாஞ்சாலி கவிதை, என்னிடத்தில் இந்தப் புத்தகம் இருக்கிறது" என்றான்.

லீலா விழுந்து விழுந்து சிரித்தாள். "உனக்கு நல்ல நல்ல விஷயங்கள் எல்லாம் தெரிந்திருக்கிறதே?" என்றாள்.

லீலா தன்னைப் புகழ்வதைக் கேட்டு அப்பு புளகாங்கிதமடைந்தான். அவன் உற்சாகத்துடன், "இன்னொரு கவிதை சொல்லட்டுமா?" என்றான்.

லீலாவுக்குக் கவிதையின் பொருள் ஒன்றும் விளங்கவில்லை. அவள் பழையபடியே சிரித்துக்கொண்டு, "நான் எழுதிக் கொள்கிறேன் சொல்லு" என்றாள்.

அப்பு மறுபடியும் கவிதையைச் சொன்னான். கொஞ்ச நேரத்திற்குப் பிறகு அப்பு ஆச்சரியத்துடன், "மையில் தோய்க்காமல் எப்படி எழுதுகிறாய்?" என்றான்.

லீலா, அப்புவின் கையில் பேனாவைக் கொடுத்துவிட்டு, "இது பவுண்டன் பேனா, இதற்குள் மை இருக்கிறது. நீ இதுவரையிலும் பவுண்டன் பேனாவைப் பார்த்ததில்லையா?" என்றாள்.

அப்பு பேனாவை இப்படியும் அப்படியும் திருப்பிப் பார்த்து விட்டு "இது நன்றாக இருக்கிறதே! மையில் தோய்க்க வேண்டியதில்லையா!" என்றான்.

"இதில் மை இருப்பதைக் காட்டுகிறேன் கொடு."

பிறகு லீலா அப்புவின் கையில் பேனாவைக் கொடுத்துவிட்டு சிரித்தபடி, "இந்தப் பேனாவை நீயே வைத்துக்கொள்" என்றாள்.

அப்பு திடுக்கிட்டுப் போய் லீலாவையே பார்த்தான். "வேண்டாம், எனக்கு வேண்டாம்" என்றான்.

"ஏன்?"

"அப்படித்தான் "

"ஏன்?"

"முடியாது."

லீலா கொஞ்சம் துக்கமடைந்தவளாய். "இதை வாங்கிக் கொள்ளமாட்டாயா? நான் அப்பாவிடம் வேறொன்று வாங்கிக் கொள்கிறேன். இந்தா கையை நீட்டு. இந்தப் பேனா உன்னுடையதாகிவிட்டது" என்றாள்.

இந்த விஷயம் அப்புவுக்கு விசித்திரமாக இருந்தது. "உன்னை யாராவது திட்டினார்களானால்?"

"பவுண்டன் பேனா கொடுத்ததிற்கா? ஒருத்தரும் திட்ட மாட்டார்கள். நான் அபூர்வனுக்குக் கொடுத்துவிட்டேன் என்று அம்மாவிடம் சொல்லிவிடுகிறேன். அப்பாவிடம் வேறொன்று வாங்கிக் கொள்கிறேன். அப்பா போட்டோவைப் பார்க்கிறாயா? அந்தக் காலண்டருக்குப் பக்கத்தில் இருக்கிறது பார்! அதுதான். இரு, எடுக்கிறேன்!"

அதற்கப்புறம் லீலா பல போட்டோக்களை எடுத்துக் காட்டினாள். அவள் அலமாரியிலிருந்து சில புத்தகங்களை எடுத்துக் காட்டிக்கொண்டு, "மாஸ்டர் வாங்கிக் கொடுத்தார். நீ எந்தப் பள்ளிக்கூடத்தில் படிக்கிறாய்?" என்றாள்.

அப்பு காசியில் கொஞ்சநாள் படித்தான். அதற்குப் பிறகு சந்தர்ப்பம் வாய்க்கவில்லை. "காசியில் படித்தேன். இப்போது படிக்கவில்லை " என்றான்.

கடைசி வார்த்தைகளைச் சொல்வதற்கு வெட்கமாக இருந்தது. ஒரு புத்தகத்தில் அநேகப் படங்களிருந்தன. "எனக்குப் படித்துப் பார்க்கக் கொடுக்கிறாயா?" என்றான்.

"எடுத்துக்கொள். என்னிடம் படங்கள் உள்ள புத்தகங்கள் நிறைய இருக்கிறது. அம்மா அலமாரியில் வைத்திருக்கிறேன். நீ படிப்பதானால் எடுத்து வந்து கொடுக்கிறேன்."

"என்னிடத்திலும் புத்தகம் இருக்கிறது. கொண்டு வரட்டுமா? "வா உங்கள் அறைக்குப் போவோம்!'

லீலாவைத் தன் அறைக்கு அழைத்துக்கொண்டு போவதற்கு அப்புவுக்கு வெட்கமாக இருந்தது. அங்கே ஒரு பொருளும் கிடையாது. தலையணை உறைகள் கிழிந்து போயிருந்தன. தூக்கில் போர்வை தொங்கிக் கொண்டிருந்தது. அப்பு தன் தகரப்பெட்டியைத் திறந்து ஒரு புத்தகத்தை எடுத்தான். "இதில் என் கட்டுரை இருக்கிறது. அச்செழுத்தில் என் பெயர் இருக்கிறது" என்றான்.

லீலா அவசரமாக, "கொடு" என்றாள்.

இது காசிப் பள்ளியின் பத்திரிகை. ஹரிஹரன் தன் மகன் எழுதிய கட்டுரையை அச்சில் பார்க்காமல் கூடப் போய்விட்டான். லீலா படிக்கத் தொடங்கினாள். அப்புவும் அவளுடன் சேர்ந்து கொண்டு கட்டுரையைப் படித்துக் கொண்டிருந்தாள். லீலா கட்டுரையைப் படித்துவிட்டு அவனையே கொஞ்ச நேரம் பார்த்துக் கொண்டிருந்து

விட்டு, 'நன்றாக இருக்கிறது. நான் இதை எடுத்துக் கொண்டு போகிறேன். நீ எழுதியது என்று அம்மாவிடம் காட்டப் போகிறேன்!" என்றாள்.

அப்புவுக்கு மிகவும் வெட்கமாக இருந்தது. 'வேண்டாம்!" என்றான்

ஆனால் லீலா கேட்கவில்லை. அந்தப் பத்திரிகையை எடுத்துக் கொண்டாள். "இதில் நிச்சிந்தாபுரம் என்று எழுதியிருக்கிறதே... நிச்சிந்தாபுரம் எங்கேயிருக்கிறது?" என்றாள்.

"நிச்சிந்தாபுரம் என்பது எங்கள் கிராமத்தின் பெயர். நாங்கள் காசிக்கு வந்து ஒரு வருஷம்தானே ஆகிறது?'

அதற்குள் சின்ன மோட்சதா கதவருகில் வந்து எட்டிப் பார்த்து விட்டு, "நீ இங்கேயா இருக்கிறாய், நான் எங்கெல்லாம் தேடினேன்! மாஸ்டர் சாகப் ரொம்ப நேரமாகக் காத்துக் கொண்டிருக்கிறார். நான் மேலே கீழே எல்லா இடங்களிலும் தேடிவிட்டேன். இந்த அழுகல் நாற்றமடிக்கும் அறைக்குள் உட்கார்ந்து கொண்டிருப்பாய் என்று யார் கண்டார்கள்?" என்றாள்.

"நீ போ! நான் வருகிறேன்" என்றாள் லீலா.

"இங்கு யாராவது உட்காருவார்களா, நாங்கள் தலைவைத்துப் படுக்கிற இடத்திலே நீ எப்படி உட்காரலாம்? மேற்கத்திய குதிரைக் காரர்கள் குதிரை கட்டியிருக்கும் இடத்தைச் சுத்தம் செய்ய மாட்டார்கள். ஐயோ! இதென்ன ரொம்பக் கெட்ட நாற்றம் வருகிறதே! இங்கிருந்து ஜல்தியாக வா! ஒரு நிமிஷம் கூடத் தாமதிக்க வேண்டாம்" என்றாள் சின்ன மோட்சதா.

"நீ போ! நான் வரமாட்டேன். இன்று நான் படிக்கவில்லை. நான் படிக்கவில்லை என்று போய்ச் சொல்லிவிடு. இங்கு வந்து உன்னை யார் உளறச் சொன்னார்கள்? நான் இப்படிச் சொன்னதை அம்மாவிடம் போய்ச் சொல்லு போ" என்றாள் லீலா.

சின்ன மோட்சதா பேசாமல் போய்விட்டாள். "அம்மா கோபித்துக் கொள்ளமாட்டார்களா? அவளிடம் எதற்காக அப்படிச் சொன்னாய்?" என்று அப்பு கேட்டான்.

அடுத்தநாள் அப்பு தன் அறையில் தூங்கிக்கொண்டிருந்தான். யாரோ தட்டி எழுப்பவே கண் விழித்துப் பார்த்தான். லீலா படுக்கையருகில் புன்முறுவலுடன் நின்று கொண்டிருந்தாள். அப்பு தரையில் பாய் விரித்துப் படுத்துக் கொண்டிருந்தான். லீலா மண்டியிட்டு உட்கார்ந்து கொண்டு அவனைத் தட்டி எழுப்பினாள். இப்போது அவள் மண்டியிட்டு உட்கார்ந்தபடி தன் பெரிய பெரிய கண்களால் அவனைப் பார்த்துக் கொண்டிருந்தாள். அவள் சிரித்துக்கொண்டு, "மத்தியானம் யாராவது தூங்குவார்களா? நான்

வெளியிலிருந்து கூப்பிட்டுப் பார்த்தேன், நீ குறட்டை விட்டுத் தூங்கிக் கொண்டிருக்கிறாய்!" என்றாள்.

அப்பு உடுத்தியிருந்த துணியில் முகத்தைத் துடைத்துக் கொண்டு எழுந்து உட்கார்ந்தான். "காலையில் ஏன் படிக்க வரவில்லை? நான் எல்லா இடத்திலும் போய்த் தேடிப் பார்த்தேன்" என்றான்.

லீலா தன் கையிலிருந்த அப்பு பள்ளிக்கூடப் பத்திரிகையைக் கொடுத்துவிட்டு, "நேற்று இரவு நீ எழுதிய கதையை அம்மாவுக்குப் படித்துக் காட்டினேன். அம்மா தானே படித்தார்கள். அம்மாவுக்கு ரொம்பப் பிடித்திருந்தது" என்றாள்.

அப்புவின் உள்ளம் குளிர்ந்தது. அதோடு அவனுக்கு வெட்க மாகவும் இருந்தது. லீலாவினுடைய தாயார் அவனுடைய கதையைப் படித்துவிட்டாள்!

"என்னுடைய அறைக்குப் போகலாம் வா; அங்கே உனக்கு உத்தம நண்பன் என்கிற புத்தகம் வைத்திருக்கிறேன்" என்றாள்.

அப்பு உலரப்போட்டிருக்கும் துணியைப் பார்த்தான். அவனு டைய நல்ல துணி இன்னும் உலரவில்லை. இப்போது உடுத்தியிருக்கும் துணியுடன் வெளியில் போகமுடியாது. ஆகையால், இப்போது வரவில்லை" என்றான்.

லீலா ஆச்சரியத்துடன், "ஏன்?" என்றாள்.

அப்பு வாயை மூடிக்கொண்டு சிரித்தான். அவளுடைய முகம் இந்நிலையில் இவ்வளவு அழகாக இருக்குமென்று அவனுக்குத் தெரியாது. லீலா மறுபடியும், "வா வா" என்று வேண்டினாள்.

அப்பு மறுபடியும் அப்படியே புன்முறுவல் செய்தான்.

"நீ ரொம்பப் பிடிவாதக்காரனாக இருக்கிறாயே, ஒருதரம் முடியாது என்றால் அப்புறம் முடியாதுதானா? இது பேச்சா, சரி இந்தா புத்தகம்."

அப்பு சிரிப்பை அடக்க முடியாமல் மறுபடியும் கலகலவெனச் சிரித்தான். "என்ன விஷயம்?" ஏனிப்படிச் சிரித்தாய்? என்ன காரணம் சொல்லு! சொல்லியாக வேண்டும்" என்றாள்.

அப்பு உலர்ந்து கொண்டிருக்கும் துணியைச் சிரித்தபடியே பார்த்தான். ஒன்றும் சொல்லவில்லை.

இப்போது லீலா புரிந்துகொண்டாள். துணியைத் தொட்டுப் பார்த்தாள். "இன்னும் நன்றாக உலரவில்லை. நீ உட்கார்ந்து கொண்டிரு. நான் புத்தகத்தை எடுத்து வருகிறேன். நீ பவுண்டன் பேனாவில் எழுதினாயா? நன்றாக எழுதுகிறதா?" என்றாள்.

இதற்குப் பிறகு லீலா கொண்டு வந்த புத்தகத்தை வெகு நேரம் பார்த்துக் கொண்டிருந்தனர். புத்தகத்தைப் பாயின் மீது வைத்துக் கொண்டு இருவரும் மண்டியிட்டுக் குப்புறக் கவிழ்ந்தபடி பார்த்துக்

கொண்டிருந்தனர். லீலாவின் பட்டு போன்ற தலைமுடி அப்புவின் முகத்தில் விழுந்து கொண்டிருந்தது. அவனுக்கு எப்படியோ இருந்தது. திடீரென லீலா, "உனக்குப் பாட்டுத் தெரியுமா?" என்றாள்.

அப்பு தலையை ஆட்டி "தெரியும்" என்றான்.

"சரி, பாடு!"

"உனக்குத் தெரியுமா"

"கொஞ்சம் தெரியும். கலியாணத்தின்போது கேட்கவில்லையா?"

சின்ன மோட்சதா அறைக்குள் எட்டிப் பார்த்துக்கொண்டு, 'இங்கேயா இருக்கிறாய், மேலே காணோம். இங்கேதான் இருப்பாய் என்று வந்தேன். இங்கு வா, பால் குடிக்கவேண்டும் ஆறிப்போய் விட்டது. கையில் எடுத்துக்கொண்டு எங்கெல்லாம் சுற்றுவது?" என்றாள்.

ஒரு சிறிய வெள்ளி டம்ளர் நிறைய பால் இருந்தது.

"வைத்துவிட்டுப் போ. அப்புறம் வந்து டம்ளரை எடுத்துக் கொண்டு போ."

வேலைக்காரி போய்விட்டாள். கொஞ்ச நேரம் வரையிலும் படம் பார்த்துக்கொண்டிருந்தார்கள். அப்புறம் லீலா பால் டம்ளரைக் கையில் எடுத்துக்கொண்டு, "நீ பாதி குடி" என்றாள்.

அப்பு சங்கோசத்துடன், "வேண்டாம் " என்றான்.

"நீ எதற்கெடுத்தாலும் முடியாது என்கிறாயே! இது எங்கள் மூல்தானிப் பசுவின் பால்! எவ்வளவு இனிப்பாக இருக்கும்! நீ நல்ல அப்புதானே?"

"நல்ல அப்பு! பெரிய அம்மா சொல்கிறார்கள்!" என்று அவளைக் கேலி செய்தான்.

லீலா பால் டம்ளரை அப்புவின் வாயருகில் கொண்டு போய் தலையை அசைத்துக்கொண்டு, "ரொம்ப வெட்கப்படுகிறாயே! நான் கண்ணை மூடிக்கொள்கிறேன். குடித்துவிடு" என்றாள்.

அப்பு ஒரு வாய் பாலைக் குடித்துவிட்டு வாயை நன்றாகத் துடைத்துக் கொண்டான்.

லீலா டம்பளரில் வாய் வைத்து மீதிப் பாலைக் குடித்தாள். பிறகு கலகலவெனச் சிரித்தாள்.

"நல்ல இனிப்புப் பால்தானே?"

"நீ என் எச்சிலை ஏன் குடித்தாய்? வேறொருத்தர் எச்சிலைச் சாப்பிடலாமா?"

"என் இஷ்டம்" என்று சொல்லிவிட்டு அவள், "உனக்குப் படம் போடத் தெரியுமா? உனக்கு ஒன்றுமே தெரியாது. எங்கே எனக்குப் படம் போட்டுக்கொடு பார்க்கலாம்?" என்றாள்.

33

ஆவணி மாதம் சர்வஜயா எப்படியோ அப்புவுக்குப் பூணூல் போட்டாள். அந்நியர் வீடாகையால் பயந்து கொண்டே சுவாமி வீட்டெதிரில் எப்படியோ சடங்குகளைச் செய்து முடித்தாள். பிராமண சித்தி லட்டு செய்வதற்கு உதவி செய்தாள். இரண்டொரு சமையல்காரர்கள் விருந்து சாப்பிட வந்தார்கள். வெளியிலிந்து கௌரவிக்கப்பட்ட விருந்தினர்களில் பீரு குமாஸ்தாவும் தீனு கணக்குப்பிள்ளையும் குறிப்பிடத்தக்கவர்கள். பூணூல் சடங்கெல்லாம் முடிந்த சில நாளைக்குப் பிறகு அப்பு அறைக்குள் உட்கார்ந்து கொண்டு லீலா கொடுத்துள்ள புத்தகத்தில் படம் பார்த்துக் கொண்டிருந்தான். அப்போது அறைக்குள் யாரோ நுழைந்தார்கள். அப்புவுக்குப் ஏற்பட்ட ஆச்சரியத்திற்கு அளவேயில்லை. "அடே! நீ எப்போது வந்தாய்," என்றான்.

லீலா உற்சாகத்துடன் நின்றுகொண்டிருந்தாள். "நீ நன்றாக இருக்கிறாய். திங்கள் கிழமை வருவதாகச் சொல்லிப்போனாயே? ஆனால் எத்தனை திங்கள் கிழமை வந்து போய்விட்டது? திரும்பி வரவேயில்லையே..."

லீலா சிரித்துக்கொண்டு, தரையில் உட்கார்ந்தாள். எப்படி வரமுடியும் பள்ளிக்கூடத்தில் சேர்ந்துவிட்டேன். அப்பாதான் சேர்த்துவிட்டார். அப்பாவுக்கு உடம்புக்குச் சரியில்லாது போய் விட்டது. இனி நாங்கள் கல்கத்தாவில்தான் இருக்கப் போகிறோம். கொஞ்ச நாள் லீவு விட்டார்கள். ஆகையால் நான் அம்மாவுடன் வந்தேன். புதன்கிழமை திரும்பிப் போகப்போகிறேன்" என்றாள்.

அப்புவின் முகத்திலிருந்த சிரிப்பு மறைந்துவிட்டது. 'அப்படி என்றால் நீங்கள் இங்கு இருக்கமாட்டீர்களா?' என்றான்.

"அப்பாவுக்கு உடம்பு குணமான பிறகு மறுபடி வருவோம்."

அதன் பிறகு அவள் சிரித்துக்கொண்டு, "கொஞ்சம் கண்ணை மூடிக்கொள்" என்றாள்.

"ஏன்?"

"மூடிக்கொள்ளேன்!"

அப்பு கண்ணை மூடிக்கொண்டதும் அவன் கையில் ஏதோ ஒரு பெரிய சாமான் விழுந்தது. அப்பு கண்ணைத் திறந்ததும் லீலா கலகலவெனச் சிரித்தாள். ஒரு கார்டு போர்டு பெட்டி அவன் மடியில் வைக்கப்பட்டிருந்தது. லீலா பெட்டியைத் திறந்து காட்டினாள். அதற்குள் நூல் போர்வையும் ஒரு பட்டுச் சொக்காயும் இருந்தது. லீலா சிரித்துக்கொண்டு, நீ பூணூல் போட்டுக் கொண்டதற்கு "அம்மா கொடுத்தார்கள். நன்றாக இருக்கிறதல்லவா? உனக்குப் பிடித்திருக்கிறதா?" என்றாள்.

 நற்றிணை பதிப்பகம் ✦ 291

துண்டையும் போர்வையும்விட சொக்காய் விலை உயர்ந்தது. அம்மாதிரி ஆடைகளை அணிவது இருக்கட்டும். அந்த மாதிரி ஆடைகளையே இந்த வீட்டுக்கு வருவதற்கு முன் அவன் கண்டதே யில்லை.

லீலா அப்புவின் முகத்தைப் பார்த்துக் கொண்டு, ஒரு மாதத் திற்குள் உன் முகம் மாறிப்போய்விட்டது. பெரியவனாகி விட்டாய். எங்கே புதிய பிராமணனுடைய பூணூலைப் பார்க்கிறேன். காது குத்தும்போது வலிக்கவில்லையா? என் சித்தப்பா மகனுக்கும் பூணூல் போடும்போது காது குத்தினார்கள். அவன் அழுது விட்டான்."

அப்பு உடனே ஒரு கதையைக் காட்டி, இதை நீ படித்தாயா?" என்றான்.

"எங்கே கொடு. பார்க்கிறேன்!"

அப்பு படித்துக் காட்டினான். இருநூறு முந்நூறு வருஷங்களுக்கு முன் ஸ்பெயின் தேசத்திலே ஒரு கப்பல் ஏராளமான ரத்தினங்கள், தங்கம், வெள்ளி முதலியவைகளுடன் எங்கோ மூழ்கிவிட்டது. எவ்வளவோ பேர் அதைத் தேடினார்கள். ஆனால் அந்தக் கப்பல் எங்கு மூழ்கியது என்பதை யாராலும் கண்டுபிடிக்க முடியவில்லை. அப்பு இந்தக் கதையை அடிக்கடி படித்துச் சந்தோஷமடைவான்.

"யாராலும் அதைக் கண்டுபிடிக்க முடியவில்லை. அதற்குள் எவ்வளவு பணம் இருந்தது தெரியுமா? நூறு ஆயிரம், பத்தாயிரம், லட்சம்! அதில் ஐம்பது லட்சம் பவுண்டு தங்கம், வெள்ளி இருந்த தாம். ஒரு பவுண்டு பதிமூன்று ரூபாய் என்று கணக்குப் போட்டுப் பார்!" என்று கூறிவிட்டு அவனே கணக்குப் போட்டான். பிறகு கணக்குப் போட்ட காகிதத்தை அவளிடம் காட்டினான்.

அவன் இதற்கு முன்பும் இந்தக் கணக்கைப் போட்டுப் பார்த் திருக்கிறான். அவனுடைய முகம் திடீரென பிரகாசமடைந்தது. "நான் பெரியவனான பிறகு அதைத் தேடிக் கண்டுபிடிக்காமல் விடமாட்டேன்" என்றான்.

லீலா கொஞ்சம் சந்தேகத்துடன், "நீ போகப் போகிறாயா? கப்பல் மூழ்கிய இடம் உனக்கெப்படித் தெரியும்? அதைச் சொல்லு" என்றாள்.

"இதோ பார் எழுதியிருக்கிறதே! போர்ச்சுகலுக்குப் பக்கத்துக் கடலில் மூழ்கிவிட்டது. நான் நிச்சயம் கண்டுபிடித்து விடுவேன்!"

இந்தக் கதையைப் படித்துவிட்டு, இத்தனை நாளும் யாரும் கண்டுபிடிக்காமல் போனது நல்லதுக்குத்தான் என்று நினைத்துக் கொண்டான். எல்லோரும் எல்லாவற்றையும் தேடிக் கண்டுபிடித்து விட்டால் அவனுக்கென்ன மீதியிருக்கும்? அவன் பெரியவனாகி

என்ன செய்வான்? அவன் பெரியவனாகும் வரையிலும் யாரும் அதைக் கண்டுபிடிக்காமலிருக்க வேண்டும்.

லீலா வயதில் சிறியவளனாலும் ரொம்ப புத்திசாலி. அவள் யோசித்துப் பார்த்துவிட்டு, அந்த மாதிரி கப்பல் உனக்குக் கிடைக்க வேண்டுமே? எனக்கும் ஒரு கப்பல் வேண்டும். அதே மாதிரி பெரிதாக...” என்றாள்.

“அது கிடைக்கும். நான் வாங்கிக் கொள்வேன். பெரியவனான பிறகு என்னிடம் ரூபாய் இருக்காதா?”

இந்தத் தடவை லீலாவுக்கு ஓரளவு நம்பிக்கை உண்டாயிற்று. அதற்குமேல் அதைப்பற்றி அவள் விவாதிக்கவில்லை. சிறிது நேரம் கழித்து, “நீ கல்கத்தா போயிருக்கிறாயா?” என்றாள்.

அப்பு தலையை ஆட்டிக்கொண்டு, “இல்லை! பார்த்ததில்லை. ரொம்பப் பெரிய நகரமா? இதைவிடப் பெரிதா?”

லீலா சிரித்துக்கொண்டு, ‘ஆனைக்கும் பூனைக்கும் உள்ள வித்தியாசம்!” என்றாள்.

“காசியை விடப் பெரிதா?”

“நான் காசியைப் பார்த்ததில்லை”

அதற்குப் பிறகு அப்புவைத் தன் அறைக்கு அழைத்துக் கொண்டு போனாள். ஒரு நோட்டுப் புத்தகத்தைக் காட்டிக் கொண்டு, “பூச்செடி எப்படியிருக்கிறது பார்த்தாயா? சித்திரம் எப்படி?” என்றாள்,

அப்பு சிறிது நேரத்திற்குப் பிறகு, “நான் போய்ப் படுத்துக் கொள்கிறேன். என் தலை வலிக்கிறது” என்றான்.

“இரு! எனக்குத் தலைவலியைப் போக்கும் மந்திரம் தெரியும் என்று சொல்லிவிட்டு அவளுடைய இரு கைகளாலும் அவனுடைய நெற்றியை அழுத்த முயற்சித்தாள். அப்பு சிரித்து விட்டான். “கிசுகிசு மூட்டுவது போலிருக்கிறது” என்றான்.

அவளும் சிரித்துக்கொண்டு, “என் சித்தப்பா பையனுக்கு குஸ்தி பழக்கிக்கொடுக்க ஒரு பயில்வான் இருக்கிறார். அவரிடமிருந்து இதைக் கற்றுக் கொண்டேன். நன்றாக இருக்கிறதல்லவா? குணமாகி விட்டதா?” என்றாள்.

கொஞ்ச நாளைக்குப் பிறகு லீலாவும் அவளுடைய தாயாரும் கல்கத்தாவுக்குப் போய்விட்டார்கள்.

அப்பு தாயாரிடம் சொல்லிவிட்டு ஒரு சிறிய பள்ளிக்கூடத்திற்குப் போகத் தொடங்கினான். பெரிய தெருவின் கடைசியில் அவனுடைய வீடு இருந்தது. அங்கிருந்து கொஞ்ச தூரம் போய் இடது புறமுள்ள சந்தில் நுழைந்தால் அங்கு ஒரு மாடி வீட்டில் அவனுடைய பள்ளிக் கூடமிருந்தது. நாலைந்து வாத்தியார்களிருந்தனர். உடைந்து போன நாற்காலிகளும் மேஜைகளும் கரும்பலகையும் இருந்தது. ஒரு பழைய

தேசப்படமும் இருந்தது. இதுதான் பள்ளியில் இருந்த சாமான்கள். பள்ளிக்கு முன்னால் சாக்கடை ஓடிக் கொண்டிருந்தது. காலையில் சாக்கடையிலிருந்த குப்பைகளை எடுத்து மேலே போட்டிருப்பார்கள். அவன் பள்ளிக்கூடம் போகும்போது பார்த்துக் கொண்டு போவான். மத்தியானம் பள்ளிக்குள் காற்றே வராது. அப்புவுக்குத் தலைவலி வந்துவிடும். அவன் பள்ளியை விட்டு வெளியில் வந்த பிறகுகூட தலைவலி போகாது.

அவனுக்குப் பிடிப்பதில்லை. கொஞ்சம்கூடப் பிடிப்பதில்லை. நகரத்தின் செங்கல் சிமெண்ட் இவனுக்கு இருமலை உண்டு பண்ணியது. உயிர் ஏங்கிக் கொண்டிருந்தது. ஆனால் அந்த ஒன்று எது என்பதை அவனால் கண்டுகொள்ள முடியவில்லை. வழியில் புற்களே கிடையாது. மரங்களாவது ஒன்று இரண்டு தெரிகிறது. இரண்டு வீட்டுக்கு நடுவில் குப்பைக் கூளங்களும் அசுத்தங்களும் நிறைந்து கிடந்தன. பழைய கால வழக்கப்படி வீட்டுக்கு முன்னால் திரை தொங்கியது. வீடு தரை அளவேயிருந்ததால் எப்போதும் வீடு ஈரமாகவே இருந்தது. வீட்டுக்குள் காற்றோ வெளிச்சமோ கொஞ்சம்கூட இருக்காது. எல்லோரும் ஒரே சமயத்தில் அடுப்பு மூட்டுவதால் புகைவாசனை வீசிக்கொண்டிருக்கும். எல்லாம் சேர்ந்து அப்புவுக்கு ரொம்ப வேதனையாக இருந்தது. உள்ளம் குறுகியது. பள்ளிக்குள் அவனால் உட்கார்ந்து கொண்டிருக்க முடியாது. வெளியில் வந்துவிடுவான்.

வீட்டுக்கு வந்தாலும் அதே தொல்லைதான். இங்கு அதைவிட அதிகம் என்றே சொல்லலாம். செங்கல்லாலும் சிமெண்ட்டாலும் வீட்டைச்சுற்றி சுவர் எழுப்பப்பட்டிருந்தது. அப்புவுக்கு மண்ணைப் பார்க்காவிட்டால் தூக்கமே வராது. இங்கு மண்ணிற்கு எங்கு போவான்? இங்குள்ள மண் வேறு விதமாக இருக்கிறது. அவனுக்குத் தெரிந்த மண் அல்ல இது. அதோடு இங்கு இஷ்டம்போலப் போவதற்குச் சுதந்திரம் கிடையாது. எப்போதும் திருடனைப்போல இருக்க வேண்டும். யார் என்ன சொல்லுவார்களோ? உரக்கப் பேச முடியாது. பயமாக இருக்கிறது.

சில சமயங்கள் ஜமீந்தார் ஆபீசுக்குப் போய்ப் பார்ப்பான். கிழ கணக்குப்பிள்ளை இருளில் உட்கார்ந்து கொண்டு என்ன செய்கிறார் என்று ஆராய்வான். ஏராளமான கணக்குப் புத்தகங்கள் ஒரு பக்கம் அடுக்கி வைக்கப்பட்டிருக்கும். அந்தக் கிழவர் ஒரு சிறிய மரப்பெட்டி முன் நாள் முழுதும் உட்கார்ந்துகொண்டிருப்பார்.

அந்த இருளடைந்துள்ள அறையில் பகலில்கூட விளக்கு எரிந்து கொண்டிருக்கும். கிரீஷ் குமாஸ்தா வரி வசூல் பிரிவில் உட்கார்ந்து கொண்டிருப்பார். தரையில் ஜமுக்காளம் விரித்து உட்கார்ந்து கொண்டிருப்பார். இருபுறங்களிலும் கணக்குப் புத்தகம் வைக்கப்

பட்டிருக்கும். இவர் உட்கார்ந்திருக்கும் அறை அவ்வளவு இருளாக இருக்காது. அங்கே இரண்டு மூன்று ஜன்னல்கள் கூட இருக்கிறது.

காலை நேரம் அப்பு வெளியில் வந்து பார்த்தான். பையன்கள் குழந்தை வண்டியை வைத்துக்கொண்டு விளையாடிக் கொண்டிருந்தார்கள். இது இப்போதுதான் வாங்கி வரப்பட்டது. பெரிய பெரிய சக்கரங்கள் இருந்தன. பார்ப்பதற்கு அழகாக இருந்தது. அவன் அருகில் நின்று பார்த்துக்கொண்டிருந்தான். "அடே, கொஞ்சம் தள்ளிவிடு" என்று ரமேன் சொன்னான்.

இந்த வண்டி வந்ததிலிருந்து அப்புவுக்கு அதன் மீது ஆசை. அவன் மகிழ்ச்சியுடன், "நான் தள்ளிவிடுகிறேன். எனக்கும் ஒரு தடவை சவாரி செய்யக் கொடுக்க வேண்டும்" என்றான்.

"சரி சரி! பார்க்கலாம். பலமாகத் தள்ளிவிடு" என்றான் ரமேன்,

கொஞ்ச நேரம் விளையாடிய பிறகு. "சரி, போதும் விளையாட்டு" என்றான்.

அதற்கப்புறம் அவர்கள் வண்டியை எடுத்துக் கொண்டு போகத் தொடங்கவே அப்பு, "நான் ஏறவில்லையே?" என்றான்.

"போ! போ! இந்தத் தடவை பார்க்கலாம்" என்றான் ரமேன்.

துக்கத்தால் அப்பு கண்ணீர் விட்டான், தனக்கும் சவாரி செய்யக் கொடுப்பார்கள் என்ற ஆசையால் இந்நேரம் தள்ளிக் கொண்டிருந்தான்.

"எனக்குக் கொடுப்பதாகச் சொன்னீர்கள். எல்லோரையும் தள்ளினேன். அன்றும் அப்படித்தான் செய்தீர்கள். இது நல்லதல்ல."

"வண்டியைத் தள்ளு என்று யாரடா உன் காலில் விழுந்தார்கள்? யார் உனக்கு வண்டி கொடுப்பதாகச் சொன்னார்கள்? வண்டி வாங்க பணமிருக்கிறதா?"

"நீ சொன்னாய், சந்து சொன்னான். வண்டியைத் தள்ளித் தள்ளி என் கைத்தோல் உரிந்துவிட்டது. நீங்கள் சொன்னபடி நடக்கவில்லை. இது சரியல்ல."

ரமேன் முன்வந்து, "போடா! நான் சொல்லவில்லை!" என்றான்.

"உர்...ர்....ர்.. நீ குரங்கு பார்த்திருக்கிறாயா?" என்று சந்து கேட்டுக் கொண்டு குரங்கு போலப் பழித்தான்.

அதற்குப் பெரிய பாபு பையன் டேபு முன்வந்து அவன் கழுத்தைப் பிடித்துத் தள்ளிவிட்டு, "போடா போ. அது எங்கள் இஷ்டம்! நீ உன் இடத்திற்குப் போடா. இங்கு எதற்காக வந்தாய்?" என்றான்.

டேபு, அப்புவை விட வயதில் சிறியவன். அதனால்தானே அல்லது மற்றவர்கள் செய்த கிண்டலைப் பொறுக்க முடியாமலோ அவன் பிடியிலிருந்து விடுவித்துக்கொண்டு ஒரு அறை கொடுத்தான். டேபு கரகரவெனச் சுற்றிக்கொண்டு போய் சுவரில் மோதிக்

கொண்டான். அவன் நெற்றி சுவரில் மோதியதால் காயம்பட்டு ரத்தம் வந்தது. அவன் கூச்சலிட்டு அழத் தொடங்கினான்.

வேலைக்காரர்கள் ஓடி வந்தார்கள். மேனேஜர், தர்வான் ஓடி வந்தனர். மேல்மாடியில் பெரிய பாபு காலையில் கச்சேரியிலிருந்தார். அவரும் படை பலங்களுடன் கீழே இறங்கி வந்தார். ஒவ்வொரு பக்கத்திலிருந்தும் தண்ணீர், விசிறி காயத்திற்குக் கட்டுப்போடத் துணி முதலியவைகளை எடுத்துக் கொண்டு ஓடி வந்தார்கள். பெரிய அல்லோகல்லோலப்பட்டது.

கொஞ்சம் கலாட்டா அடங்கியதும் பெரிய பாபு. "அடித்தது யார்? அவன் எங்கே?" என்றார்.

ராம் நிகோரா சிங், அப்புவைப் பிடித்துக் கொண்டுவந்து பெரிய பாபு எதிரில் நிறுத்தினான். "இவன் யார்? காசியிலிருந்து வந்த சமையல்காரி பையனா?" என்று பெரிய பாபு கேட்டார்.

கிரீஷ் சர்க்கார் முன்வந்து, 'ரொம்பக் கெட்ட பையன்! அன்று நாடகம் நடக்கும் போது எல்லோருக்கும் முன்னால் போய் பாபுக் களோடு உட்கார்ந்து கொண்டான். நான் எழுந்து போகச் சொன்ன தற்கு சண்டை போட வந்துவிட்டான். அன்று தெருவில் பார்க் கிறேன், சிகரெட் குடித்துக்கொண்டு வருகிறான்! இந்த வயதிலேயே எல்லாப் பழக்கங்களும் வந்துவிட்டன" என்றார்.

பெரிய பாபு ரமேனிடம், "இன்று காலையில் உங்களுக்கு மாஸ்டர் வரவில்லையா? படிப்பதை விட்டுவிட்டு இங்கே வந்து விட்டீர்களே? சரி, என் பிரம்பைப் போய் எடுத்து வாருங்கள். இவனுடன் உங்களை யார் விளையாடச் சொன்னார்கள்?" என்றார்.

"அவன்தான் எங்களுடன் விளையாட வருகிறான். நாங்கள் எதற்கு அவனுடன் விளையாடுகிறோம்? உங்கள் இங்கிலீஷ் பத்திரிகையில் படம் பார்க்கிறான். கண்டபடி சாமான்களை வைக் கிறான்" என்று ரமேன் சொன்னான்.

இனி அப்புவின் முறை வந்தது. "இங்கே வா! நீ டேபுவை ஏன் அடித்தாய்?" என்று பெரிய பாபு கேட்டார்.

பயத்தினால் ஏற்கெனவே வாயடைத்துப் போயிருந்தது. அவன் கோபத்தில் டேபுவை அடித்தது உண்மைதான். ஆனால் விஷயம் இவ்வளவு தூரத்திற்கு வரும் என்று அவன் கண்டானா? அவன் எப்படியோ சமாளித்துக் கொண்டு, "டேபு முதலில் என்னை..."

பெரிய பாபு அவன் பேசி முடிக்கும் வரையிலும் விடவில்லை. "உனக்கென்ன வயதாகிறது? டேபுவுக்கு என்ன வயதாகிறது தெரியுமா?" என்றார்.

அப்புவை அவன் இஷ்டம்போலப் பேசச் சொல்லியிருந்தால், "டேபு என்னைவிட இளையவனாலும் என் பெரியப்பா நீலமணி ராயைவிட அனுபவம் வாய்ந்தவன். இவர்கள் எல்லாரும் என்னைக்

கேலி செய்கிறார்கள். நான் விளையாட வந்தது ஒன்றுதான் தப்பு” என்று சொல்லியிருப்பான், ஆனால் இந்தச் சமயத்தில் வாசல் முழுதும் கூட்டம் நிறைந்திருந்தது. அதோடு பெரிய பாபுவுடன் பேசுவதற்குப் பயமாக இருந்தது. ஆகையால் அவன், “டேபு... என்னை... சும்மா..”

“ஸ்டுபிட்! என்ன பேச்சு பேசுகிறாய், யாரடா உன்னை இவர்களுடன் சேரச் சொன்னது? எங்கடா பிரம்பை எடுத்து வா! முன்னால் வாடா! இல்லாது போனால்”

பளீர் என்று ஒரு அடி படவே அவன் திகைப்புடன் பெரிய பாபுவையும் மறுபடியும் ஓங்கிய பிரம்பையும் பார்த்தான். இதற்கு முன் அவன் மீது அடி விழுந்தது கிடையாது. அவனுடைய அப்பாகூட அவனை ஒருபோதும் அடித்ததில்லை. அவனுடைய மனம் ஒருபோதும் அடியை ஏற்றுக்கொள்ளத் தயாராக இல்லை. அவனையும் அறியாமல் அடியைத் தடுக்க அவனுடைய கைகள் முன்வந்தன. அதனால் அடி ஒன்றும் தடைபடவில்லை. அது விழுந்து கொண்டேதானிருந்தது. பளீர் பளீர் என்ற சத்தத்தைக் கேட்டு டேபு தன் வலியைக் கூட மறந்துவிட்டு இங்கே பார்க்கத் தொடங்கினான். சமையல்காரி பையன் மறுபடி தலைமேல் ஏறக் கூடாது. இந்த எண்ணத்துடன் பெரிய பாபு தண்டனை கொடுத்துக் கொண்டிருந்தார்.

பெரிய பாபு கொஞ்சம் புன்முறுவலுடன், “அனாதைப் பயல்! இன்று உன்னை எச்சரிக்கையோடு விடுகிறேன். இனி இந்த வீட்டுப் பையன்களோடு விளையாடினால் காதைப் பிடித்து வெளியில் கொண்டுபோய் விடச் சொல்லிவிடுவேன்” என்று கூறிவிட்டு யாரையோ பார்த்துக்கொண்டு பார்த்தீர்களா தீரேன் பாபு! தாயார் விதவை, மேனேஜர் சதீஷ்பாபு காசியிலிருந்து அழைத்து வந்தார். அனாதைப் பெண், இருந்துவிட்டுப் போகட்டும் என்று நினைத்தேன். தாயார் சமையல் செய்கிறாள். இவன் சிகரெட் குடித்துக்கொண்டு திரிகிறான்” என்றார்.

“இவன் எல்லாம் அப்படித்தானிருப்பான். இதற்கு பிறகு அபினி சாப்பிடுவான்! அம்மா பெட்டியை உடைப்பான், இதுதான் வழக்கம். அப்புறம் காசி போய்த்தான் நிற்பான்....” என்றார் தீரேன் பாபு.

எல்லா விஷயங்களும் வீட்டுக்குள் போகாது. ஆனால் சர்வஜயாவுக்கு அப்புவுக்கு அடி விழுந்த விஷயம் தெரிந்துவிட்டது. சொன்னவர்கள் கொஞ்சம் பொடி சேர்த்துச் சொன்னார்கள். எஜமானியம்மாள், “இப்படி இவன் குண்டாவாக இருந்தால் என்ன செய்வது?” என்றாள்.

சர்வஜயா ரொட்டி அறையிலிருந்து வந்து பார்த்தாள். அப்பு பள்ளிக்குப் போய்விட்டான். அம்மாவிடம் ஒன்றும் சொல்லவில்லை. அவன் தாயாரிடம் இவைகளை எல்லாம் எப்போதும் சொல்ல

மாட்டான். கோபம், துக்கம், வேதனை எல்லாம் சேர்ந்து சர்வ ஜயாவுக்கு மயக்கம் வரும்போல் இருந்தது. உடல் முழுதும் நெருப்புப் பற்றி எரிவது போலிருந்தது. அவள் அறைக்குள் இருக்க முடியாமல் வெளித்தாழ்வாரத்தில் வந்து நின்று கொண்டாள். அவளுடைய அப்புவின் உடம்பில் அடி விழுந்ததா?

"அம்மா நீ சமையல் வீட்டிலிருந்து படி ஏறி வரும்போது ஒருநாள் ராத்திரி உனக்குப் பயம் காட்டப்போகிறேன்" என்று இப்போது கூடச் சொல்லிக் கொண்டிருக்கிறான். இந்த அப்புவுக்கு என்ன புத்தி இருக்கும்! எவ்வளவு அடி விழுந்ததோ தெரிய வில்லையே! யார் அவன் அழுததைக் கேட்டார்களோ? யார் அவனுக்கு ஆறுதல் சொன்னார்களோ?

சர்வஜயாவின் உள்ளத்திலிருந்து துக்கம் வெளிப்பட்டது.

இரவு இருள் நிறைந்திருந்தது. வானத்தில் நட்சத்திரங்கள் மின்னிக் கொண்டிருந்தன. குதிரை லாயத்துக்கு அருகிலிருந்த நெல்லிக்காய் மரக்கிளைகள் காற்றுக்கு ஆடிக்கொண்டிருந்தன. அங்கேயே கீழே உட்கார்ந்து கொண்டு அவள் அழுதாள். உடல் நடுங்கியது. 'கடவுளே! ஹே கடவுளே! அவன் என்னுடைய அபூர்வமான பொருள்! அவன் ஒரு நிமிஷம் என் பார்வையை விட்டு அகன்றாலும் நான் அமைதியின்றிப் போவது உனக்குத் தெரியாதா? என்ன தண்டனை கொடுப்பதானாலும் எனக்கே கொடு! அவனை ஒன்றும் செய்யாதே! என நெஞ்சு வெடித்து விடும். என்னால் பொறுக்க முடியாது!

இன்று பள்ளிக்கூடம் வழக்கமான நேரத்திற்கு முன்பே விட்டு விட்டார்கள். அப்புவின் வகுப்புப் பையன்கள் புட்பால் விளை யாட்டுக்கு அவனை ரெப்ரியாக இருக்கச் சொன்னார்கள். அப்பு ரொம்ப சந்தோஷமடைந்தான். இந்த ஊருக்கு வருவதற்கு முன்பு அவன் புட்பால் விளையாட்டைப் பார்த்ததே கிடையாது. அவன் பெரிய விளையாட்டுக்காரனுமல்ல. ஆனாலும் மாணவர்கள் அவனைத்தான் விரும்பினார்கள். அடிக்கடி அவனைத்தான் ரெப்ரியாக இருக்கும்படிச் சொல்லுவார்கள்.

"நான் வீட்டிலிருந்து பெரிய ஊதலை எடுத்து வருகிறேன். பெட்டியில் வைத்திருக்கிறேன். சரியாக நான்கு மணிக்கு விளை யாட்டு மைதானத்திற்கு வந்துவிடுகிறேன் என்றான்.

வீட்டுக்கு வரும் வழியில் அப்புவுக்கு காலையில் நடந்த சம்பவம் நினைவிற்கு வந்தது. இன்று பகல் முழுதும் அதைப் பற்றியேதான் யோசித்துக் கொண்டிருந்தான். சிகரெட் குடித்தது உண்மைதான். ஆனால் அவன் தினசரி குடிப்பதில்லை. அன்று லீலா கொடுத்த பட்டுச் சொக்காயைப் போட்டுக்கொண்டு பள்ளி யிலிருந்து வரும்போதுதான் அவனுக்கு இந்த எண்ணம் எழுந்தது. 'பாபுக்கள் இம்மாதிரி சொக்காய்களை அணிந்து கொண்டு சிகரெட்

குடிக்கிறார்களே. நாமும்தான் குடித்துப் பார்ப்போமே' என்று நினைத்தான். உடனே அவன் தன்னிடம் காலை ஆகாரத்திற்குக் கொடுத்திருந்த காசுக்கு சிகரெட் வாங்கினான். நிச்சிந்தாபுரத்தில் அவன் திருட்டுத்தனமாகச் சிகரெட் குடித்தபோதும் அதன் மேல் அவனுக்குப் பிரியமில்லை. இன்றும் அதன் மேல் பிரியமில்லை. இதற்குப் பதிலாகச் சுண்டல் வாங்கினால் வயிறு நிறையும் என்று நினைத்தான். சிகரெட் யாராவது வாங்கிக் குடிப்பார்களா? கிரீஷ் சர்க்காருக்கு இவைகள் ஒன்றும் தெரியாது. அதோடு மிகைப் படுத்தியும் சொன்னார்.

லீலா இங்கில்லாதது நல்லகாலம். இருந்தால் ரொம்ப மானக் கேடாக இருக்கும். அம்மாவுக்கும் விஷயம் தெரிந்திருக்காது. அம்மாவுக்குத் தெரியக்கூடாது என்றுதான் அவன் அவசரமாகப் பள்ளிக்குப் போய்விட்டான்.

லீலா எவ்வளவு நாளாக இங்கு வரவில்லை? கடந்த வருஷம் சென்றவள். இனி வந்தாலும் அவளுடன் பேசுவதற்கு விடமாட்டார் கள்.

வீட்டுக் கதவருகில் வரும்போதே மேல்மாடியில் கிராமபோன் பாடுவது கேட்டது. இந்தச் சத்தத்தைச் கேட்டவுடன் மாடிப்படியருகே போய் நின்று கொண்டான். அந்த இடத்திலிருந்தால் பாட்டு நன்றாகக் காதில் விழாது. ஆனால் இசையில் மோகம் அதிகம். கேட்கக் கேட்க பள்ளிக்கூடம், விளையாட்டு, ரெப்ரியாக இருப்பது, அடிவிழுந்தது முதலிய அனைத்தையும் மறந்துவிட்டான். பாட்டுக் கேட்கும்போது அவன் மனம் எங்கெல்லாமோ சஞ்சரிக்கத் தொடங்கிவிடும். நிச்சிந்தாபுரத்தில் ஆற்றங்கரைக்கு உலாவப் போனால் அக்கரையில் காட்டு முருங்கைப் பூக்கள் செக்கச் செவேலென மலர்ந்திருப்பதைப் பார்ப்பான். அதற்குப் பின்னால் நீலவானம் கண்ணுக்கெட்டிய தூரம் வரையிலும் படுதா போலத் தெரியும். சிவப்புப் பூக்களும், பச்சை மரங்களும், வறண்ட கிளையில் உட்கார்ந்து கொண்டிருக்கும் பறவையும் தூரிகையால் எழுதப்பட்ட சித்திரம் போலவே இருக்கும். அவைகள் எல்லாவற்றிலும் அவனுடைய தேசம், ரொம்பத் தூரத்திலிருக்கும் தேசம், அது என்ன தேசம் என்றே அவனுக்குத் தெரியாது. அப்போது அவனை எதிர்பார்த்துக் கொண்டிருக்கும். அவனும் மகிழ்ச்சி அடைவான்.

யாரோ அவனைக் கூப்பிடுவது போலிருக்கிறது. எத்தனை தூரத்திலிருந்தோ தெரியவில்லை. ஆனால் பழக்கப்பட்ட குரல் தான் அழைக்கிறது. 'அப்பு ஊ... ஊ!'

இதைக் கேட்டு மனம் மகிழ்ச்சி அடைகிறது. "வரு....கி...றேன்."

அவன் தன் அறைக்கு வந்ததும் அவனுடைய தாயார், என்ன விஷயம்? இன்று நீ வழக்கத்திற்கு முந்தியே பள்ளிக்கூடத்திலிருந்து வந்துவிட்டாயே?" என்றாள்.

"மேல் வகுப்பு மாணவர்கள் பந்தாட்டத்தில் வெற்றி அடைந்ததால் பாதி நேரம்தான் பள்ளி இருந்தது."

"இங்கு எழுந்து வா"

அதற்குப் பிறகு கொஞ்ச நேரம்வரையிலும் அவனுடைய உடலைத் தடவிக் கொண்டிருந்துவிட்டு, தயக்கதுடன், அவர்கள் எதற்கோ உன்னைக் கூப்பிட்டு மிரட்டினார்களாம். இது நிஜமா?" என்றாள்.

"டேபுவுக்குக் கொஞ்சம் காயம் பட்டுவிட்டது. அதனால் பெரிய பாபு கூப்பிட்டு என் பெயர்..."

"மிரட்டவில்லையா?"

"இல்லை."

தாயார் சிறிது நேரம் பேசாமலிருந்து விட்டு, "இங்கிருந்து போய்விடலாமா என்று யோசித்துக் கொண்டிருக்கிறேன்" என்றாள்.

அவன் ஆச்சரியத்துடன் தாயாரின் முகத்தைப் பார்த்தான். பிறகு திடீரென மகிழ்ச்சி அடைந்து, "எங்கே போவதம்மா? நிச்சிந்தாபுரத்துக்கா! நல்லதுதான். நான் அங்கு புரோகிதம் செய்கிறேன். இப்போது பூணூலும் போட்டாச்சு. நாம் பிறந்த பூமி. ரொம்ப நன்றாக இருக்கும். இனி இங்கு இருக்கமாட்டேன்" என்றான்.

இரண்டு வருஷமாக இதையேதான் நினைத்துக் கொண்டிருக்கிறேன். அங்கே போகலாம் என்று சொல்கிறாய். ஆனால் இப்போது அங்கே என்ன இருக்கிறது? வீடு இருக்கிறது. ஆனால் அதை விட்டுக் கிளம்பி மூன்று வருஷமாகிறது. இப்போது வீட்டில் என்ன எஞ்சியிருக்கிறதோ தெரியவில்லை. முன்னோர்கள் இருந்த வீடு. கொஞ்சம் பூமியும் இருந்தது. ஆனால் அதுகூட... திரும்பிப் போனால் அங்கு நிற்பதற்குகூட இடமிருக்காது. அங்கு போனால் எதிரிகள் சிரிப்பிற்கிடமாகும்..."

சிறிது நேரம் பேசாமலிருந்துவிட்டு, "சரி ஒரு காரியம் செய்யலாம். நாம் காசிக்குப் போவோம்" என்றாள்.

ஒரு முடிவுக்கும் வரமுடியவில்லை. தாயார் இன்னும் சாப்பிடாமல் இருந்தாள். அவள் குளித்துவிட்டு மறுபடியும் சமையல் கட்டுக்குப் போய்விட்டாள். அவன் குரல் இனிமையாக இருப்பது நினைவிற்கு வந்தது. அக்காளும் சொல்லியிருக்கிறாள். நாடக நண்பர்களும் சொல்லியிருக்கிறார்கள். ஏதாவது நாடகத்தில் சேரமுடியாதா? அம்மாவுக்கும் இங்கு ரொம்ப கஷ்டம். தாயாரை இங்கிருந்து அழைத்துக்கொண்டு போய்விடலாமே!

எவ்வளவு கொடுமையான வெய்யில்! சமையல் கட்டில் எழும்பும் புகை சுற்றிச் சுழன்று மேலெழும்புகிறது. அறைக்குள் இருள் பரவிவிட்டது. குதிரை லாயத்தின் குதிரைக்காரர்கள் ஹிந்தியில் என்னவோ தகராறு செய்து கொண்டிருக்கிறார்கள். கல் தளத்திலே

குதிரையின் குளம்புச் சத்தம் கேட்கிறது. சாக்கடையிலிருந்து அதே துர்நாற்றம், தலை வெடித்து விடும் போல வலிக்கிறது. தூங்கலாமா என்று நினைத்தான். அதற்கப்புறம் எழுந்து விளையாட்டு மைதானத்திற்குப் போகலாம். இப்போது மணி மூன்றுதானாகிறது. வெய்யில் ரொம்பக் கடுமையாக அடிக்கிறது.

படுத்துக் கொண்டிருக்கும்போது ஒரு விஷயம் அவன் மனத்தில் தோன்றியது. இதுவரையிலும் இந்த விஷயத்தை இந்த மாதிரி சிந்தித்ததில்லை. இத்தனை நாளாக மனத்தின் மூளையில் ஒளிந்து கொண்டிருந்த இந்த விஷயம் வெளிப்பட்டிருந்ததனால் ஒன்றுமே நடந்திருக்காது. அவர்களும் ஊருக்குத் திரும்பிப் போயிருப்பார்கள். அங்கிருந்து புறப்பட்டு வரும்போது மறுபடி திரும்பி வருவோம் என்ற எண்ணமே கிடையாது. அப்படிச் சொல்லவும் இல்லை. ஆனாலும்கூட அந்த ஆசை ஏதோ ஒரு ரூபத்தில் இருந்துகொண்டு தானிருந்தது.

ஆனால் இன்று நடந்த விஷயங்களால், முக்கியமாக அம்மாவும் பெரிய பாபும் பேசிய பேச்சுகளால் அவர்களுடைய ஆதரவற்ற நிலையும், வீடற்ற விஷயமும் தெளிவாக வெளிப்பட்டு விட்டது. இனி அவன் மறுபடியும் ஊருக்குத் திரும்பிப்போக முடியுமா? ஒருநாளும் முடியாதா? ஒருநாளுமே முடியாதா?

இந்த அயலூர் வாழ்க்கையும், இந்த கிரீஷ் சர்க்காரும், திருடனைப் போல பதுங்கிக்கொண்டு வாழ்வதும் வாழக்கையா? தாயும் மகனும் ஒருவர் கையை மற்றவர் பிடித்துக்கொண்டு தெருவில் கிளம்புவது இதைவிட மேல் அல்லவா? வாழ்க்கையில் எல்லாம் போய்விட்டது. இவர்கள் மட்டும் சிரஞ்சீவிகளாக இருக்கப் போகிறார்களா?

குதிரை லாயத்தில் இரண்டு வேலைக்காரர்களுக்குள் சண்டை நடந்து கொண்டிருந்தது. சமையல் வீட்டுச் கூரை மீது அன்னப் பருக்கைக்கு ஆசைப்பட்டு காகங்கள் கூட்டமாக உட்கார்ந்து கொண்டிருந்தன. ஒரே விஷயத்தைப் பற்றி ரொம்ப நேரமாக யோசித்துக் கொண்டிருப்பது அவனுக்குப் புலப்பட்டது. குதிரை லாயத்தில் குதிரைகளின் காலடி ஓசை கேட்பது நிற்கவில்லை. மண்ணுக்குள் எங்கோ படுத்துக் கொண்டிருப்பது போலத் தோன்றியது. மண்ணுக்கு ரொம்பக் கீழே யாரோ கீழிருந்து இழுப்பது போலப்பட்டது. நல்ல ஓய்வு கிடைத்தது. தலைவலி போய்விட்டது. நல்ல ஓய்வுதான்.

“அப்பப்பா! என்ன வெய்யில்! அக்கா ஒரு விசித்திரமான பெண்! இந்த வெய்யிலில் யாராவது வனபோஜனம் செய்வார்களா? அக்கா படுத்துக்கொள்! இந்த வெய்யிலில் யாராவது வனபோஜனத் திற்குப் போவார்களா?” என்றான்.

ராணி அக்கா அருகில் உட்கார்ந்து கொண்டு என்னென்னவோ சொல்லிக் கொண்டிருக்கிறாள். ராணி அக்கா மளமளவென்று

கண்ணீர் வடிக்கிறாள். அவன் என்ன செய்வான்? நிச்சிந்தாபுரத்தில் அவன் வாழ முடியாதே! இது ராணி அக்காளா அல்லது லீலாவா?

ஹாரான் சித்தப்பா புல்லாங்குழல் விற்பதற்கு வந்திருக்கிறார். ரொம்ப நன்றாக வாசிக்கிறார். அவன் அப்பாவிடம், "அப்பா, நான் புல்லாங்குழல் வாங்கிக்கொள்கிறேன். காசு கொடுக்கிறாயா" என்கிறான்.

அவனுடைய அப்பா அவனது காதோரம் தொங்கி கொண்டிருந்த தலைமுடியை ஒழுங்குப்படுத்திவிட்டு "உன் கதை நன்றாக இருக்கிறது. அச்சான பின் காட்ட வேண்டும்" என்கிறார்.

"அப்பா! அபினி என்றால் என்ன? கிரீஷ் சர்க்கார் நான் அபினி தின்பேன் என்கிறார்!"

அவர்களுடைய ஸ்டேஷன் பெயர் மாஞ்ஜோர்பாடா. பெரிய மரப்பலகையில் "மாஞ்ஜோர்பாடா" என்று கொட்டை எழுத்துக்களில் எழுதப்பட்டிருக்கிறது. பெரிய மூட்டையை முதுகில் போட்டுக் கொண்டு அவன் முன்னால் போய்க்கொண்டிருக்கிறான். தாயார் அவன் பின்னால் வருகிறாள். அவன் சிவப்புச் சொக்காய் அணிந்து கொண்டிருக்கிறான். வழியில் குளிர்ச்சியான நிழல் இருக்கிறது. வானத்தில் நட்சத்திரம் உதயமாகிவிட்டது. காற்றில் ஆலம்பழத்தின் வாசனை வீசுகிறது.

நிச்சிந்தாபுரத்தில் பாதை முடிவடைவதே இல்லை. அவன் போய்க்கொண்டே இருக்கின்றான்! போய்க்கொண்டே இருக்கின் றான்! போய்க்கொண்டே இருக்கின்றார்கள். அவனும் அவனுடைய தாயாரும்! இந்த வழியில் அவன் தனியாக எப்போதும் வந்ததில்லை. அவனுக்கு வழி தெரியவில்லை. ஓ, சித்தப்பா! நிச்சிந்தாபுரத்துக்குக் கொஞ்சம் வழி சொல்லு! ஐசடா நிச்சிந்தாபுரம், வேத்திரவதி நதிக்கு அக்கரையிலிருக்கிறதே அந்த நிச்சிந்தாபுரம்!

அவனுடைய தாயார் அறைக்குள் நுழைந்து, "அடே, அப்பு எழுந்திரு! பொழுது போய்விட்டது. எங்கோ விளையாடப் போவ தாகச் சொன்னாயே? எழு! எழு!" என்றாள்.

தாயாரின் குரலைக் கேட்ட அவன் அவசரமாக எழுந்து நாலாப் பக்கமும் பார்த்தான், "பொழுது போயே விட்டதே!" என்றான்.

விளையாடப் போவதாகச் சொன்னாயே? போகவில்லையா? இவ்வளவு நேரம் தூங்குவதா? உன்னுடைய ஊதலை எடுக்கட்டுமா?"

தாயார் பெட்டியிலிருந்து ஊதலை எடுத்து வைத்தாள். ஆனால் அவன் ரெப்ரியாவதற்கு எவ்வித உற்சாகமும் உடையவனாகத் தெரியவில்லை. அறைக்குள் இருளாக இருந்தது. அவன் ஜன்னலருகே போய் பேசாமல் நின்று கொண்டிருந்தான். சூரியன் மறைந்து விட்டான். எவ்வளவு சகிக்க முடியாத உஷ்ணம்! குதிரை லாயச் சாக்கடை நாற்றம் அதிகரித்திருந்தது. மணி டாண் டாண் என்று ஆறு அடித்தது.

குதிரை லாயத்துக்கு மேலிருக்கும் வானத்திற்குக் கிழக்கே அவனுடைய பிரியமான நிச்சிந்தாபுரம் இருக்கிறது. நிச்சிந்தாபுரத்தைப் பார்த்து எத்தனையோ நாட்களாகிவிட்டன!

மூ...ன்....று... வருஷம்.

நிச்சிந்தாபுரம் அவனை ராத்திரி பகலாகக் கூப்பிடுகிறது. சங்காரிகுளம் அவனைக் கூப்பிடுகிறது. மூங்கில் புதர் அவனைக் கூப்பிடுகிறது. சோனாடாங்கா மைதானம் அவனைக் கூப்பிடுகிறது. சாகப்துறை அவனைக் கூப்பிடுகிறது. தேவி விசாலாட்சி அவனைக் கூப்பிடுகிறாள்! இது அவனுக்கும் நன்கு தெரியும். சுடுகின்ற தரையில் வேப்பம்பூவின் மணத்தை நுகர்ந்து கொண்டே இனி அவன் எப்போது சுற்றுவான்? மறுபடியும் அவன் தன் வீட்டில் இருந்து கொண்டு பறவைகளின் இன்னிசையைக் கேட்பானா?

இந்தக் காலத்தில் அவனுடைய அன்பிற்குகந்த இச்சாமதி ஆற்றில் புது வெள்ளம் வந்திருக்கும். ஆற்றுக்குப் போகும் வழியில் தண்ணீர் நிரம்பி நிற்கும். புதரிலுள்ள செடிகளில் மலர்கள் மலர்ந்திருக்கும். நீலப்பூக்கள் காடு முழுதும் நிறைந்திருக்கும். ஆற்றங்கரையில் மீன் பிடிப்பதற்காக அக்ரூர் வலையைச் சரி செய்துகொண்டிருப்பான். இன்று அங்கு சந்தை நாள். நாத்திகுளத்து ஆலமரத்துக்குப் பின்னால் அடிவானத்தில் மடியில் சூரியன் அஸ்தமித்துக் கொண்டிருப்பான். அங்கேயுள்ள ஒற்றையடிப் பாதையில் பட்டு, நீல, போலா முதலியவர்கள் சந்தையிலிருந்து சாமான்களைச் சுமந்து கொண்டு வந்து கொண்டிருப்பார்கள். இதற்குள் காடுகள் சூழ்ந்த இவர்களுடைய வீட்டுக் கூடத்தில் இருள் கவிழ்ந்திருக்கும். பறவைகள் கலவரம் செய்துகொண்டிருக்கும். அமைதியான இனிமையான மாலை நேரம். அந்த மூக்குத்திப் பறவை மூங்கில் மேல் பழையபடியே உட்கார்ந்துகொண்டிருக்கும். அம்மா நட்ட எலுமிச்சை இதற்குள் காய் பிடிக்க ஆரம்பித்திருக்கும்.

கொஞ்ச நேரத்திற்குள் அவனுடைய வீடு முழுதும் இருள் பரவிவிடும். இருள் பரவினால்கூட யாரும் விளக்கேற்ற மாட்டார்கள். ஒவ்வொரு அறையாக விளக்குக் காட்டமாட்டார்கள். கதைகள் யாரும் சொல்லமாட்டார்கள். யாருமற்ற வீட்டு வாசலில் கருமேகம் போல மரநிழல் விழுந்திருக்கும். அம்மா நட்ட எலுமிச்சை புதர்களால் அழிந்து போயிருக்கலாம். அது யாருக்கும் தெரியப் போவதில்லை. இலந்தை வீணாகப் பழுக்கும். பழுப்பு நிறப் பறவை அழுது கொண்டே சுற்றித் திரியும்.

காலையில் அத்தனை பேர்களுக்கு மத்தியில் எவ்விதக் குற்றமுமின்றி அடிபட்டான். ஆனால் அவனுடைய கண்களிலிருந்து ஒரு சொட்டுக் கண்ணீர்கூட வெளியில் வரவில்லை. ஆனால் இப்போது யாருமற்ற அறைக்குள் ஜன்னலுக்கு முன் தனியாக நின்று கொண்டு அவன் பரிதாபகரமாக அழத் தொடங்கினான். அவனுடைய அழகிய

கன்னங்கள் வழியாக வழியும் கண்ணீரைத் துடைத்துக்கொண்டு துக்கத்துடன், "ஆண்டவா! எங்களை மறுபடியும் நிச்சிந்தாபுரத்துக்கு அனுப்பிவை! இல்லாவிட்டால் எங்களால் வாழ முடியாது. கடவுளே! உன் காலில் விழுகிறோம்" என்று கூறிக்கொண்டான்.

'அடே முட்டாள் பையனே! உன் பாதை தெரியவில்லையா? சோனாடாங்கா மைதானத்துக்கு முன்னால் இச்சாமதியைக் கடந்து, தாமரைப்பூக்களால் நிரம்பிய மதுக்காளி ஏரியைத் தாண்டி, வேக வதியைப் படகில் கடந்து மேலே செல். உன் பாதை முன்னால் போய்க்கொண்டே இருக்கிறது. அந்த ஊரை விட்டுவிட்டு அயலூரிலும், சூரியோதயத்தை விட்டுவிட்டு அஸ்தமான திசையிலும், ஞானத்தை விட்டுவிட்டு அஞ்ஞானத்திலும் உழன்று கொண்டிருக் கிறாயே' என்று தெய்வம் மகிழ்ச்சியுடன் கூறியது.

இரவு பகலைக் கடந்து, மாதங்கள், வருஷங்கள், யுகங்கள், யுகாந்திரங்களைக் கடந்து பாதை சென்றுகொண்டிருக்கிறது. அவனுடைய அழகிய வாழ்க்கைக் கனவில் மரநிழல்கள் படிந்த பாதை முடிவின்றிப் போய்க்கொண்டிருக்கிறது. அதனுடைய நிரந்தர மான வீணாகானம் வானத்தில் எதிரொலித்துக் கொண்டிருக்கிறது.

'ஆனந்தமாக அந்தப் பாதையில் யாத்திரை செய்வதற்காகத்தான் உன்னை விடுவித்தோம்! போ! மேலே செல்!'

நிறைந்தது